சேரன்

1970களில் எழுதத் தொடங்கினார். 1972இல் இவரது முதலாவது கவிதை பத்திரிகையில் பிரசுரமாகியது. இரண்டாவது சூரிய உதயம் (1983), யமன் (1984), கானல் வரி (1989), எலும்புக் கூடுகளின் ஊர்வலம் (1990), எரிந்து கொண்டிருக்கும் நேரம் (1993), நீ இப்பொழுது இறங்கும் ஆறு (2000), மீண்டும் கடலுக்கு (2004), காடாற்று (2011), அஞர் (2018), திணை மயக்கம் அல்லது நெஞ்சோடு கிளர்தல் (2019), காஞ்சி (2023) என்பன இவரது தமிழ் கவிதைத் தொகுப்புகளாகும்.

தமிழிலும் ஆங்கிலத்திலும் பல இதழ்களிலும், ஆய்வுத் தொகுதிகளிலும் இவரது எழுத்துக்கள் வெளிவந்துள்ளன. டொரொன்டோ, பெர்லின், டில்லியைத் தளமாகக்கொண்ட பதிப்பகங்கள் இவரது ஐந்து ஆங்கில நூல்களை வெளியிட்டுள்ளன. உலகின் பல்வேறு நாடுகளில் நடந்த கவிதை வாசிப்பு அரங்குகளிலும், ஆய்வு மாநாடுகளிலும் பங்குபற்றியுள்ளார்.

இன மேலாதிக்கம், யுத்தம், இன அழிப்பு, இடப்பெயர்வு, அகதி வாழ்வு, ஒடுக்கப்படும் மக்கள் பற்றிய அரசியல், மானுடவியல் துறைசார்ந்த ஏராளமான பிரதிகளைச் சர்வதேச அளவில் எழுதியும், பேசியும் முன்வைத்தவர்களில் குறிப்பிடத்தக்கவர்.

இவருடைய ஆங்கில நாடகங்கள் கனடாவிலும் அமெரிக்காவிலும் அரங்கேற்றப்பட்டுள்ளன. கவிதைகளும் பிற எழுத்துகளும் ஆங்கிலம், ஜெர்மன், டச்சு, ஸ்பானிஷ், ஸ்வீடிஷ், வங்காளம், மலையாளம், கன்னடம், சிங்களம் உட்பட இருபது மொழிகளில் மொழிபெயர்க்கப்பட்டுள்ளன.

இவருடைய கவிதைகள், ஆங்கில மொழியில்:

'You Cannot Turn Away' - (2011) செல்வா கனகநாயகம்

'The Second Sunrise' - (2012) லக்ஷ்மி ஹோம்ஸ்ரோம், சாஷா ஈபெல்லிங்க்

'In a Time of Burning'- (2013) லக்ஷ்மி ஹோம்ஸ்ரோம், சாஷா ஈபெல்லிங்க்

வங்காள மொழியில்,

'நிர்பச்சிதோ கொபிதா' - (2017) சோபிக் டி சர்க்கார்

டச்சு மொழியில்:

'Het Verhaal Van de Zee' - (2018) பவானி தம்பிராஜா

'Liefsde Kent Geen Sleur' - (2018) பவானி தம்பிராஜா

ஸ்பானிஷ் மொழியில்:

'Siembra Solo Palabras '- (2019) இசபெல் அலொன்சோ ப்ரெட்டொ

மலையாள மொழியில் :

"காற்றில் எழுதல்"- (2020) - சுகுமாரன், அனிதா தம்பி

ஆகியோரின் மொழிபெயர்ப்பிலும், தொகுப்பு பணியிலும் வெளிவந்துள்ளது.

உலகறியப்பட்ட ஆளுமை. கனடா, வின்சர் பல்கலைக்கழகத்தில் சமூகவியல், மானிடவியல் துறையில் பேராசிரியராகப் பணியாற்றுகிறார்.

மின்னஞ்சல் : cheran@uwindsor.ca

உறைய மறுக்கும் காலம்: சேரன் படைப்புலகம்

பார்வைகள் – பதிவுகள் – ஆய்வுகள்

தொகுப்பு
ஹரி ராசலெட்சுமி
எம்.பௌசர்

art of socio publication
சமூகம் இயல் பதிப்பகம்

உறைய மறுக்கும் காலம்:
சேரன் படைப்புலகம்
(பார்வைகள் – பதிவுகள் – ஆய்வுகள்)
தொகுப்பு – ஹரி ராசலெட்சுமி
எம். பௌசர்

முதல் பதிப்பு: மார்ச் 2025
பக்கங்கள்: 464

வெளியீடு:
சமூகம் இயல் பதிப்பகம்
317, பெருந்தெரு வடக்கு, ஈஸ்ட் ஹாம்
லண்டன், ஐக்கிய ராச்சியம்

பிளாட் நெ 12, ஆதம்பாக்கம், வேல்நகர்
காஞ்சிபுரம், தமிழ்நாடு – 600 088

நூல் வடிவமைப்பு: சந்தோஷ் கொளஞ்சி
அட்டை : ஏ.எம். ரஷ்மி

அச்சகம்: கொம்யூ பிரிண்ட், சென்னை

விலை: இந்தியா ₹ 700

URAIYA MARUKKUM KAALAM:
CHERAN PADAIPULAGAM
Compiled by: Hari Rajaledchumy
M.Fauzer

First Edition: March 2025
Pages: 464

Published By:
Art of Socio Publication
317, High Street North, East Ham,
London, United Kingdom
Mobile : 0044 7817262980
Email : eathuvarai@gmail.com

Flat No 12, Adambakkam, Velnager
Kanchipuram , Tamil Nadu – 600 088

Layout: Santhosh Kolanji
Cover A.M. Rashmy

Printed at: Compuprint, Chennai

ISBN: 978–81–969040–2–9

Price: India ₹ 700

நம் காலத்தின் குரல்...

1970க்குப் பின்னான ஈழத் தமிழ்க் கவிதை இயக்கம், நவீன தமிழ்க்கவிதைப் பரப்பில் முக்கியமான இடத்தினை கொண்டுள்ளது. 1980களில் இலங்கையில் உச்சம் பெற்ற இன முரண்பாடுகள், அரச ஒடுக்குமுறை, மக்கள் போராட்டங்கள், இளைய தலைமுறையின் அரசியல் எழுச்சி, சாதிய எதிர்ப்புணர்வு, ஆயுதப் போராட்டத்திற்கான தொடக்கம் என, அக்காலகட்டத்தின் அனைத்து அம்சங்களும் இந்த கவிதா இயக்கத்திற்கு ஆதாரமாக இருந்தன. 'கவிதை ஒரு ஆயுதமாக இருந்தது'. எதிர்ப்புணர்வையும், தன்னுணர்வைவையும், வாழ்வையும் வெளிப்படுத்த கவிதை வடிவம் காலாக இருந்தது. பலரும் கவிதைத்துறைக்குள் வந்தனர். பல முக்கியமான கவிதைகள் வெளிவந்ததுடன், கவிஞர்களும் அடையாளம் காணப்படத் தொடங்கினர்.

இக்காலத்தின் குரலாக, ஒரு கவிஞனாக நம்முன் வந்தவர் சேரன். இந்தக் காலத்தினதும், இன்று வரையுமான அதன் போக்குகளினதும், அழிவுகளினதும், ஏன் நமது அனைத்துத் தளங்களிலுமான விளைவுகளுக்குள்ளும் நின்று மனிதத்துவத்தின் பிரதிநிதித்துவத்தை படைப்பின் வழியாகவும், சிந்தனை, அறிவின் வழியாகவும் நமது காலத்தின் குரலாக முன் எடுத்தவர், தொடர்ந்தும் அதே பணியைக் கொண்டிருப்பவர்.

'இரண்டாவது சூரிய உதயம்' தொடங்கி, 'காஞ்சி' வரையும், அவரது கவிதைகளின் வழியாகவும், இசைப்பாடல் , நாடகம், அளிக்கைகள், ஓவியம் சார்ந்த படைப்புகளின் வழியாகவும் அரசியல், சமூகவியல், மானிடவியல் சார்ந்த எழுத்துக்களின் வழியாகவும் அவரை மதிப்பிடுகின்ற போது, நமது நியாயபூர்வமான

குரலாக சேரன் இருந்திருக்கிறார், இருந்து வருகிறார் என்பதை நாம் மிகத் தெளிவாகவும், பலமாகவும் உணர்ந்து கொள்ள முடியும். இத் தொகுப்பிலுள்ள பதிவுகளும் இதற்குச் சான்று.

இத்தொகுப்பின் வழியான மேலுமொரு அடைவு, நமது தமிழ்மொழிப் படைப்பாளர் ஒருவரை, மேற்கின் கல்விப்புலம் சார்ந்தவர்களும், தமிழ்மொழியைத் தாண்டிய பிற மொழியினரும் எவ்விதங்களில் நமது எழுத்துக்களையும், படைப்பாளிகளையும் புரிந்து கொள்ள முயல்கின்றனர், வரலாற்றில் மதிப்பாய்வு சார்ந்து இடப்படுத்துகின்றனர் என்பது இங்கு முக்கியமானது. கவிஞர் சேரனின் படைப்புலகம் தொடர்பில் ஆங்கிலத்தில் பல மதிப்பாய்வுகள், கட்டுரைகள் வந்துள்ளன. அவைகளும் தமிழில் பதிப்பிக்கப்படல் வேண்டும்.

இத்தொகுப்பிலுள்ள கட்டுரைகளில் ஒரே கவிதையை, அல்லது அதே கவிதையின் சில அடிகளை பல கட்டுரையாளர்களும் எடுத்தாண்டுள்ளனர். ஆனாலும் அவர்களது பன்முக வாசிப்பில் வெவ்வேறு பார்வைகள் முன்வைக்கப்பட்டிருக்கின்றன. கட்டுரைகள் பல ஆண்டுகளில் தனித்தனியாக எழுதப்பட்டதால் இந்தக் கவிதைப் பல்பதிவைத் தொகுப்பில் தவிர்க்க முடியவில்லை. போற்றுதல்கள் மட்டுமல்ல, விமர்சனங்கள், விவாதங்கள், கேள்விகளை தன்னகத்தே கொண்ட ஒரு தொகுப்பு இது. இத்தொகுதிக்கு, தமது பெரும் உழைப்பின் வழி பங்களித்த கட்டுரையாளர்கள், மொழிபெயர்ப்பாளர்கள், ஓவியர் ஏ.எம். ரஷ்மி, சரிநிகர் சிவகுமார், சஃப்னா இக்பால் ஆகியோருக்கும் நன்றி.

000

பதிப்பாளர்கள்
சமூகம் இயல் பதிப்பகம்
லண்டன்

உறைதலை மீறும் நகர்வு நோக்கி ......

கவிஞர் சேரனுடைய ஐம்பதாண்டுகால கவிதையியல் குறித்து வெவ்வேறு காலங்களில் தமிழிலும் மலையாளத்திலும் ஆங்கிலத்திலும் முன்வைக்கப்பட்ட பார்வைகள், கருத்துக்கள், விமர்சனங்கள், ஆய்வுகளின் தொகுப்பு இந்த நூல். இதுவரை கவிஞர் சேரனுடைய கவிதையாக்கம் குறித்து வெளிவந்த அனைத்தையும் தேடியும், மொழிபெயர்த்தும் இத்தொகுப்பில் உள்ளடக்க முடியவில்லை. ஆனாலும் கிடைத்தவற்றையும் மொழிபெயர்க்க முடிந்தவற்றையும் உள்ளடக்கி இத்தொகுப்பு இப்போது பதிப்பிக்கப்பட்டுள்ளது.

இப்படியான விரிவான தொகுப்புகள் செய்யப்படல் வேண்டும் என்பது எமது பணி நோக்கங்களில் ஒன்றாகும். இந்தப் பணிக்கு கவிஞர் சேரன் பொருத்தமான முதல் தெரிவாக இருந்தமைக்கு அவரது நீண்ட படைப்பூக்கச் செயற்பாடும், ஆழமும் விரிவும் கொண்ட அறிவும் அனுபவமும் ஒரு காரணமென்றால், அவரது கவிதையாக்கம் குறித்து அதிமாக எழுத்தில் பதியப்பட்டவராக சேரன் இருந்து வருகிறார் என்பது இரண்டாவது காரணமாகும்.

ஒரு படைப்பாளியின் படைப்புக்குறித்து வெளிவந்தவற்றை தொகுக்கும் போது, அந்தப்படைப்பாளி மட்டுமல்ல, அவரின் காலத்தில், அதன் இயங்கு தளத்தில் நிலவிய கலை,இலக்கியத்தின் போக்குகளுடன், அதன் அரசியல், சமூகவியல், உளவியல் வெளிப்பாடுகளும், உள்ளீடுகளும், அக்காலத்தில் எழுதிய எழுத்தாளர்களும் பதிவு செய்யப்பட்டு விடுகிறார்கள் என்பதும் முக்கியமானது. அவர்களதும் படைப்புகளின் முழுத் தொகுப்புகளும் வெளிவர வேண்டும் என்பதுடன், அவர்களது படைப்புகள் குறித்த பார்வைகள், கருத்துக்கள், விமர்சனங்கள், ஆய்வுகளும் தொகுக்கப்படல் வேண்டும். ஈழ, புகலிடப் படைப்புத்

தளத்தில் கவிதை, சிறுகதை, நாவல், நுண்கலைகள் சார்ந்த பல படைப்பாளிகளுக்கு தமிழில் இதுவொரு முன்னோடியான முயற்சியாகும்.

ஆனால் இதில் ஒரு சவாலும் உள்ளது என்பதனை இத் தொகுப்பின் அனுபவத்தில் இருந்து சொல்ல முடியும். நமது பல்வேறு படைப்பாளிகளின் படைப்புகள் குறித்து விரிவாக எழுதப்பட்ட பிரதிகள் அனேகம் இல்லை என்பது இதில் மிகக் குறைபாடாகும். எழுத்தாளர் பற்றிய விரிவான பார்வைகளும், அவர்களது படைப்புகள், தொகுப்புகள் குறித்து பதிவுகள் எழுதப்படாமையானது, நமது ஈழ, புகலிடச் தமிழ்ச்சூழலின் போதாமையாகவும் உள்ளது. குறிப்பிட்டு பெயர் சொல்லக் கூடிய ஓரிரு எழுத்தாளர்கள், அவர்களது படைப்புகள் பற்றி சில கட்டுரைகளே நமக்கு திரட்டக் கூடியதாக இருக்கும். பலருக்கு அதுவும் இல்லை. இந்த நிலை மாற வேண்டும்.

000

கவிஞர் சேரனை தொடர்ந்து வாசிப்பவர்களும் கற்பவர்களும் மட்டுமல்ல, கடந்த ஐம்பதாண்டு காலத்தினை தெரிந்து கொள்ளவும் மதிப்பிடவும் கூடியவர்களுக்கு இத்தொகுதி பயன்மிக்கது. வாசக பரிச்சயத்தின் விரிவையும் ஆழத்தையும் விஸ்தரித்துப் பண்படுத்துவதற்கு கவிதை தொடர்பான பன்முக வாசிப்புகளும் உரையாடல்களும் அவசியம். தொடரும் அந்த உரையாடலுக்கான பல விசைகளையும் பொறிகளையும் இந்தத் தொகுப்பு உள்ளடக்கியிருக்கிறது.

சேரனின் ஆரம்பகாலக் கவிதைகள் பற்றி 'கணிப்புக்குரிய ஒரு கவிஞன் வந்து சேர்ந்திருக்கிறான்' என்ற பேராசிரியர் மறைந்த கா.சிவத்தம்பியின் கூறலை மூன்று தலைமுறைக் கல்வியியலாளர்களும் விமர்சகர்களும் பின்தொடர்கிறார்கள். ஒவ்வொரு பின்தொடர்தலும் வெவ்வேறு பரிணாமங்களைப் புலப்படுத்தும் வகையில், வெவ்வேறு துறைகள், திசைகளில் இருந்து பார்க்கப்பட்டிருக்கின்றன, எழுதப்பட்டிருக்கின்றன. இந்தப் பார்வைக்கோணங்களின் விரிவும் பன்மையும் சேரனுடைய 'மூன்று தெருக்கள்' கவிதையில் வரும் பிரபஞ்ச அகல்வைப் போன்றது. அக்கவிதையில், மூன்று தெருக்களிலிருந்து மூன்று உலகங்கள் தோன்றுகின்றன. அந்த உலகங்கள் ஒவ்வொன்றிலிருந்தும் தலா ஒரு

நூறு பார்வைகள் முந்நூறாய்ப் பெருகி மூன்று கோடி முகங்களாகி விடுகின்றன. கவிதைகளை முன்வைத்துப் புலமையும் பண்பாடும் பொருள்கொள்கிற கலையாக்கம், இதைப் போன்ற விரிவையும் பெருக்கத்தையும் நோக்கி நகரும் எத்தனமேயன்றி வேறில்லை.

'உறைய மறுக்கும் காலம்' எனும் இத்தொகுப்பின் தலைப்பு இந்த இடத்தில் சுவாரசியமான ஒன்று. இத்தலைப்புக் குறித்து நிற்கும் கவிதையியல் காலாதீத பண்புக்கு மேலதிகமாகவும் இந்த 'உறைய மறுத்தலின்' அர்த்த சாத்தியங்களை அணுக முடியும். என்றைக்குமாக முற்றுப்பெறாத பொருள்கோடல் செயல்நிலை பற்றிய ஒன்றை அது சுட்டுகிறது. அடுத்த நிகழ்வு, தேங்கி உறைந்துபோய்விடும் விடயங்களாக இடம், காலம், பொருள் சார்ந்து நேரும் குறுக்கங்கள் . கால, பிரதேச, இனக்குழு, அல்லது அதன் அஞர் சார்ந்த பிரதிநிதித்துவமாக கவிதையியலை பார்த்தல். குறிப்பிட்ட வரலாற்றுக் காலப்பகுதி அனுபவத்தின் தொகுப்பாக அல்லது இலங்கை, ஈழம் எனும் நிலப்பகுதி அனுபவத்தின் தொகுப்பாக பார்க்க முடிவது. இதனையும் தாண்டி படைப்புகளை பார்க்கவுமான விரிந்த தன்மைகளும் உள்ளடக்கங்களும் பல படைப்பாளிகளின் படைப்புகளின் வழியாக அமைந்து விடும் உலகப் பொது அனுபவத்தினை, வரலாற்றை உள்ளடக்கமாகக் கொண்டிருப்பதுமாகும். கவிஞர் சேரனின் படைப்புகளை அணுகும் முறையியல், பிராந்திய எல்லைகளை கடந்த ஒன்றாகவும் (methodological regionalism) உள்ளது.

இங்கே, இப்படி நடந்தது என்ற அனுபவத்தைப் பதிந்து கொள்வது மட்டுமே கவிதையாகாது. அனுபவத்தின் சாரத்தை பிரதிநிதித்துவம் செய்ய முற்படாமல் 'அனுபவமாகவே இருத்தல்' என்பதில் ஒரு உறைந்து போய்விடாத நித்தியம் உண்டு. ஒவ்வொரு வாசிப்பிலும், உச்சரிப்பிலும் மீள மீள தம்மை நிகழ்த்திக்காட்டும் வல்லமையுள்ள சொல்முறையால் ஆகியிருக்கிற சேரனுடைய பல கவிதைகள், உலகளவிலான படைப்புகளான தன்மையைத் தருவன.

மேற்குலகின் கல்வித்தளம் சார்ந்தவர்களும், அவர்களுடைய இலக்கியப் பகுப்பாய்வுகளுடனும் , தமிழ் இலக்கியப் பதிவுகள், விமர்சனம் சார்ந்த துறைகளைக் கொண்டவர்களினதும்

எழுத்துக்களால் தொகுக்கப்பட்டுள்ள இந்த நூலின் கருத்துக்கள், பார்வைகள் அனைத்துமே உறுதிசெய்வது சேரனுடைய கவிதைகளின், உறைய முடியாத தன்மையைத்தான். கவிதையின் பரந்த சிறகடிப்பிலிருந்து சில முகாந்திரங்களையும் அனுமானங்களையும், வாசிப்புகளையும், இத் தொகுப்பில் உள்ள இருபத்தாறு பிரதிகளும் (கட்டுரைகளும்) சொல்கின்றன. இறுதியாக உள்ள சேரனின் நேர்காணல், அவரது உலகளாவிய பார்வையையும், உறைய முடியா உணர்வுகளையும் சொல்கின்றன.

கவிதையைப் பற்றிய தொடர்ந்த உரையாடலும், விமர்சனமும், பன்முகப்பார்வையும் இலக்கிய, சிந்தனை வெளியையும், மரபையும் பண்பாடுகளையும் வளர்ப்பதற்கும் செழுமை செய்வதற்கும் அவசியமானது. இவற்றின் வழியே நின்றுதான் இவற்றினை தொகுத்துக் கொள்வதன் மூலம், முக்கிய பெருங்கவி ஒருவரின் ஐம்பதாண்டு கால உழைப்பின் பரிணாமங்களை அறிதலும் நயத்தலும் மரபின் பாற்படும் கொடுப்பினைகளாகும்.

அடிப்படையில் விமர்சனங்களின், பார்வைகளின் தொகுப்பாக்கப் பணி என்பது கருத்தாடல்களைத் தொகுத்துக்கொண்டு எதிர்கால நம்பிக்கையுடன் சம்பந்தப்படுவது. சேரன் கவிதைகளை முன்வைத்து மட்டுமல்ல, நமது ஈழ, புகலிட தமிழ் படைப்புச் சூழலில் செய்யப்படவேண்டியுள்ள ஒருதொகை எதிர்கால உரையாடல்கள், பொருள்கோடல்கள், கோட்பாட்டாக்கங்கள் தொடர்பான உற்சாகத்தையும் பணியுறுதியையும் 'உறைய மறுக்கும் காலம்' தோற்றுவிக்கும் என நம்புகிறோம்.

தொகுப்பாளர்கள்
ஹரி ராஜலெட்சுமி
எம். பௌசர்

பதிப்பக குழு

பா. சுதர்சன் (பிரித்தானியா)
தயாநிதி (நோர்வே)
பால. சபேசன் (பிரித்தானியா)
எம். பௌசர் (பிரித்தானியா)

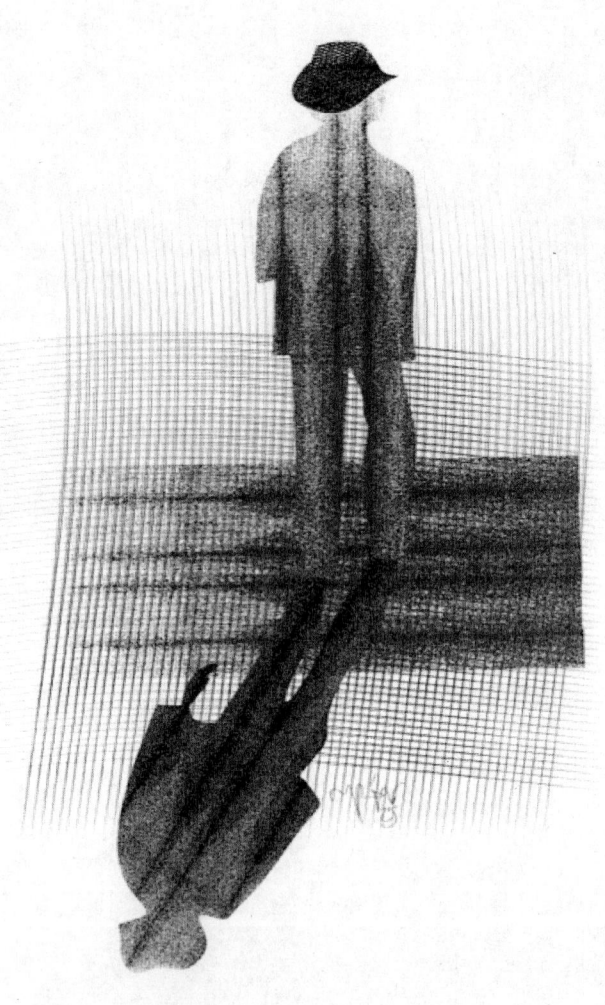

உள்ளடக்கம்

1. சேரனின் கவிதைகள்: கணிப்பிற்குரிய கவிஞனொருவன் வந்து சேர்ந்துள்ளான்!
   - கா.சிவத்தம்பி 17

2. சேரன் கவிதைகள்: இயற்கை, காதல், போர்
   - சுந்தர ராமசாமி 38

3. சேரனின் கவிதை குறித்து...
   - ஆங்கில மூலம்: ஸாஷா ஈபெலிங்க்
   - தமிழில்: நவம் நவரத்தினம் 45

4. நினைவுகளே எமது கேடயம்!
   - சோ.பத்மநாதன் 88

5. 'எலும்புக் கூடுகளின் ஊர்வலம்' ஒரு விமர்சனம்!
   - சி.சிவசேகரம் 110

6. 'நிலமற்றது தமிழ்': சேரன் கவிதைகளில் உயிர்க்கும் ஈழம்
   - ரவிக்குமார் 120

7. சேரனுக்கு ஒரு முன்னுரை
   - ஆங்கில மூலம்:செல்வா கனகநாயகம்
   - தமிழில்: கலைவாணி கருணாகரன் 144

8. இலங்கைத் தமிழ்க் கவிதைகள், இந்தியத் தமிழ்க் கவிதைகளிலிருந்து வேறுபட்டவை
   - மண்குதிரை 172

9. ஈழ அரசியலும், போரும் கவிதையும்
   சேரன் கவிதைகளை முன்வைத்து...
   - ஜிஃப்ரி ஹாசன் — 178

10. திணைமயக்கம்
    சேரனின் கவிதைகள்
    - ஆங்கில மூலம்: கீதா சுகுமாரன்
    - தமிழில்: கலைவாணி — 193

11. ரத்தம், காமம், கவிதை: சேரனின் கவியுலகு
    - ஜெயமோகன் — 204

12. பகுப்பாய்வு மனமும்
    உணர்வுகளை எழுதும் தர்க்கமும், சேரனின்
    கவிதைகளினூடான வாசிப்புப் பயணம்
    - அ. ராமசாமி — 240

13. யதார்த்தத்தை மிகையற்றுச் சித்தரிக்கும் கவிதைகள்
    - சுயாந்தன் — 256

14. சேரனின் கவிதைகள் வாழ்க்கையைக் கொண்டிருக்கிறது!
    - குணாளினி தயாநந்தன் — 261

15. வன்நினைவின் நிலம்: சேரன் கவிதைகளில்
    நாம் காணும் புதிய திணை
    - பெருந்தேவி — 286

16. உறைய முடியாக்காலம்: சேரனின் கவிதைகள் பற்றி...
    - கருணாகரன் — 302

17. சேரனின் கவிதையியல்
    - பொ.திராவிடமணி — 334

18. சேரன் எனும் கவிஞன்
    - த. அஜந்தகுமார் — 342

19. காற்றில் எழுதுதல்
    - கே.சச்சிதானந்தன்
    - தமிழில்: மீரா மீனாட்சி — 350

20. மரணமும் வாழ்வும்
    - சா.கந்தசாமி — 357

21. சேரன் கவிதைகளுக்கு ஓவியம் கீறுதல்...
    - அருந்ததி — 361

22. 'காஞ்சி' வாசகர் மனதில், ஒரு இடம்!
    - இமையாள் — 371

23. ஜனநாயகமும் அதன் சனங்களும்:
    சேரனின் "யாழ்ப்பாணம்" கவிதை
    - அனுசியா ராமசாமி — 380

24. "இறப்பும் நினைவும் அறத்தில்"
    - க. நவம் — 391

25. சேரனின் 'காஞ்சி': உலகளாவியதொரு கவித் தருணம்!
    - யுவன் சந்திரசேகர் — 400

26. ஊழிக்குக் கவிதை பின்...
    - நாகார்ஜுனன் — 411

27. அடக்குமுறை: எதிர்ப்பாகக் கவிதை
    சேரனுடன் அபர்ணா ஹல்பே நடத்திய உரையாடல்
    - தமிழில்: ஜிஃப்ரி ஹாசன் — 433

பேராசிரியர் கா.சிவத்தம்பி

பேராசிரியர். கல்வி, சமூகம், பண்பாடு, வரலாறு, இலக்கியம், கலைகள், முதலான துறைகளில் பணி செய்தவர். கல்விப் புலம் சார்ந்த தமிழியல் ஆய்வு முன்னோடிகளில் ஒருவர்.

1

சேரனின் கவிதைகள்: கணிப்பிற்குரிய கவிஞனொருவன் வந்து சேர்ந்துள்ளான்!

கா.சிவத்தம்பி

ஈழத்துத் தமிழிலக்கியத்தின் இன்றைய நிலையில் தோன்றியுள்ள, 'புதிய சவால்கள், புதிய பிரக்ஞைகள், புதிய எழுத்துக்கள்' பற்றிய விமர்சன சிரத்தையின் அவசியத்தை வலியுறுத்த வேண்டிய சந்தர்ப்பங்கள் பல, கடந்த இரண்டொரு வருடங்களில் நடைபெற்று வந்துள்ளன. உண்மையில் இப்பிரச்சினை, சமூக அநுபவத்துக்கும், ஆக்க இலக்கியத்திற்குமுள்ள உறவு பற்றிய ஒன்றாகும்.

ஒவ்வொரு காலப் பிரிவிலும் மேலாண்மையுடையதாக அமையும் சமூக வட்டமும் அதன் உறவுகளுமே பிரதான சமூக அநுபவத்தின் தளமாகின்றன. அந்தச் சமூக அநுபவமே மேலாண்மையுடைய இலக்கியப் பண்பாக அமைந்துவிடும். அவ்வாறு ஒரு தடவை மேலாண்மையுடையதாக அமைந்து, அடுத்து வரும் இலக்கியங்களின் பொருள் கண்ணோட்டத்தினைத் தீர்மானிக்கும் ஆற்றல் கொண்டது. இச்சமூக அநுபவம், புதிய வரலாற்றுச் சூழல், புதிய உற்பத்தி உறவுகள், புதிய சமூக உறவுகள் ஆகியனவற்றின் தொடர்புறு ஊடாட்டங்களால் படிப்படியாக மாறத்தொடங்கி,

புதிய தொழிற்பாடுகளால் புதிய அநுபவமாக மேற்கிளம்பும். இத்தொடர்புறு ஊடாட்டங்களிலும், மேற்கிளம்புகையிலும் சமூக அதிகாரம் (அல்லது ஆதிக்கம்) அதாவது அரசியல் முக்கிய இடம்பெறும். அதிகாரத்திலிருப்போரினதும், அதிகாரத்துக்கு வர விரும்புவோரினதும் சமூக அநுபவங்களே முக்கியமாகின்றன. அதனால் இலக்கியத்தில் இவை இடம் பெறுகின்றன.

ஈழத்துத் தமிழிலக்கியத்தில் 1950 முதல் 1970, 1975 வரை மேலாண்மை உடையதாகவிருந்த சமூக அநுபவம் படிப்படியாக மாறத்தொடங்கி, 1981 முதல் நிச்சயமான புதிய வடிவத்தைப் பெற்றது. இந்தப் புதிய சமூக அநுபவத்தின் இலக்கியக் குரல்கள் யாவை? அதினும் பார்க்க முக்கியமான வினா இந்தப் புதிய இலக்கியக் குரல்கள் எவ்வாறு பிரித்தறியக் கூடியனவாகக் கிளம்புகின்றன என்பதாகும்.

'ஒரு புதிய சமூக அநுபவம் எனும் பொழுது ஒரு புதிய தலைமுறை அதில் சம்மந்தப்பட்டுள்ளது என்பது தெளிவாகிறது. ஆனால் புதிய தலைமுறையினர் மாத்திரமே அந்தச் சமூக அநுபவங்களையும் உணருவார்கள் என்று கூறிவிட முடியாது. ஏற்கெனவே தொழிற்படும் இலக்கியக்காரரர்களும் அதனை உணருவர். அவர்களுட் கூரிய உணர்திறனுடையோர் அதனை நிச்சயமாக உணர்ந்து கொள்வர். ஆனால் அவர்கள் அதனைத் தாம் ஏற்கெனவே பரிச்சயப்பட்ட சமூக அநுபவத்தின் விஸ்த்தரிப்பாகவே உணர்ந்து கொள்வர்; அவ்வாறே எடுத்துக் கூறவும் செய்வர். கூரிய, பாரிய உணர்திறனற்ற புதிய தலைமுறையினரும் இப்புதிய சமூக அநுபவத்தை, நிலவும் இலக்கியப் பண்புக்கு ஏற்ப (அதாவது மேலாண்மையுடைய சமூக அநுபவத்துக்கு ஏற்பத்தான்) வெளிக்கொணருவர்.

ஆனால் அப்புதிய சமூக அநுபவத்தினை வெளிக்கொணருவதற்கு, அப்புதிய அநுபவத்தின் சிசு என சந்தேகமற ஏற்றுக்கொள்ளத்தக்க அளவுக்கு அந்த அநுபவத்துக்கூடாக உண்மையாக மேற்கிளம்பும் ஒரு குரல் அத்தியாவசியமானதாகும். அந்தக் குரல் அதற்கு முந்திய அநுபவங்களின் வழிவரும் தளத்தில் நின்றுகொண்டு இந்தப் புதிய அநுபவத்துக்கு இதுவரை சரியாக வார்த்தைகளுக்குட் பிடித்திழுக்கப்படாத அநுபவத்துக்கு ஆரோகணம் அமைப்பதாக அமையும்.

இவ்வாறு புதிய சமூக அநுபவங்களுக்கு வழங்கப்பட வேண்டிய குரல் எழுப்புகையைச் செய்யக்கூடிய இலக்கிய வடிவம் யாது? இவ்வினாவை எந்த இலக்கிய வடிவம் அந்த குரல் எழுப்புகையைச் சரிவரச் செய்யும் என்றே எடுத்துக்கூறல் வேண்டும். ஏனெனில் எல்லா இலக்கிய வடிவங்களுமே புதிய சமூக அநுபவங்களுக்கு இடம் கொடுக்க முயலவே செய்யும். சில புதிய சமூக அநுபவத்தின் முழு ஆற்றலையும் வெளிக்கொணர முடியாது போகலாம், இப் புதிய அநுபவத்தை வெளிக் கொணருவதற்கான பொருத்தமான ஒரு புதிய இலக்கிய வடிவமே தோன்றலாம். அவ்வாறு ஒரு புதிய இலக்கிய வடிவம் தோன்ற வேண்டுமெனில் அப்புதிய சமூக அநுபவம் முற்றிலும் புதியதாக, முந்திய அநுபவங்களிலிருந்து முற்றாக வேறுபட்டதாக இருத்தல் வேண்டும்.

இலங்கைத் தமிழர், தமிழ்பேசும் மக்களின் புதிய சமூக அநுபவங்களை எடுத்துக்காட்டுவதற்கு வாய்ப்பாகவுள்ள இன்றைய இரு பிரதான இலக்கிய வடிவங்கள் புனைகதையும், கவிதையுமே ஆகும். (நாடகம் இன்னொரு தொடர்புச் சாதனத்திற்குரியதாகும்). இவ்விரண்டிலும் புனைகதை ஒரு பொருளை விரிவாக ஆராய்வது; அப்பொருளை அதன் பன்முகப் பரிமாணத்திலும் விளக்க முனைவது. எனவே புதிய சமூக அநுபவத்தை நேரடியாக அநுபவத்திற்குரிய உணர்ச்சி முனைப்புடன் எடுத்துக் கூறுவதற்குக் கவிதையே முக்கியமானதும் வாய்ப்பானதுமாகும். அந்த அநுபவத்தின் ஆழ அகலத்தையும் அதன் உணர்ச்சிப் பாவத்தையும் முற்றுமுழுதாக எடுத்துக்காட்டுவது கவிதையே ஆகும்.

நுண்ணிய உணர்திறன் வழியாகக் கிளம்பும் கவிதை நமது அநுபவத்தை விஸ்தரிக்கின்றது. அத்தகைய திறனுடைய கவிஞர் நமது அனுபவத்தை விரிவுபடுத்துகின்றார். அநுபவங்களை அவற்றுக்குரிய உணர்ச்சிச் சுவைகளுடனும் கருத்துப் பரிமாணங்களுடனும் அவர் புலப்படுத்துகிறார். அவ்வாறு புலப்படுத்தும் பொழுது தனது கருத்தினையும் கூறியிருக்கிறார். எனவேதான் புதிய சமூக அநுபவ வெளிப்பாட்டுக் கட்டங்களிற் கவிதை முக்கியமாகின்றது.

சேரனுடைய இரு கவிதைத் தொகுதியையும் விமர்சிக்க முற்படும்பொழுது, மேற்கூறிய இலக்கிய மாற்ற நிலை உண்மைகளை வற்புறுத்துவது அவசியமாகின்றது. முதலாவது

கவிதைத் தொகுதி 'இரண்டாவது சூரிய உதயம்' இரண்டாவது 'யமன்'. முதலாவது தொகுதியில் பதினொரு கவிதைகள் உள்ளன. இரண்டாவதில் ஒன்பது கவிதைகள் உள்ளன. எல்லாமாக ஐம்பத்தாறு பக்கங்களிலுள்ள இருபது கவிதைகள் தான். ஆனால் இவற்றின் முக்கியத்துவம் கணிசமானது. நமது கணிப்பினை வன்மையுடனும், நியாயபூர்வமான முறையிலும் கோரும் ஒரு கவிஞன் வந்து சேர்ந்துள்ளான் என்பதை இக்கவிதைகள் திட்டவட்டமாக எடுத்துக் கூறுகின்றன.

தீவிரப்போக்குடைய இளைஞர் இயக்கங்களின் நடவடிக்கைகளும், இராணுவத்தின் தாக்குதல்களும், தமிழ் மக்களைத் துன்புறுத்தும் ஒடுக்குமுறை நடவடிக்கைகளும், இலங்கையில் வாழும் தமிழ் மக்களிடையே ஏற்படுத்தியுள்ள புதிய சமூக அநுபவங்களை, குறிப்பாக 1981ற்குப் பின்னர் ஏற்படுத்தியுள்ள புதிய சமூக அநுபவங்களை தனது கவிதைப் பொருளாகக் கொண்டுள்ளார் சேரன்.

மேலோட்டமாகப் பார்க்கும் பொழுது இந்நிலைமை 1956 முதல் மோசமடைந்துவரும் நிலையின் ஒரு கட்டமே என்று கூறப்படுவதுண்டு. ஆனால் 1981இலிருந்து இதன் அளவிலும், தரத்திலும் ஒரு முக்கியமான மாற்றம் ஏற்பட்டுள்ளது. 1970–1977 இல் எடுத்திருக்கப்பட வேண்டிய முயற்சிகள் சரிவர எடுக்கப்படாததாலும், 1977 முதல் நடைமுறைப்படுத்தப்படும் திறந்த பொருளாதாரக் கொள்கையின் ஊடுருவலாலும் ஒரு குறிப்பிட்ட ஆட்சி முறையமைப்பினுள்ளே இப்பிரச்சினைக்குத் தீர்வுகாண முடியாததிருப்பதனாலும், அந்த ஆட்சி முறையமைப்பின் நிறுவனங்களின் பவீனங்கள், இயலாமைகள் நிலை நிறுத்தப்பட்டிருப்பதனாலும், போராட்டத்தின் தன்மைகளும், போராட்டத்தின் பிரதான பாத்திரங்களும் மாறியுள்ளன.

இந்த மாற்றத்தினூடே தொழிற்பட்டு நிற்கின்ற சமூக, பொருளாதார, அறக்கோட்பாட்டு (விழுமிய) மாற்றங்கள் முக்கியமானவையாகின்றன. இந்தப் புதிய மாற்றங்கள் புதிய ஒரு சமூகப் பிரக்ஞையை ஏற்படுத்தியுள்ளன. இந்தப் புதிய பிரக்ஞையின் உருவாக்கத்திலும் வெளிப்பாட்டிலும் புதிய கருத்து நிலையொன்று தொழிற்படுகின்றது. கருத்து நிலை என்பது மக்கள்

வாழ்க்கையினதும் சமூக இருக்கை நிலையினதும் பருப்பொருளான நிலைமைகளைப் பிரதிபலிக்கும் கருத்துக்கள், உளப்பாங்குகள் ஆகியவற்றின் முழுமையை ஒழுங்குபடுத்தித் தருவதாகும். அதாவது ஒரு குறிப்பிட்ட மக்கள் குழு குறிப்பிட்ட ஒரு சமூக யதார்த்தத்தை விளங்கிக் கொள்வதற்கு உதவும் கருத்துக்கள், குறியீடுகளின் தொகுதியே கருத்து நிலையாகும்.

இப்புதிய கருத்து நிலை மார்க்ஸீயத்தை ஏற்றுக் கொண்டது; மனித இன வேறுபாட்டு யதார்த்தத்தை ஏற்று, அவற்றின் தனித்துவத்தைப் பேணுவதாக அமைகிறது. இது வெறும் இனவாதமல்ல. இது பழமையைப் போற்றாதது, புதுமையின் சமத்துவ இலட்சியங்களை ஏற்றுக்கொள்வது, அடக்குமுறையை எதிர்ப்பது, தமிழை ஒரு குறிப்பிட்ட மதப்பண்பாடாக மாத்திரம் காட்டும் கோஷத்தை எதிர்ப்பது. மனித இனத் தனித்துவத்தின் அடிப்படையிலேயே ஒருங்குகூடல் அமைய வேண்டுமென்று வாதிடுவது. இன, சமூக ஒடுக்குமுறைகளையும் அடக்குமுறைகளையும் கண்டிப்பது. பண்பாடும், சமூக விழுமியங்களும் காப்பாற்றப்படுவதற்கு மனித இன வேறுபாடு தவிர்க்க முடியாதவொரு குழும அலகு எனக் கொள்வது.

இலங்கைத் தமிழ் மக்களின் இதற்கு முந்திய சமூக அனுபவத்தில் பல முனைப்பட்டுக் கிடந்த உணர்வுகள் புதிய முறையில் ஒன்றிணைக்கப்பட்டுள்ளன. இது ஒரு புதிய சமூக உளவியலின் முதற் குரல்; ஒரு புதிய சமூக அநுபவம். இப்புதிய சமூக அநுபவத்தின் தன்மையை முந்திய தலைமுறைக்குரியோராய் வளர்ந்து (அதாவது முந்திய சமூக அநுபவத்தின் சிசுக்களாக வளர்த்தெடுக்கப்பட்டு) இப்புதிய வரலாற்றுச் சூழலில் வாழ்ந்து கொண்டிருப்போரும் உணர்கின்றனர். அதேவேளையில் இவ்அநுபவத்தை, இத்தலைமுறைக்கேயுரியவர்களான, முந்திய தலைமுறையின் அநுபவ உருவாக்கத்தை அறியாதவர்களான புதிய (இளைய) தலைமுறையினரும் உணருகின்றனர்.

மேலே குறிப்பிட்டுள்ள, மாறிவரும் சமூக அநுபவத்தை முந்திய சமூக அநுபவத்தை அறிந்தோர், உணர்ந்தோர் எடுத்துக் கூறுவதற்கும், முற்றிலும் புதிய தலைமுறையினைச் சேர்ந்தவர்கள் எடுத்துக் கூறுவதற்கும் வேறுபாடு இருத்தல் இயல்பே. இலங்கைத் தமிழ் மக்களிடையே இன்று தோன்றியுள்ள புதிய சமூக

அநுபவத்தினை புதிய தலைமுறையினர் ஒருவர் எவ்வாறு உள்வாங்கிக் கொள்கின்றார் என்பதனைச் சேரனது கவிதைகள் காட்டி நிற்கின்றன.

இவ்வாறு கூறும்பொழுது சேரன் ஒருவர்தான் இந்தப் புதிய சமூக அநுபவத்தைச் சித்திரிக்கும் ஒரேயொரு முக்கிய கவிஞன் என்று கூறுவதாகிவிடாது. வ.ஐ.ச.ஜெயபாலன் இப்புதிய சமூக அநுபவம் பற்றி கணிக்கப்பட வேண்டிய கவிதைகள் சில எழுதியுள்ளார். 'அலை' யில் வெளிவந்த அவரது கவிதை கவர்ச்சியுடையதாகும். ஆனால் ஜெயபாலன், சேரனைப் போன்றல்லாது, எழுபதுகளின் முற்கட்டத்தில் நிலவிய சமூக அநுபவ நிலை நின்று கொண்டே இந்தப் புதிய அநுபவத்தை, அநுபவ விஸ்த்தரிப்பைக் காண்கிறார், உணர்கிறார். சேரனோ அந்த அநுபவங்களில்லாமல், தான் இலங்கைத் தமிழிலக்கியத்தின் புதிய தலைமுறையினரின் புலனுணர்வுப் பதிவுகளை அந்த வட்டத்தினுள்ளே நின்று கொண்டு திறமையுடன் சித்திரிக்கின்றார்.

1951 – 1956 முதல் ஏறத்தாழ 1970 – 1975 வரை மேலாண்மையுடன் விளங்கி வந்துள்ள ஒரு கவிதைப் போக்கிலிருந்து இந்தப் புதிய அநுபவ வெளிப்பாடு வேறுபடுகின்றது. 1954 – 1956, 1970 – 1975 கவிதைப் போக்கில் ஓர் இரு கிளைப்பாடு இருந்தது. அந்த இரு கிளைப்பாட்டின் பிரதிநிதிகளாக மஹாகவியும், முருகையனும் விளங்கினர். புலனுணர்வுக் களிப்பில் திளைக்கும் அவாவுடைய, கிராம வாழ்க்கையை ஆதர்சமாகக் கொண்ட புனைவியற் போக்கின் பிரதிநிதியாக மஹாகவி விளங்கினார். முருகையனோ கவிதையை புலமைவாத சாதனமாக்கியவர். பண்பாட்டினை அறிவியற் பின்னணியில் வைத்து நோக்குவதன் மூலம், தமிழையும் தமிழர் பிரச்சினைகளையும் அகண்ட உலகப் பின்னணியில் வைத்து நோக்கும் பண்பு முருகையனுடையது. இவர்கள் இருவருமே ஒரு குறிப்பிட்ட சமூக அநுபவத்தின் இரு பக்கங்களாக இருப்பவர்கள்.

வரலாற்று மாற்ற வேகங்கள் காரணமாக அந்தச் சமூக அநுபவ நிலையிலிருந்து விடுபட்ட ஒரு புதிய சமூக அநுபவத்துக்கு நாம் இன்று வந்துள்ளோம். சேரன் இந்தப் புதிய சமூக அநுபவத்தின் பிரதிநிதி, மஹாகவியின் மகனான சேரன் முந்திய சமூக அநுபவத்தின் வழி வந்த இலக்கியத் திரட்சியின் மீது காலூன்றி

நின்று கொண்டு (ஆனால் அது பற்றிய பிரக்ஞையில்லாது) புதிய சமூக அநுபவத்துக்கு வேண்டிய சொற் சித்திரத்தை வழங்குகிறார். அவ்வாறு சொல்வதன் மூலம் எமது அனுபவத்தையும் விஸ்திரிக்கிறார். இது ஒரு தொடக்க முயற்சியாகும்.

1983 ஜனவரியில் வெளியிடப்பட்ட 'இரண்டாவது சூரிய உதயத்தில் வெளி வந்துள்ளவை, 'சேரனால் 1978 க்கும், 1982க்கும் இடைப்பட்டக் காலப்பகுதியில் எழுதப்பட்ட கவிதைகள்' ஆகும். 1984 கார்த்திகையில் வெளியான 'யமன்' தொகுதியிலுள்ள கவிதைகள் அனைத்தும் ஜுலை 1983 இற்குப் பிறகு எழுதப்பட்டவை. 'யமன்' எனும் கவிதையைத் தவிர்ந்த மற்றைய கவிதைகள் யாவுமே சற்றுமுன்னர் விவரிக்கப்பட்ட புதிய சமூக அநுபவத்தினடியாகத் தோன்றியுள்ளவையே. இரண்டாவது சூரிய உதயத்தின் முன்னுரை அத்தொகுதியிலுள்ள கவிதைகளை 'அரசியற் கவிதைகள்' என்றே வரைவிலக்கணம் செய்கின்றன.

இரண்டாவது சூரிய உதயத்தில் வரும் கவிதைகளில் மூன்று முக்கிய பொருட்கள் பற்றிப் பேசப்படுகின்றன.

1. அரசாங்கத்தினது ஒடுக்குமுறை, இராணுவத்தின் வன்செயல்கள்
2. தமிழ்ச் சமூகத்தின் முக்கிய அக முரண்பாடான சாதியமைப்பின் கொடூரம்
3. தீவிர இளைஞரியக்கங்ளுக்கிடையே காணப்படும் போட்டிகளினால் ஏற்படும் இழப்புகள்

'யுத்த காண்டம்' எனும் கவிதை, இளைஞரியக்கங்களிடையே காணப்படும் குரோத முனைப்புடைய நிகழ்வு ஒன்று பற்றி பேசுகின்றது. சாதி முரண்பாட்டையும் அகப் போராட்டங்களையும் முன்னர் குறிப்பிட்ட தமிழ் வழி நிலை நின்றே சேரன் நோக்குகின்றார். இது ஒரு சுவாரசியமான இலக்கிய ஒப்புமை முயற்சிக்கு இடமளிக்கின்றது. சேரனின் பார்வையில் சாதி முரண்பாடு தெரிகின்ற முறைமையும், 1954 – 1975 இல் மேலாண்மைப்பட்டு நின்ற தேசியவாத முற்போக்கு எழுத்தாளர் கண்களில் இந்த முரண்பாடு தெரிந்த முறைமையையும் ஒப்பிட்டு நோக்குதல் பயன்தரும் முயற்சியாக அமையும்.

'யமன்' தொகுதியில் வரும் 'யமன்' கவிதையைத் தவிர்ந்த மற்றைய எட்டுக் கவிதைகளும் 1983 யூலைக்கு பிற்பட்டவையே. முந்திய தொகுதியிலே காணமுடியாத ஒரு முதிர்ச்சிப்போக்கினை இத்தொகுதியிற் காணக்கூடியதாகவிருக்கின்றது. முந்திய தொகுதியில் முக்கிய அம்சம் என எடுத்துக் கூறப்படத்தக்க தமிழ் நிலைப்பாடு நெகிழ்வற்றதாகக் காணப்பட, இத்தொகுதியிலே, சேரனின் அடிப்படைக் கருத்து நிலையின் தவிர்க்க முடியாத தாக்கம் காரணமாக சராசரிச் சிங்கள மனநிலையெனத் தான் கருதுவதை எடுத்துக் கூறும், அந்த மனநிலையின் நியாயப்பாட்டைக் காணவிரும்பும் தன்மையினைக் காணக் கூடியதாகவுள்ளது.

'இராணுவ முகாமிலிருந்து கடிதங்கள்' என்ற கவிதையும், 'ஒரு சிங்களத் தோழிக்கு எழுதியது' என்ற கவிதையும் இந்நிலைப்பாட்டைக் காட்டுகின்றன. தமிழ்ப் பகுதிகளின் விடுதலையே தமிழ் மக்களுக்கான விடுதலை என்ற கருத்தே இங்கு காணப்பட்டாலும், இங்கு தமிழ் நிலைப்பாடு பிற இன விரோதமாகத் தொனிக்கவில்லை. ஒரு சிங்களத் தோழிக்கு எழுதியது என்ற கவிதை இவ்வகையில் முக்கியமானது. மாந்தோட்டத்துக்கு புதை பொருளாய்வு வேலையின் பொழுது ஏற்பட்ட உறவினைத் தளமாகக் கொண்டு கூறுபவை நெஞ்சைச் சிலிர்க்க வைப்பவை.

"பாலாவி நீர்ப்பரப்பின்
படித் துறையில்
அருகமர்ந்து
இனிய குரலில்
உங்கள் சிங்களப் பாடலைக்
கேட்கிறபோது
நான் மனங்கிளர்ந்தேன்'......
0
....
' நீங்கள் தெற்காக
நானோ வடக்காக
மலைத்தொடரின் மாபெரிய

மரங்களுக்கு மேலாகக்
குளிர்காற்று இறங்கி வரும்
இளங் காலைப்பொழுதில்
பல் துலக்கும் போது
பயிலும் சிறு நடையில்,
மாந்தையில்
மூடுண்ட நகரை மீட்க முயலும்
ஆய்வு வேலையில்
கொஞ்ச நாள் இணைந்ததை
நீங்கள் நினைப்பீர்கள்.

உங்களுடைய மக்களுக்குச்
சொல்லுங்கள்
இங்கும் பூக்கள்
மலர்கின்றன...
புற்கள் வாழ்கின்றன...
பறவைகள் பறக்கின்றன." [1]

மற்றவர்களால் விளங்கிக் கொள்ளப்படத்தக்க ஒரு தேசிய இனவாதத்தினை முன்வைக்கும் ஒருவனாக விளங்குவதிற் காட்டும் சிரத்தை இங்கு முக்கியமாகின்றது. இந்தப் பண்போடு இணைத்து நோக்கப்பட வேண்டியது 'எல்லைப் புறத்துக் கிராமம்' என்னும் கவிதை. கொரில்லாப் போராட்டத்தில் ஈடுபட்டிருக்கும் ஒருவருக்கு எழுதிய கடிதமாக அமைந்துள்ள இக்கவிதை, இளைஞர் இயக்கங்கள் ஏற்படுத்த வேண்டிய வெகுஜனத் தளம் பற்றிக் கூறுகின்றது. 'சுத்திச் சுத்தி சுப்பற்றை கொல்லைக்குள்' என்று நில்லாமல், மக்களைப் பிரியாது நிற்றல் வேண்டுமென்று கூறப்படுகிறது.

இந்த இரு கவிதைத் தொகுதிகளுக்கு முன்னேயே சேரனிடத்து, அவர் கருத்து நிலை அடிப்படையில், ஒரு முதிர்வுப் போக்கினைக் காணக் கூடியதாகவுள்ளது. இந்த முதிர்வுப் போக்கினை கவிதையாக்கம் முதல் கருத்து நிலை தெளிவு வரை காணலாம்.

இலங்கையின் சமூக உறவுகளில் ஏற்பட்டு வந்துள்ள அநுபவ மாற்றத்தைப் புதிய தமிழ்த் தலைமுறையினர் உணர்ந்து கொள்ளும், புலப்பதிவு செய்து கொள்ளும், விளங்கிக் கொள்ளும் முறைமையினைச் சேரனது கவிதைகள் காட்டுகின்றன என்பது தெளிவாகின்றது. சேரனது கவிதைகளில் எவ்வாறு இந்த 'உணர்ந்து கொள்ளும்' 'புலப்பதிவு செய்துகொள்ளும்', 'விளங்கிக் கொள்ளும்' முறைமை புலனாகின்றது என நோக்குதல் அடுத்து அவசியமாகிறது.

இது பற்றி நோக்கும் பொழுது முதலில் எடுத்துக் கூறப்பட வேண்டிய இலக்கிய உண்மை, சேரனின் கையில் புதுக் கவிதை, (மரபுக் கவிதை என்ற அதன் எதிர் எண்ணக்கரு பற்றிய சிந்தனையைச் சிறிதேனும் கிளப்பாது) இயல்பான கவிதை அமைப்பாக மிளிர்வது தான். இந்தக் கவிதைகளை வாசிக்கும் பொழுது இவை புதுக் கவிதையா என்ற பிரக்ஞை கூட இல்லாமல், கவிதைகளாகவே நம்மைக் கவர்கின்றன. தம்மிடத்து நம்மை ஈர்க்கின்றன.

சேரனின் கவிதைகளில், புதுக்கவிதை தமிழ்க் கவிதைப் பாரம்பரியத்தின் பிரித்து நோக்க முடியாத ஓர் அங்கமாகி விடுகின்றது. புதிய உணர்வுகளையோ, அன்றேல் இன்னும் சற்றுத் தெளிவாகக் கூறினால், மேற்கிளம்பும் புதிய உணர்வு அமைப்புக்களையோ சித்திரிக்க முனையும் ஒரு கவிஞன் எவ்வாறு தொழிற்படுகின்றான் என்பதை அறிவதற்கு அவன் கவிதைகளின் வாக்கியத் தொடரமைப்பு, உருவகங்கள், குறியீடுகள் ஆகியன முக்கியமாகின்றன.

ஒரு விடயம் பற்றிய நமது மனப்பதிவு அது பற்றி எடுத்துக் கூறப்படும் வாக்கியத்தின் சொற்றொடர் அமைப்பினாலேயே தீர்மானிக்கப்படுகிறது. எவற்றை முதலில் அறிய வேண்டும், எவ்வாறு அறிந்து கொள்ள வேண்டும் என்பன போன்றவற்றைச் சொற்றொடர் அமைப்பு நிர்ணயிக்கும்.

எமது சமூக அநுபவங்களின் தன்மைகள் மாறுபட, மாறுபட இந்தச் சொற்றொடர் அமைப்பு மாற்றங்கள் முக்கியமாகின்றன. இந்த அமைப்பு முக்கியத்துவத்தை 'இரு காலைகளும் ஒரு பின்னிரவும்', 'எல்லாவற்றையும் மறந்துவிடலாம்', 'கைதடி 1979' ஆகிய கவிதைகளிற் கண்டு கொள்ளலாம். (இதில் இரு

கவிதைகள், இக்கட்டுரையின் இறுதியில் இணைக்கப்பட்டுள்ளன) புதுக்கவிதைக்குரிய சொற்செறிவுடன் இத்தொடர்கள் அமைகின்ற பொழுது, நாம் இதுவரை விவரித்த 'புதிய சமூக அநுபவம் சேரன் வாயிலாக கவிதை நிலைப்பட்ட வாக்குமூலமாக வந்து விழுகின்றன' அந்த வாக்குமூலத்தில் சொற்றொடரமைப்பின் முக்கியத்துவத்தை நோக்கினோம்.

அடுத்து நோக்க வேண்டுவது உருவகங்கள் எனலாம். உருவகங்கள் மூலம் தான் உணர்வுச் சாயைகள், உணர்ச்சித் தூண்டல்கள் ஏற்படுத்தப்படுகின்றன. அவற்றின் வழியாகத்தான் வாசகர் கவிஞனின் உணர்ச்சியுடனும், அநுபவத்துனுடனும் தன்னை இணைத்துக் கொள்கிறார்.

"மெல்லிய ஏமாற்றங்களை மறக்க
உங்கள் கண்களுக்கு முடியவில்லை
உங்கள் மெல்லிய நேசத்தை மறக்க
எனக்கும் முடியவில்லை.

இயற்கையின் கழுத்தை நெரிக்காமல்
பூக்களை மலர விட்டுப்
புற்களை பூக்க விட்டுப்
போய்விட்டோம்.'[2]

குறியீடுகள் அல்லது படிமங்கள் இப்புதிய அநுபவச் சித்திரிப்பில் முக்கிய இடம் பெறுகின்றன. படிமங்கள், குறியீடுகள் என்பன நாம் ஏற்கெனவே அறிந்தவற்றை, தெரிந்தவற்றை தெரிய வைப்பதற்காக அல்லாது இன்னும் நமது உள்ளம் சரிவர அறிந்து கொள்ளாத, பூரணமாக இனங்கண்டு கொள்ளாத உணர்ச்சிகளை, சிந்தனைகளை முன்னரிலும் பார்க்கக் கூடுதலாக உணர்ந்து கொள்வதற்கும் அறிந்து கொள்வதற்கும் உதவுபவை.

"இரவுகளில்
அனேகமாக எல்லோரும்
பயங்கரமான கனவுகளைக்
காண்கிறார்கள்
அவற்றில்

ஹெலிக்கொப்டர்கள்
தலைகீழாகப் பறக்கின்றன....
கவச வாகனங்கள்
குழந்தைகளுக்கு மேலாகச்
செல்கின்றன.

நமது சிறுவர்கள்
கடதாசியில்
துப்பாக்கி செய்து
விளையாடுகிறார்கள்."
(விமலதாசன் அண்ணா) [3]

இவை கட்புலப் படிமங்களாக, ஒன்றன்பின் ஒன்றாக வரும்பொழுது ஏற்படும் மன அதிர்ச்சி தமிழ் இலக்கியம் இது காலவரை சித்திரிக்காத ஒரு அதிர்ச்சியாகும்.

இவ்வாறு கவிஞனின் சொற்றொடர் அமைப்பு, உருவகம், படிமம் ஆகியன பற்றிப் பேசும் பொழுது நாம் ஒட்டுமொத்தமாக அவனது மொழியாற்றல் பற்றியே பேசிக் கொள்கிறோம். மொழியாற்றலின் அலகுகள், கூறுகள் பற்றியே மேலே நோக்கினோம். மொழியாற்றல் என்பது வெறுமனே சொல்லாட்சி என்பதாகாது. யமனில் பயன்படுத்தப்படும் சொல், அதனைப் பயன்படுத்துபவன் அப்பொருளை எவ்வாறு பார்க்கின்றான், புலப்பதிவு செய்து கொள்கின்றான் என்பதற்கான குறியீடாகும். புதிய சமூக அநுபவங்களைச் சித்திரிப்பதற்குப் புதிய சொற்கள், புதிய சொற் கலவைகள் அத்தியாவசியமாகின்றன. சில எடுத்துக்காட்டுகள்:

(அ)
"முகமும் விழிகளும் இல்லாத வெறும் மனிதர்களுக்கு
அவனது மரணம் ஓர் செய்தி போல
மீளவும் தூக்கம் வரும்வரை
கதைக்கிற செய்தி......
இன்றைக்கு இரவு அன்று போலல்ல
நிலவு தெறித்த இலைகள் சுவரில் மிதக்கின்றன.
விளக்கில்லாத தெருவில் விட்டில்களுமில்லை

நான் இதை எழுதத் தொடங்கும் போது
முகமற்றவர்கள் தூங்கப் போய்விட்டார்கள்."
(மயான காண்டம்) [4]

(ஆ)
"நாங்கள்
உயிர் வாழ்வதற்கான
நிகழ்தகவு
அச்சம் தரும் வகையில்
குறைந்து போய்விட்டது."
(விமலதாசன் அண்ணா) [5]

(இ)
"மரணம் .
காரணம் அற்றது,
நியாயம் அற்றது,
கோட்பாடுகளும் விழுமியங்களும்
அவ்வவ்விடத்தே உறைந்து போக
முடிவிலா அமைதி."
(யமன்) [6]

கவிஞனும் நம்மைப் போன்று அன்றாடச் சொற்கோர்வையிலிருந்துதான் தனது சொற்களை எடுத்துக் கொள்கின்றான். ஆனால் நமது அன்றாட அவதானிப்புக்களின் பொழுது நமது புலனுணர்வுப் பதிவில் அழுத்தம் பெறாது போய்விடும் சொற்குறியீடுகளை, ஒரு ஓவியனோ, சிற்பியோ தனது படைப்பின் அங்கங்களை அழுத்திக் காட்டுவது போல கவிஞன் சொற்களைப் பயன்படுத்துகிறான். இவற்றைச் சொற்களாக மாத்திரம் நோக்காது சேரனின் சிந்தனையின் தன்மையாக விளங்கிக் கொள்ள வேண்டும். அவனது மனநிலை, சிந்தனைப்போக்கு, கருத்துநிலை ஆகியவற்றுக்கேற்பவே சொற்கள் விழும். புதிய அநுபவம், புதிய சொற்றொடர்களை, அசாதாரணமான உருவங்களை, படிமங்களை வேண்டி நிற்கிறது. நவீன ஓவியத்தில் ஈடுபாடு கொண்டவரும், விஞ்ஞானப்

பட்டதாரியுமான சேரன், செறிவான சொற்களின் உணர்வுத் தூண்டலை அறிந்து தொழிற்படுகின்றார். இப்பண்பினை நாம் இன்னொரு விஞ்ஞானப் பட்டதாரியான முருகையனிடத்துக் கண்டுள்ளோம்.

சேரனுடைய கருத்து நிலையும், கவிதையாக்க ஆற்றலும் நன்கிணைந்துள்ளன. இந்த இரு கவிதைத் தொகுதிகளிலும் இவர் நமது நுண்ணிய உணர்திறனையும், கவிதா நெஞ்சினையும், கருத்து நிலைச் செம்மையினையும் நன்கு காட்டியுள்ளார். நுணுக்கமான சிறு விவரங்களையும் மனப்பதிவு செய்து கொள்ளும் திறனும் அகண்ட பின்னணியில் வைத்துப்பார்த்து விளங்கும், விளக்கும் அகண்ட பார்வையும் இவரிடத்து உண்டு என்பது இக்கவிதைகள் மூலம் நிரூபணமாகின்றது. இந்தக் கவிதா சிருஷ்டி மேலும் குவிவுடனும் அகற்சியுடனும் முனைப்படைய வேண்டும். இது தன்னுடைய திறன்களை மேலும் ‘செய்கை’ பண்ண வேண்டும். முந்திய தலைமுறையின் முக்கிய எழுத்தாளர் பலரிடத்துக் காணப்பட்ட முக்கிய குறைபாடு, அவர்கள் தமக்குள்ள திறமையை பிரக்ஞை பூர்வமாக வளர்த்துக் கொள்ளாததுதான்.

சேரன் தன் திறமைகளை பிரக்ஞை பூர்வமாக வளர்த்துக் கொள்வாரேயானால், நாம் ஒரு முக்கிய கவிஞனை எதிர்காலத்தில் இழக்கமாட்டோம். இப்பொழுதோ, இந்த இரு கவிதைத் தொகுதிகள் மூலம் புதிய அநுபவத்தை உணர்வுபூர்வமாக எடுத்துக் கூறி, அதனால் எமது அநுபவத்தை நிச்சயமாக விஸ்திரித்துள்ள ஓர் கவிஞனைக் காண்கிறோம். திறமைகள் வளர்க்கப்பட வேண்டியவை. திளைப்பினால் மறக்கப்பட வேண்டியவையல்ல.

மல்லிகை - பெப்ரவரி 1985

ஈழத்து தமிழ் இலக்கியத் தடம்
பார்வைகளும் விமர்சனங்களும்
- பக்கம் 94-105
மூன்றாவது மனிதன் வெளியீடு - 2000

இரு காலைகளும் ஒரு பின்னிரவும்

இன்றைக்கு, இப்படித்தான்
விடியல்:
இருள் முழுதும் பிரியாது,
ஒளி நிறைந்து விரியாத
ஒரு நேரம்
விழித்தெழுந்து வெளியில் வரக்
கிணற்றடியின் அரசமரக் கிளைகளிலே
குயில் கூவும்
'ஓ' வென்று நிலத்தின் கீழ்
ஆழத்துள் விரிந்திருந்த
கிணறு,
சலனமற்று உறங்கியது
என்மனம் போல.

இன்றைக்கு இப்படித்தான்
விடியல்
நாளைக்கும்,
இப்படித்தான் விடியும்
என்று நினையாதே
பாதி ராத்திரியும் மெதுவாகப்
போனபின்பு, 'கேற்'றடியில்
அடிக்குரலில் ஜீப் வண்டி உறுமும்,
சப்பாத்தொலிகள் தடதடக்கும்.
அதிர்ந்ததென
எம் வீட்டுக் கதவுகளோ
விரிந்து திறந்துகொள்ள,
அப்போதுதான்,
அடுத்தநாள் பரீட்சைக்கு
விரிவுரைக் குறிப்புகள்
விழுங்கிக் களைத்ததில்
விழிகள் மூடிய
அந்த இரவிலே

'அவர்கள்' கூப்பிடுவது
கேட்கும். காதில்
ஊளையிடும் காற்று.
'எங்கே அவன்?' என்று
கேட்பார்கள். கேட்கையிலே
பிழைபட்ட தமிழ், நெஞ்சில்
நெருட எழுந்து வரும்

வார்த்தையற்று,
அதிர்ந்துபோய்
'இல்லை' எனத் தலையாட்ட
இழுத்தெறிவார்கள் ஜீப்பினுள்
நிறுத்தாத எஞ்சின்

அப்போதும் இரைந்தபடி.

பிறகு....?
பிறகென்ன?
எல்லாம் வழமைப்படி.

காலை வெறும் சூரியன்!
வெய்யில் நிலத்தில்
எனக்கு மேல்
புல்

சிலவேளை வீடுவந்து
கதவு திறப்பதற்காய்க்
குரல் காட்டித் திறக்குமுன்பு
இருமிச் சளி உமிழ
முகந் திருப்ப
உள்ளிருந்தும்,
அம்மா இருமும் ஒலி கேட்கும்!

கதவு திறப்பதற்காய்க்
காத்திருந்தேன்
வெளியுலகம்
இப்போதும் முன் போல
அடங்கி இருக்கிறது.

நீ இப்போது இறங்கும் ஆறு - பக்கம் 37

**கைதடி 1979 :
கோபுரக் கலசமும் பனைமர உச்சியும்**

நிர்வாணம் கொண்டு,
தமிழர்கள் அனைவரும்
தெருக்களில் திரிக!

மீண்டும் ஒருதரம்,
ஆதிமனிதனை நெஞ்சில் நினைத்திட
நிர்வாணம் கொண்டு
தமிழர்கள் அனைவரும்
தெருக்களில் திரிக!

கவனியுங்கள்.
நேற்றுமாலை என்ன நடந்தது?
கைதடிக் கிராமத் தெருக்கள் முழுவதும்
மனித விழுமியம், நாகரிகங்கள்
காற்றில் பறந்தன
வரம்பு நிறைய இலைகள் பரப்பிய
மிளகாய்ச் செடிகள் கொலையுண்டழிந்தன!

தமிழர்களது மான நரம்புகள்
மீண்டும் ஒருதரம் மின்னால் அதிர்ந்தும்,
பாதிப்பற்றுவெறுமனே இருந்தன.

கவனியுங்கள்
பனைமர உச்சியும் கோபுரக் கலசமும்
உயரவே உள்ளன
அரசியல் பிழைப்பில் ஆழ்ந்துபோயிருக்கும்
அனைவரும் உணர்க
உங்கள் முதுகுநாண் கலங்கள்மீதும்
சாதிப் பிரிவினைப் பூஞ்சண வலைகள்

கங்கை கொண்டு,
கடாரம் வென்று
இமய உச்சியில் விற்கொடி பொறித்துத்
தலைநிமிர்வுற்ற தமிழர் ஆளுமை
குனிந்த தலையுடன், அம்மணமாகத்
தெருக்களில் திரிக

ஆலயக் கதவுகள்
எவருக்காவது மூடுமேயானால்,
கோபுரக் கலசங்கள்
சிதறி நொறுங்குக!

மானுட ஆண்மையின்
நெற்றிக் கண்ணே
இமை திற! இமை திற!

கவனியுங்கள்
அனைவரும் ஒன்றாய்
பனைமர உச்சியும்
கோபுரக் கலசமும் உயரே உள்ளன.
உயரவே உள்ளன!

யாழ்ப்பாணத்தின் சராசரி இதயமே,
உனது உலகம் மிகவும் சிறியது.
கிடுகு வேலி;
வேலியில் கிளுவை;
எப்போதாவது வேலியின்மீது
அழகாய்ப் பூக்கும்
சிவப்பு முள் முருக்கு.

யாழ்ப்பாணத்துச் சராசரி இதயமே,
ஆயிரம் ஆயிரம் கோவில் கதவுகள்
உன்னை உள்ளே இழுத்து மூடின.

மன்மதன் உடல்களாய்
அவை எரியும்
அதுவரை,

நிர்வாணமாக,
உயர்த்திய கையுடன்
தெருவில் திரிக.
தமிழர்கள்!
இந்தத் தமிழர்கள்!

நீ இப்போது இறங்கும் ஆறு - பக்கம் 39

சுந்தர ராமசாமி

நவீனத் தமிழிலக்கியத்தின் முதன்மையான எழுத்தாளர்களில் ஒருவர். புனைவிலக்கியம், கவிதை, இலக்கிய விமர்சனம் ஆகிய துறைகளில் பங்களிப்பாற்றியவர்.

2

சேரன் கவிதைகள்:
இயற்கை, காதல், போர்

சுந்தர ராமசாமி

சேரன் மதிக்கத்தகுந்த ஒரு கவி. மரபு பதப்படுத்தி வைத்திருக்கும் அவரது மொழி, பொருளை வளைத்துக் கட்டும் ஆற்றல் கொண்டது. நுட்பங்களையும், சிக்கல்களையும் மடக்கிக்கொண்டு வரும்போதுகூட ஆயாசத்தின் பெருமூச்சை விடாதது.

சேரன் இக்காலத்திற்குரிய பார்வை கொண்டவர். அப்பார்வையால் மரபுக் கவிதையுடன் இணைந்து வரும் களிம்பை – இறந்த காலத்தின் களிம்பு அது, நீக்கிவிட்டு அதன் ஆற்றலை மட்டும் தக்கவைத்துக் கொண்டிருக்கிறார். நம் பண்டைக் கவிதையின் தொடர்ச்சியாக இருப்பது அவரது கவித்துவ மொழி. இத்தொடர்ச்சி மரபுக் கவிதை வாசகர்களுக்கும் பரிச்சயத்தின் நிம்மதியைத் தந்து அவரது கவிதைகளுடன் உறவாடத் தூண்டக்கூடியது. கவிதையின் உயிர், யாப்பின் நுரையீரலில்தான் வாழ்ந்து கொண்டிருக்கிறது என்ற கற்பனையைத் தாண்டி வந்தவர்களாக அவர்கள் இருந்தால் மட்டுமே போதுமானது.

காலத்துக்கும் சேரனுக்குமான உறவு என்ன? நவீனத்துவத்தின் பாதிப்பைப் பெற்ற கவிஞர்தானா அவர்? அவருடைய மண்ணைச் சார்ந்த பாதிப்புகள்தான் அவரிடம் தூக்கலாக வெளிப்பட்டிருக்கின்றன. மேற்கத்தியச் சிந்தனையின் பாதிப்பிலிருந்து ஒரு கவிஞன் தப்பித்துவிட முடியுமா? கல்வி, வாசிப்பு, பயணங்கள் போன்றவை ஒரு கலைஞனை மேற்கத்தியப் பாதிப்பிலிருந்து தப்பித்து நிற்க விடுவதில்லை.

சேரன் சிறிதும் அந்நியமாதலுக்கு ஆளாகவில்லை. அந்நியமாதலுக்கு ஆளாவதன் மூலம் ஒரு படைப்பாளி மரபு தராத சில சுதந்திரங்களை வென்றெடுக்கிறான் என்பது என் எண்ணம். இதன் பொருள் அந்நியமாதலுக்கு ஆளாகவில்லையென்றால் படைக்க முடியாது என்பது அல்ல, அந்நியமாதலுக்கு ஆளாகாததைப் படைப்பில் நான் ஒரு குறையாகச் சுட்டுவேன் என்பதும் அல்ல.

புதுக்கவிதை தமிழகத்தில் தோன்றுவதற்கு முன் இங்கு கவிதையில் மிகப் பெரிய தேக்கம் இருந்தது. இப்போது இதைக் கற்பனை செய்துபார்ப்பது சற்றுக் கடினமானது. பாரதிதாசன் அவரது மிகச் சிறந்த கவிதைகளை எழுதி முடித்த பின், 1959இல் 'எழுத்து' இதழில் சி.சு. செல்லப்பா, ந. பிச்சமூர்த்தியின் 'பெட்டிக் கடை நாராயணன்' என்ற கவிதையை மறுபிரசுரம் செய்வதற்கு முன், காலம் சூல் கொண்டிருந்த புதுக்கவிதையின் ஊற்றுக்கண் திறக்க இக்கவிதையும் ஒரு தூண்டுகோலாக அமைந்தது, கவிதை இங்கு வறண்டு கிடந்தது.

என்னென்ன நம்பிக்கைகள் சார்ந்து இந்த வறட்சி உருவாயிற்றோ அந்த நம்பிக்கைகளைப் புதுக்கவிஞர்கள் கிழித்துக் காற்றில் பறக்க விட்டார்கள். அது ஒரு அதீதமான செயல்பாடு என்ற எண்ணம் அன்றைய சூழலில் இருந்தது. உருவம் சார்ந்தும் உள்ளடக்கம் சார்ந்தும் அன்று மீறப்பட்டவை அதீதமானவைதான். இலக்கியத்தில் ஒரு புதிய எழுச்சி தோன்றுகிறபோது அது தர்க்கம் சார்ந்தோ சமநிலை சார்ந்தோ உருவாவதில்லை. நீங்கள் நிற்கிற மரபுப் புள்ளியிலிருந்து மிகக் கவனமாக ஒரு அடிதான் எடுத்து முன்னே வைப்பீர்கள் என்றால், மரபு உங்களை வாரிச்சுருட்டி நீங்கள் நின்றிருந்த புள்ளிக்கு உங்களைப் பின்னகர்த்திவிடும். மிகப் பெரிய தாண்டலை உங்களால் நிகழ்த்த முடிந்தால்தான்

மரபின் ஈர்ப்பு வளையத்திலிருந்து வெளியே வந்து உங்களுடைய அனுபவங்களை உங்கள் குரலில் சொல்ல முடியும்.

சேரனின் மொத்தக் கவிதைகளையும் படித்துப் பார்க்கும்போது மரபிலிருந்து வெளியே வர அவருக்குப் பாக்கி நிற்கிறது என்ற எண்ணம் ஏற்பட்டது. இது ஒரு பக்கம். மற்றொரு பக்கம் அன்று தமிழகக் கவிஞர்கள் எப்படி மரபை எதிர்கொண்டார்களோ அப்படித்தான் சேரனும் எதிர்கொண்டிருந்திருக்க வேண்டும் என்ற கட்டாயம் இல்லை. அவர் அவருடைய மண்ணைச் சார்ந்த பாதிப்புகளைப் பெற்றுத் தம் கவிதைகளைப் படைத்திருப்பது வெகு இயற்கையான காரியம். மன ஆரோக்கியத்தைக் காட்டும் காரியம்.

நாங்களோ ஆராய்ச்சி அறிஞர் வானமாமலை அவர்களால் 'மன வக்கிரங்களுக்கு ஆட்பட்ட நோயுற்ற கவிஞர்கள்' எனும் பாராட்டைப் பெறும் பாக்கியத்தைப் பெற்றிருந்தவர்கள். அது போன்ற ஒரு பாக்கியத்தைச் சேரனும் பெற்றிருந்திருக்க வேண்டும் என்பது இல்லை. பெற்றிருந்தால், ஒருக்கால், இதைவிடவும் சிறப்பான கவிதைகளை அவர் எழுதியிருக்கக்கூடுமோ என்னவோ. மன ஆரோக்கியமும் நோயுற்றுவிட்ட இக்காலத்தின் தாக்கமும் இணையும்போதுதான் கவிதைகள் நாம் வாழும் காலத்திற்குரிய ஆழத்தைத் தேடிச் செல்வதான தோற்றத்தைத் தருகின்றன.

சேரனின் கவிதைகளை இப்போது புத்தக வடிவில் படித்தபோது கால வரிசையில் அவற்றைப் படித்துப் பார்க்க வேண்டும் என்ற எண்ணம் தோன்றிற்று. தொகுப்பில், கவிதைகள் அச்சேறிய வருடங்கள் தரப்படாத நிலையில் அவை காலவரிசையில்தான் தொகுக்கப்பட்டிருக்கின்றன என்று கற்பனை செய்துகொள்ள நான் விரும்பவில்லை.

இவரது கவிதைகளிலிருந்து நான் பெற்ற அநுபவங்களை மூன்று தளங்களில் பிரிக்கலாம் என்று நினைக்கிறேன். இது போன்ற பிரிவுகள் இயற்கையான அளவுக்குச் செயற்கையானவையும் தான். ஆனால் ஒரு படைப்பாளியுடன் ஆரம்ப உறவை நெருக்கிக்கொள்ள இது போன்ற பிரிவுகள் ஒரு எல்லை வரையிலும் உபயோகமானவை. படைப்பாளி நம் பிடிமானத்துக்குள் வந்துவிட்ட நிறைவு கூடும்போது இப்பிரிவுகள் வெளிறியும் போய்விடுகின்றன.

சேரனின் கவிதைகளை இயற்கை, காதல், போர் என்று நாம் பிரித்துக்கொள்ளலாம். இவரது கவித்துவ ஆளுமையை ஒரு தொடரில் குறுக்குவது என்றால், இயற்கையும் காதலும் போரும் என்று சொல்லி விடலாம். இன்னும் சற்று அழுத்த விரும்புவோம் என்றால் இயற்கையின் உபாசகன் என்றும் நித்திய காதலன் என்றும் இடையறாத போராளி என்றும் வருணிக்கலாம்.

இயற்கை அவர் கவிதைகளில் நேர்த்தியாக வெளிப்பட்டிருக்கிறது. ஈழத்தமிழ் எழுத்தாளர்களுடன் நான் பலமுறை என் ஊர்ப்பக்கங்களில் சுற்றியிருக்கிறேன். தங்கள் ஊர் இயற்கை வளத்திற்கும் எங்கள் ஊர் இயற்கை வளத்திற்குமான ஒற்றுமையைச் சுட்டி அவர்கள் வியக்கிறபோது, நானும் அவர்களும் ஒரே மண்ணைச் சேர்ந்தவர்கள் என்ற உணர்வு தோன்றி உறவில் நெருக்கம் கூடியிருக்கிறது. நடுவே கிடந்து துள்ளி மறியும் கடல் வற்றிப்போய்விட்டது போன்ற பிரமை ஏற்பட்டிருக்கிறது. இப்போது இக்கவிதைகளில் அந்த இயற்கையின் பேரழகுகளை மீண்டும் பார்க்க நேர்ந்தபோது மனத்தில் நெகிழ்ச்சி கூடிற்று. எண்ணற்ற மரங்கள், செடிகள், கொடிகள், புல் பூண்டுகள், பூவரசு, ஆலமரம், மலைவேம்பு, குடைவாகை. நாம் நன்கு அறிந்த இப்பெயர்கள் ஒவ்வொன்றும் இவரது கவித்துவ வரிகளில் ஏன் இவ்வளவு கவர்ச்சி கொள்கின்றன என்ற கேள்விக்கு எனக்கு விடை கிடைக்கவில்லை.

இயற்கை அழகானதுதான். இங்கு சுட்டப்படுவது அந்த அழகு மட்டுமல்ல. அவருடைய மண்ணில் அவை முளைத்தெழுந்து, கிளை வீசிப் படர்ந்திருக்கும் பெருமிதம்தான் கவித்துவ வரிகளில் விம்முகிறது. இந்த மண்ணும் இந்த மண்ணுக்குரிய இயற்கை வளங்களும் இன்று நம்மிடம் இருக்கின்றனவா? இவற்றை நாம் தக்கவைத்துக் கொள்வோமா? இம்மரங்கள் மீது பட்டு நம் மீது உராயும் காற்றை நாம் மீண்டும் என்றேனும் அனுபவிக்க முடியுமா? இவை போன்ற கேள்விகள் சார்ந்த விசனங்கள், பின்னால் இவரது போர் சார்ந்த கவிதைகளைப் படிக்க நேரும்போது நம் மனத்தில் படர்கின்றன.

காதல் சம்பந்தப்பட்ட கவிதைகள் உடலும் உள்ளமும் சார்ந்தவை. உடல் சார்ந்த அழுத்தம் முக்கியமானது. இந்த அழுத்தத்தைத் துல்லியமாகவும் இங்கிதத்துடனும் அவருடைய

கவித்துவ மொழி வெளிப்படுத்துகிறது. ஆனால் காதலர்கள் நிறைவான வாழ்க்கையைச் சென்றடைவதில்லை. வாழ்க்கையே சீர்குலைந்து சின்னாபின்னப்பட்டுக் கிடக்கிறபோது காதல் மட்டும் எப்படி நிறைவடைந்துவிட முடியும்? உடல் சார்ந்த கவர்ச்சியும் மனம் சார்ந்த உணர்வுகளும் கூடி உறவாடும் நேரத்திலேயே பிரிவும், பிரிவு சார்ந்த துக்கமும் கவிகின்றன. இவரது காதலர்களுக்கு உடலும் மனமும் இருக்கிற அளவுக்கு முகம் இல்லை. அந்தக் காதலர்களின் முகங்களைப் பார்க்க நாம் ஏங்குகிறோம். ஆனால் அவற்றைப் பார்க்க முடியாதபடி மொத்தக் காதல் கவிதைகள் மீதும் ஒரு மூட்டம் பரவிக் கிடக்கிறது. வேரற்ற, நிச்சயமற்ற வாழ்க்கையின் மூட்டம் அது.

போர் சார்ந்த கவிதைகள் எண்ணிக்கையில் மிகுதியானவை. போருக்குப் பின்னால் நிற்கும் அரசியல் விவகாரங்களையோ சண்டைக் காட்சிகளின் விவரங்களையோ வருணிக்கக் கவித்துவ மொழி பொதுவாக இடம் தருவதில்லை. போர் சார்ந்த மானுடத்துக்கத்தைப் பற்றித்தான் இவரது கவிதைகள் பேசுகின்றன. குழந்தைகள் மிகக் கொடுமையாகக் கொல்லப்படுகின்றனர். பெண்களின் மனமும் மானமும் சிதைக்கப்படுகின்றன. எந்த நேரத்திலும் மனிதன் தன் உயிரை இழந்துவிடலாம். உயிரை இழக்காத நேரத்திலும் உறுப்புகளை இழந்துவிடலாம். பார்வையை, பேசும் சக்தியை, கேட்கும் திறனை இழந்துவிடலாம். 'என்றேனும் இந்தப் பிரச்சினை தீருமா?' என்ற விடையற்ற கேள்வி நம் மனத்தில் சதா ஒலித்த வண்ணம் இருக்கிறது.

போர், கொடுமையைக் கேட்டு நிற்பது. கவிதையோ புதுமையைக் கேட்பது. தொடர்ந்து பாடுபொருளாகப் போர் இடம்பெறும்போது கவிதை கேட்கும் புதுமையை அதற்கு அளிக்க முடியாத தவிப்பு நேர்ந்து விடுகிறது. வெவ்வேறு கோணங்களில், வெவ்வேறு காட்சிகளை முன்னிறுத்துவதன் மூலம் கவிதை கேட்டுநிற்கும் புதுமையைச் சேரன் அளிக்க முயல்கிறார். என்றாலும் கவிதையின் உயிர்த்துடிப்புக்கு அவசியமான புதுமையை அளிக்க முடியாததில் கூடும் சலிப்பு பல கவிதைகளில் வெளிப்படுகின்றது.

தமிழினம், வரலாற்றில் இன்றைய துக்கத்துக்கு இணையான துக்கத்தை இதற்கு முன் எப்போதும் அனுபவித்ததில்லை

என்றுதான் கருதுகிறேன். இந்த அளவுக்கு எப்போதும் இழந்ததும் இல்லை. அந்த இழப்பு தரும் துக்கத்தின் கவித்துவப் பதிவு இத்தொகுப்பு.

000

சேரனின் 'நீ இப்பொழுது இறங்கும் ஆறு' கவிதைத் தொகுப்பு வெளியீட்டு விழா, மியூசியம் ஹால், சென்னை 31.8.2000
காலச்சுவடு இதழ் 31, நவ. - டிச. 2000

ஸாஷா ஈபெலிங்க்

ஸாஷா ஈபெலிங்க், சிக்காகோ பல்கலைக்கழக இணைப் பேராசிரியர். நவீன தெற்காசிய மற்றும் தென்கிழக்கு ஆசிய இலக்கிய மரபுகள் மற்றும் கலாச்சார வரலாறு பற்றிய ஆய்வுகளை மேற்கொண்டிருக்கிறார். சேரனுடைய கவிதைகளை மொழிபெயர்த்தும் லக்ஷ்மி ஹோல்ம்ஸ்ரோர்ம் உடன் இணைந்து தொகுத்தும் இருக்கிறார்.

3

சேரனின் கவிதை குறித்து...

ஆங்கில மூலம்: ஸாஷா ஈபெலிங்க்
தமிழில்: நவம் நவரத்தினம்

"தொடக்க காலத்திலிருந்தே
கவிதை எங்களோடு தொடர்ந்து வாழ்கிறது.
காதலிப்பதைப் போல,
பசியைப் போல, கொள்ளைநோயைப் போல,
போரினைப் போல."
- ஜெரொஸ்லாவ் ஸைஃபேர்

கவிதையுலகினுள் காலடியெடுத்து வைப்பதற்கென, ஒருவர் தேர்ந்தெடுக்கக்கூடிய பல்வேறு பாதைகள் உள்ளன. தமிழ்க் கவிஞர் உருத்திரமூர்த்தி சேரனின் படைப்புகள் பற்றிய தற்போதைய உரையாடலை, 1999 இல் வெளியான அவரது 'ஊழி' கவிதையிலிருந்து ஆரம்பிப்பது சிறந்தது.

ஊழி

எங்களுடைய காலத்தில்தான்
ஊழி நிகழ்ந்தது
ஆவிக் கூத்தில் நிலம் நடுங்கிப்
பேய் மழையில் உடல் பிளந்து

உள்ளும் வெளியும் தீ மூள
இருளின் அலறல்
குழந்தைகளை, மனிதர்களை
வெள்ளம் இழுத்து வந்து
தீயில் எறிகிறது

அகாலத்தில் கொலையுண்டோம்
சூழவரப் பார்த்து நின்றவர்களின்
நிராதரவின்மீது
ஒரு உயிரற்ற கடைக்கண் வீச்சை
எறிந்துவிட்டு
புகைந்து புகைந்து முகிலாக
மேற் கிளம்பினோம்

காஃப்காவுக்குத்தான் தன்னுடைய எழுத்துக்களைத்
தீயிலிட வாய்க்கவில்லை
ஆனால் சிவரமணி எரித்து விட்டாள்
அந்தர வெளியில் கவிதை அழிகிறது
மற்றவர்களுடைய புனைவுகள்
உயிர் பெற மறுக்கின்றன

எல்லோரும் போய் விட்டோம்
கதை சொல்ல யாரும் இல்லை
இப்பொழுது இருக்கிறது
காயம்பட்ட ஒரு பெருநிலம்
அதற்கு மேலாகப் பறந்து செல்ல
எந்தப் பறவையாலும் முடியவில்லை
நாங்கள் திரும்பி வரும் வரை'[7]

தமது வாழ்நாளின் போது நிகழ்ந்தேறிய ஊழிப் பேரழிவினைக் கண்ணுற்ற பல இலட்சக்கணக்கான ஈழத் தமிழர்களுள் சேரனும் ஒருவராவார்; ஊழிப்பேரழிவு நீடித்த இந்த முப்பது ஆண்டுகளும், இலங்கையில் பொங்கியெழுந்த போர், இடையறாது பல

ஆண்டுகளாகத் தொடர்ந்த போராகும். தமது காலத்திற்கு முன்னரே பல்லாயிரக் கணக்கானோர் இறந்தனர்; உடலளவில் உயிர் பிழைத்தவர்களிலும் பலர் தமக்குள் ஏதோ ஒன்று இறந்து போய்விட்டதாக உணர்ந்தனர். இப்போது உயிர்கள், பறவைகள், மனிதர்களற்ற ஊறுபட்ட நாடு மட்டுமே எஞ்சியுள்ளது. கவிஞரின் அவநம்பிக்கையும் திகைப்பும் இங்கு வெளிப்படையாகத் தெரிகின்றன. ஆனாலும், மீண்டும் நாடு நன்னிலைக்குத் திரும்புவதற்கான நம்பிக்கை அதில் இருக்கலாம்.

'2009 மே மாதம் யுத்தம் முடிவடைந்து விட்டது' என்ற அரசாங்கத்தின் உத்தியோகபூர்வ அறிவிப்பின் பின்னரும், நாடு ஊறுபட்டிருக்கிறது என்பதும், இற்றைவரை துன்பம் தொடர்கிறது என்பதும் உண்மையே. ஆனால் அப்பேரழிவினைப் பார்த்தவர்களது எழுத்தும் எஞ்சியிருக்கிறது. நூற்றுக்கணக்கான இலங்கைத் தமிழ் எழுத்தாளர்கள், போரினூடான தமது உயிர் தரித்தலின், தப்பிப் பிழைத்தலின் கதைகளைத் தமது கவிதைகள், நாவல்கள், சிறுகதைகளூடாகச் சொல்கிறார்கள். மனிதவாழ்வு எரிந்து, புகைமேகத்தில் மேலெழும்போது, எல்லாக் கவிதைகளும் மறைந்துவிடுவதில்லை. எழுத்தானது, தன்னை அழிப்பதற்கான அதன் ஆசிரியரின் உந்துதலைக்கூட எதிர்க்கும் திறன் கொண்டது என்பதையும், அது பொருத்தப்பாட்டுடன் தொடர்ந்து உயிர்வாழ முடியும் என்பதையும் சுட்டிக் காட்டும்பொருட்டு, காஃப்கா, சிவரமணி ஆகிய இருவரும் மிகநுட்பமாக ஊழி கவிதையில் மேற்கோள் காட்டப்பட்டுள்ளனர்.

பெண்ணியம், அரசியல்சார் கவிதைகளூடாக அறியப்பட்ட யாழ் பல்கலைக்கழகப் பட்டதாரியான சிவரமணி, 1991இல் இருபத்திமூன்று வயதில் தற்கொலை செய்துகொண்டார். அவர் இறப்பதற்கு முன்னர் எத்தனை கவிதைகளை எரித்தார் என்பது தெளிவாகத் தெரியவில்லை, ஆனால் அவரது சில கவிதைகள் உயிர் தப்பிப் பிழைத்துள்ளன. ஊழிக்காலப் பேரழிவுக்கு முன்பிருந்தே அவரது குரல் நம்முடன் பேசுகிறது, இறந்த பின்னரும் அவருடைய கதை தொடர்ந்தும் காதில் படுகிறது. சேரனின் கவிதையான 'ஊழி' அவருக்கு முக்கியமானவையாகிவிட்ட பல கருப்பொருட்களை மறைமுகமாகக் குறிப்பிடுகிறது. ஓர் எழுத்தாளர், அறிவுசீவி எனும் வகையில், அவரது பணியின் தொடர்ச்சியான அக்கறைகளாக, பல ஆண்டுகளாக வெளிப்பட்ட அக்கருப்பொருள்களாவன:

அவரது மண்ணினதும் மக்களினதும் தலைவிதி, ஓர் உள்நாட்டுப் போரின் கொடூரங்களும் வன்முறையும், இலங்கைப் போரின் கதை சொல்லப்பட வேண்டும் என்ற நம்பிக்கையும் தொடர்ச்சியான வலியுறுத்தலும் ஆகும்.

இன்று வாழும் தமிழ்க் கவிஞர்களில் மிகவும் அறியப்பட்டவர்களில், மிகுந்த செல்வாக்குமிக்கவர்களில் ஒருவராகச் சேரன் கணிக்கப்படுகிறார். இந்தக் கட்டுரையில், அவரது வாழ்க்கை வரலாற்றுக் கண்ணோட்டம் ஒன்றினை நான் முதலில் வழங்குவேன்; அதனைத் தொடர்ந்து அவரது எழுத்தில் வெளிப்படும் மிக முக்கியமான, பாரிய கருப்பொருட்களான: காதல், வன்செயல், இலங்கையில் யுத்தம், கடல் என்பன இதில் இடம்பெறவுள்ளன. இப்பாரிய பொருண்மைசார் கரிசனைகள் என்பன வெறுமனே பகுப்பாய்வு நோக்கத்திற்காக இங்கு ஆங்காங்கே பிரித்துக் கையாளப்பட்டுள்ளன.

உண்மையில் இந்தக் கருப்பொருட்களில் ஒன்று, ஏனையவற்றைக் காட்டிலும் அதிகளவிலான முன்னிலைப்படுத்தலைப் பெறுகின்ற போதிலும், சேரனின் பெரும்பாலான கவிதைகளில் இவ்வித கருப்பொருட் கரிசனைகளின் இடைவினை இடம்பெறுவதை அவ்வப்போது நாம் அவதானிக்கிறோம். இக்கருப்பொருட்களின் மூலவுரை வேறுபாடுகள், வரிசைமாற்றங்கள் என்பவற்றின் ஒன்றோடொன்று இணைக்கப்பட்ட தொகுப்பாக இன்றுவரை அவரது படைப்புகளைப் படிக்கலாம். ‘தனிப்பட்டது என்பதும் அரசியல்தான்’ என்ற பிரபலமான முதுமொழிக்கு மட்டும் சேரனின் கவிதை செயல்விளக்கம் அளிக்கவில்லை. கவிஞரின் தனிப்பட்ட, அந்தரங்கமான குரலும், அவரது தனிப்பட்ட வாழ்வனுபவங்கள் கவிதைக் கலையாக மாறுவதும், உண்மையில் அரசியல் பற்றிய செழுமையான, மேலும் மனிதப் புரிதலுக்குப் பங்களிக்கிறது என்பதையும் இது காட்டுவதாக நான் வாதிடுவேன்.

சேரன் இலங்கையில் தனது அநுபவத்தை ஒரு கவிஞரின் குரலில் குறிப்பிட்டமை, அங்குள்ள அரசியல் அறிவீனத்தினதும், கருத்தியற் பிடிவாதத்தினதும் மனித விளைவுகள் என்பவற்றை ஆழ்ந்த, தனிப்பட்ட கண்ணோட்டத்தில் பார்க்க அனுமதிக்கிறது. சேரனின் வார்த்தைகள், போர்சார் புள்ளிவிவரங்கள் அல்லது

பத்திரிகைப் புகைப்படங்கள் என்பன போரைப்பற்றி நமக்கு என்ன கற்பிக்க முடியும் என்பதையும் தாண்டிச் செல்கின்றன. இவ்வகையில், சேரனின் கவிதைகள் இலங்கையின் இன மோதலினதும் உள்நாட்டுப் போரினதும் மாற்று வரலாறு ஒன்றினை – தனிப்பட்ட, குறிப்பிட்ட வரலாறு ஒன்றினை – கவிஞர்களால் எழுதப்பட்ட வரலாறு ஒன்றினை எழுதுவதற்குப் பங்களிக்கின்றன.

அதே நேரத்தில், சேரனின் கவிதைப் பணி, போரின் இக்கட்டான நிலையைத் தாண்டிய சூழலையும் எட்டியுள்ளது. சேரனை 'போர்க் கவிஞர்' என்று கருதுவது, அவரைக் குறைத்து மதிப்பிடுவதாக இருக்கும். அத்தகைய வகைப்படுத்தல் அவரது கவிதை முயற்சிகளின் ஆழ, அகலத்திற்கு நியாயம் செய்யாது. அவர் இலங்கைப் போரின் சாட்சியாக வந்தமைந்த ஒரு கவிஞர். ஆனால் அவரைக் கவிஞராக்கியது, போரல்ல. அவரது பெரும்பாலான கவிதைகள், பாரிய மனிதப் பிரச்சினைகள் – மானுட வாழ்க்கையினதும், நாகரிகத்தினதும் விழுமியங்கள் என்பவற்றில் மட்டுமன்றி, அன்பு, நெருக்கமான உறவு என்பவற்றிலும் கரிசனை காட்டுகின்றன. இதனால் இக்கட்டுரையின் நோக்கத்திற்காக, சேரனின் போர்க் கவிதைகளில் கவனம் செலுத்த முடிவுசெய்த அதேவேளை, போரைப் பற்றியன அல்லாத கவிதைகள் குறித்தும் இங்கு பேசுகிறேன். சேரனது எழுத்தைத் திறந்த மனதுடன் விரிவாகப் படிப்பதற்கும், இலங்கையில் நடந்த போர் பற்றிய விரிவான எழுத்துருவாக்கங்களிலும், தமிழ் இலக்கிய வரலாற்றிலும், சமகாலக் கவிதை வரலாற்றிலும் அவற்றைக் கண்டறிவதற்குமென நான் இங்கு முன்வைக்கும் அவதானிப்புகள், சேரனின் கவிதையை உணர்த்தும் எனது சொந்த, தனிப்பட்ட முயற்சிகளில் இருந்து உருவானது.

ஓர் இலக்கிய வரலாற்றாசிரியராக, நான் படிக்கத் தொடங்கியபோது, கவிதைகளுக்குப் பின்னால் உள்ள 'உண்மைகளை', 'வரலாற்றை' கண்டுபிடிக்கவென இயல்பாகவே ஆர்வமாக இருந்தேன். ஆனால் கவிதைகளில் கவிஞர் சேரனுக்கும் (ஆண்) கவிதை சொல்லிக்கும் இடையேயான உறவு ஒருபோதும் நேரடியானதாக இல்லாமல், எப்போதும் பிரச்சினைக்குரியதாகவே உள்ளது. உண்மையில், வரலாற்று யதார்த்தம் என நாம் அழைக்கக்கூடியவற்றின் திசைதிருப்பல், அந்நியப்படுத்தல் என்பன,

சேரனைப் பொறுத்தவரை, வேண்டுமென்றே செய்யப்பட்ட ஒரு கவிதை உத்தி: "என் கவிதைகளை நீங்கள் வாசித்தால், சிலவேளைகளில் அவை குறிப்பிட்ட ஒரு நிகழ்வு பற்றியன என உங்களை நம்பவைத்து ஏமாற்றிவிடக்கூடியன. ஆனால் அப்படி இல்லை. அது நான் தங்கியிருந்த இடமாக இருக்கலாம், ஆனால் சம்பவங்கள் முழுமையாக அங்கு இருக்காது'. விமர்சகர் சுந்தர ராமசாமி தமது கட்டுரையில் கூறுவது போல, 'அவரது கவிதைகளில் ஆண்களையும் பெண்களையும் நாம் காண்கிறோம், ஆனால் அவர்கள் அனைவரும் உருத்திரிக்கப்பட்டும், புகையிலும், நிழலிலும் மறைக்கப்பட்டவர்களாகவே உள்ளார்கள். அவற்றை வெளிக்கொணர எங்களால் முடிந்தவரை நாங்கள் முயற்சி செய்கிறோம், ஆனால் எங்களால் முடியாது. மேலும் நாங்கள் விரக்தியடைகிறோம். அந்த விரக்தியே ஒரு கவிஞரின் மாபெரும் வெற்றி."

எனவே, சுயசரிதைக்கும் கலைக்கும் இடையில், எளிதாக மாறுவதில் கலைஞர் எச்சரிக்கையாக இருக்க வேண்டும். ஆனால், மறுபுறம், போல் செலனின், (Paul Celan) இடையறாது மனத்தினை அச்சுறுத்தி ஊடாடும் கவிதையான "Todesfuge" (Death Fugue), இரண்டாம் உலகப் போரின்போது நடந்த பாரிய இன அழிப்பினைப் பற்றிப் பேசுவது. அது எவ்வாறு எம்மை ஆழமாக்குகின்றமை போல, சேரனின் கவிதைகளும், வரலாற்றின் குறிப்பிட்ட தருணத்துடன் தொடர்புபடுகிறது என்பதும், அவை குறித்த எமது புரிதலையும் ஆழமாக்குகிறது. முதலில் சேரன் பற்றிய ஒரு சுருக்கமான வாழ்க்கை விபரக் குறிப்புடன் அதனைத் தொடங்குகிறேன்.

I

உருத்திரமூர்த்தி சேரன் 1960ஆம் ஆண்டு இலங்கையின் யாழ்ப்பாணத்திற்கு அருகிலுள்ள அளவெட்டி கிராமத்தில் ஒரு நடுத்தரக் குடும்பத்தில் ஐந்து உடன்பிறப்புகளில் இரண்டாமவராகப் பிறந்தார். கோயில் நடனக் கலைஞர்கள், நடிகர்கள், இசைக் கலைஞர்களின் தாயகமாகவும், கலைகளின் தொட்டிலாகவும் அளவெட்டி பல தலைமுறைகளாக இருந்து வந்துள்ளது. சேரனின் தந்தைவழித் தாத்தா, உள்ளூர்க் கோவிலில் தவில் வாசிப்பவராகப் பணியாற்றி வந்தார்.

சேரனின் தந்தை து. உருத்திரமூர்த்தி (1927–1971) ஒரு மூத்த அரசாங்க அதிகாரியாகப் பணிபுரிந்தார். ஆனால் 'மஹாகவி' என்று அனைவராலும் அறியப்பட்ட அவர், இலங்கையின் நவீன தமிழ்க் கவிதை வரலாற்றில் ஒரு முக்கிய ஆளுமையாக இன்று நினைவுகூரப்படுகிறார். ஒரு கவிஞரின் வீட்டில் வளர்ந்த சேரன், இலக்கியத்தின் மீது இயல்பாகவே ஈர்க்கப்பட்டார். அவர் மிக இளம் வயதிலேயே மிகுந்த ஆர்வத்துடன் வாசித்து வந்தார். ஔவையாரின் அறநெறிப் பாடல்கள், மணிமொழிகள், தேவாரம், திருவாசகம் போன்ற தமிழ்ச் செவ்விலக்கியங்களுடன், சுதந்திரன் போன்ற தமிழ்மொழிச் செய்திப் பத்திரிகைகளையும் படித்தார். அவரும் உடன்பிறந்தோரும் தமது தந்தையாரின் கவிதைகளை மனப்பாடம் செய்து, பொதுக் கவிதைக் கூட்டங்களில் வாசித்தனர். ஒன்பது வயதில், சேரன் தனது தந்தையின் மேடை நாடகங்களில் நடிக்கத் தொடங்கினார். பத்து அல்லது பதினொரு வயதில், தி. ஜானகிராமனின் அம்மா வந்தாள் (1966) நாவலைப் படித்தபோது, அவரது இலக்கியக் கல்வியில் பெரும் மாற்றம் ஏற்பட்டது என்பதை அவர் நினைவு கூர்கின்றார்.

இன்று ஒரு நவீன தமிழ்ச் செவ்விலக்கியம் என்று விமர்சகர்களால் கொண்டாடப்படுகின்ற இந்நாவலின் முன்னர் ஒருபோதும் படித்தறியாத, புதுமையான கவிதை மொழி, சேரனைத் தாக்கியது. காந்தியின் சுயசரிதையினது தமிழ் மொழிபெயர்ப்பான சத்திய சோதனை நூலினைப் படித்தமை, மரக்கறி உணவு உண்பவராக இருப்பதற்கான தார்மீக நியாயத்தை எவ்வாறு தமக்கு வழங்கியது என்பதையும் அவர் நினைவு கூர்கின்றார். தமது பதின்மப் பருவத்தில் அவர் உலக இலக்கியத்தின் தலைசிறந்த படைப்புகளை வாசிப்பதில் தமது பேரார்வத்தைத் தொடர்ந்தார். டால்ஸ்டாய், வால்டர் ஸ்காட், ஹெர்மன் மெல்வில், புஷ்கின், ஹெர்மன் ஹெஸ்ஸே போன்ற எழுத்தாளர்களின் நூல்கள் பலவற்றையும் தமிழ் மொழிபெயர்ப்பில் படித்தார்.

11ஆம் வகுப்புக்குப் பிறகு, பதினைந்து அல்லது பதினாறு வயதில், ஆங்கில நூல்களும் கிடைக்கப் பெற்றன. யாழ்ப்பாணத்தில் உள்ள மகாஜனாக் கல்லூரியின் ஆசிரியர்களுள் பலரும், தாமே இலக்கியவாதிகளாக இருந்தமையால், அவரது முயற்சிகளை ஊக்கப்படுத்தினர். மேலும், அவரும் அவரது நண்பர்களும் கசடதபற, வானம்பாடி, தீபம், கணையாழி போன்ற தமிழின்

அந்நாளைய முன்னணிச் சஞ்சிகைகளதும், பத்திரிகைகளதும் பிரதிகளைப் பெறுவதற்கென, சில சமயங்களில் நீண்ட தூரம் சென்றனர். யாழ்ப்பாணத்தில் சிலருக்குச் சந்தாக்கள் இருந்ததால், சேரனும் அவரது நண்பர்களும் சஞ்சிகை இதழ்களை இரவல்பெறப் பல மைல்கள் நடந்து செல்வார்கள். அதேசமயம் இடதுசாரிப் பின்னணியில் இருந்துவந்த அவர், தமது தலைமுறையின் ஏராளமான அறிவுஜீவிகள் போல மார்க்ஸ், லெனின், மாவோ ஆகியோரின் தீவிர வாசகராகவும் இருந்தார்.

தர்மு சிவராம் (பிரமிள், 1939–1997), இ.முருகையன் (இராமுப்பிள்ளை முருகையன், 1935–2009), சண்முகம் சிவலிங்கம் (1940–2012), மு. பொன்னம்பலம் (1939), எம்.ஏ.நுஃமான் (1944), போன்ற பல சக இலங்கைத் தமிழ் இலக்கியவாதிகளுடன் சேரனின் தந்தை நண்பராக இருந்ததால், அவரது வீட்டிற்கு அவர்கள் அடிக்கடி வருகை தந்தார்கள். தங்கள் கவிதைகளை வாசித்துக் கலந்துரையாடினார்கள். இளம் பருவத்தினரான சேரன், அவர்களை மாமா என்று அழைப்பார். மேலும் அவர்களது புதிய நூல்களைத் தமது தந்தையார் படிக்க முன்பே, சேரன் படித்து உள்வாங்கிக்கொண்டார். தமது ஆரம்பப்பள்ளி நாட்களை யாழ்ப்பாணத்தில் கழித்த பின்னர், குடும்பத்தினருடன் சேரன் மட்டக்களப்புக்குக் குடிபெயர்ந்தார். பின்னர் அவரது தந்தையார் அரசாங்க அதிகாரியாக இடம் மாற்றப்பட்டபோது, கொழும்பு சென்றார். 1971இல் அவரது தந்தையார் இறந்தபோது, குடும்பம் மீண்டும் யாழ்ப்பாணத்திற்குக் குடிபெயர்ந்தது. சேரன் யாழ்ப்பாணப் பல்கலைக்கழகத்தில் உயிரியல் அறிவியலில் பட்டப்படிப்பை முடித்த பின்னர், சற்றர்டே றிவியூ (Saturday Review) பத்திரிகையில் ஓர் ஊடகவியலாளராகப் பணியாற்றத் தொடங்கினார். இது 1980களின் முற்பகுதி, தமிழ்த் தீவிரவாதம் வளர்ந்த காலகட்டம். அக்காலத்தில் கவிஞராகத் தனது சுதந்திரத்தை நிலைநாட்டும் பொருட்டு, எந்த இயக்கத்திலோ அல்லது அரசியல் அமைப்பிலோ சேர, தாம் உறுதியாக மறுத்ததாகச் சேரன் குறிப்பிடுகிறார்.

1987ஆம் ஆண்டில், போராட்டம் ஓர் உள்நாட்டு யுத்தமாக உச்சக்கட்டத்தினை எட்டியபோது, சற்றர்டே றிவியூ அலுவலகம் குண்டுவீசித் தாக்கப்பட்டது. அதே ஆண்டில், சேரன் நெதர்லாந்து சென்று, இரண்டரை ஆண்டுகள் அங்கேயே வாழ்ந்தார். இந்த

நேரத்தில், அவர் தமது முதுமாணிப் பட்டப்படிப்பை முடித்தார். பின்னர் அவர் யாழ்ப்பாணத்திற்குச் சென்றிருந்த சமயம், அங்கு இந்திய அமைதிகாக்கும் படையின் (IPKF) தலையீடு, மக்கள் பலரது வாழ்க்கையை மாற்றியமைத்திருந்தது. கொழும்புக்குச் சென்றபின், இனங்களுக்கிடையிலான நீதிக்கும் சமத்துவத்திற்கான இயக்கத்தால் வெளியிடப்பட்ட சரிநிகர் என்ற தமிழ்ப் பத்திரிகையைத் தொடங்க உதவினார். 1993இல் ஊடகவியலாளர் ஒருவர் காணாமல் போன தருணம், சரிநிகர் பிரச்சினையில் சிக்கியபோது, தமது கலாநிதிப் படிப்பை ரொறன்ரோ, கனடாவில் தொடர்வதற்கான புலமைப் பரிசிலைப் பெற்றார். அன்றுதொட்டு அவர் ரொறன்ரோவில் வசித்துவருகிறார். 1987 முதல் 2005 வரை, தமிழ் இலக்கிய இதழான காலச்சுவடு, ஜெர்மன் அரசியல் இதழான சௌத் ஆசியன், சிங்கப்பூர் தமிழ்ச் செய்திப் பத்திரிகையான தமிழ் முரசு போன்ற பல்வேறு செய்திப் பத்திரிகைகளிலும் சஞ்சிகைகளிலும், ரொறன்ரோ தமிழ்த் தொலைக்காட்சி, பிபிசி தமிழ் வானொலி போன்றவற்றிலும் ஓர் ஊடகவியலாளராகவும் கட்டுரையாளராகவும் பங்களித்துள்ளார். தமது கலாநிதிப் பட்டப்படிப்பை முடித்த பின்னர், அவர் இனத்துவம், அடையாளம், இடப்பெயர்வு, சர்வதேச மேம்பாடு பற்றிய ஆய்வில் கவனம் செலுத்தும் ஒரு கல்வி வாழ்க்கையைத் தொடர்ந்தார். தற்போது கனடா, ஒன்ராறியோவில் உள்ள வின்ஸர் பல்கலைக்கழகத்தின் சமூகவியல், குற்றவியல் துறையில் பேராசிரியராகப் பணியாற்றுகிறார்.

ஒரு மனிதனான, ஒரு கவிஞனான சேரனின் வாழ்வில், இலங்கையின் இனமுரண்பாடும், உள்நாட்டு யுத்தமும் கூறுகளாயிருந்தன. 1971ஆம் ஆண்டு, தனது பதினொராவது வயதில், கொழும்பில் வாழ்ந்த காலத்தில் இடம்பெற்ற ஊரடங்குச் சட்டம் அவரது ஆரம்பகால நினைவுகளில் ஒன்றாகும். வீட்டைவிட்டு வெளியே செல்ல அனுமதிக்கப்படாமல், அவரும் வேறு சில குடும்ப உறுப்பினர்களும் வீட்டு விறாந்தையில் அமர்ந்திருந்தனர். ஒரு பால் வியாபாரி தெருவில் நடந்து செல்வதை அவர்கள் அவதானித்தனர். ஊரடங்குச் சட்டத்தை மீறியதற்காக அவர்கள் அனைவரதும் கண் முன்னே இராணுவத்தால் அவ் வியாபாரி சுடப்பட்டார். அந்த மனிதன் இறக்கவில்லை என்பதை அவர்கள் பின்னர் அறிந்தனர், ஆனால் சேரன் அனுபவித்த

அதிர்ச்சி ஆழமானது. 1979 ஜூலை 15 அன்று யாழ்ப்பாணத்தில் அவசரகாலநிலமை பிரகடனப்படுத்தப்பட்டபோது, சுமார் ஐம்பது தமிழ் இளைஞர்கள் கொல்லப்பட்டனர். பல்கலைக்கழகத்தில் மாணவனாகச் சேரவிருந்த சேரன், அந்தச் சம்பவத்தை நினைவுகூரும் வகையில், "இரு காலைகளும் ஒரு பின்னிரவும்" என்ற கவிதையை எழுதினார். அப்போதுதான் அவரது கவிதைகள் அவரது கால அரசியல் சூழ்நிலையில் அக்கறைகாட்ட ஆரம்பித்தன. அன்று முதல், சேரனின் கவிதை முயற்சிகள் இலங்கையின் அரசியல் வேறுபாடுகளைத் தொடர்ந்து பிரதிபலிக்கின்றன. அவரே குறிப்பிடுவது போல: "எனது முழுக் கவிதைகளையும் படிக்கும் ஒருவரது மனதில், 1980 முதல் 2009 வரை தமிழர்களுக்கு என்ன நடந்தது என்பது பற்றிய தெளிவான படம் இருக்கும்; இது ஒரு வகையான 'திடீர் நிழற்படம்' (Snap–shot). இது ஒரு அரசியல் அறிக்கை போன்றதல்ல, ஏனெனில், நான் அதனூடாக அனுபவித்து வாழ்ந்தேன். ஒரு வகையில், ஒரு சாட்சியாக விளங்கும் கவிஞனாகவும், வரலாற்றின் சாட்சியாகவும் நான் வாழ்கிறேன்".

உண்மையில், ஏற்கெனவே சேரனின் முதற் கவிதைத் தொகுப்பாக 1983இல் வெளியிடப்பட்ட 'இரண்டாவது சூரிய உதயம்' அவரது நாட்டினதும் மக்களினதும் வரலாற்றுக்குக் குரல்கொடுக்கும் சாட்சியாகக் கவிஞரை முன் நிறுத்துகிறது. இத்தொகுப்புக் குறித்துப் பின்னர் விரிவாக நோக்குவோம். தற்கால யதார்த்தம், அரசியல் என்பவற்றின் மீதான சேரனின் அக்கறைக்கு, மற்றொரு ஆரம்பகால வெளியீடாக, 1985ஆம் ஆண்டு அவர் செவ்விதாக்கம் செய்து, அ. யேசுராசா, பத்மநாப ஐயர், மயிலங்கூடலூர் நடராசா ஆகியோருடன் இணைந்து தொகுத்த – முன்னொருபோதும் கண்டிராத – தமிழ் அரசியல் கவிதைகளின் தொகுப்பு ஒன்று சான்றாக விளங்குகிறது. செல்வா கனகநாயகம் சுட்டிக்காட்டியபடி, "மரணத்துள் வாழ்வோம் – 31 கவிஞர்களின் 82 அரசியல் கவிதைகள் இலங்கையில் இருந்து, தமிழ் எழுத்தின் ஒரு புதிய தொடக்கப் புள்ளியாக" (2007) வெளிவந்துள்ளது. இருபதாம் நூற்றாண்டுக் கலாசார வரலாற்றின் முக்கியமான ஆவணங்களில் ஒன்றாக இந்நூல் இடம்பிடித்துள்ளது.

கேர்ட் பின்தஸின் Menschheitsdammerung (1920), எனும் நூல் ஜேர்மன் நாட்டினது மட்டுமல்லாமல், ஒட்டுமொத்த ஐரோப்பிய கலாசார, சமூக வரலாற்றின் முழுக் காலகட்ட வெளிப்பாட்டுவாதத்தின் ஆவணமாக அமைந்தது. அவ்வாறே 'மரணத்துள் வாழ்வோம்' தொகுப்பும் தனது காலத்தின் அக்கறைகள், அதிர்ச்சிகள், கவலைகளைப் பிரதிபலிக்கிறது. தேசியவாதமும் போர்க்குணமும் புதிய வலிமையைப் பெற்றபோது – மரணம் எங்கும் நிறைந்து, தீவு முழுவதும் உள்ள ஆயிரக்கணக்கான இலங்கையர்களுக்கு அது அன்றாட நிகழ்வாக மாறியபோது – இது ஒரு புதிய சகாப்தத்தின், குறிப்பாக 1983 இன வன்முறைக்குப் பின்னரான காலகட்டத்தின், உணர்வைத் தாங்கி நின்றது. காயப்படுத்தப்படுவோமோ, கடத்தப்படுவோமோ அல்லது கொல்லப்படுவோமோ என்ற அச்சத்தில் வாழ்வதையும், பிணங்களைப் பார்ப்பதையும், பாரிய வன்முறையின் பயங்கரம் ஒவ்வொருவரது வாழ்க்கையின் ஒரு பகுதியாக மாறியதையும், பல தசாப்தங்களுக்குப் பிறகு உலகின் மற்றொரு பகுதியிலுள்ள வரலாற்றாசிரியரின் வார்த்தைகளில் அதே வலிமையுடன் மீண்டும் உருவாக்குவது மகா கடினம். ஆயினும்கூட, இவை அனைத்திற்கும் மத்தியிலும் நிலைமைகள் மாறும் என்ற நம்பிக்கை இருந்தது.

செல்வா கனகநாயகத்தின் வார்த்தைகளில் சொல்வதானால் "அதே நேரத்தில், புதிய கட்டமைப்புகளுக்கான சாத்தியத்தின் அடிப்படையில் – அரசியல், கலாசார ரீதியாக, இது ஆச்சரியமும் மயக்கமும் மலிந்த ஒரு காலகட்டமாக இருந்தது. அரசியலைப் போலவே இலக்கியத்திலும், புதிய தொடக்கங்களில் நம்பிக்கையுடன் கூடிய, ஒரு எதிர்ப்பின் காலகட்டமாக இது இருந்தது." மேலும், இந்தக் காலம், மரணத்தின் மத்தியில் வாழும் கவிஞரின் திறன் மிக்க வார்த்தைகளுடன் கூடிய, கவிதையின் மீது நம்பிக்கை கொண்ட காலமாகவும் அமைந்தது. இந்த நம்பிக்கையையும் உயிர் தரிப்புக்கான உற்சாகத்தையும் பிரதிபலிக்கும் சேரனின் மொழியிலமைந்த இத்தொகுதிக்கான முன்னுரை பின்வரும் வார்த்தைகளுடன் முடிவடைகின்றது: "இந்தக் கவிதைகள் நீண்டகாலம் நின்று நிலைத்து, நம் துயரங்களை, வார்த்தைகளுக்கு அப்பாற்பட்ட இழப்புகளைச் சொல்லும். அவை மரணத்தின் மத்தியில் வாழும் கதைகளைச் சொல்லும். மேலும் அவை உலகத்தின் மனச்சாட்சியைத் தொடர்ந்து

அதிர்ச்சிக்குள்ளாக்கிக் கொண்டே இருக்கும். அந்த அதிர்ச்சிகள் எமது விடுதலைப் போராட்டம் எத்தகைய பின்னடைவுகளைச் சந்தித்தாலும் அவற்றைக் கசப்புடன் பார்க்கும். அவை கவிதையின் தீப்பொறிகளைத் தொடர்ந்து முன்வைத்துக்கொண்டே இருக்கும். எமக்கு மட்டுமல்ல, தெற்காசியாவிற்கும் ஒருநாள் விடுதலைத் தீயை மூட்டும்!" (1985: xv).

இங்கே அவரது பிற்காலப் படைப்புகளின் இயல்பு கடந்த, ஓரளவான உணர்ச்சி ஈடுபாட்டுடன் – பலராலும் அன்று ஏற்றுக் கொள்ளப்பட்ட, தமிழர்களுக்கானது மட்டுமன்றி, முழு இலங்கைத் தீவுக்குமான, ஈற்றில் முழு தென்னாசியாவுக்குமான தேசிய விடுதலைக்கான நம்பிக்கையை (சோஷலிச தொனிகளுடன்) சேரன் நேரடியாகக் குறிப்பிடுகின்றார். சோசலிச விடுதலையின் யோசனை ஒன்று, 1960களில் இருந்து ஏற்கனவே சிங்கள, தமிழ் புத்திஜீவிகளால் உருவாக்கப்பட்டது. அக்காலகட்டத்தில் கிராமப்புற மக்களிடையே வறுமை பெருகிக் கொண்டிருந்தது. அரசியல், பொருளாதார அதிகாரம் ஒரு சிறிய (ஆங்கிலமயமாக்கப்பட்ட) உயரடுக்கினரின் கைகளில் எஞ்சியிருந்ததால், முன்னேற்றத்திற்கும் சமூக மேல்நகர்வுக்குமான வாய்ப்புகள் குறைவாகவே இருந்தன. கோட்பாட்டு மட்டத்தில், இந்த நிலைமையானது வர்க்க, சாதி ஒடுக்குமுறை, சமத்துவம், தாழ்த்தப்பட்டோர் உரிமைகள் பற்றிய கடுமையான விவாதங்களுக்கு வழிவகுத்தது. சேரனின் தந்தையின் நண்பரான கவிஞரும் நாடக ஆசிரியருமான இ. முருகையனின் சில படைப்புக்கள் அல்லது கே. டானியலின் நாவல்கள் (கே.டானியல் 1927–1986) அக்கொந்தளிப்பான வரலாற்றுச் சூழலிலில் இருந்து உருவாகின்றன. நடைமுறை மட்டத்தில், ஏனைய விடயங்களுக்கு மத்தியில், சிங்கள ஜனதா விமுக்தி பெரமுனயின் (ஜே.வி.பி – மக்கள் விடுதலை முன்னணி) உருவாக்கத்திற்கு இட்டுச் சென்றது. 1971இல் அரசாங்கத்திற்கு எதிரான அதன் கிளர்ச்சியில் பல்லாயிரக்கணக்கானோர் சிறையில் அடைக்கப்பட்டு, சித்திரவதை செய்யப்பட்டனர். ஆயிரக்கணக்கானோர் கொல்லப்பட்டனர். அந்த எழுச்சி கொடூரமாக ஒடுக்கப்பட்டது.

இலங்கையின் மோதலின் வேர்கள் உண்மையில் ஏராளமானவை, சிக்கலானவை என்பதை இங்கு ஒருவர் கவனத்தில் கொள்ளவேண்டும். இந்த மோதலானது

சிங்களவர் தமிழர்களுடனோ அல்லது எதிர்மாறாகத் தமிழர் சிங்களவர்களுடனோ மோதும் இனத்துவம் மட்டும் சார்ந்ததல்ல. ஆனால் வர்க்க, சாதி ஒடுக்குமுறை சார்ந்தது என்பதும், வாக்குரிமையற்ற தமிழர்களும் சிங்களவர்களும் ஆரம்பத்தில் ஒரே மாதிரியான கருத்துக்களையும் கோட்பாட்டு நிலைப்பாடுகளையும் வளர்த்த போராட்டம் என்பதும் கவனத்தில் கொள்ளப்பட வேண்டும். பல 'பின்னடைவுகள்' இருந்தபோதிலும், 1980களின் முற்பகுதியில் சோசலிஸ்டுகள் தங்கள் விடுதலைக்கான போராட்டம் விரைவில் முடிவுகளைக் காண்பிக்கும் என்று நம்பினர். சேரனின் முதல் தொகுப்பான 'இரண்டாவது சூரிய உதயம்' தொகுதியின் தொடக்கக் கவிதையான 'நாள்" கூட, ஓரளவு நேரடியாக இல்லாதபோதிலும், விடுதலைப் போராட்டத்தைப் பற்றிக் குறிப்பிடுகிறது. இரண்டு காதலர்களுக்கிடையில் ஒரு சிறு சச்சரவாகத் தோன்றுவதை – ஒரு சிங்களப் பெண்ணால் பின்தொடரப்பட்ட, ஆனால் அவளால் ஈர்க்கப்படாத ஒரு தமிழன் – தீவு முழுவதும் பரவியிருக்கும் விடுதலைத்தீ பற்றிய ஓர் ஆகுபெயர் அறிக்கையாகவும் அதனைப் படிக்கலாம். கிழிந்த கடிதம் சிங்கள மொழியின் மேலாதிக்கத்தைக் குறிக்கிறது. அந்த மொழியைப் புரிந்துகொள்ள முடிகிறதா இல்லையா என்பதைப் பொருட்படுத்தாமல், தமிழர்கள் சிங்கள மொழியில் அதிகாரப்பூர்வ அறிவிப்புகளைப் பெற்று வந்தார்கள்.

நாள்

மூங்கில்கள் நெரியும் கரை
மஞ்சளாய் நெளிகிற நதி
அக் கரையருகே நீ

எனது புரிதல் நிகழாதென்று
உனக்குத் தெரிந்தும்
உனது மொழியில்
உரத்துச் சொல்கிறாய்
எனக்கு,
எனது மொழியில்தான்
பேச இயலும்.

உனக்குக் கோபம் வருகிறது
நான் என்ன செய்ய?

மீண்டும் மீண்டும்
உனது மொழியில் கடிதம் எழுதுவாய்,
சிரமம் எடுத்துப்
புரிந்துகொள்வதற்கான
குறைந்தபட்ச நேசமும் அற்றுப் போயிற்று
இப்போதைக்கு நட்டம் எனக்குத்தான்
எனினும்,
நான் அவற்றை அடுப்பில்
போடுகிறேன்;
கிழித்தே எறிவேன்!

இனி
அவர்கள், எனது மக்களும்
அதைத்தான் செய்வார்கள்.

காற்று வீசுகையில்
மூங்கில்கள் நெரியும் கரையில்
நெருப்புப் பற்றும்
பிறகு,
உனது வீட்டிற்கும் பரவும்.⁸

கவிஞரின் தீர்க்கதரிசனம் இங்கு தெளிவாகத் தெரிகிறது. கடலோர நிலமான தமிழர் பகுதியில் விடுதலைப் போராட்ட நெருப்பு திடீரென எரியத் துவங்குகிறது. இந்த நெருப்பு, தூக்கி வீசப்பட்ட சிங்கள மொழிக் கடிதங்களையும் பொறிதட்டுகிறது. அந்தப் பொறி ஒருநாள் சிங்களப் பிரதேசங்களுக்கும் பரவும். இரண்டு முன்னாள் காதலர்கள் தமது இனக்குழுக்களின் பிரதிநிதிகள் என்பதனாலும், அவர்கள் ஒருவருக்கொருவரது மொழியைப் புரிந்து கொள்ள மறுப்பது, பாரிய இன எதிர்ப்பை

அடையாளப்படுத்துவதனாலும் இக்கவிதையில் 'அந்தரங்கம் அரசியலாகிறது' (Personal becomes political).

அந்த நாட்களிலிருந்து நிறைய சம்பவங்கள் நடந்தேறின. சேரன், மரணத்தின் மத்தியில் தொடர்ந்து வாழவேண்டியிருந்தது. 1986இல் அவர் ஒரு உலங்குவானூர்தித் தாக்குதலிலிருந்து உயிர் தப்பினார். ('21 மே 1986' கவிதையில் விபரித்துள்ளார்). டிசம்பர் 26, 2004 அன்று, அவர் இலங்கைக்குச் சென்றிருந்தபோது, தனது சகோதரியின் குடும்பத்துடன் தென்னிலங்கை பெந்தோட்ட கடல் நகருக்கு சென்றிருந்தார். தெற்கு ஆசியாவையும் தென்கிழக்கு ஆசியாவையும் உக்கிரமாகத் தாக்கிய சுனாமியிலிருந்து உயிர் தப்பினார். 2004 கிறிஸ்மஸ் தினத்துக்கு அடுத்த நாள் என்ன நடந்தது என்பதைச் சக கவிஞரும் நண்பருமான இந்திரன் அமிர்தநாயகம் ஆங்கிலத்தில் எழுதிய கவிதையிலிருந்து பெறமுடியும். (Nethra – 2005, Page 15, A Question of Train)

சுனாமி குறித்தும், அது ஏற்படுத்திய அழிவுகள் குறித்தும் இரண்டு கவிதைகளைச் சேரன் எழுதியுள்ளார். பெப்ரவரி 2007இல் தலித் இதழில் வெளிவந்தது.

கடல்கோள்

முதல் நாள் இரவு
மணல் மடியில் நிறை வெறியில்
இருந்து
துயில் மறந்து
நீர்மேல் நடந்து
கடலின் அப்புறம் சென்றோம்
காலையில்
மீள ஒரு பெரு நடையில்
திரும்பி வந்தபோது
உவர்ப்பில் எழுதிய நீலம்
பொடிப்பொடியாய் உதிர
ஆயிரத்தொரு கோடி இரவுகள்
கடலில் கரைவதைக் கண்டோம்
காற்று அசையக் காணோம்

ஒளிபட நொறுங்கும்
பெருங்கண்ணாடிச் சுவர்
என அலை
கடல்
யாளிபோல உருமாறி
நிலத்தை விழுங்கித் துப்புகிறது
வேரிழந்து கிடக்கும் வீடு
தலை உடைந்த கடவுளர்
நீர் எழுதிய குருதிக் கோடு
பல்லாயிரம் குழந்தைகளின் ஓலம்
அலையின் குரலாயிற்று
மாயக் கவர்ச்சியும்
மேன்மையின் வனப்பும்
எம்மைத் தாங்கும் வலிமையும்
இழந்தாள் அம்மை
எஞ்சியது அச்சம் அன்று
நிலம் அழிந்து
திணை திரிந்து
நெய்தல் இன்றோ நெடும் பாலை
திரும்பேன் கடலோரம்
என
மலை ஏறுகிறேன். [9]
00

இருட்கடல்

இரவு பகலற்ற பொழுதில்
மணலில் இருந்தோம்
பௌத்த நிலவு எனச் சொல்லிய
பிக்குவின் காவி உடையின்
நிழலிலும் அருள் அற்று
உயிர் வெந்து

நினைவு எரிந்த காலம்
எனத் தோன்றக் கடல் பெருகியது
முதல் பெருக்கில்
அலை இல்லை
இரை தீரா மலைப் பாம்பு
வெறி கொண்டலையும் வேகத்துடன்
நீர் உள்ளே வருகிறது
பார்த்தேன்
முடிவு எது என மனது
முடிவு செய்ய முன்னரே
கடல் விழுங்கியது காலத்தை
நினைவற்ற வெளியில் தவித்து
மூச்சற்று நீரில் மூழ்கினேன்
யாரும் இல்லை
எதுவும் இல்லை
அலை வீசி எறிய
ஒரு
உயர்பனைக் கொம்பரில்
உயிர்த்து
மீண்டு வர நானிருந்தேன்
முன்பிருந்த நாடு எங்கே?[10]
00

இந்த வரிகளில், பேரழிவு வெள்ளப் பெருக்கின் நம்பமுடியாத வலுவையும், அங்கிருந்தவர்களின் உதவியற்ற நிலைமையையும் கவிஞர் பதிவு செய்கிறார். "தலைகீழாகப் புரண்ட திணை" என்ற வரியானது சுனாமியின் தாக்கத்தால் மாற்றப்பட்ட இயற்பியல் நிலப்பரப்பை மட்டும் குறிக்கவில்லை. இங்கு நிலப்பரப்புக்கு சேரன் பயன்படுத்தும் சொல் திணை. இது பழங்காலத் தமிழ்க் காதல் கவிதைகளில் விவரிக்கப்பட்டுள்ள ஐந்து குறியீட்டு நிலப்பரப்புகளைச் சுட்டி நிற்கும் செவ்வியற் தமிழ்க் கவிதைகளின் தொழில்நுட்பச் சொல்வளமாகும். இது சங்கக் கவிதை என்றும் அழைக்கப்படுகிறது.

அந்த ஐந்து நிலப்பரப்புகளில் ஒன்று நெய்தல், கடற்கரை அல்லது பொதுவாக ஒரு கடற்பரப்பு என்றும், மற்றது பாலை, பாலைவனம் என்றும் அடுத்த வரியில் குறிப்பிடப்பட்டுள்ளன. செம்மொழியான தமிழ்க் கவிதைகளின் அடிப்படையில் சுனாமியால் ஏற்பட்ட அழிவை விவரிப்பதன் மூலம், கவிதையானது நிகழ்வின் விசுவரூபத்தைச் சுட்டிக்காட்டுகிறது. மாற்றியமைக்கப்பட்டது வெறும் பௌதீக இருப்பிடம் அல்லது புவியியல் பகுதி மட்டுமல்ல. கடற்கரைக்கு அருகில் உள்ள மீனவர்களதும் மற்றவர்களதும் ஒட்டுமொத்தப் பிரபஞ்சம், வாழ்க்கை, உலகு யாவுமே தலைகீழாகப் புரட்டப்பட்டிருந்தது. வெவ்வேறு இயற்கை நிலப்பரப்புகளுக்கிடையிலான பல்லாண்டுகாலப் பிரிவு "கடலால் விழுங்கப்பட்ட காலம்" என உடைத்து நொருக்கப்பட்டிருந்தது.

இரண்டாவது சூரிய உதயம், மரணத்துள் வாழ்வோம் ஆகிய இரு நூல்களுக்கும் இடையே, சேரன் இன்னொரு கவிதைத் தொகுதியை 1984இல் வெளியிட்டார். அச்சிறிய நூல் யமன் எனப் பெயரிடப்பட்டது, அது ஒன்பது கவிதைகளைக் கொண்ட நூல். இவை அனைத்தும் 1983இன் பயங்கரத்தை அனுபவித்த பிறகு எழுதப்பட்டவை. அவரது மிகச்சிறந்த, மனதை வெகுவாகத் தொடுகின்ற இரண்டு கவிதைகளான "எல்லாவற்றையும் மறந்துவிடலாம்," "ஒரு சிங்களக் காதலிக்கு எழுதியது" என்பன அதில் இடம்பெற்றிருந்தன. அந்த நேரத்தில் மக்கள் உணர்ந்த விரக்தியை, துன்ப துயரங்களை மிக உருக்கமாகப் பேசுகின்ற இவ்விரு கவிதைகளும் இந்தத் தொகுதியில் வெளியிடப்பட்டன. அவை குறித்துக் கீழே பேசப்படுகின்றது. 'கானல் வரி' என்ற அடுத்த தொகுப்பு, அவருடைய ஆரம்பகாலக் கவிதைகள் சிலவற்றைக் கொண்டது. ஓகஸ்ட் 1989இல் சென்னையில் வெளியிடப்பட்ட இந்நூல், 1975 முதல் 1981 வரை எழுதப்பட்ட 28 கவிதைகளைக் கொண்டிருந்தது. எட்டுக் கவிதைகள் அடங்கிய அடுத்த தொகுப்பான 'எலும்புக்கூடுகளின் ஊர்வலம்' ரொறன்ரோவில் இருந்து வெளியிடப்பட்டது. அடுத்து வெளிவந்த 'எரிந்துகொண்டிருக்கும் நேரம்' என்னும் ஒன்பது கவிதைகளைக் கொண்ட தொகுதியைத் தொடர்ந்து, 2000ஆம் ஆண்டுக்கு முன்னர், 1975க்கும் 2000க்கும் இடையில் எழுதப்பட்ட கவிதைகளின் விரிவான தொகுதி ஒன்று வெளியிடப்பட்டது. 'நீ

இப்பொழுது இறங்கும் ஆறு: சேரனின் கவிதைகள் நூறு' என்ற தலைப்பில் 'காலச்சுவடு' பதிப்பகத்தினால் வெளியிடப்பட்ட இந்நூலானது, 2000 கோடையில் சென்னையில் நடைபெற்ற 'தமிழ் இனி' மாநாட்டின்போது, பெரும் வரவேற்பைப் பெற்றது. 2004இல் 'மீண்டும் கடலுக்கு' என்ற புதிய தொகுப்பு ஒன்றைக் காலச்சுவடு வெளியிட்டது.

2008ஆம் ஆண்டு முதல், சேரன் தனது சில கவிதைகளின் ஆங்கில மொழிபெயர்ப்பினை, அவர் எழுதிய ஆங்கில வசன நாடகங்களில் இணைத்து ரொறன்ரோவில் அரங்கேற்றம் செய்தார். What If the Rain Fails என்னும் பெயருடன் கறுப்பு ஜூலை 1983 நிகழ்வுகளை நினைவுகூரும் ஒரு நாடகம் முதன்முதல் ரொறன்ரோவில் 26 ஜூலை 2008 நிகழ்த்தப்பட்டது. இரண்டாவது நாடகமான Not by Our Tears, 1 ஒக்டோபர் 2010இல் அமெரிக்கா, சிகாகோ பல்கலைக்கழகத்தில் நிகழ்த்தப்பட்டதைத் தொடர்ந்து, 14 நவம்பர் 2009இல் ரொறன்ரோவிலும் மேடையேற்றப்பட்டது. மூன்றாவது நாடகமான, Cantos of War, 23 ஜூலை 2010 அன்று ரொறன்ரோவில் மேடையேற்றப்பட்டது. இறுதியாக, அவரது கவிதைகள் சில, இசை வடிவம் பெற்றிருப்பதுடன், பல்வேறு நிகழ்வுகளுக்கெனப் பாடல்களையும் தமிழில் அவர் இயற்றியுள்ளார். கனடா, ஒட்டாவாவில் உள்ள 'நிலா கலையகம்' ராஜ் ராஜரத்தினம் தயாரித்த இரண்டு இறுவட்டுகள், 'கண்ணீரும் குருதியும் காத்திருப்பும்' (2000), 'தோணிகள் வரும் ஒரு மாலை' (2004) என்பன அந்த இசைவடிவங்களின் மாதிரிகளைக் கொண்டுள்ளன. இவை தவிர, சேரன் தமது சிறப்புக்கு மேலும் சான்றுகளாக, தமிழில் பல மேடை நாடகங்களையும் எழுதி, அவற்றுள் சிலவற்றைத் தாமே நெறிப்படுத்தியுமுள்ளதுடன், பத்திரிகை எழுத்து (பத்திகள், கட்டுரைகள்), புனைவு சாராப் படைப்புகள், பல புலமைசார் வெளியீடுகள் என்பவற்றின் திரட்டுகளையும் தம்வசம் வைத்திருக்கின்றார்.

II

சேரன் தமது பதின்மப் பருவத்தில் இருந்தபோது எழுதிய ஆரம்பகால கவிதைகள், கடலின் மீதான தொடர்ச்சியான ஈர்ப்பைப் பிரதிபலிக்கின்றன. கடல் அவருடைய கிராமத்திலிருந்து சிறிது தூரத்தில் உள்ள ஒரு தனிமையும் புதிரும் நிரம்பிய

நிலக்காட்சி. அவர் தமது நண்பர்களுடன் சேர்ந்து, மதியப் பொழுதுகளைக் கழிக்கவென, கீரிமலைக் கடற்கரைக்குச் சைக்கிளில் செல்வார். அங்குள்ள பெரிய, முதிர்ந்த பூவரச மரத்தின்கீழ், ஒரு வாங்கில் அமர்ந்து, உலகிலுள்ள அனைத்து விடயங்கள் குறித்தும் அளவளாவுவார். அல்லது காலையில் வள்ளங்கள் வரும்போது மீன் வாங்கப் போவார். அவரே கூறுகிறார்: "நான் பிறந்த இடத்தில், எங்களுக்கு ஆறுகள் இல்லை, மலைகள் இல்லை, கடல் மட்டுமே இருந்தது. அதனால் நான் வளர்ந்தபோதும், எழுத்தாளனாக, கவிஞனாக உருவாகியபோதும், கடல்தான் என் கற்பனையை வரையறுத்தது." 1977இல் வெளியான சேரனின் ஆரம்பகாலக் கவிதை 'அலை' என்ற நவீன இலக்கிய சஞ்சிகையின் 9ஆவது இதழில் 'கவியரசன்' என்ற புனைபெயரில் 'கடல்' என்ற தலையங்கத்துடன் வெளிவந்தது.

கடல்

அலை எழுப்பி நுரை தள்ளும்
கரையில்
நிலம் அணைக்கக் கரம் நீட்டும்
திரைகள்

கண் தொட்ட தொலைவிருந்து
மணல் புரளும் தரைவரையும்
இளநீளத் துகில்,
அசைந்து கலையும்

சிலவேளை,
சலனமற்று
வான் நோக்கி, நிலம் நோக்கிப்
பெருவெளியாய் விரிந்தபடி
இருள் தழுவும் மாலைகளில்
தலையுயர்த்திச் சாய்ந்தாடும்
பனைமரத்து இலை போல
அலை உயரும்
இருள் தழுவ,

இருள் தழுவ
அலை உயரும்

இன்னும், சிலவேளை
ஒளிக்கதிர்கள் தெறித்தபடி
படகுகளின் துடுப்பசைவில்
நிலம் நோக்கிச் சலசலக்கும்

அலை தழுவும் கரையிருக்கும்
எனக்குள்ளும் விரிகிறது,
கடல்.[11]

கடலோரத்தில் ஓர் அமைதியான நாளின் ஓவியத்தை வரைவதுடன் கவிதை ஆரம்பிக்கிறது. எளிமையான, ஆரம்பநிலைச் சொல்வளத்துடன் கூடிய சில துரிதமான தூரிகைக் கோலங்களில் படம் வரையப்படுகிறது. வெளிர்நீல வானம், மணல், நுரை–முகடுடை அலைகளுடன் நாம் பார்க்கும் ஓவியம் மனதுக்கு இணக்கமானது, எதிர்பாராத, வேறெதனாலும் தொந்தரவு செய்யப்படாதது. தனிமங்கள், கடல், வானம், பூமி என்பன அவற்றின் வெறும் இருப்பிலும் மெய்மைநிலையிலும் ஒரு (இன்னும் குறிப்பிடப்படாத) அவதானியின் முன் பரவுகிறது.

நேரம் செல்லச் செல்ல, சலனமற்ற கடலில் இருந்து ஒரு மென்மையான இயங்குநிலை மாற்றத்தை உணர்கிறோம்: பனை/தென்னை மரங்கள் காற்றில் தலையை அசைக்கின்றன, அலைகள் மேலெழ, இறுதியாகப் படகுகள் கரை திரும்புகின்றன. ஓர் அவதானிக்கத்தக்க புலனனுபவமற்ற சூழலில், முற்றிலும் கட்புலன் சார்ந்தது என்பதைத் தவிர, துடுப்புகளின் தெறித்தலே கவிதையில் ஒரேயொரு வெளிப்படையான ஒலியைச் சுட்டுவதாக நாம் அவதானிக்கிறோம். இந்த நிலப்பரப்பில் மனிதர்கள் இருப்பதைப் படகுகள் தெரிவிக்கின்றன, அது தவிர நிலப்பரப்பு மட்டுமே இருப்பது போலத் தோன்றுகிறது. உண்மையில், ஓர் அவதானி, ஒரு கவிதை சொல்லி உள்ளார் என்பதற்கான ஒரே அறிகுறி இறுதிவரிக்கு முன்னர் காணப்படவேயில்லை.

கடல் எப்படி நிலத்தை எட்டித் தன்னிலையைக் கைப்பற்றுகிறது என்பதைக் கவிதை பயன்நிறைவாக வெளிப்படுத்துகிறது. ஆனால் இந்தச் செயன்முறையில் அச்சொட்டாக என்ன நடக்கிறது என்பது ஒரு மர்மமாகவே உள்ளது. ஏற்கெனவே எல்லா உணர்வும் சிந்தனையுமாகவே இருக்கும் கவிதை சொல்லிக்குள் அலைகள் பரவியதால், சுயம் எப்படியோ இந்தக் கடற்பரப்பில் கரைந்துவிடுகிறது.

காட்சியின் கடினமற்ற, அடிப்படையான பரந்த தன்மை, கவிதை சொல்லி தன்னை இயற்கையின் ஒரு பகுதியாக உணரும் ஆழமான மனித அனுபவத்தை அறிவுறுத்துகிறது. அதே சமயம், கடலுக்குள்ளான அலைகள், மனித இருப்பின் அடிப்படையான சமூகத் தன்மையைச் சுட்டிக்காட்டலாம். ஆல்பர்ட் ஸ்வீட்சர் குறிப்பிட்டது போல் "அலை தனியாக இருக்க முடியாது, அது எப்போதும் கடலின் இயக்கத்தில் பங்கேற்கிறது. அதேபோல, நம் வாழ்க்கையை நாமாக, தனியாக வாழ முடியாது. நம்மைச் சுற்றி நடக்கும் வாழ்க்கையில் கலந்துகொண்டுதான் வாழ முடியும்.

சேரனின் மற்றுமொரு கடல் கவிதையும் இதேபோல, அகநிலை உணர்வோடு இணைந்து, இயற்கையின் சாரத்தை ஆராய்கிறது. கவிஞர் தனது கவிதைக் குரலின் சாத்தியக்கூறுகளை ஆராய முயன்றதை நினைவு கூர்கிறார்: "இது ஒரு பொதுப்படையான அறிக்கை அல்ல. 'கடல் என்பது இதுதான்' என்று நான் சொல்ல விரும்பவில்லை. 'கடலை நான் இப்படித்தான் உணர்கிறேன்' என்று சொல்ல விரும்பினேன்.

கடலோரம் மூன்று குறிப்புகள்

1

அலைகளாய் உயரே உயரே
எழுந்து
நுரைகளாய் மரித்தது
நீர்.

2

கரையேறிப் போகிறாள்
இன்னும் நான்
அலைகளுக்குள்.

3

சூரியனை விழுங்கியது கடல்
பிளந்து சிவப்பாய்க் குருதி
தெறித்தது முகில்களில்

கரையில்
உலர்கிறது பகல்
மெதுவாய்
உதிர்கிறது இரவு
அலைகளோ சோகமாய்
இன்னும் இரையும்.[12]

நுரையாக இறக்கும் நீர், இரண்டாம் பகுதியில் காதலின் இறப்பை முன்னறிவிக்கிறது. ஒரு கணம் பரிதாபகரமான போலி நம்பிக்கையைக் கடலலைகள் சோகத்துடன் முழங்கும் என்பதைத் தவிர வேறென்ன. இந்தக் கவிதைகளை எளிமையான, இளம் கவிஞரின் முதல் பரிசோதனைகள் என்று ஒருவர் அழைக்கலாம் ஆயினும் மெதுவாக, ஆனால் உறுதியாக ஒரு கவிதை அகநிலையின் தத்துவார்த்த வடக்கயிற்றில் படிகமாக்கவல்ல, அழகு, காதல், நிலையாமை என்பவற்றின் பரந்த கருப்பொருள்களை ஆராய, எளிமையான மொழியைப் பயன்படுத்துகையில் அவற்றின் அழகு துல்லியமாக வெளிப்படுகிறது. மேலும், அன்றாட மொழி, பேச்சு மொழியின் ஒத்திசைவு என்பவற்றிலுள்ள கவிதா சக்தி மீதான சேரனின் ஆர்வம், அவர் எழுதிக்கொண்டிருந்த, குறிப்பிட்ட வரலாற்றுத் தருணத்திலிருந்தும் உருவாகலாம். சொற்பகட்டுமிக்க, கல்விப் புலமை மிக்க பாணியில், பாரம்பரிய யாப்பிலக்கணக் கவிதை வடிவங்கள் புனைதலுக்கு மாறாக, இந்தக் கணக்கிடப்பட்ட குறைந்த சொற்கள். எளிமை (Minimalism), கட்டற்ற வசனநடை, பேச்சு மொழிப் பயன்பாடு ஆகியவை கொண்ட கவிதையாக்க முயற்சிகளை இலங்கைத் தமிழ்க் கவிஞர்கள், குறிப்பாக அவரது தந்தை மஹாகவி, அவரது காலத்திலேயே பரிசோதனை செய்யத் துவங்கியிருந்தார்.

சேரனின் கவிதை முயற்சி முழுவதிலும், கடல் தொடர்ந்து முக்கிய பங்காற்றியுள்ளது, 'பசியோடிருக்கும் மீனவன்' போன்ற

கவிதைகள் அவரது இத்தொடர்ச்சியான அக்கறையை உறுதிப்படுத்துகின்றன. அவரது 2004ஆம் ஆண்டு வெளியான கவிதைத் தொகுப்பின் தலைப்பு, 'மீண்டும் கடலுக்கு' ஒரு மீள்திரும்பலைப் பல வழிகளில் கொண்டாடுகிறது. இத்தொகுப்பில் அவருடைய கவிதை கடலுக்குத் திரும்புகிறது. அவரது முந்திய தொகுப்பான "நீ இப்போது இறங்கும் ஆறு' (சேரன்: "நீங்கள் ஒரே நதியில் இருமுறை அடியெடுத்து வைக்க மாட்டீர்கள்") என்ற தலைப்பில் முன்வைக்கப்பட்ட, வாழ்க்கையின் அநித்தியமான தன்மையின் குறியீடாக, நதியிலிருந்து, வாசகர் இப்போது வேறு நிலப்பரப்புக்குக் கவிஞரைப் பின்தொடர்கிறார். அத்துடன், சேரன் பல வருடங்களின் பின்னர் 2004இல் தனது சொந்த நாடான இலங்கைக்குத் திரும்பினார். இந்தப் பயணத்தின்போது சுனாமியில் இருந்து தப்பியமை, மேலே சுட்டிக்காட்டப்பட்ட அவரது சுனாமி பற்றிய கவிதைகளில் காணக்கூடிய ஒரு பயங்கரமான அவசரத்துடன், கடலை மீண்டும் அவரது வாழ்க்கையில் கொண்டுவந்தது.

III

முன்னர் குறிப்பிட்டது போல, ஏற்கெனவே 1970களின் பிற்பகுதியில் இலங்கையின் அரசியல் வரலாறு சேரனின் கவிதைகளில் ஊடுருவிச் செல்கிறது. விவரங்கள் குறித்த கூர்மையான உணர்வு, மானுடப் பொறுப்பு என்பனவற்றை ஒரு கவிஞன் தனது சொந்த வாழ்க்கை உலகில் பிரயோகித்தல், அதிகரித்துவரும் வன்முறை அரசியல் போராட்டங்களால் அலைக்கழிப்பை ஏற்படுத்துவதை, அவரது முதல் கவிதைத் தொகுப்பான 'இரண்டாவது சூரிய உதயம்' சுட்டிக்காட்டுகிறது. 1981ஆம் ஆண்டு யாழ்ப்பாணத்தில் பொதுநூலகம் எரிக்கப்பட்ட நிகழ்வின் பின்னர் எழுதப்பட்ட கவிதைகளில் ஒன்றின் தலைப்பே இந்தத் தொகுதிக்கும் இடப்பட்டது.

இரண்டாவது சூரிய உதயம்

அன்றைக்குக் காற்றே இல்லை;
அலைகளும் எழாது செத்துப் போயிற்று
கடல்.

மணலில் கால் புதைதல் என
நடந்து வருகையில்
மறுபடியும் ஒரு சூரிய உதயம்.

இம்முறை தெற்கிலே

என்ன நிகழ்ந்தது?
எனது நகரம் எரிக்கப்பட்டது;
எனது மக்கள் முகங்களை இழந்தனர்,
எனது நிலம், எனது காற்று
எல்லாவற்றிலும்
அந்நியப் பதிவு.

கைகளைப் பின்புறம் இறுகக் கட்டி
யாருக்காகக் காத்திருந்தீர்கள்?
முகில்களின் மீது
நெருப்பு,
தன் சேதியை எழுதியாயிற்று
இனியும் யார் காத்துள்ளனர்?
சாம்பல் பூத்த தெருக்களிலிருந்து
எழுந்து வருக.[13]

1981ஆம் ஆண்டு ஜூன் மாதம் 1ஆம் திகதி இரவு, யாழ்ப்பாணத்தில் மாவட்ட அபிவிருத்திச் சபைத் தேர்தல்கள் நடைபெறுவதற்கு முன்னதாக, சிங்களப் பாதுகாப்புத்துறையினர் யாழ் பொதுநூலகத்திற்குத் தீ வைத்தனர். தீயில் ஈடுசெய்ய முடியாத பல கருவூலங்கள், ஓலைச்சுவடிகள் உட்பட, 95,000க்கும் மேற்பட்ட சுவடிகளும் நூல்களும் அழிக்கப்பட்டன. யாழ் வாசிகள் நன்கொடையாக வழங்கிய புத்தகங்களுடன், மக்கள் அனைவருக்குமெனத் திறந்திருக்கக்கூடியதாக, யாழ் பொதுநூலகம் 1930களில் நிறுவப்பட்டது. தொடர்ந்து பெருகிவந்த சேகரிப்புகளை வைப்பதற்கான ஒரு விசேட கட்டிடம் 1954இல் ஆரம்பிக்கப்பட்டு, ஒக்டோபர் 11, 1959 அன்று பொதுமக்களுக்கெனத் திறந்து வைக்கப்பட்டது. இந்த நூலகம்

யாழ்ப்பாணத் தமிழ்ச் சமூகத்தின் பெருமைக்குரிய சின்னமாகவும், அவர்களது அறிவுசார் வளர்ச்சிக்கான, முன்னேற்றத்திற்கான தேடலின் அடையாளமாகவும் இருந்து வந்தது.

எனவே, 1981இல் இட்ட தீ, புத்தகங்களை விட, மேலும் அதிகமானவற்றை அழித்தது. இலக்கிய வரலாற்றாசிரியரும் புலமையாலருமான கார்த்திகேசு சிவத்தம்பி குறிப்பிடுவது போல: "எங்கள் அறிவுசார் பாரம்பரியத்தை இழந்துவிட்டோம்". வேறொரு இடத்தில், அவர் மேலும் கூறுகிறார்: "தமிழர் உள்ளத்தில், 1981இல் யாழ்ப்பாணப் பொது நூலகம் எரிக்கப்பட்டமை, அவர்கள் மீது என்ன இலக்கு வைக்கப்பட்டுள்ளது என்பதன் பிரதானமான குறியீடாகக் கருதப்படுகின்றது – அவர்களது அனைத்து அறிவுசார் மூலவளங்களின் ஒட்டுமொத்த அழிவு, நூலக எரிப்பு, அரசின் அடக்குமுறை நடவடிக்கைகளுக்கு எதிராக ஒட்டுமொத்த மக்களையும் திரட்டியுள்ளது."

அன்றிரவு சேரன் அந்த நெருப்பைக் கண்டார். இக்கவிதையில், சேரனின் பல கவிதைகளைப் போலவே, இங்கும் கடலின் இருப்பு மீண்டும் மீண்டும் இடம்பெறுவதை நாம் முதலில் அவதானிக்கிறோம். முதலில், எரியும் நூலகத்தின் செந்நிற அழலொளி வீச்சினை சூரியோதயம் எனத் தவறாக எண்ணியவாறு, கவிதை சொல்லி அலைந்து திரிகின்றார். ஆனால் உண்மையில் என்ன நடந்துகொண்டிருக்கிறது என்பது ஒரு நொடியில் தெளிவாகிறது, நாகரிகத்தின் இழப்பு – அடையாளத்தின் இழப்பு மக்கள் வெளியாட்களாகிறார்கள், அந்நியர்களாகிறார்கள், அவர்களின் நிலம் அந்நியப் பிரதேசமாகிறது, இப்போது அதே காற்று மாசுபடுகிறது. முதல் பார்வையில், சூரிய உதயத்தின் உருவம், அதன் அழகு, இயற்கையான புதுப்பித்தலின் அர்த்தங்களுடன் இடம்மாறித் தெரிகிறது.

ஆனால், உண்மையில் இந்த புதுப்பித்தல் சிந்தனை, புதிய விடியல், இந்தக் கவிதைக்கு மிக முக்கியம். ஒரு புதிய நேரம் வந்துவிட்டது என்ற தெளிவான செய்தி அங்கே எழுதப்பட்டிருக்கிறது. இழந்ததைப் பற்றிப் புலம்புவதற்கு நேரமில்லை, ஆனால் மேலும் இழப்புகளைத் தடுக்க முயற்சிக்க வேண்டிய நேரம் இது. சிதைவையும் வீழ்ச்சியையும் தொடர்ந்து ஒரு புதிய விடியல் பின்தொடரவுள்ளதாகக் கற்பனை

செய்யப்பட்டுள்ளது. ஒரு புதிய அரசியல் உணர்வு, செயற்பாட்டின் விடியல், ஆயுதங்களுக்கான ஒரு தெளிவான அழைப்புடன், எரியும் சாம்பலில் இருந்து எழுந்து, வீறார்ந்த வேகத்துடன் இயங்க வேண்டும் என்ற வெளிப்படையான அழைப்புடன் கவிதை முடிகிறது. 1980கள், 90களில் பல இளம் தமிழர்கள் இந்த வரிகளை மனப்பாடம் செய்து வைத்திருந்தனர்; அவை சுவரொட்டிகளிலும் பிரச்சார சாதனங்களிலும் தோன்றின.

'இரண்டாவது சூரிய உதயம்' கவிதையின் உள்ளார்ந்த ஆத்திரத்தை, கோபத்தின் தொனியை, புரட்சியின் தொலைநோக்கினை இன்னும் தெளிவாக வெளிக்கொண்டுவர, சேரனினது தந்தையின் நண்பரும் கவிஞருமான எம். ஏ. நுஃமானின் மற்றொரு பிரபலமான தமிழ்க் கவிதையுடன் இதை நாம் ஒப்பிட்டுப் பார்க்கலாம்.

புத்தரின் படுகொலை

'நேற்று என் கனவில்
புத்தர் பெருமான் சுடப்பட்டு இறந்தார்.
சிவில் உடை அணித்த
அரச காவலர் அவரைக் கொன்றனர்.
யாழ் நூலகத்தின் படிக்கட்டருகே
அவரது சடலம் குருதியில் கிடந்தது.

இரவின் இருளில்
அமைச்சர்கள் வந்தனர்
'எங்கள் பட்டியலில் இவர் பெயர் இல்லை
பின் ஏன் கொன்றீர்?'
என்று சினந்தனர்.

'இல்லை ஐயா
தவறுகள் எதுவும் நிகழவே இல்லை
இவரைச் சுடாமல்
ஓர் ஈயினைக் கூடச்
சுடமுடியாது போயிற்று எம்மால்

ஆகையினால்......'
என்றனர் அவர்கள்.

'சரி சரி
உடனே மறையுங்கள் பிணத்தை'
என்று கூறி அமைச்சர்கள் மறைந்தனர்.

சிவில் உடையாளர்
பிணத்தை உள்ளே இழுத்துச் சென்றனர்.
தொண்ணூறாயிரம் புத்தகங்களினால்
புத்தரின் மேனியை மூடி மறைத்தனர்
சிகாலோகவாத சூத்திரத்தினைக்
கொழுத்தி எரித்தனர்.
புத்தரின் சடலம் அஸ்தியானது
தம்ம பதமும்தான் சாம்பரானது.'[14]

2. 6. 1981

(சிகாலோகவாத சூத்திரம், தம்மபதம் ஆகியன பௌத்தமத
அற நூல்கள்)

நுஃமானின் கவிதை, சேரனின் கவிதையைப் போலவே அவலச்சுவை அற்றது, ஆனால் இது குறைவான உணர்வுபூர்வ ஈடுபாடும், சற்றே பற்றற்ற தன்மையும் கொண்டதாகத் தோன்றுகிறது. நுஃமானது வார்த்தைகளுக்கும் கொடூரத்தின் யதார்த்தத்திற்கும் இடையில் சிறிது இடைவெளியைக் காட்டுவதால், தமது கவிதையை ஒரு கனவாகக்கூட அவர் வடிவமைக்கிறார் எனலாம்.

ஆனால் கவிதை ஒரு நிதானமான அறிக்கையைக் கொண்டிருந்தாலும், ஓரளவு கூடுதலான பிரதிபலிப்புக் குறிப்பை ஒருவர் உணர்கிறார். புத்தகங்கள், நூலக எரிப்பு ஆகியவற்றுடன் மட்டும் நின்று விடாமல் கவிதை மனிதகுலத்திற்கு எதிரான ஒரு குற்றச்செயலையும் வெளிப்படுத்துகிறது. யாழ்ப்பாண நூலகத்தில் இருந்த புத்தகங்களுடன், புத்தரும் எரிக்கப்பட்டார்,

அத்துடன் அவரது ஆகமங்கள், மற்ற உயிரினங்களுக்கான சமாதானம், மரியாதை பற்றிய அவரது போதனைகளும் கூடவே எரிக்கப்பட்டன.

புத்தரின் போதனைகளைப் பின்பற்றுபவர்களால் ஒரு ஈயைக் கூடக் கொல்ல முடியாது. புத்தர் உயிருடன் வாழும் ஒரு உலகில் இது போன்ற கொடுமைகளைச் செய்ய முடியாது. அவர்களின் திட்டத்தை நிறைவேற்ற, அரசாங்கக் காவல்துறையினர் முதலில் அவர்களின் நம்பிக்கையையும் ஒழுக்க முறைமையையும் தூக்கி எறியவேண்டி இருந்தது. தமிழ்க் கலாசாரப் பாரம்பரியம் மட்டுமல்ல, பௌத்த மதமும், அறமும், மனித நாகரிகமும், ஒட்டுமொத்த நாகரிகமும் மடிந்து விடுகிறது. நுஃமானின் கவிதையையும் சேரனின் கவிதையையும் ஒன்றின் பின்னொன்றாகப் படிக்கலாம்.

புத்தரைக் கொன்றமையை மனித நேயத்தை மறுக்கும் ஓர் உருவகமாக, குற்றச் செயலின் பெரும் பரிமாணமாக நாம் பார்க்கலாம். இரண்டாவது சூரிய உதயம், புதிய அணுகுமுறைகளின் விடியல், மனிதநேயத்தின் மீள்வருகை என்பவற்றில் நம்பிக்கை கொள்ள வைக்கிறது. புரட்சியின் மீதான இதே போன்றதொரு அக்கறையினால், சிறந்த எதிர்காலத்திற்கெனச் செயல்படவேண்டும் என்பதாக சேரனின் இன்னொரு கவிதையும் அமைகிறது:

அம்மா அழாதே

அம்மா அழாதே
நமது துயரைச் சுமக்க மலைகள் இல்லை
உனது கண்ணீர் கரையவும்
ஆறுகள் இல்லை.

தோளிலே தாங்கிய குழந்தையை
உன்னிடம் தந்ததும்
வெடித்தது துவக்கு.

புழுதியில் விழுந்த உன் தாலியின்மீது
குருதி படிந்தது.

சிதறிய குண்டின் அனல் வெப்பத்தில்
உன் வண்ணக்கனவுகள் உலர்ந்தன.

நின் காற்சிலம்பிடை இருந்து தெறித்தது
முத்துக்கள் அல்ல,
மணிகளும் அல்ல
குருதி என்பதை உணர்கிற பாண்டியன்
இங்கு இல்லை.

துயிலா இரவுகளில்
'அப்பா' என்று அலறித் துடிக்கிற
சின்ன மழலைக்கு
என்னதான் சொல்வாய்?

உலவித் திரிந்து நிலவைக் காட்டி
மார்பில் தாங்கி
'அப்பா கடவுளிடம் போனார்'
என்று சொல்லாதே
துயரம் தொடர்ந்த வகையைச் சொல்
குருதி படிந்த கதையைச் சொல்
கொடுமைகள் அழியப்
போரிடச் சொல். [15]

இங்கேயும், 'போரை நடத்தச் சொல்லுங்கள்' என, ஒரு புரட்சிக்கான அழைப்பை – உபதேசம் போல வெளிப்படையாக – ஒருவர் செவிமடுக்கலாம். ஆனால் ஆயுதங்களுக்கான ஒரு சாதாரண அழைப்பை விட, இங்கு அதிகம் பொதிந்துள்ளமை தெரிகிறது. புரட்சியின் மீதான இதேபோன்ற அக்கறையினால், சிறந்த எதிர்காலத்திற்கெனச் செயற்படவேண்டும் என்பதற்காக, சேரனின் இன்னொரு கவிதை வருகிறது. போரினதும் சமாதானத்தினதும் அப்பட்டமான எதிர்நிலை ஒப்புநோக்கலுடன் முடிவடையும் கவிதை (அனைத்து கொடுமைகளின் முடிவிலும்)

இந்த முயற்சியின் அபத்தத்தைப்பற்றிச் சிந்திக்குமாறு வாசகரை அழைக்கிறது. "கொடுமைகள் அழிய" என்ற சொற்றொடர் – கொடுமைகளை/அட்டூழியங்களை அழிக்க, மேலும் அழிவுடன் எதிர்கொள்ளும் பைத்தியக்காரத்தனத்தை உள்ளடக்கியது. எவ்வாறு இரத்தம் பரவியது என்ற கதையைச் சொல்லும் பணி குறித்தும், தமிழ் மக்களுக்கு என்ன நடந்தது என்ற கதைகளைக் கடத்தும் பணி என்பன குறித்தும், 'ஊழி' போலவே கவிஞர் இங்கும் கரிசனை கொண்டுள்ளார். துப்பாக்கிச்சூடுகள், கொலைகளினால் குடும்பங்கள் கிழித்தெறியப்பட்டமை, திருமணங்கள், உள்வீட்டு அமைதி என்பவற்றின் அந்நாளைய குறியீடுகள் மீதான இரத்தக் கறை என்பன, மேற்கோள் கொடுமைகள், அட்டூழியங்கள் ஆகிவிட்டதன் திடுக்கிடும் விவரணைகளுடன் கவிதை ஆரம்பிக்கிறது. பாண்டிய மன்னன் பற்றிய குறிப்பு, பண்டைய தமிழ்க் கவிதையான சிலப்பதிகாரக் காவியத்திலிருந்து, நன்கு அறியப்பட்ட ஓர் அத்தியாயத்தைக் குறிக்கின்றது.

இது கண்ணகியினதும், அவளது கணவன் கோவலனினதும் கதையைச் சொல்கிறது. கோவலன் முத்துக்களால் நிரப்பப்பட்டிருந்த, மகாராணியின் சிலம்பினைக் களவாடியதாகக் குற்றம் சாட்டப்படுகிறான். தனது கணவன் குற்றமற்றவன் என்பதை நிரூபிக்கவென, கண்ணகி தனது கணுக்கால் சிலம்பை உடைக்கின்றாள். முத்துக்களுக்குப் பதிலாக, மாணிக்கக் கற்கள் நிலத்தில் சிந்திச் சிதறுவதைக் கண்ட பாண்டிய மன்னன், தன் பாரதூரமான தவறை உணர்கின்றான். குற்ற உணர்வு காரணமாக அக்கணமே உயிர் துறக்கின்றான். "தாயே, அழாதே" என்ற பாண்டிய மன்னன், உயிருடன் இல்லை என்பதுடன், அறவுணர்வும் மறைந்துவிடுகிறது. கொடுமையும் ஒழுக்கக்கேடும் நிறைந்த அத்தகையதோர் புதிய உலகில், தன் மகனை ஒரு போராளியாக வளர்த்தெடுக்குமாறு தாய் கேட்டுக்கொள்ளப்படுகிறாள்.

ஒரு பெண் தன் கணவனையும் குழந்தையையும் இழந்த பாடலைப் போலவே, சேரனின் பல கவிதைகள் 1983 முதல் இலங்கைத் தமிழர்களின் அன்றாட வாழ்வியலின் தன்மையாகிவிட்ட, நம்பமுடியாத வன்முறைகளையும், அட்டூழியங்களையும் விவரிக்கின்றன. அக்கவிதைகளில் பல, வன்முறையை ஒரு நிதானமான, உண்மையான மொழியில், ஓர் ஊடகவியலாளர் அல்லது வரலாற்றாசிரியரின் மொழியில்

பதிவு செய்கின்றன. இத்தகைய இரக்கவுணர்வு, பெரும்பாலும் கவிதை வாசகனை இன்னும் அதிர்ச்சியடையச் செய்யும் தன்மையைக் கொண்டிருந்தது. இன்று "கறுப்பு ஜூலை" என்று நினைவுகூரப்படுகின்ற, 1983ஆம் ஆண்டு ஜூலை மாதம் நடந்த தமிழர் விரோதப்படுகொலையின் பின்னணியில், 'எல்லாவற்றையும் மறந்து விடலாம்' என்ற கவிதை எழுதப்பட்டது. இது பயங்கரமான நினைவுகளின் நீண்ட பட்டியலைப் பதிவு செய்கிறது.

எல்லாவற்றையும் மறந்து விடலாம்

எல்லாவற்றையும் மறந்துவிடலாம்
இந்தப் பாழும் உயிரை
அநாதரவாக இழப்பதை வெறுத்து
ஒருகணப் பொறியில் தெறித்த
நம்பிக்கையோடு
காலி வீதியில்
திசைகளும், திசைகளோடு இதயமும்
குலுங்க விரைந்தபோது,
கவிழ்க்கப்பட்டு எரிந்த காரில்
வெளியே தெரிந்த தொடை எலும்பை,
ஆகாயத்திற்கும் பூமிக்குமிடையில்
எங்கோ ஒரு புள்ளியில் நிலைத்து
இறுகிப்போன ஒரு விழியை,
விழியே இல்லாமல், விழியின் குழிக்குள்
உறைந்திருந்த குருதியை,
'டிக்மண்ட்ஸ்' ரோட்டில்
தலைக் கறுப்புகளுக்குப் பதில்
இரத்தச் சிவப்பில் பிளந்து கிடந்த
ஆறு மனிதர்களை,
தீயில் கருகத் தவறிய
ஒரு சேலைத் துண்டை,
துணையிழந்து,
மணிக்கூடும் இல்லாமல்

தனித்துப்போய்க் கிடந்த
ஒரு இடது கையை,
எரிந்துகொண்டிருக்கும் வீட்டிலிருந்து
தொட்டில் ஒன்றைச்
சுமக்க முடியாமல் சுமந்துபோன
ஒரு சிங்களக் கர்ப்பிணிப் பெண்ணை

எல்லாவற்றையும்,
எல்லாவற்றையுமே மறந்துவிடலாம்

ஆனால்
உன் குழந்தைகளை ஒளித்துவைத்த
தேயிலைச் செடிகளின் மேல்
முகில்களும் இறங்கி மறைத்த
அந்தப் பின்மாலையில்
நீண்ட நாட்களுக்குப் பிறகு கிடைத்த
கொஞ்ச அரிசியைப் பானையிலிட்டுச்
சோறு பொங்கும் என்று
ஒளிந்தபடி காத்திருந்தபோது
பிடுங்கி எறிபட்ட என் பெண்ணே,
உடைந்த பானையையும்
நிலத்தில் சிதறி
உலர்ந்த சோற்றையும்
நான் எப்படி மறக்க?'[16]

கொழும்பின் தெருக்களினூடாக, கவிதை சொல்லி தமது உயிரைக் காப்பாற்றிக் கொள்ளவென ஓடுவதிலிருந்து கவிதை தொடங்குகிறது. அவர் பார்க்கும் இடமெல்லாம் மரணம் அவரைச் சூழ்ந்துள்ளது. துண்டிக்கப்பட்ட இடது கையில் இருந்த கைக்கடிகாரத்தை ஏற்கெனவே யாரோ திருடிச் சென்றுவிட்டனர். கருவுற்றிருந்த தாய் ஒருத்தி தன் சொந்தப் பாவனைக்கென, எரியும் வீடொன்றிலிருந்து ஒரு தொட்டிலை எடுக்க முயற்சிக்கிறாள். இந்தக் கவிதை சிங்கள மொழிபெயர்ப்பில் வெளிவந்தபோது,

கர்ப்பிணிப் பெண்ணை ஒரு சிங்களப்பெண் என்று விபரித்ததை விரும்பாதவர்கள் இருந்ததாகச் சேரன் நினைவு கூர்கின்றார். மேலும் விவரக்குறிப்பு ஏதுமின்றி, ஒரு கர்ப்பிணிப் பெண்ணைப் பற்றிப் பேசுவது போதுமானது என அவர்கள் ஆலோசனை கூறினர். ஆனால் சேரன் தனது வார்த்தைப் பிரயோகத்தை வலியுறுத்தினார். சில சமயங்களில், சாதாரண சிங்கள மக்களும், வீடுகளைச் சூறையாடுவதில் பங்குகொண்டார்கள் என்பதைத் துல்லியமாகக் காட்டுவதுதான் நோக்கமாக இருந்தது. இது ஓர் உண்மை நிகழ்வு.

காலனித்துவ காலத்தில் இலங்கைக்கு மலையகத்தில் உள்ள தேயிலைத் தோட்டங்களில் வேலைசெய்ய வந்த 'மலையகத் தமிழர்கள்' என அழைக்கப்படும் தமிழினக் குழுவினைச் சேர்ந்த ஒரு பெண் தோட்டத் தொழிலாளி, வல்லுறவுக்கு ஆளாகிக் கொலை செய்யப்பட்டதைக் கவிதையின் முடிவு விவரிக்கிறது. இந்த இனக் குழு, யாழ்ப்பாணத்தில் வாழும் தமிழர்களிடமிருந்து வேறுபட்டது. ஆனால் பெரும்பான்மையான சிங்கள மக்களிடையே சிறுபான்மையினராக வாழ்ந்த மலையகத் தமிழர்கள், இனக்கலவரம் வெடித்த ஒவ்வொரு முறையும் கடுமையாகப் பாதிக்கப்பட்டனர். சேரன் விளக்குகிறார்: "இந்தப் பெண்ணுக்கும் யாழ்ப்பாணத்தில் படையினர் மீது நிகழ்த்தப்பட்ட தாக்குதலுக்கும் எந்தவிதத் தொடர்பும் இல்லை. அவள் ஒரு தமிழ்ப்பெண் என்பது மட்டுமே காரணம் – கும்பல்களும் குண்டர்களும் எந்தத் தமிழரையும் கொன்றுவிடுவார்கள்." கவிதையில் உள்ள மறைகுறிப்புகள் நுட்பமானவை, ஆனால் தேயிலைப் புதர்கள், தாழ்ந்த மழை மேகங்கள், தேயிலைத் தோட்டங்களின் நிலப்பரப்பைச் சுட்டிக்காட்டுகின்றன. அவ்வாறே 'பிடுங்கி எறியப்பட்ட' என்ற வினைச்சொற்களின் பயன்பாடும் சுட்டுகின்றது. தேயிலை இலைகளைப் பறித்துக் கூடையில் போடும் தொழிலாளியின் பணியை இது குறிக்கின்றது. பல நாள் பட்டினியின் பின் கிடைத்த சிறிதளவு அரிசியை அவள் சமைத்துக் கொண்டிருந்தபோது காடையர் கும்பல் அவளைச் சென்றடைகிறது. தேயிலைப் புதர்களுக்குள் மறைந்திருக்கும் அவளுடைய குழந்தைகள், தமது தாய்க்கு என்ன நடக்கிறது என்பதைப் பார்க்க நிர்ப்பந்திக்கப்படுகின்றனர்.

இலங்கையில் பயங்கரமும் வன்முறையும் எவ்வாறு மக்களின் வாழ்வில் ஒரு அங்கமாகிவிட்டன என்பதை விவரிக்கும் சேரனின் கவிதைகளுக்கு இந்தக் கவிதை ஓர் உதாரணம். இறுதியில், காட்டுமிராண்டித்தனம் தனிப்பட்ட அனுபவத்தின் ஒவ்வொரு சிறுகீறலையும் சென்றடைகிறது. மேலும், சண்டையிடும் இரு தரப்பினரும் பாதிக்கப்படுகின்றனர். சேரன் எழுதியது போல்,

யுத்தம் பற்றிய, ஒரு மிகச் சுருக்கமான அறிமுகம்

நீங்கள் ஒடுக்கப்பட்டவர்களானால்
அது கண்ணீரின் குருதி
நீங்கள் ஒடுக்குபவர்களானால்
அது குருதியின் கண்ணீர். [17]

IV

ஆனால் இவை அனைத்திற்கும் மத்தியிலும், காதலுக்கான ஒரு இடம் இருக்கிறது, இருந்திருக்கிறது. சேரன் தனது ஆரம்பகாலக் கவிதைகளில் இருந்தே, காதலும் பேரார்வமும், ஆசையும் பிரிவும், மோகமும் ஒன்றாக இருப்பதன் சாத்தியத்தையும் சாத்தியமின்மையையும் ஆராய்ந்துள்ளார். அவரது காதல் கவிதைகளின் தலைப்புகள் 'கோடையில் கண்ணாடி அணிந்த பெண்ணை முத்தமிடுதல்' போன்று, விளையாட்டுத் தனமானவையாகவும், முரண்பாடானவையாகவும், சிரிப்பூட்டச் சொல்லப்பட்டவை போலவும் இருக்கலாம். ஆனால் கவிதைச் சுயம் வெளிப்படுத்தப்பட்டு, மிகுந்த ஆபத்துக்குள்ளாகி இருக்கையில், அவை பெரும்பாலும் பிரதிபலிக்கத்தக்கவை, மென்மையானவை, நுட்பமானவை, பாதிப்பின் உணர்தல்கள் நிறைந்தவை ஆகின்றன. அவரது ஆரம்பகால காதல் கவிதைகளில் ஒன்றான 'பிரிதல்' என்ற கவிதை, உணர்வுகளின் பலவீனத்தைப் பிரதிபலித்தவாறு, இத்தகைய பாதிப்பின் உணர்வைத் தருகிறது.

பிரிதல்

கொடி எங்கும் மல்லிகைப்பூ
குளமெங்கும் அல்லி மொட்டு
வேலி வரிச்சுகள் மேல்
முள் முருக்குப் பூத்திருக்கு

பார்த்தபடி நானிருக்க,
இப்படித்தான் விரியும்
வசந்தம் என்று சொன்னபடி
நீ போனாய்! அன்றைக்கு
இன்றைக்கோ,
தந்திமரக்
கொப்பில் உடல் சிலுப்பி
இறகுதிர்க்கும் குருவி ஒன்று,
உயரே உலாப் போகும்
மஞ்சு,
குளக்கரையில்
நீளக் காலூன்றி ஒரு
கொக்கு
தவமிருக்கு.[18]

இயற்கையின் உருவகப் பயன்பாட்டின் வழியாக அல்லது அதனுடன் இணைந்து, காதலையும் சிற்றின்ப உணர்வுகளையும் சித்திரிக்கும் புராதன இந்தியப் பாரம்பரியத்தை இக்கவிதை ஈர்க்கிறது. இன்னும் குறிப்பாக, பண்டைய தமிழ்க் காதல் கவிதைகளை நன்கு அறிந்த வாசகர்கள், மொழியினதும் உருவகங்களினதும் ஒற்றுமைகளை உடனடியாகக் கண்டறிவார்கள். இந்தக் கவிதையில் இயற்கையின் தெளிவான விளக்கம், பூக்கள், தாவரங்களின் எண்ணிக்கை, குறிப்பாக நாரை என்பன அனைத்தும் பண்டைய கவிதைத் தொகுப்புகளின் மரபுகளை வெளிப்படையாகக் குறிப்பிடுகின்றன. தன்னந்தனியாக ஒற்றைக் காலில் நிற்கும் நாரை, குறுந்தொகை என்னும் புகழ்பெற்ற கவித்தொகையில் வரும் இரு காதலர்கள் தழுவுவது போல், நின்றுகொண்டிருக்கும் காட்சியை நினைவூட்டுகிறது.

ஆனால் இணைநிலைகள் அளவுக்கதிகமாக இழுத்து நீட்டப்படலாகாது. ஒரு அமைதியின்மையும், பயமும்கூட, குறுந்தொகை வரிகளிலும் சேரனின் கவிதையிலும் பரவுகிறது. ஆனால் பின்னையதில் உள்ள நாரை, தனித்த பறவையையும் மேகத்தையும் போல – தனிமையின் குறியீடாகத் தெரிகிறதே தவிர, காதலர்களுக்கு இடையிலான ஒன்றிணைவு போலல்ல.

மேலும், அவரது 'தவம்' எனும் கவிதை, இதிகாசக் கதாநாயகன் அருச்சுனனுடன் நாரையை இணைக்கிறது. அருச்சுனனைப் போலவே நாரையும் ஒரு முக்கியமான மாற்றத்திற்காக காத்திருக்கிறது. சேரன் 'பிரிதல்' கவிதையை எழுதுகையில், பழங்காலத் தமிழ்ச் சங்கக் கவிதைகள் தனக்கு அப்போது பரிச்சயம் இல்லை என்பதை அவதானிக்கிறார். மார்கழி, தை மாதங்களில், மழைபெய்யும் காலத்தில் அளவெட்டியில் உள்ள தமது வீட்டைச் சுற்றிக் காணும் இயற்கை அழகை அவர் எளிமையாக வரைந்து கொண்டிருந்தார். அவரது கவிதை 'கோடை வயல்' கோடையிலான அதே நிலப்பரப்பை விவரிக்கிறது. பழங்காலத் தமிழ்க் கவிதையின் இயற்கைக் கூறுகளான பூக்கள், மரங்கள், விலங்குகள் தென்னிந்தியாவிலும் இலங்கையிலும் எப்போதும் வாழ்க்கையின் ஒரு பகுதியாக இருந்ததை இரண்டு கவிதைகளும் நிரூபிக்கின்றன.

சேரனின் மிகவும் மனதைத் தொடும், மறக்கமுடியாத கவிதைகளில் ஒன்று காதல், போர் ஆகிய இரு கருப்பொருட்களையும் வலுவாக இணைக்கிறது. "ஒரு சிங்களத் தோழிக்கு எழுதியது" 1984இல் எழுதப்பட்டது, ஜூலை 1983 இனப்படுகொலைக்குப் பின்னர், தீவு முழுவதும் பல்வேறு இடங்களில் தமிழர்கள் தாக்கப்பட்ட, பாலியல் பலாத்காரம் செய்யப்பட்ட, கொல்லப்பட்ட செய்திகள் தொடர்ந்து அறிவிக்கப்பட்ட தருணம் எழுதப்பட்டது. அக்கவிதையின் இறுதிச் சில அடிகள்....

"ஆடியிலே தூங்கும்வரை
ஓயாத பெருங்காற்று;
ஓயாத பெருங்காற்றில்
உதிர்கின்ற பொன்னொச்சிப்
பூக்களையும்,
நெடுந்தோகை மயில்
தனது நடையின் திசைமாற்றத்
தடுமாறும் கணங்களையும்
புன்சிரிப்போடு
பார்த்து ரசிக்கப்

புரியாத மொழி நம்மைத்
தொலைவிலா வைத்தது?

உங்களுக்கு விருப்பம்
என்பதற்காக
என்னால் ஒரு மயிலிறகாவது
பறித்துத் தர முடியவில்லை
முன்னிரவில்
புல் வழியில்
முழு நிலவில் நடந்துபோக
நீங்கள் விரும்பிய போதும்
என்னால் துணைவர முடிந்ததில்லை.

மெல்லிய ஏமாற்றங்களை மறக்க
உங்கள் கண்களுக்கு முடியவில்லை.
உங்கள் மெல்லிய நேசத்தை மறக்க
எனக்கும் முடியவில்லை.

இயற்கையின் கழுத்தை நெரிக்காமல்
பூக்களை மலரவிட்டுப்
புற்களைப் பூக்கவிட்டுப்
போய்விட்டோம்.

நீங்கள் தெற்காக
நானோ வடக்காக
மலைத் தொடரின் மாபெரிய
மரங்களுக்கு மேலாகக்
குளிர்காற்று இறங்கிவரும்
இளங்காலைப் பொழுதில்
பல் துலக்கும்போது
பயிலும் சிறுநடையில்,
மாந்தையில்

மூடுண்ட நகரை மீட்க முயலும்
ஆய்வு வேலையில்
கொஞ்சநாள் இணைந்ததை
நீங்கள் நினைப்பீர்கள்.

உங்களுடைய மக்களுக்குச்
சொல்லுங்கள்
இங்கும் பூக்கள் மலர்கின்றன.
புற்கள் வாழ்கின்றன.
பறவைகள் பறக்கின்றன." [19]

இக்கவிதை சேரனின் வாழ்க்கையில் நடந்த ஓர் உண்மைச் சம்பவம் குறித்து இலகுவான முறையில் எழுதப்பட்டது. 1984ஆம் ஆண்டு சர்வதேச தொல்பொருள் ஆய்வாளர்கள் குழு ஒன்று மாந்தை நகரின் புராதனமான இடத்தில் அகழ்வாராய்ச்சிகளை நடத்தியபோது, அகழ்வாராய்ச்சிக்கு உதவிய யாழ்ப்பாணப் பல்கலைக்கழக மாணவர்களின் குழுவில் சேரன் அங்கம் வகித்திருந்தார். அதன்போது, பேராதனைப் பல்கலைக்கழகத்திலிருந்து வந்த மாணவர் குழுவில் இருந்த ஒரு சிங்களப் பெண்ணைச் சந்தித்தார். பெரும்பாலான சிங்கள மாணவர்கள் யாழ்ப்பாணத்தில் இருந்து யாரையும் சந்தித்ததில்லை. செய்தித்தாள்கள், அரச வானொலி என்பன மூலம் பரப்பப்பட்ட யாழ்ப்பாண வாழ்க்கை பற்றிய ஒரே வகைமாதிரியான கருத்துக்கள் மட்டுமே அவர்களுக்குத் தெரியும். அங்குள்ள மக்கள் செல்வந்தர்கள், படித்தவர்கள்; ஆனால் அதேநேரம் இலங்கை அரசைக் குழிதோண்டிப் புதைக்க முயல்கின்ற ஆபத்தான பயங்கரவாதிகள். கவிதையில், அகழ்வாராய்ச்சி ஒரு குறியீட்டு நிகழ்வாகிறது. தமிழர்களும் சிங்களவர்களும் அந்தத் தீவில் நிம்மதியாக வாழ்ந்த பழங்கால நாகரிகத்தின் அடையாளங்கள் பகிரப்பட்ட வரலாற்றைத் தவிர, வேறு ஒன்றும் வெளிப்படவில்லை. சிங்களவர்களும் தமிழர்களும் மனித உணர்வுகளைக் கொண்ட மனிதர்கள் என்பதும் வெளிக்கொணரப்பட்டுள்ளது.

இந்த நிகழ்விலிருந்து இரு தரப்பினரும் பாடம் கற்றுக்கொள்ளலாம் என்று கவிதை கூறுகிறது. இரண்டு இளம்

காதலர்களும் இருவேறு மொழிகளைப் பேசியபோதிலும், ஒருவரையொருவர் புரிந்துகொள்வதிலும், இயற்கை அழகை, ஒருவருக்கொருவருடனான உறவை அனுபவிப்பதிலும் அவர்களுக்கு எந்தவிதப் பிரச்சினையும் இல்லை. உண்மையில், கவிதை சொல்லி கேட்கிறார், "அது எங்களுக்கு இடையே ஏதேனும் தூரத்தை ஏற்படுத்தியிருக்கிறதா?" மறைமுகமான பதில், 'நிச்சயமாக, இல்லை.' மீண்டும், பொன்னொச்சி மலர்களும் மயில்களும் புராதன இந்திய காதல் கவிதைகளின் மின்னூட்டப்பட்ட/போதையூட்டப்பட்ட சூழலைக் குறிக்கின்ற பிரபலமான சின்னங்கள். உண்மைதான், அவர்களது மென்மையான காதல், கட்டுப்பாடுகள் இல்லாமல் வளர முடியாது. பௌர்ணமி இரவில் இருவரும் நடந்து செல்வதைக் கண்டிருந்தால் மற்றவர்களுக்குச் சந்தேகம் வந்திருக்கும். ஆனால் சந்திப்பின் உணர்ச்சித் தீவிரம் தெளிவாக உள்ளது. இறுதியில் கவிதை சொல்லியின் விருப்பம் இதுதான்:

'நீ உனது வீட்டிற்கும் உனது மக்களிடமும் திரும்பும்போது, யாழ்ப்பாணத் தமிழர்களான நாங்களும் மனிதர்கள்தான் என்றும், பூக்கள், புல், பறவைகள் நிறைந்த, இயற்கை அழகு நிறைந்த, அதே மனித நிலப்பரப்பில்தான் நாங்களும் வாழ்கிறோம் என்றும் அவர்களிடம் சொல்லு.' சிங்களவர்களுக்கும் தமிழர்களுக்கும் இடையிலான இனமோதலின் பயனற்ற தன்மையை, இதைவிட மேலும் வலிமைமிக்கதாக வெளிப்படுத்திவிட முடியாது.

V

அப்படியானால், சேரனின் கவிதை எந்தவித இலகு வகைப்படுத்தலையும் எதிர்க்கிறது என்பது மேலே கூறப்பட்டவற்றிலிருந்து தெளிவாகிறது. "காதல்: பசி, கொள்ளைநோய், போர் போன்றது" என செக் கவிஞரான ஜரோஸ்லாவ் சீஃப்பர்ட்டை மேற்கோள் காட்டிச் சொல்வதாயின், சேரனைப் பொறுத்தவரை அவரின் ஆரம்பத்திலிருந்தே, அவரது வாழ்க்கையில் கவிதை ஒரு அடிப்படைச் சக்தியாக இருந்து வருகிறது. சேரன் தனது தாயகமான இலங்கையின் கொந்தளிப்பான வரலாற்றினை, அதன் சாட்சியாக நின்று எழுதுகிறார். ஆனால் ஒரு உலகளாவிய வரலாற்றின் சாட்சியாக, மனிதகுலத்திற்கு ஒரு சாட்சியாக நின்று எழுதும் அவர், எல்லா சிறந்த கவிஞர்களையும்

போலவே, மனிதனாக இருப்பதன் அர்த்தத்தின் ஆழத்தினுள் நின்று ஆய்வு செய்கிறார். அவரது கவிதை தேசிய அடையாளத்தினதும் அல்லது உள்ளூர் அரசியலினதும் எந்தவிதமான குறுகிய கரிசனையையும் கடந்தது. அவரது படைப்பு முயற்சி, உலகின் உண்மையான குடிமகனின் கரிசனைகளைத் தெளிவுபடுத்திக் காட்டுகிறது. பிற கவிஞர்களைப் போல, 'தனிப்பட்டது, அரசியலிலிருந்து பிரிக்கப்பட முடியாதது' – (எறிக் ஃப்ரீட்) என்பது, எல்லாவற்றிற்கும் மேலாக, இதேபோன்ற பல ஒத்த பிரச்சினைகளிலும் பிரதிபலிப்பதாகவே மனதில் தோன்றுகிறது.

சேரனின் கவிதைகள், பெரும்பாலும் காரணம், பொறுப்பு, மனித கண்ணியம் ஆகியவற்றின் அடிப்படையிலான, பகுத்தறிவின் ஒரு நிதானமான குரலினைக் கொண்டவை. மனிதகுலத்திற்கு எதிரான குற்றங்களைச் செய்பவர்களுக்கு, எரிச்சலையூட்டும் தன்மை கொண்டவை. சமூகவியலாளரதும், ஊடகவியலாளரதும் நிதானமான விசாரணையும் ஆய்வும் – ஜனநாயக அடிப்படையில், ஒரு மனிதவாழ்வின் பெறுமதி மீதான கவனம் – ஒடுக்கப்பட்டவர்களின் விடுதலை – பல்லுலகங்களுக்கும் யாதார்த்தங்களுக்கும் மத்தியிலான, புலம்பெயர்ந்தோரது கற்பனையும் நிஜவாழ்வும் என்பன யாவும் அவரது கவிதைகளிலும், உள்ளார்ந்த உறவிலும், மென்மையிலும், காதலியின் பாதிப்பிலும் எதிரொலிக்கின்றன. அவரது கவிதைகள் காதல், போர், மீண்டும் மீண்டும் கடல் ஆகியவற்றுக்கு மத்தியில் எங்கோ வாசகர்களைக் குறுக்கிடுகின்றன.

000

பிற்குறிப்பு

மறைந்த பேராசிரியர் ஆ. வேலுப்பிள்ளை தெற்காசிய ஆய்வுத்துறைக்கு வழங்கிய அளப்பரிய சேவைக்கு ஒரு சிறிய நன்றியாக நான் மேற்கண்ட எனது அவதானிப்புகளை வழங்குகிறேன். இலங்கையின் முன்நவீனத்திற்கு முந்திய வரலாறு, கல்வெட்டு பற்றிய அவரது படைப்புகள் அனைத்தும் புலமையின் அடையாளங்களாக அமைந்துள்ளன. பேராசிரியர் வேலுப்பிள்ளை தமது அறிவார்ந்த செயலிறுக்கம், ஊடுருவும் நுண்ணறிவு என்பன மூலம் எதிர்காலச் சந்ததியினரின் ஆராய்ச்சிக்கான தரங்களை அமைத்தார். அவரவர்களுக்கே உரிய வெவ்வேறு வழிகளில்,

பேராசிரியர் ஆ. வேலுப்பிள்ளை, உ. சேரன் ஆகிய இருவரும் இலங்கையராகவும் மனிதராகவும் இருப்பதன் அர்த்தம் என்ன என்பதை ஆராய்ந்துள்ளனர்.

நன்றி நவிலல் / ஒப்புக்கோடல்

என்னுடைய முடிவில்லாத கேள்விகளுக்குப் பதில் அளிக்கவும் அவரது வாழ்க்கை பற்றியும், கவிதை பற்றியும் கலந்துரையாடவும் தமது நேரத்தைச் செலவழித்த சேரனுக்கு, முதலும் முக்கியமாகவும் நன்றி கூற விரும்புகிறேன். சேரனின் கவிதைகளின் தலைசிறந்த முன்னோடி மொழிபெயர்ப்புகளுடன், செல்வா கனகநாயகம், லக்ஷ்மி ஹோல்ம்ஸ்ட்ரோம் ஆகியோர் அற்புதமான உத்வேகத்தை எனக்கு வழங்கியுள்ளனர் என்பதுடன், சமகால தமிழ் இலக்கியம் தொடர்பான பலவேறு விடயங்களிலும் தலையாய உரையாசிரியர்களாகவும் இருந்துள்ளனர். சேரனின் பல கவிதைகளை என்னுடன் படித்ததற்காகவும், அவற்றைப் பற்றிய கருத்துக்களைப் பகிர்ந்து கொண்டதற்காகவும் என் மாணவி ஜூலி ஹான்லனுக்கும் நான் நன்றியுள்ளவளாவேன்.

A Second Sunrise - 2012

www. academia .edu/50108403/Ebeling- 2011

சோ.பத்மநாதன்

எழுத்தாளர், கவிஞர், மொழிபெயர்ப்பாளர். ஆபிரிக்க மற்றும் சிங்களக் கவிதைகள் பலவற்றை தமிழில் மொழிபெயர்த்துள்ளார்.

4

நினைவுகளே எமது கேடயம்!

சோ.பத்மநாதன்

சேரனை நான் சந்தித்தது 1980 என நினைவு. சேரன் கவிதைகள் சிலவற்றை ஆங்கிலத்திலும் மொழிபெயர்த்திருக்கிறேன். இவை Pengiun New Writing in Sri Lanka (1992), Lutesong and Lament (2011), A Lankan Mo–siac (2002), Mirrored Images (2013), Srilankan Tamil Poetry –An Anthology (2014), Uprooting the Pumpkin (2016) முதலிய தொகுதிகளில் வெளிவந்தன.

தமிழ்க் கவிதைக்கு என் நெஞ்சைப் பறி கொடுக்கத் தொடங்கும்போது எனக்கு வயது பதினாறு. அந்நாளில் களத்தில் நின்ற 'மஹாகவி'யைக் காதலித்தேன். அவர் சுதந்திரனில் எழுதிய கவிதைகள், பிறகு வள்ளி (1955) தொகுதியில் வெளிவந்தவை எல்லாம் எனக்கு மனப்பாடம். பலாலி ஆசிரியர் கலாசாலையில் விரிவுரையாளனாகியிருந்த ஒரு நாளில், வயாவிளான் சந்தியில் பஸ்ஸூக்குக் காத்திருக்கிறேன். தரிப்பிடத் தகட்டுக் கொட்டிலில் சேரனின் வரிகளில் ஒரு கண்ணீரஞ்சலி கிழிந்து தொங்குகிறது.

"…….. காற்றாகி நில்
கடலாகி அலைவீசு
போரிடும் நம் தோழர்களின்
வேட்டொலிக்குப் புறங்காட்டி
தோற்றோடும் ராணுவத்தின்
அவலக் குரல்களின்மேல்
உனதும் உன்னைப்போன்ற
ஏராளம் மக்களதும்
நினைவுக்குச் சாசனத்தை
இந்நிலத்தில் நாம் பொறிப்போம்!"

சேரனுக்குள் ஒரு மரபுக் கவிஞன் இருக்கிறான் என்பதை நிரூபிக்க இது போல் பல உதாரணங்களைக் காட்ட முடியும். சில நாட்களின் பின் அறிந்தேன் அந்த அவலத்தை. இந்த அஞ்சலி கேதீஸ்வரன் என்ற சக மாணவனுக்காக சேரனால் எழுதப்பட்டதென்பதும், ஶ்ரீநாக விகாரையருகே நடந்த ஆர்ப்பாட்டத்தைப் படம் பிடித்துக் கொண்டிருந்தபோது, அவன் இராணுவச் சிப்பாயால் சுடப்பட்டான் என்பதும் பெருஞ்சோகம்.

1968 – 1973 காலப்பகுதியில் தம்பலகாமம் என்ற கிராமத்தில் நான் ஆசிரியனாகக் கடமையாற்றியபோது, என்னிடம் ஆங்கிலம் கற்ற மாணவன் கேதீஸ்வரன் என்பதும், அவன் தாய் கமலா தில்லைநாதன் அப்பாடசாலையில் என் சக ஆசிரியை என்பதும் இக்கவிதையை இன்றும் வாசிக்கும் போது என் நினைவுகள் மேல் வருகின்றன.

யாழ்ப்பாண நூலகம் எரியூட்டப்பட்டதை 'இரண்டாவது சூரிய உதயம்' பதிவு செய்தது.

"என்ன நிகழ்ந்தது?
எனது நகரம் எரிக்கப்பட்டது,
எனது மக்கள் முகங்களை இழந்தனர்,
எனது நிலம், எனது காற்று
எல்லாவற்றிலும் அந்நியப் பதிவு

> கைகளைப் பின்புறம் இறுகக் கட்டி
> யாருக்காகக் காத்திருந்தீர்கள்?
> முகில்களின் மீது
> நெருப்பு,
> தன் சேதியை எழுதியாயிற்று
> இனியும் யார் காத்துள்ளனர்?" [20]

சேரனுடைய "சித்தார்த்தனுடைய இரவுகள் – 2" யோவானுடைய நற்செய்தியை நினைவூட்டுகிறது.

> "ஆதியிலே அந்த வார்த்தை இருந்தது
> அது முதலாவது மனிதர்களின் கண்ணீரோடும்
> களங்கப்படாத காற்றோடும்
> பூரிப்பில் கிறங்கிய பழங்காலக் காடுகளோடும்
> இருந்தது....."

தன் வார்த்தைகள் எங்கெல்லாம் படிந்தன என்று பட்டியலிடுகிறார் சேரன்:

> "மேசை விளக்கின் கீழ்
> வெள்ளைத் தாள்களிலும்
> குப்புற வீழ்ந்திருக்கும் புத்தகங்களிலும்
> இன்னும் திறக்கப்படாத கடிதங்களிலும்
> அடிக்கடி அலறும் தொலைபேசியிலும்
> வகுப்பறைச் சுவர்களின் வெறுமையிலும்
> சிறையுண்டு போயுள்ளன
> என்னுடைய வார்த்தைகள்" [21]

இப்படி விவரங்களை கொண்டு ஓர் அற்புதமாக Cumulative effect ஐ உண்டாக்குவதில் வல்லவர் வங்கதேசத்து மகாகவி ஷம்ஸூர் ரஹ்மான். (பார்க்க. "துக்கம்", தென்னாசியக் கவிதைகள், சோ.ப, மொழிபெயர்ப்பு, பக்.152 – 156, Godage and Bros, 2017)

போரும் இழப்பும் அழிவுந்தான் சேரனது பாடு பொருள்கள் என்பதல்ல. தமிழ்ச் சமூகத்தில் காணப்படும் சீதனம், சாதிப் பிரிவினைகள் குறித்தும் அவர் கவிதை பேசும், "கானல் வரி" நல்ல உதாரணம். இது சிலம்பில் வரும் கானல் வரி அல்ல. கல்யாணப்

பேச்சு, காணி உறுதிகள் பரிசீலனை, சீதன பேரம், யாழ்ப்பாண சமூகத்தின் தவிர்க்க முடியாத வழமை.

“மறுபடியும்
எல்லோரும் வந்தாயிற்று
மாமா, சித்தப்பா,
மணியக்கா,
அண்ணாந்து சாய்ந்தபடி
அப்பா கதிரைக்குள்.

சுருட்டு புகை கிளப்பும்
மார்பு மயிர்க்காட்டில்
மேய்கிற விரல்கள்.
மறுபடியும்
காணி உறுதிகள்.
கூறைச் சேலையுடன்
உறங்கி, உறங்கி,
அதற்கும் தொற்றிய,
நப்தலீன் வாசனை.
சரசா! எனது அருமைச் சரசா!..
நீ என்ன செய்வாய்?
அவர்களோ உள்ளே
உனது விலைக்குப் பேரம் பேசுவர்.
மகிழம்பூ சிந்தியிருக்கும்
தண்ணீர் ஊற்றவும்
பாலாய் நெளிகிற நிலவில்
இரவு.
குந்தியிருப்பாய் கிணற்றுக்கட்டில்
கண்களை மூடி , கற்களை எறிந்து
குருட்டுச் சாத்திரம்
பார்த்தபடியே.
காத்திரு
உனக்காய் இவர்களனைவரும்

கொண்டு வருவர்
ஏழு குதிரைகள் பூட்டிய தேரில்
பொன்னிற இறகுகள்
தலையில் மினுங்கும்
'தூய சத்திரியனை'
பார்த்திரு
உனது கூந்தல் வெளுத்த
பின்பும் கூட" [22]

இந்த எள்ளல் சேரனது முத்திரை. இதே கருப்பொருளின் மற்றொரு கவிதை 'சடங்கு'.

"பிறகு
அனைவரும் அமர்ந்தனர்
நாற்சார் வீடு
நடுவில் நீளமாய்,
மேசை போட்டுத், துணி விரித்துக்
காணி எழுதி வீடு எழுதிப்
படம் எடுத்து.
காசெண்ணிப் பார்த்துத்
தலையாட்டி
அதையும் படமெடுத்து
பெரிய புத்தகங்களில்
குனிந்தபடி கையெழுத்து வைத்து
மோதிரமும் மாற்றிய

பிறகு,
அனைவரும் அமர்ந்தனர்,
நிலத்தில்.
இரவுதானே!
இட்டலி சாப்பாடென்று ஆக
குழந்தைகளும் அலறித்
தூங்க ஆரம்பித்த
பிறகு,

மறுபடியும் அவளருகே அமர்ந்தான்
கொஞ்சம் சிநேகத்துடன்
அவன்."[23]

எல்லாச் சமயங்களும் ஊழிக்காலம் (Apocalypse) என யுகமுடிவு வரும் என்று நம்புகின்றன. வான், காற்று, நீர், மண் எல்லாம் அழிய இறைவன் மட்டும் எஞ்சியிருப்பான் என்கிறார் மணிவாசகர். சேரன் எங்களுடைய காலத்தில் 2009 மே இல் முள்ளிவாய்க்காலில் நிகழ்ந்த ஊழியைப் பேசுகிறார்.

"ஆவிக் கூத்தில் நிலம் நடுங்கிப்
பேய் மழையில் உடல் பிளந்து
உள்ளும் வெளியும் தீ மூள
இருளின் அலறல்.
குழந்தைகளை மனிதர்களை
வெள்ளம் இழுத்து வந்து
தீயில் எறிகிறது'

அக்கவிதையின் இன்னொரு அடி , இப்படி வருகிறது.

'எல்லோரும் போய் விட்டோம்
கதை சொல்ல யாருமில்லை
இப்பொழுது இருக்கிறது
காயம்பட்ட ஒரு பெருநிலம்..."[24]

அதே தொகுப்பில் உள்ள சேரனின் இன்னொரு கவிதை தலைப்பற்றது:

'நீரற்றது கடல்
நிலமற்றது தமிழ்
பேரற்றது உறவு"[25]

"Waterless the Sea
Landless the Language
Nameless the Kin"

(Sopa's translation)

இது மூவடியால் சேரன் அளந்த தமிழர் நிலம்!

இந்து சமயத்தவர் இறந்தோரின் உடலைச் சிதையில் ஏற்றி, கொள்ளி வைப்பர். அடுத்த நாள் காடாற்று. சாம்பல், எலும்புகளைச் சேகரித்து வைத்து 31ஆம் நாள் கடலிலோ, ஆற்றிலோ கரைத்துக் கடன் செய்வர். முள்ளிவாய்க்கால் பேரவலத்தில், யார் யாருக்குக் கடனாற்றுவது?

"முற்றிற்று என்று சொல்லி
காற்றிலும் கடலிலும் கரைத்துவிட்டுக்
கண்மூட
காற்றும் கிடையாது
கடலும் கிடையாது
காடாற்று எப்போதோ?"[26]

வரலாற்றுக்கெட்டாத காலம் முதல் உலகம் போரைக் கண்டே வந்துள்ளது. ஹோமர் போரைப் பாடினார். வான்மீகி போரைப் பாடினார். வியாசர் போரைப் பாடினார். "சோவரணும் போர் முடியத் தொல்லிலங்கை கட்டழித்த சேவகன் சீர்கேளாத செவியென்ன செவியே" என்று சிலிர்த்தார் இளங்கோ. கலிங்கத்துப் பரணி "போர் பாடியது". "போரும் சமாதானமும்" என்று காவியம் செய்தவர் Tolstoy ஒருவரே. முந்திய போர்கள் பிராந்திய – பிரதேச வாரியாக நிகழ்ந்தவை. இருபதாம் நூற்றாண்டில் நிகழ்ந்தவை உலகப் பெரும் போர்கள். இதை எழுதும்போதுகூட உக்ரேனிலும் காஸாவிலும் பேரழிவு ஊழி நடக்கிறது. பெண்களும் பிள்ளைகளும் அநியாயமாகச் சாகிறார்கள்.

எப்பொழுதோ நடந்த கொடுமைகளை மீள நினைவு கூர்ந்து ஆறிவரும் காயங்களைப் புதுப்பிக்க வேண்டுமா? "மறப்போம், மன்னிப்போம்!" என்ற குரல் கேட்பதுண்டு. ஹிட்லருடைய இனச்சங்காரத்தில் பெற்றோர் சாக, சிறுமியாக இங்கிலாந்துக்குத் தப்பியோடி, கல்வி கற்று தாதியாகி, இலங்கை வந்து வாழ்ந்த கவிஞர் ஆன் றணசிங்ஹாவை நோக்கி நிருபர்கள் இதே கேள்வியைக் கேட்டபோது அவரளித்த பதில், "Memory is our Shield "(நினைவுகளே எமது கேடயம்!)" சேரன் ஏன் ஈழத்தில் அரங்கேறிய இன அழிப்புப் பற்றி இன்றும் எழுதிக் கொண்டிருக்கிறார்? என வினவுவோருக்கு அவர் (நானும் கூட) தரக்கூடிய விடை "நினைவுகளே ஈழத்தமிழருடைய கேடயம்!"

சங்கத் தமிழ் அன்பின் ஐந்திணையை வரையறை செய்தது. குறிஞ்சி, பாலை, முல்லை, மருதம், நெய்தல் எனும் புவியியல் அடிப்படையிலான ஐவகை நிலங்களிலும் வாழும் ஆண், பெண் இருபாலார்க்கும் இடையில் நிகழும் காதல் ஒழுக்கத்தைச் சங்க இலக்கியம் பேசும். இது தமிழிலக்கியத்திற்கேயுரியதொரு கோட்பாடு. 20,21ஆம் நூற்றாண்டுகளில் தமிழர் ஐவகை நிலங்களுக்கும் அப்பாற் சென்று வேறு சூழல், வேறு தொழில், வேறு பண்பாடுகளோடு உறழ்ந்து வாழும் நிலையில் இலக்கியம் அன்பினைந்திணை என்ற சட்டகத்துள் அடங்காது எனக் கருதும் சேரன், ஆறாந்திணை என்ற கோட்பாட்டை முன்வைக்கிறார்.

புலம்பெயர் வாழ்வில் சந்திப்பும், கூடலும், பிரிவும் எப்படி இருக்கும்? தலைவன் நெஞ்சொடு கிளர்தல்/ கிளர்த்தல் இது:

"முன்னிரவில் சந்தித்தோம்
பின்னிரவில் கலந்தோம்
அதிகாலையில் உறங்கினோம்
சேரா,
அடுத்தநாள்
ரயில் நிலையத்தில்
பனிப்பொழிவும்
வரமறுக்கும் ரயிலும்" [27]

சங்க இலக்கியம் பேசும் முதல், கரு, உரி எல்லாம் மாறியிருப்பதைக் காண்கிறோமல்லவா? தலைவனும் தலைவியும் கூட அடியொடு மாறியிருப்பர் என்று ஊகிக்க முடியும்.

"ஓஷ்விற்ஸூக்குப் பிறகு கவிதை சாத்தியமில்லை" என தியோடோர் அடோர்னோ சொன்னார். ஆனால் ஓஷ்விற்ஸூக்கும் ஹிறோஷிமாவுக்குப் பிறகும்கூட கவிதை தாக்குப் பிடித்து வாழ்கிறது. "மோசமான காலங்களில் கூட, மோசமான காலங்கள் பற்றிய கவிதை இருக்கும்" என்கிறார் பேர்தோல்ட் ப்றெஃச்ற். முள்ளிவாய்க்காலுக்குப் பின்னும் கவிதை இருக்கிறது. அந்த மனவடு (trauma) பற்றி சேரன் நிறையவே எழுதியிருக்கிறார் என்று சொல்வதைவிட, நிறையவே துடித்திருக்கிறார்; அழுதிருக்கிறார்; தம்மை வதைத்திருக்கிறார் என்பதே பொருத்தம்.

சேரனுக்குச் செவ்வியல் தமிழின் மீது பெரும் ஈர்ப்புண்டு.

"மாமலர் நெடுங்கண் சேரன் மாதேவி
தாழைமென்பூப் பஞ்சணை தவிர்த்து
செம்மண் தரையில் தடுக்கு விரித்து
கௌவியும் கடித்தும் சுவைத்தும் துடித்தும்
பனங்கள் ஊட்டிப் பால் வளர்த்தன்ன
முலை பிசைந்தூட்டிய பெண்ணே!

எல்லாப் பெரும்பொழுதும் போக
இன்று புதிதாய்ப் பிறந்தேன்!" [28]

இக்கவிதை சிலம்பிலிருந்து பாரதி வரை தாவுகிறது.

சில சொற்கள், சொற்றொடர்களை கோர்த்து விளையாடுகிறார் கவிஞர்:

"உடன்படு மெய்யன்றி
பொய்யும் மெய்யும்
யாருக்கு வேண்டும்"

உடம்படு மெய் என்பது இலக்கணத்தில் வழங்கும் ஒரு தொடர். அதை வைத்துக் கொண்டு நகைப்பு (parody) பண்ணுகிறார் கவிஞர். "உடன்படு மெய்" என்கிறார். கூடலுக்கு உடன்படு மெய் எனலாமா?

'நீழல்' அளவெட்டி, இலங்கை என்பது மஹாகவியின் முகவரி. அவர் நூல்களில் 'நீழல்' என்ற வீட்டுப்பெயர் பொறித்திருக்கும். நீழலில், தான் உண்டு, இளைப்பாறி மகிழ்ந்ததை நுஃமான் கதை கதையாகச் சொல்லுவார். சேரனுக்கு நீழல் எந்த அளவுக்கு உணர்வுபூர்வமாக (sentimental) இருக்கும் என்பதை என்னால் உணரமுடிகிறது. போரின் இடப்பெயர்ச்சியின் பின் வீடு திரும்பும்போது ஓராயிரம் நினைவுகள் கிளர்ந்தெழுந்திருக்கும், திணை மயக்கத்தின் நிறைவுக் கவிதை நெஞ்சைத் தொடுகிறது.

"வீடு திரும்புகிறேன்
ஓங்கிய மலைவேம்பு, மா

முன்பிருந்த கமுகின் வெற்றுத் தடம்
அம்மா
மாதுளை, காணாமல் போன நாவல்,
சிறுதென்னை, புளியமரம்
இதுவன்றோ நீழல்?
என் கண்ணில் ஈரம்.[29]

அறிவு ஜீவிகள் பெரும்பாலோர் தத்தம் துறைகளோடு பிரிக்கப்பட்டு (Compartmentalized) இயங்கும் சூழலில், ஒரு விஞ்ஞானப் பட்டதாரியாகிய சேரன் சமூகவியல், மானிடவியல், அரசியல் ஆகிய துறைகளுள் நுழைந்து, மேலைப் புலத்தில் உச்சந்தொட்டு இருப்பதும் மனம் கொள்ளத்தக்கது.

000

- டிசம்பர் 2023

படத்திலுள்ள சிறுவர்கள், பெண்கள், ஆண்கள்

படத்திலுள்ள சிறுவர்கள், பெண்கள், ஆண்கள்
யாரெனக் கண்டுபிடிப்பது எங்களுக்கு எளிது
ஒளியின் ரசாயனம்
அவர்களது குரலை எங்களுக்குத் தரவில்லை
பாதி உயிரில் துடிக்கும் உடலின் மணத்தை
அது பதிவு செய்யாது
சூழ நின்ற படையினரின் சப்பாத்துக்களை மீறி எழுந்த
ஒரே ஒரு அவலக் குரல்
ஆகாயத்தில் மிதந்த சாக்குருவியினுடையது

சிறுவர்கள், பெண்கள், ஆண்கள்
அனைவரது பெயர்கள் அறிவோம்
ஊரை அறிவோம்
கனவுகள் அறிவோம்; ஏமாற்றங்கள் அறிவோம்
நெருங்கிய உணர்வின் கையறு நிலை அறிவோம்
சினந்தெழுந்தவரின் இறுதிக் கண்வீச்சை அறிவோம்

மற்றவர் அறியா மொழி அது

எனினும்
இவை உங்களுக்கு உதவாது

நீங்கள் அடையாள அட்டையைக் கேட்கிறீர்கள்
பிறப்புச் சான்றிதழைக் கேட்கிறீர்கள்
எழுத்துமூலமான பதிவை வலியுறுத்துகிறீர்கள்

இனப்படுகொலைக்கோ உயிராதாரம் உண்டு
கண்ணீர் எரிந்து உணர்வெழுதும்
நுண் சாட்சியம் உண்டு
கதைகதையாய்க் கொலை கொலையாய்

உறங்காத மொழியிலும் உலராத வரலாற்றிலும்
நினைவுகள் உண்டு
தரலாம்.

பெறுவதற்கு யாருமில்லை
சிறுவர்கள், பெண்கள், ஆண்கள்
குருதி, மழை, சேறு.

- அஞர் , பக்கம் 85

கவிஞனை நினைவு கொள்வது எப்படி?

உண்மையான மனிதன் அவன் தான் என்பதை
நீங்கள் உய்த்துணரும் பொழுதிலா?

அல்லது

இரண்டு சில்லும் வெடித்துச் சிதறியபின்
கல் பரவிக் கிடக்கும் ஒழுங்கையில்
வெறுங்காலோடு
சைக்கிளைத் தள்ளிக்கொண்டு வருகையில்
சிகரெட் பற்ற வைக்க முடியவில்லையே என்று
அவனுக்கு ஆதங்கமேற்பட்ட பொழுதிலா?

அல்லது

அக்கினி நட்சத்திரம் எரித்த பிற்பாடு
எஞ்சியிருக்கும் முருங்கைக்காய் போன்ற உடலில்
தசையை விட மயிர்கள் எழுச்சி பெற்றிருந்த காலங்களில்
ஓர்மையும் விட்டுக்கொடாமையும்
தோள் துவண்டாலும்

துப்பாக்கியைச் சுமந்தே தீர்வது என்ற உறுதியில்
நடந்த கால்களையா?

அல்லது

மழைத்தாரைகளுக்கு இடையில்
நனையாமல் நளினமாக நடந்து போவது எப்படி என்று
கற்றுத் தந்த நாட்களையா?

அல்லது

வீட்டின் துளசி மாடத்தின் பின்புறம்,
காதலில் செய்யத் தவறி விட்ட
எல்லாப் பாவங்களையும் நினைவு கொண்டு
காதலியின் அடிவயிற்றை முத்தமிட்ட போது
திருட்டுத்தனமாக எட்டிப் பார்த்த
நள்ளிரவுக் கொள்ளிக் கண்ணனுக்கு
AK 47 காட்டிய கணத்தையா?

அல்லது

வன்னிப் பெருங்காட்டில்
ஒருவருமே பெயரறியாத மரத்தின் கீழ்
வெறுங்கையோடு நின்ற உன் தோழனை
அவர்கள் புன்னகையோடு சுட்டுக் கொன்றதைக்
கேள்வியுற்றபோது
உன் முகத்தில் படர்ந்த
ஆற்றாமையின் வரைகோடுகளையா?

அல்லது

அநியாயமான வீரச்சாவை விட
வாழ்தலே போராட்டத்தின் மையக் கண்ணி என்று
இடைவிடாது ஒலித்த உன் குரலையா?

கொலைகாரர்கள் பட்டினத்தைச் சூழ்ந்துவிட்டார்கள்
நண்பர்கள், தோழர்களின் சிதைகள்
ஆங்காங்கே எரிகின்றன
தப்பிச் செல்வதற்கு எஞ்சியிருக்கும் ஒரே பாதையும்
அரை நாளும் இனி இருக்காது

ஆணவமற்றவன்
அங்கதத்தில் திளைப்பவன்
அன்பின் செழிப்பில் அச்சம் தவிர்த்தவன்
சாக மறுத்தவன்

அன்று பத்திரமாக அனுப்பி வைத்தோம்
அப் பெரும்பொழுதுக்கு முடிவில்லை

கவிஞனை நினைவு கொள்வது எப்படி?

களிப்பும் கேளிக்கையும் தீவிர உரையாடலும் உயிரேற்றிய
அவன் வீட்டு வரவேற்பறையில்
நண்பர்கள் குரல் இப்போது இல்லை
எல்லோரும் தொலைவு கொண்டு போய் விட்டார்கள்
கவிதையின் அந்தரங்கத் தீப்பிழம்பாய்
ஒலி எழுப்பிய மதுக் கிண்ணங்கள்
கரைந்து போய் விட்டன
யார் யாருடைய வீட்டுச் சுவர்களில்
அவனுடைய முகம் அழியா நினைவாகத் தொங்குகிறது
எனத் தெரியாது
அவனை இழந்தபின் ஒரு துளி கண்ணீர்
பெரும்பாறை போலக் கனக்கிறது

விரியாத மயில் தோகை போல
கவிஞனின் நினைவுகள் எல்லா அறைகளிலும்
மாறி மாறி உழல்கின்றன

சரிதான்
போய்விட்ட கவிஞனைப் போக விடுங்கள்
அல்லது...

- அஞர் , பக்கம் 19

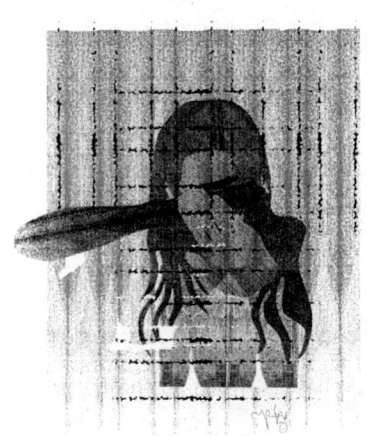

ஆற்றில் நடந்தமை

இரண்டு பட்டினங்களைக் குறுக்கறுத்து ஓடும்
ஆற்றின் ஒருகரையில்
ஒவ்வொரு சொல்லிலும் ஒவ்வொரு மூச்சிலும்
நெருங்க முடிந்தாலும் வருடத் தயங்கும் அத்தனை விரல்களிலும்
ஒரு நினைவு உதிர்கிறது
இன்னொன்று மலர்கிறது

இரண்டையும் தாங்கிக் கொள்ளவும் தூவிச் செல்லவும்
எமது நான்கு கைகளும் போதவில்லை

காற்றின் மலர்களை அலைக்கழிக்கும்

மிகையான இதயத்துடிப்புக்கு
மறுபெயர் என்ன என்பதை
நான் அதிகாலையில் கண்டுபிடிக்கக் கூடும்

தப்பி வரும்போது
பெண்களின் அழுகுரல் தெருவின் இருபுறமும்
விரித்து வைத்திருந்த மாயக் கவசம்
உன்னைக் காப்பாற்றியது என்றாய்.

அந்தத் தெரு அறிமுகமானதுதான்
பழங்காலக் கோட்டையும்
துறைமுகமும் மாநகரும் கலங்கரை விளக்கமும்
புலம்பெயர் யவனர்களும் என ஒருகாலம் மிளிர்ந்தது அது.
வரலாற்றில் துர்க்குறிகளின் தொடர்ச்சி
இருவருக்கும்

வன்புணர்வு தகர்த்தெறிந்தவற்றை
உன் அக ஒளியில் திருப்பிக் காட்டுகிறாய்.
பிரார்த்தனைகளின் வெற்று முகங்களில்
ஒரு சுடர் ஏற்ற முடியாது.

நடக்கிறோம்.
ஆற்றின் இக்கரை
இத் தெரு
வேட்கையும் பிரிவும் கலந்து மின்னும் புன்னகை

மறுகரை
கேள்விக்குறி போல வளைந்து செல்லும் தெருக்களின்
நடுவில் முளைத்திருக்கும் சிறுபற்றை.
நான் வீசி எறியும் ஒவ்வொரு சொல்லையும்
ஒரு கவிதை தொடர்கிறது
அது யாருடையது என நான் அறியேன்.

- அஞர் , பக்கம் 22

அம்மாவின் நிழல்கள்

அம்மாவுக்கும் எனக்கும் இடையில்
ஒரு நிழல் வீழ்ந்த கணம்
எது எனத் திரும்பிப் பார்க்கிறேன்
காலம்: வலைப் பின்னல்
நினைவு: பொறி தவறிய கணினி
அன்பு: கோபத்திலும் சாபத்திலும்
பழியிலும் தோயாதது
கண்ணீர்: ஒரு தூண்டில்
காதல்: பெரும் எதிரி

அம்மா. நான்.
மூன்று நிழல்கள்.

ஐந்து வயதில் ஒழுங்கைத் திருப்பத்தில்
ஆட்கொத்திச் சேவல்
என்னைத் துரத்திய போது
உன் சேலைத் தலைப்பில் ஒளிந்தேன்
என் மந்திரக் கம்பளம் அது

'மழை நாள் இன்று, போகாதே....'
எனச் சொல்லச் சொல்லக் கேட்காமல்
படகேறி அலை புரண்டு

இரவிரவாய்க் கூதலிலே
நடு நடுங்கித் தமிழகத்தின் கரை சேர்ந்தேன்

அப்போது வந்த நிழலா?

முதல் காதல் வந்தபோது
'முதிர் பெண்ணைச் சேராதே,
இக்காதல் கானல் நீர்,
பொறுப்பற்ற இளம் மனதில்
பிறப்பதெல்லாம் வெறுங் காமம்.
விட்டு விடு, விட்டு விடு,
என நீ
மூர்க்கமுடன் கொந்தளிக்க
வந்த நிழலா?

எந்த நிழல் எமக்கிடையே
வந்த நிழல்?
உன்னை எரித்து விட்டுத்
திரும்பி வந்தோம்.
வீடில்லை. வீடென்ற கனவில்லை.
மூன்றாம் நாள்
சாம்பல் அள்ளத் திரும்பி வந்தோம்.
கூட வந்தது நிழல்.

கடலில் கரைக்கிறோம்
அழிய மறுக்கும் நிழல்
உடல் இல்லாமலே
எழுந்தலையும் நிழலுக்கு
என்ன பெயர்?

- அஞர், பக்கம் 28

நிழல் முகம்

கொள்வாரற்று
நெல்லிப் பழம் உதிர்ந்திருக்கும்
எங்களுடைய பின் வளவைத் தாண்டி
காற்றில் நகர்கிறது என் நிழல்
கடல், மலை
ஆகாய வெளி கடந்தாலும்
தடுக்கிற கொடிய வெள்ளை எல்லைக் காவலர்,
தமிழ் நாட்டில் வேற்று மொழி பேசும் படை,
எல்லோரையும் கடந்து வருகிறது
என் மின்னல் மொழி பேசும் நிழல்

நிராசையில் உறையும் மனிதர்களைப் புறந்தள்ளி
தியானத்தில் உருகும் அலரிப் பூக்களை மிதித்தபடி
என் நிழல் எழிலியிடம் வருகிறது

'நெடுந்தூரம் அலைந்துழன்று வருகின்றேன்;
நான் கூலி
நான் கள்வன்
ஆயிரம் இதயம் கொண்டவன்
கனவுகளற்றவன்
கழிவிரக்கமற்று உன் நினைவோடு உறவாடுபவன்'

என அரற்றியபடி
ஒற்றைச் சதுர அடி நிலத்தில்
இன்னும் கரையாமல் இருக்கும்
அவளுடைய சாம்பலின் மீது
அமர்கிறது நிழல்.

தூக்கமற்ற என் குருதியைப் பளிங்குகளாக்கி
உங்களுக்கு அனுப்பிய பின்
நான் வருகிறேன்

ஓம், நான் சொல்லுகிறேன்:
எனது நிழல் நிலத்தில் படியாது
அந்த ஒற்றைச் சதுர அடி நிலத்தின் கீழ்
அதிரும் குரலுக்கு மட்டும் தெரியும்
என் முகம்.

- *அஞர் , பக்கம் 40*

சி.சிவசேகரம்

பேராசிரியர், கவிஞர், விமர்சகர், நாடக ஆசிரியர், மொழிபெயர்ப்பாளர். தமிழின் நவீனத்துவப் பிரச்சினைகள் தொடக்கம் இலங்கையின் இனத்துவ அரசியல், சர்வதேச அரசியல் பற்றி அதிகம் எழுதியுள்ளவர்.

5

'எலும்புக் கூடுகளின் ஊர்வலம்' ஒரு விமர்சனம்!

சி.சிவசேகரம்

சமகால ஈழத் தமிழ்க் கவிதைகளின் வளர்ச்சிக்கு சேரனின் பங்களிப்பு முக்கியமானது என்பதைவிடத் தமிழ்க் கவிதையின் புதிய சகாப்தத்தின் முக்கியமான ஒரு கவிஞர் சேரன் என்பது கூடப் பொருந்தும். அவரது கவிதைத் தொகுதிகளான இரண்டாவது சூரியோதயத்தையும், யமனையும் கவிதை பற்றி அறிவோர் அறிவர். அவரது கவிதைகள் ஒன்றிரண்டு பற்றி விமர்சனப்பாங்காக நான் எழுதியிருக்கிறேன் ஆயினும், அவரது கவிதைத் தொகுதியொன்றின் விமர்சனம் என்ற வகையில் இதுவே முதலாவது.

தமிழில் புதுக்கவிதையின் விருத்தி, யாப்பிலக்கண விதிகளின் மறுதலிப்பாக மட்டுமன்றிப் பலரது புதுக்கவிதைகளிலும் கவித்துவத்தின் மறுதலிப்பாகவும் அமைந்துவிட்டது. இதன் விளைவாகப் புதுக் கவிதையே இலக்கிய விமர்சகர்கள் பலரது கடுந் தாக்குதலுக்கு உள்ளானது. தமிழுக்குப் புதுக்கவிதையோ அதன் பல்வேறு வடிவங்களோ

அவசியமா என்ற விவாதத்துக்கு இங்கு அவசியம் இல்லை. எந்தக் கவிதை வடிவமாயினும் அது கவிதையின் வாகனமாக உள்ள அளவிற் பயனுள்ளதே. கவிதை எழுதுவோர் அந்த வாகனத்தைச் சரியாக அறிந்து பயன்படுத்தும்போது கவிதை வலிமையும் வேகமும் பெறுகிறது.

கவிதையின் வெற்றி கவிதையின் உள்ளடக்கத்திலேயே தங்கியுள்ளது என்பதை உணராமல் யாப்பிலக்கண விதிகளுக்கமைய வார்த்தைகளை அடுக்கி மரபில் வந்து அலுத்துப்போன உவமான உவமேயங்களை எல்லாம் கவிதை என்று மயங்கிய காலமொன்று இருந்தது. அப்போக்கு இன்னமும் மரபுக்கவிதைத் துறையின்று போய்விடவில்லை. புதுக்கவிதையோ பெரும்பாலானவர்கட்குப் புரியாத புதிராக, அதிபுத்திசாலித்தனமான ஒரு வசனத்தைப் (சிலவேளை இரண்டை) பிய்த்து வரிவரியாக அடுக்குகிற காரியமாகவே தெரிகிறது. இது மட்டரகமான மலிவுக் கவிதைகளின் நிலை. இன்னுஞ் சிலரிடம் படிமங்களையோ அல்லது மிகவும் சிக்கலாகத் தெரிகின்ற சிந்தனைகளையோ மட்டுமோ கவிதையின் சாராம்சமாகக் கருதும் போக்கு உள்ளது. இது தமிழகத்தில் பரவலாக காணப்படக் கூடியது. எனினும் ஈழத்துக் கவிதையிலும் இதன் பாதிப்பு உண்டு. கவிதையின், கூறுகளையே கவிதையாகக் காணும் போக்கே புதுக்கவிதையின் முக்கியமான பலவீனம் என்று தோன்றுகிறது. புதுக்கவிதை மூலம் ஒரு முழுமையான அனுபவத்தைப் பகிரவும் பரிமாறவும் முனைவோர் சிறுபான்மையினரே. சேரன் இவர்களுள் ஒருவர். அவருடைய கவிதைகளின் நடையில் புதிய போக்குகள் உள்ளன. ஆயினும், அவரது கவிதைகளின் வலிமை அவற்றின் எளிமையிலும் உணர்வுபூர்வமான உள்ளடக்கத்திலுமே தங்கியுள்ளது.

இக் கவிதைத் தொகுதியிலுள்ள எட்டுக் கவிதைகளில் ‘யமனும்’ ‘இரண்டாவது சூரியோதயமும்’ காட்டிய சேரனைச் சில கவிதைகளில் தெளிவாகவே தெரிகிறது. சில கவிதைகளில் அவரது புதுமை வேட்கையின் ஆதிக்கம் மேலோங்கியுள்ளது. ஆயினும் ராஜனி திரணகம பற்றிய அவரது கவிதையின் சோகத்தினூடு எழும் பிரகடனத்தை விட்டால் நம்பிக்கையீனமும் விரக்தியுமே எல்லாக் கவிதைகளிலும் இழையோடுகிறது. அவரது கவிதைகளில் உள்ள நகைச்சுவை (சில இடங்களில் வலிந்து

திணிக்கப்பட்டது போன்று உள்ளது) black humor எனப்படும் துன்பியல் நகைச்சுவையின் தன்மையுடையது. அவருடைய கவிதைகளில் உள்ள அரசியல் விமர்சனம் சூழலின் அவலத்தை பிரதிபலிக்கிறதே ஒழிய, அதற்கப்பாற் செல்லுமாறு தூண்டும் முனைப்பைக் காட்டவில்லை. இது அவரது கவிதைகள் எழுதப்பட்ட காலத்தினதும் சூழலினதும் விளைவான ஒரு மனநிலையின் பிரதிபலிப்பாக இருக்கலாம். ஆயினும் இன்றைய சூழலின் தேவை இதற்கும் மேலானது, அதற்கான தேடலில் கவிதைக்கும் ஒரு பங்குண்டு. கொடிய குளிரில் நடுங்கி ஒதுங்கிச் சுருண்டுபோகும் உடல்களிலும் மனங்களிலும் சூடேற்றவும், மங்கித் தெரியும் மனிதவுரிமைப் போராட்டத்துக்குப் புத்துயிர்ப்பூட்டவும் ஒரு தேவை இருக்கிறது. இதற்கான ஒரு அரசியற் பார்வை சேரனது எதிர்காலக் கவிதைகளில் விருத்தியடைய வேண்டும் என்பது என் எதிர்பார்ப்பு. இந்தப் பொதுவான மதிப்பீட்டை அடுத்துக் கவிதைகள் பற்றிய சில விமர்சனக் குறிப்புகளை எழுத விரும்புகிறேன்.

'ராஜினி', தொகுதியின் முதற் கவிதை. இதுவே தொகுதியில் உள்ளவற்றில் மிக இறுக்கமானதும் போராட்ட உணர்வினைச் சற்றேனும் வெளிக்காட்டுவதும் எனலாம்.

"நீ விழுந்தபோது
சூரியனின் கடைசிக் கிரணங்கள்
சுவரில் விழுத்திய
உன் நிழல்
கைகளை வீசி மேலே ஓங்கிற்று.
முடிவிலி வரை" [30]

ராஜினி திரணகமவின் கொலையைக் கண்டித்தும் அவருக்கு அஞ்சலி செலுத்தியும் பல கவிதைகள் வந்துள்ளன. நான் படித்தவற்றுள் சேரனது அஞ்சலியைவிடச் சிறப்பானது இல்லை. மேற்காணும் அதன் இறுதி வரிகள் ராஜினியின் போராட்ட உணர்வின் அற்புதமான படிமமாக அமைகின்றன.

'உயிர் பிடுங்கிகளின் காலம்' கோபமும் ஏளனமும் கலந்த ஒரு படைப்பு.

"போ அப்பால்
தலையிழந்த சூரியனே
முகமற்ற நிலவே
ஒளி செத்த தேசமே
உயிர் தின்ற காலமே"

போன்ற படிம அடுக்குகளும்

"அவர்க்கோ
இரவல் நாட்டில் அந்நிய வாழ்வு
எனக்கோ
சொந்த நாட்டில்
இரவல் இருப்பு" [31]

என்ற வெறுப்புணர்வின் வெடிப்பும் முன்பு சேரன் எழுதிய வரிகள் சிலவற்றை நினைவூட்டுகின்றன. இக்கவிதையில் மேற்கூறிய படிமங்களும் இரவல் என்ற சொற்பிரயோகமும் கவிதையின் தொடக்கப் பகுதி தரும் எதிர்பார்ப்பை நிறைவுசெய்யுமாறு கவிதைக்கு வலிமையூட்டுவதாகத் தெரியவில்லை.

'எலும்புக் கூடுகளின் ஊர்வலம்' என்ற சிறப்பான கவிதை ஏனோ இரண்டு கவிதைகளை ஒட்டவைத்த மாதிரி உணர்வை ஏற்படுத்துகின்றது. ஒற்றைப் பரிமாண வாழ்வின் சாதாரணமான கனவுகளைக் கண்ட ஒருவனது கனவுகளின் தன்மையில் ஏற்பட்ட மாற்றம் பற்றிய கவிதை அது. கனவின் உருமாற்றத்துக்கான சூழ்நிலையைச் சேரன் கூறமுற்படவில்லை. அச் சூழ்நிலை நாமறிந்தது. அதை அவர் கூறாமல் விட்டதே கவிதைக்கு இறுக்கத்தைத் தருகிறது. ஆயினும் சேரனது நகைச்சுவையை வெளிக்காட்ட முனையும் வரிகள் கவிதைக்கு வலுவூட்டுகின்றனவா எனத் தெரியவில்லை.

"மருத்துவம், பொறியியல், கணக்கியல்
மும்மூர்த்திகள்
இப்போது புதிதாய்க் 'கொம்பியூட்டர்'
படிப்பும்
மும்மூர்த்திகளுடன் துர்க்கா தேவியின்
புதிய எழுச்சி" [32]

கொம்யூட்டர் கல்வி ஏன் துர்க்காதேவியாகத் தெரிகிறதோ தெரியவில்லை. கவிதையின் பிற்பகுதி மீயதார்த்தம் (Surrealism) எனப்படுகிற அதியதார்த்தக் கலைவடிவப் போக்கைச் சார்ந்தது. இக்கலைவடிவம் மேலை நாடுகளில் பலதுறைகளில் பரவியுள்ளது. தமிழில் அசோகமித்திரனின் 'ஆகாயத் தாமரை' நாவல் இத்தகைய தன்மையுடையது என நினைவு. சமகால வடபிரதேசச் சூழலின் குரூரத்தை இந்த முறையான எழுத்தாற் சித்தரிக்க முடிவது போல வழமையான வர்ணனைகளாற் செய்யமுடியாது. சேரனது எலும்புக்கூட்டு ஊர்வலம் அற்புதமான ஒரு படிமமுறை என்றே சொல்வேன். எனினும் ஒரு சில தெளிவீனங்கள் இருப்பதாகத் தோன்றுகிறது. இவை வேண்டுமென்றே புகுத்தப்பட்டவையோ என நிச்சயமில்லை. ஊர்வலமாகச் செல்லும் எலும்புக்கூடுகளில் சில குழந்தையை ஏந்திச் செல்கின்றன. குழந்தை மட்டும் ஏன் எலும்புக்கூடாக இல்லை?

கவிதையின் இறுதிப் பகுதியில் டொரன்டோ உறைபனித் திரளுள் துண்டுதுண்டாக வீசப்பட்டிருந்தது எது? அவனா, எலும்புக் கூடுகளா? பயங்கரத்தை ஒரு கவிச்சித்திரமாக வரைந்துவிட்டு அதனுள் பயங்கரம் என்ற சொல்லைப் புகுத்தும்போது கவிஞரின் சொல்லாற்றல் மீது அவருக்கே நம்பிக்கை இல்லாமற் போகிறதோ என்ற ஐயம் மனதில் எழுகிறது. இவையெல்லாம் ஒருபுறம் இருக்க, கவிதையை வாசித்து வெகுநேரத்தின் பின்பும் நமது காதில் எலும்புக்கூடுகளின் படைநடப்பின் ஒலி கேட்கிறதே, அங்குதான் சேரனின் கவியாற்றல் ஓங்கி ஒலிக்கிறது.

'புதைகுழிப் பாடலில்' வரும் 'வார்த்தைக்குள் அகப்படாத குரூரம்' என்ற சொற்றொடரும் முன்குறிப்பிட்ட பயங்கரம் என்ற சொல்போன்று கவிதையை பலவீனப்படுத்துவதாகும். தன்னுடைய புதைகுழியையே வெட்டியவன் சொன்ன இறுதிவார்த்தைகளில் தேசத்தின் உயிர் இருந்ததாயின், அவன் சொன்னது என்ன? நம்மால் நமது மனநிலைக்கேற்ப ஊகிக்கத்தான் முடிகிறது. இதுவே கவிஞரின் நோக்கம் என்று நினைக்கிறேன்.

இக்கவிதையுடன் ஒப்பிடும்போது 'பிசாசுக் கவிதை' (சேரனது நகைச்சுவைக்கு நன்றி) வெகு சராசரியாகவே தெரிகிறது. 'நவீன துப்பாக்கி அரசன்' குழந்தைப் படைகளின் ஒரு சித்திரிப்பு.

"இருபுறமும் குழல்நீண்ட
துப்பாக்கிச் சனியனை
ஏந்துகிறேன்''

என்ற ஈற்றடிகள் கட்டாயமாய்ப் படைக்குள் இழுக்கப்பட்ட சிறுவர்களின் நிர்க்கதியான நிலையை தத்ரூபமாகச் சித்திரிக்கின்றன.

'சிம்மாசனமும் சவப்பெட்டியும்' போன்ற கொம்பஸிட்டர் கவிதைகள் எப்போதோ வந்துபோனவை. சிம்மாசனத்தில் இருந்து தேசத்தின் சவப்பெட்டிமீது வடிகிற ரத்தம் யாருடையது? இதில் புதிர்போடுகிற மேதாவித்தனம் உள்ள அளவுக்குக் கவித்துவம் தென்படவில்லை.

'கேள்விகள்' ஏனோ விகடத் துணுக்குகளின் (ஹா, ஹா) திரட்டாகவே தெரிகிறது. இது பரீட்சார்த்தமான முயற்சிகளில் ஒன்றோ தெரியாது. எக்காரணத்தாலோ என்மனதில் பாரிய பாதிப்பை ஏற்படுத்தத் தவறிவிட்டது.சேரன் அல்லது அச்சுப்பதிப்பவர் கவனிக்க வேண்டிய ஒரு சிறு விஷயம்: உயிர்பிடுங்கிகளின் காலத்தில்,

"இருட்டு; மிருகங்கட்கு
ஒளி; மனிதர்கட்கு
அது முன்பு" [33]

என்ற வரிகளின் நடுவே மாத்திரைக் குறிகள் (;) என இருப்பது தவறு. அவை (:) ஆக இருந்திருக்கலாம். குறிகள் இல்லாமலே இருந்திருக்கலாம். அல்லது (;) வரிகளின் ஈற்றில் வரலாம் உள்ளபடி அவை

"மிருகங்கட்கு ஒளி
மனிதர்கட்கு அது முன்பு"

எனவே அர்த்தப்படும். கவிதையிற் சொற்பிரயோகம் இறுக்கமாக இருப்பது அவசியம் என்பதை ஏற்றுக்கொள்வோருக்கு மாத்திரைக் குறிகளும் கவனமாக பாவிக்கப்பட வேண்டிய தேவையை விளக்க அவசியமில்லை.

நூலை அறிமுகஞ் செய்த செல்வம், சேரன் பற்றிக் கூறும் வார்த்தைகள் எனக்கு உடன்பாடானவையே ஆயினும் "கவிதையில் அரசியல் பிரக்ஞை என்பது ஈழத்துக் கவிஞர்களால்தான் வளம் பெற்றது" என்ற வசனம்பற்றி ஐயம் உண்டு. சின்னச்சாமி ஐயர் மகன் சுப்பிரமணிய ஐயர் என்று ஒருவர் எழுபதுசொச்ச வருடம் முன்னால் அற்புதமான அரசியற் கவிதைகளை எழுதியிருக்கிறார். (அவரைப் பாரதி என்று சில பேர் அழைப்பதாகக் கேள்வி!)

மொத்தத்தில் நல்லதொரு காரமான கவிதைத் தொகுதியை வழங்கிய தேடலுக்கு நன்றி.

000

சுவடுகள், மாசி, 1991
விமர்சனங்கள் - 1995

ராஜினி

இன்னும் கொஞ்ச நேரத்தில்
சூரியன் மறைந்துவிடுவான்

இருள் கவிந்துவிடும்

இனி வரப் போகிற இருள்
முன்பு போல அல்ல
பிசாசு

நிலாவைக் கொலை செய்து
வெள்ளிகளைப் போட்டெரித்த
சாம்பல் பூசிய இரவு
இந்த இரவுக்கு முன்
ஒரு சிறு கைவிளக்கை
அல்லது ஒரு மெழுகு திரியை
ஏற்றி விடவேண்டும் என்று
விரைந்தாய்

அம்மா,
வேகம் அவர்க்கதிகம் இன்று
தென் திசை நின்று வந்தனர்.
யமனின் தூதர்கள்;
கைத்துப்பாக்கி;
ஐந்து குண்டுகள்

நீ விழுந்த போது
சூரியனின் கடைசிக் கிரணங்கள்
சுவரில் விழுத்திய
உன் நிழல்
கைகளை வீசி மேலே ஓங்கிற்று.

முடிவிலி வரை.
●

நீ இப்போது இறங்கும் ஆறு - பக்கம் 153

ரவிக்குமார்

எழுத்தாளர், மொழிபெயர்ப்பாளர், இதழியலாளர், பதிப்பாளர், சிவில் உரிமைச் செயற்பாட்டாளர். இவர் தமிழக சட்டமன்ற உறுப்பினராக இருந்ததுடன், தற்போது இந்திய நாடாளுமன்ற உறுப்பினராகவும் உள்ளார்.

6
'நிலமற்றது தமிழ்'
சேரன் கவிதைகளில்
உயிர்க்கும் ஈழம்

ரவிக்குமார்

1

முள்ளிவாய்க்கால் என்ற கடலோரக் கிராமத்தின் பெயர் தமிழ் நினைவில் கல்வெட்டாய்ப் பதிந்துவிட்டது. ஒருவர்... இருவரல்ல, பல ஆயிரம் தமிழர்கள் கொல்லப்பட்ட இடம். புறநானூற்றில் ஒரு பாடல் வரும். உக்கிரப் பெருவழுதி என்னும் மன்னனுக்கு ஐயூர் மூலங்கிழார் என்ற புலவர் பாடிய பாடல்... "கருங்கைக் கொல்லனின் உலையில் காய்ச்சப்பட்ட இரும்பு, உறிஞ்சிக்கொண்ட நீரை எப்படி மீண்டும் பெற முடியாதோ... அப்படி நீ கைப்பற்றிய நாட்டையும் உன் எதிரிகளால் திரும்பப் பெற முடியாது!" என்று அரசனைப் பாராட்டும் பாடல். முள்ளிவாய்க்கால் உறிஞ்சிக்கொண்ட தமிழ் உயிர்களின் கதியும் அதுதான். அந்த உயிர்கள் மீண்டு வரப்போவது இல்லை. அங்கே சிந்தப்பட்ட கண்ணீரோ, குருதியோ எதுவுமே திரும்பக் கிடைக்கப்போவது இல்லை.

முள்ளிவாய்க்கால் என்பது ஒரு இடத்தின் பெயரல்ல. கொன்றும், உயிரோடும் புதைக்கப்பட்ட பல்லாயிரக்கணக்கான தமிழர்களின் குறியீடு அது. ஓர் இனம் அழிக்கப்பட்டதன் அடையாளம்.

முள்ளிவாய்க்கால் படுகொலைகள் நடந்ததற்குப் பிறகு நான் மீண்டும் மீண்டும் ஈழத்துக் கவிதைகளைப் படித்துக்கொண்டிருந்தேன். அவற்றுள் சேரனின் கவிதைகள்தான் அதிகம். சேரனின் கவிதைகளையும் ஈழத்தின் தேசிய இனப் போராட்ட வரலாற்றையும் பிரிக்க முடியாது. அவரது கவிதைகள் அந்த நாட்டின் தலைவிதியை முன்னுணர்ந்து சொல்லப்பட்ட மந்திரமொழிகள் போல எனக்குத் தோன்றும். "எமது நிகழ்காலம் கொடூரமான இராணுவ அடக்குமுறைகளின் உச்சங்களையும், அவற்றுக்கெதிராகப் பல்வேறு வடிவங்களிலும் வெடித்தெழும் போராட்டங்களையும் வரலாறாக்குகிறது. அநீதி, துயரம், அறிவும் நியாயமும் கூடச் சுமந்து கொள்ளமுடியாத அளவுக்குப் படுகொலைகள், தங்களுடைய சொந்த மண்ணிலிருந்து வேர்கள் பிடுங்கி எறியப்பட்டு அகதிகளாய் வெளியேறுகிற மக்கள், எல்லைப்புறங்களில் எரிந்து கொண்டிருக்கும் எமது வீடுகள், வயல்களிலிருந்து இன்னும் அடங்காத புகை, இன்னும் அடங்காத நெருப்பு – இவையே 'சூழலின் யதார்த்தம்' என்று 1985இல் மரணத்துள் வாழ்வோம் தொகுப்புக்கு எழுதிய முன்னுரையில் குறிப்பிட்டிருந்தார் சேரன். இருபத்தைந்து ஆண்டுகள் கழித்து இப்போது அவற்றைப் படிக்கும்போது முள்ளிவாய்க்கால் படுகொலைகளைப் பற்றி எழுதப்பட்டவையாக அவை தோற்றம் தருகின்றன.

ஈழத்தில் யுத்தம் தீவிரமாக நடந்துகொண்டிருந்த நாட்களில் சேரனும் நானும் தொலைபேசியிலும், மின்னஞ்சல்கள் மூலமாகவும் தொடர்ந்து உரையாடிக்கொண்டிருந்தோம். 2009 ஜூலை மாதம் மூன்றாம் தேதியன்று எனக்கு அவர் எழுதிய மின்னஞ்சலில் "நண்பர்கள், உறவினர்கள் என எண்பது பேர்களை இந்த யுத்தத்தில் நான் இழந்துவிட்டேன். நிலாந்தன், கருணாகரன் முதலியவர்கள் முள்வேலி முகாம்களில் அடைத்து வைக்கப்பட்டிருக்கிறார்கள். பலரைக் காணவில்லை" என்று குறிப்பிட்டிருந்தார். இந்த யுத்தம் இப்படித்தான் சென்று முடியும் என்பதை முன் அனுமானித்தவர்களில் சேரனும் ஒருவர். ஆனால் அவர் எவரையும் குற்றம் சாட்டியதில்லை, பழித்ததில்லை. நடந்து

முடிந்துபோன இனப்படுகொலை குறித்த ஆதங்கமாக மட்டுமின்றி அதிலிருந்து கற்றுக்கொள்ளவேண்டிய பாடங்கள் எவை என்ற அக்கறையாகவும் எங்கள் உரையாடல்கள் அமைந்திருந்தன. 'ஆரம்பத்திலிருந்து எல்லாவற்றையும் புதிதாகத் துவங்கவேண்டும்' என்று பொறுப்போடு அவர் அடிக்கடி சொல்லக் கேட்டிருக்கிறேன்.

2

'கவியரசன்' என்று இலக்கிய உலகிலும், 'சேரன்' என்று பரவலாகவும் அறியப்பட்டிருந்த உருத்திரமூர்த்தி சேரனின் மூன்று நெடுங்கவிதைகளும், ஏழு சிறு கவிதைகளும், ஒரு பாடலும் தொகுக்கப்பட்டு அவரது இருபத்து நான்காவது வயதில் 'இரண்டாவது சூரிய உதயம்' என்ற தலைப்பில் நூலாக வெளியிடப்பட்டது. சிறுகதைகள், விமர்சனக் கட்டுரைகள், பாடல்கள் என படைப்பிலக்கியத்தின் பல்வேறு வடிவங்களையும் கையாண்டவர் சேரன், எனினும் இந்தத் தொகுப்பு வெளியானதற்குப் பின்னர் அவர் கவிஞர் என்றே அடையாளம் காணப்பட்டார். விஞ்ஞானப் பட்டதாரியான சேரனின் முதல் தொகுப்பில் இன ஒடுக்குமுறைக்கு எதிரான கவிதைகளோடு ஒரு சில காதல் கவிதைகளும் கூட இடம்பெற்றிருந்தன. வயல் என்ற கவிதை இதழின் வெளியீடாக, 1983ஆம் ஆண்டு ஜனவரி மாதத்தில் சேரனின் 'இரண்டாவது சூரிய உதயம்' வெளியாயிற்று. ஆனால் அந்தப் பிரதி தமிழ்நாட்டில் கிடைக்கவில்லை. ஒரு சில மாதங்களிலேயே அது தமிழ்நாட்டிலிருந்து பொதுமை வெளியீடு என்ற பதிப்பகத்தால் வெளியிடப்பட்டது. அப்போது ஈழத்தின் குருதிபடிந்த வரலாற்றுக்கு அடித்தளமிட்ட ஜூலைக்கலவரம் நடந்திருக்கவில்லை. ஆனால், அப்படியொரு பயங்கரம் நிகழப்போகிறது என்கிற எச்சரிக்கை அவரது கவிதைகளில் பதிவாகியிருந்தது. 1977ஆம் ஆண்டு தொடங்கி இலங்கையில் ஆங்காங்கே நடை பெற்று வந்த இனவாதத் தாக்குதல்கள் அவருக்கு அத்தகைய முன்னுணர்வைத் தூண்டியிருக்கலாம்.

1981ஆம் ஆண்டில் கொல்லப்பட்ட பிள்ளையான் தம்பி என்பவரைப் பற்றி அவர் எழுதிய கவிதையில் அதற்கான தடயம் தெரிகிறது:

"……………
'அடி வானத்தில் மிதந்தது புகை'
எனச் சொல்லி,
இதழ்கள் மூடும் முன்பு தொலைவிலிருந்தொரு குரல்;
கூக்குரல்,
பிறகு நெருப்பு -

……………………

நெருப்புச் சுடரும்
அவர்களின் கைகளில்
வாட்கள் மினுங்கும்,
தன்னந் தனியனாய்
அவர்களை எதிர்த்து
ஒற்றை இறகுடன் பறந்தாய்!
உனது
தோள்களை வெட்டி
மண்டையைப் பிளந்து
குரல்வளை நரம்பில்
கத்தியால் கிழித்து
ஆற்றில் போட்டனர்.....!
குருதியில் நனைந்தது ஆறு
'பிள்ளையான் தம்பி'

………………………

இப்படி,
உனது வாழ்வு
மரணத்தில் ஆயிற்று...." [34]

என்ற அந்தக் கவிதை வரிகளைப் படிக்கும்போது நம்முன் உருப்பெறுகிற காட்சி அன்று பேரினவாதம் எப்படிக் கொலைவெறியோடு வளர்ந்துகொண்டிருந்தது என்பதைக் காட்டுகிறது. 1977ஆம் ஆண்டிலேயே சிங்களப் பேரினவாதம் தனது கோர முகத்தை வெளிக்காட்டிவிட்டது. அந்த நிலையைக் கவிஞர் எம்.ஏ.நுஃமான் தனது கவிதை ஒன்றில் பதிவு செய்திருக்கிறார்:

"இன்று காலை
இப்படி விடிந்தது.
நாங்கள் நடந்த நகரத் தெருக்களில்
காக்கி உடையில் துவக்குகள் திரிந்தன.
குண்டுகள் பொழிந்தன.
உடலைத் துளைத்து
உயிரைக் குடித்தன.
பஸ்நிலையம் மரணித்திருந்தது.
மனித வாடையை நகரம் இழந்தது.
கடைகள் எரிந்து புகைந்து கிடந்தன.
குண்டு விழுந்த கட்டிடம் போல
பழைய சந்தை இடிந்து கிடந்தது
வீதிகள் தோறும்
டயர்கள் எரிந்து கரிந்து கிடந்தன." [35]

1980ஆம் ஆண்டில் எழுதப்பட்ட கவிஞர் அ.யேசுராசாவின் கவிதையும் அதைப்பற்றிப் பேசியது:

"திடீரெனத் துவக்குச் சத்தம் கேட்கும்.
சப்பாத்துகள் விரையும் ஓசையும் தொடரும்.
தெருவில் செத்து நீ
வீழ்ந்து கிடப்பாய்."

என்று விவரித்து அதற்கான எதிர்வினை எப்படி இருந்தது என்பதையும் அந்தக் கவிதை சுட்டிக்காட்டியது:

'மௌனம் உறையும்;
ஆனால் மக்களின் மனங்களில்,
கொதிப்பு உயர்ந்து வரும்." [36]

அப்படி, மக்கள் மனதில் உயர்ந்துவந்த கொதிப்புதான் தமிழ் இளைஞர்களை வேறுவிதமான அரசியல் பாதையை நோக்கி நகர்த்தியது. அந்தச் சூழலை சேரன் மேலும் துல்லியமாகத் தனது கவிதை ஒன்றில் வரைந்து காட்டுகிறார்:

"அன்றைக்குக் காற்றே இல்லை;
அலைகளும் எழாது செத்துப் போயிற்று
கடல்.
மணலில் கால் புதைதல் என
நடந்து வருகையில்
மறுபடியும் ஒரு சூரிய உதயம்.
இம்முறை தெற்கிலே -
என்ன நிகழ்ந்தது?
எனது நகரம் எரிக்கப்பட்டது;
எனது மக்கள் முகங்களை இழந்தனர்,
எனது நிலம், எனது காற்று
எல்லாவற்றிலும்
அந்நியப் பதிவு."

என மிகத் தெளிவாக இனவாதச் சூழலை அடையாளப்படுத்துகிறார். பேரினவாதிகள் தமிழர்கள் மீது கூட்டு வன்முறையைக் கட்டவிழ்த்துவிடுவது அதிகரித்து; பேரினவாத வன்முறையும் அரச பயங்கரவாதமும் கைகோர்த்துக்கொண்டு தாக்கத் தொடங்கியபோது, தாமும் ஆயுதம் ஏந்துவது தவிர தமிழர்களுக்கு வேறு வழி இல்லாது போயிற்று. அத்தகைய போராட்டத்தை முன்னெடுப்பதற்கான குழுக்கள் தமிழர்களிடையே உருவாயின. அதை நம்பிக்கையோடு பார்த்தவர் சேரன், அதனால்தான்,

"கைகளைப் பின்புறம் இறுகக் கட்டி
யாருக்காகக் காத்திருந்தீர்கள்?
முகில்களின் மீது
நெருப்பு,
தன் சேதியை எழுதியாயிற்று!
இனியும் யார் காத்துள்ளனர்?
சாம்பல் பூத்த தெருக்களிலிருந்து
எழுந்து வருக."[37]

என்று இளைஞர்களை நோக்கி அவர் அறைகூவல் விடுத்தார்.

3

1983ஆம் ஆண்டு ஜூலை மாதம் நடைபெற்ற இனப்படுகொலை ஈழத் தமிழர்களின் வரலாற்றில் தீர்மானகரமான புள்ளியாக அமைந்தது. இன்றையத் தமிழ்நாட்டு இளைஞர்களுக்கு அந்தக் குருதி தோய்ந்த வரலாறு தெரிந்திருக்க நியாயமில்லை. "நெருப்பையும், குருதியையும், அவலக் குரலையும் ஒன்றாகக் கேட்கும்போது வன்முறையின் சித்திரம் அல்லது கலவரம் ஒன்றின் தோற்றம் எப்போதும் மனதில் விரிகிறது, "எரிந்து கொண்டிருக்கும் இந்த நெருப்பு எப்போது தான் அணையப்போகிறது?" என்ற ஈழத்து எழுத்தாளர் கருணாகரனின் கேள்வியை அவர்களால் புரிந்துகொள்ள முடியாது.

எப்படி நடந்தது அந்த இனப்படுகொலை? 1983 ஜூலை 23ஆம் தேதி மாலை யாழ்பாணத்துக்கு வெளியே இராணுவ ஜீப் ஒன்று குண்டு வைத்துத் தகர்க்கப்பட்டது. அந்த ஜீப்புக்குப் பின்னால் வந்த இராணுவ டிரக்கிலிருந்து இராணுவத்தினர் இறங்கி ஓடி வருகிறார்கள். நாலாபுறமிருந்தும் அவர்கள் தாக்கப்படுகிறார்கள். எந்திரத் துப்பாக்கிகள், கையெறி குண்டுகள். தாக்குதலின் முடிவில் பதினைந்து சிப்பாய்களின் சடலங்கள் இரைந்து கிடக்கின்றன. கொல்லப்பட்ட சிப்பாய்கள் அனைவரும் சிங்களவர்கள். அவர்களைக் கொன்றதோ விடுதலைப்புலிகள்.

கொல்லப்பட்ட சிப்பாய்களின் உடல்களை அவர்களது சொந்த ஊர்களுக்கு அனுப்பினால் கலவரம் வெடிக்கக்கூடும் என அஞ்சிய இலங்கை அரசாங்கம், அவர்கள் எல்லோரது உடல்களையும் கொழும்பில் அடக்கம் செய்வதென்று முடிவு செய்தது. ஜூலை 24ஆம் தேதி கொழும்பில் சிப்பாய்களின் உடல்கள் அடக்கம் செய்யப்படும்போது அங்கே கூடிய சிங்களவர்களின் கும்பல் கொழும்பு நகருக்குள் புகுந்து தமிழர்களின் வீடுகள், வணிகத்தளங்களைத் தேடிக் கண்டுபிடித்துத் தாக்கத் தொடங்கியது. தமிழ்ப்பெண்கள் பாலியல் வன்முறைக்கு ஆளானார்கள். வீட்டிலிருந்த பொருட்கள் கொள்ளையடிக்கப்பட்டன. வீடுகள் எரிக்கப்பட்டன. தமிழ் மக்களில் பலர் தப்பித்து ஓடி இரக்கமுள்ள சிங்களவர்கள் சிலரின் வீடுகளில் தஞ்சம் புகுந்தனர். அரசாங்கம் ஊரடங்குச் சட்டத்தைப் பிறப்பித்த போதிலும் கலவரம் அடங்குவதாக இல்லை.

கொழும்பில் ஆரம்பித்த கலவரம் தமிழர்கள் வசித்த கண்டி, மாத்தளை, நாவலப்பிட்டி, பதுளை, நுவரெலியா முதலான பகுதிகளுக்கும் பரவியது. சிங்களவர்கள் வாழ்ந்த பகுதிகளில் குடியிருந்த தமிழர்களே அதிகம் பாதிப்புக்கு ஆளானார்கள். இதுகுறித்து ஆர்.சம்பந்தன் எழுதியிருப்பதை இங்கே நினைவுகூரலாம்: "இந்த வன்முறையின் போது குறிப்பிட்ட ஒரு தந்திரத்தை சிங்களவர்கள் கையாண்டார்கள். முதலில் இலங்கை இராணுவத்தினர் தமிழர் வாழும் பகுதிக்குள் வருவார்கள். அங்கே ஆயுதங்கள் மறைத்து வைக்கப்பட்டிருப்பதாகத் தங்களுக்குத் தகவல் கிடைத்திருப்பதாகச் சொல்லி தேடுதல் வேட்டையில் ஈடுபடுவார்கள். தமிழர்களை ஆபாசமாகப் பேசி அச்சுறுத்திக் கலவரம் செய்வார்கள். அங்கிருக்கும் இளைஞர்களை விசாரணைக்கு அழைத்துச் செல்வதாகக் கூறி பிடித்துப் போவார்கள். அவர்கள் போன சிறிது நேரத்தில் அங்கே சிங்களவர்களின் கும்பல் நுழையும். தமிழர்களின் வீடுகளைக் கொள்ளையடிக்கும். அதன்பிறகு வீடுகளுக்குத் தீ மூட்டப்படும். இராணுவத்தினரின் தேடுதல் வேட்டையும், தமிழ் இளைஞர்களை அவர்கள் பிடித்துச் செல்வதும் அதன்பிறகு வருகின்ற சிங்களவர்களின் கும்பலுக்கு உதவுவதற்குத்தான்." தங்களைத் தற்காத்துக்கொள்ள எதுவுமில்லாத நிலையில் தமிழர்கள் சிங்களவர்களிடம் சிக்கிக் கொண்டனர். அவர்களைக் கொல்வதில் சிங்களவர்களுக்கு எவ்வித சிரமமும் இருக்கவில்லை.

முதலில் அரசாங்க அலுவலகங்களைக் குறி வைத்துத்தான் வன்முறை ஏவப்பட்டது. அதன்பிறகுதான் அது தமிழர்களுக்கு எதிரானதாக மாறியது. தெருச்சந்திகளில் கையில் பெட்ரோல் கேன்களோடு வாகனங்களை வழி மறித்த கும்பல், டிரைவரும் வாகனத்தில் பயணம் செய்பவரும் தமிழரா என்று விசாரித்து அவர்கள் தமிழர்கள் எனத் தெரிந்தால் பெட்ரோலை ஊற்றி உயிரோடு கொளுத்தியது. அப்படியொரு சம்பவத்தை சிங்களக் கவிஞர் பாஸில் பெர்னாண்டோ கவிதையொன்றில் இப்படி விவரிக்கிறார்:

"இறந்தவர்களைப் புதைப்பது
ஒரு கலையாகவே வளர்ந்திருந்த எமது காலத்தில்
இந்த நிகழ்வு மட்டும் அழிய மறுத்து எஞ்சியிருப்பதற்குக்

காரணம் ஏதுமில்லை
சத்தியமாகச் சொல்கிறேன்
நான் உணர்ச்சிபூர்வமானவன் அல்லன்
சித்தம் குழம்பியவனாகவும் ஒருபோதும் இருந்ததில்லை
உங்களைப் போலவே
நானும் உணர்ச்சிகளை வெளிக்காட்டத் தயங்குபவன்
அன்றாட வாழ்க்கையிலும்
நான் ஒரு யதார்த்தவாதி
எச்சரிக்கை உணர்வுள்ளவனும் கூட
மறந்துவிடு என்று அரசு ஆணையிட்டால்
உடனடியாக மறந்து விடுகிறேன்
மறப்பதில் எனக்கிருக்கும் திறமை பற்றி
எவருக்குமே ஐயமிருந்ததில்லை
என்னை ஒருவரும் குறை சொன்னதும் கிடையாது
எனினும் அந்தக் கும்பல் அந்தக் காரை
எப்படித் தடுத்து நிறுத்தியது என்பதை
இப்போதும் நான் நினைத்துப் பார்க்கிறேன்
காருக்குள் நாலுபேர்
பெற்றோர், நாலு அல்லது ஐந்து வயதில்
ஆணும் பெண்ணுமாய் இரு குழந்தைகள்
ஏனைய கார்களை எப்படி தடுத்து நிறுத்தினரோ
அப்படித்தான் அந்தக் காரையும் தடுத்து நிறுத்தினார்கள்
எந்த வேறுபாடும் இல்லை.
குதூகலம் கொப்பளிக்கின்ற மனநிலையில்
ஒரு சில கேள்விகள்
செய்வதைப் பிழையறச் செய்யவிரும்பும் கவனமாய் இருக்கலாம்
பிறகு செயலில் இறங்கினர் வழமைபோல
பெட்ரோல் ஊற்றுவது, பற்ற வைப்பது போன்ற விஷயங்கள்
ஆனால், திடீரென்று யாரோ ஒருவன்
கதவுகளைத் திறந்தான்.
அழுது அடம்பிடித்துப் பெற்றோரை விட்டு விலக மறுத்த
இரண்டு குழந்தைகளையும் வெளியே இழுத்தெடுத்தான்

குழந்தைகளின் உணர்வுகளைக் கவனத்தில் கொள்ளாமல்
இருப்பது
சில சமயங்களில் குழந்தைகளுக்கு நல்லது என
அவன் எண்ணியிருக்கக் கூடும்
துரிதமாகச் செயல்பட்ட இன்னொருவனோ
தீக்குச்சியைக் கிழித்தான்
சுற்றிலும் எரிந்து கொண்டிருந்த பலவற்றோடு
இந்த நெருப்பும் சேர்ந்து கொண்டது
அருகே நின்று தமது சாகசங்களைப் பற்றிப்
பேச ஆரம்பித்தனர் கொஞ்சம் பேர்
கலைந்து போனார்கள் ஒருசிலர்
காருக்குள் இருந்த இருவரும் என்ன எண்ணியிருப்பார்கள்
என்பதைப் பற்றி யார் கவலைப்பட்டார்கள்
சமாதான விரும்பிகளாக மக்கள்
தமது வீடுகளுக்குத் திரும்ப ஆரம்பித்தனர்
அப்போதுதான் திடீரென உள்ளேயிருந்தவர்
கார் கதவை உடைத்து வெளியே பாய்ந்தார்
சட்டையிலும் தலைமயிரிலும் ஏற்கனவே தீப்பற்றி விட்டிருந்தது
குனிந்தவர் தனது இரண்டு குழந்தைகளையும் வாரி எடுத்தார்
எங்கும் பார்க்காமல் கவனமாகத் திட்டமிட்டு எடுத்த முடிவை
செயல்படுத்துவது போல உறுதியுடன் காருக்குள் திரும்பி ஏறினார்
கதவை மூடினார்
தனித்துவமான அந்த சப்தத்தை நான் கேட்டேன்
எரிந்தழிந்த கார் இப்போதும் தெருவோரம் கிடக்கிறது
ஏனையவற்றோடு இன்னும் சில நாட்களில்
மாநகராட்சி அதனை அகற்றக்கூடும்
தலைநகரின் தூய்மையே ஆட்சியாளரின் தலையாய பணி" [38]

இலங்கையில் நடத்தப்பட்ட கொலைவெறியாட்டத்துக்கு ஒரு சிங்களவரே அளித்த ஒப்புதல் வாக்குமூலமாக இருக்கிறது இந்தக் கவிதை. நிராதரவாக வீதிகளிலும், வீடுகளிலும் பரிதவித்துக் கொண்டிருந்த தமிழர்கள் படுகொலை செய்யப்பட்டனர். சிறையில் இருந்தவர்களுக்கும் கூடப் பாதுகாப்பில்லை. அவர்களும்

குரூரமாகக் கொல்லப்பட்டனர். 'வெலிக்கடையின் சிறைக்கூட / இரும்பு நெடுங்கதவு / தானே திறக்கும் / அங்கு / காவலர்கள் அறியாமல் / கற்சுவர்கள் சூழ்ந்திருக்கும் / அறைகட்குள் கொலை நடக்கும்' [39] என்று கவிஞர் சிவசேகரத்தால் வர்ணிக்கப்பட்ட அந்தச் சம்பவத்தில் ஐம்பத்திரெண்டு தமிழ்க் கைதிகள் படுகொலை செய்யப்பட்டார்கள்.

இலங்கையில் தமிழர்கள் மீது நடத்தப்பட்டதை இனப்படுகொலை எனச் சொல்வது சரியா? என்று சிலர் கேட்கலாம். இனப்படுகொலை என்பதற்கான வரையறை என்ன என்பதை பவுல் ஆர்.ப்ராஸ் என்ற அமெரிக்கச் சிந்தனையாளர் தனது நூலொன்றில் (Forms of Collective Violence) விளக்கியிருக்கிறார். "மக்களில் ஒரு பிரிவினரை ஒரு குறிப்பிட்ட அடையாளத்துக்குள் அடக்கி அவர்களை ஆதிக்கம் செய்வது; அதற்கு வன்முறையைக் கருவியாகப் பயன்படுத்துவது; அரசியலை இனவாதத்தின் செல்வாக்குக்குள் கொண்டு வருவது; சிறுபான்மை இனத்துக்கு எதிராக வன்முறையை ஏவுகிறவர் அரசியலில் தலைமை ஏற்பது; தங்களது சந்தோஷத்துக்காகவும், கேளிக்கைக்காகவும் எதிராளிகள் மீது வன்முறையை ஏவுவது; மக்கள் பெருமளவில் இடம் பெயர்ந்து செல்ல நிர்ப்பந்தப்படுத்தும் விதமாகத் தாக்குதல் தொடுப்பது; இனச் சுத்திகரிப்புக்கு வன்முறையை வழியாகக் கொள்வது; காவல்துறை, இராணுவம் முதலானவை ஒருசார்பான அணுகுமுறையோடு நடந்துகொள்வது" இப்படி இனஅழித்தொழிப்பு மனோபாவத்தின் அம்சங்களை அவர் பட்டியலிடுகிறார். இவை எல்லாமே 1983 ஜூலை கலவரத்துக்கும் பொருந்துகின்றன, முள்ளிவாய்க்கால் படுகொலைகளுக்கும் பொருந்துகின்றன.

ஜூலைக் கலவரங்களுக்குப் பிறகு எழுதப்பட்ட கவிதை ஒன்றில் எப்படி சாதாரண சிங்கள மக்களும் இனக்கலவரத்தின் பயனாளிகளாக மாறினார்கள் என்பதை சேரன் விவரிக்கிறார்:

"கவிழ்க்கப்பட்டு எரிந்த காரில்
வெளியே தெரிந்த தொடை எலும்பை,
ஆகாயத்திற்கும் பூமிக்குமிடையில்
எங்கோ ஒரு புள்ளியில் நிலைத்து
இறுகிப்போன ஒரு விழியை,

> விழியே இல்லாமல், விழியின் குழிக்குள்
> உறைந்திருந்த குருதியை,
> 'டிக்மண்ட்ஸ்' ரோட்டில்
> தலைக் கறுப்புகளுக்குப் பதில்
> இரத்தச் சிவப்பில் பிளந்து கிடந்த
> ஆறு மனிதர்களை,
> தீயில் கருகத் தவறிய
> ஒரு சேலைத்துண்டை,
> துணையிழந்து,
> மணிக்கூடும் இல்லாமல்
> தனித்துப்போய்க் கிடந்த
> ஒரு இடது கையை,
> எரிந்து கொண்டிருக்கும் வீட்டிலிருந்து
> தொட்டில் ஒன்றைச்
> சுமக்க முடியாமல் சுமந்துபோன
> ஒரு சிங்களக் கர்ப்பிணிப் பெண்ணை,
> ...." 40

இந்தக் கவிதையில் தீட்டப்பட்டிருக்கும் காட்சி "பாஸில் பெர்னாண்டோவின்" கவிதை ஏற்படுத்தியதைவிடவும் மிகுந்த அதிர்ச்சியை நம்முள் ஏற்படுத்துகிறது. தாய் என்ற தகுதியை முதன்முதலாகப் பெறப்போகிறவளா அல்லது ஏற்கனவே பல குழந்தைகளுக்குத் தாயாக இருப்பவளா, அந்த சிங்களக் கர்ப்பிணிப் பெண் எப்படியானவள் என்பது நமக்குத் தெரியாது. தமிழர்களின் வீடொன்று கலவரக்காரர்களால் எரியூட்டப்படுகிறது.

'எரியும் வீட்டில் பிடுங்கியது லாபம்' என்பதுபோல அந்தக் கர்ப்பிணிப் பெண் தொட்டில் ஒன்றைக் களவாடிப் போகிறாள். அந்தத் தொட்டிலுக்கு உரிய குழந்தை அந்த வீட்டில் கருகிக்கொண்டிருக்கலாம். அதைப்பற்றி அவளுக்குக் கவலை இல்லை. ஏனென்றால் அது தமிழ்க் குழந்தை. இங்கே தாய்மை உணர்வையும் தாண்டி இனவெறியும் அதனால் கிடைக்கிற பொருளாதார நலன்களும் இருக்கின்றன. இனவாதத்தால் நஞ்சூட்டப்பட்ட மனம் எப்படி இருக்கும் என்பதற்கு இந்தக் கர்ப்பிணிப் பெண்ணே சாட்சி.

4

ஈழத்தைச் சேர்ந்த ஏனைய கவிஞர்களிடமிருந்து சேரனை வேறுபடுத்துகிற அம்சங்களில் அவர் சாதிப் பிரச்சினையை அணுகியவிதம் முக்கியமானது. அதில் அவரது தந்தை மஹாகவியின் செல்வாக்கையும், தொடர்ச்சியையும் நாம் பார்க்கிறோம். மஹாகவியின் புகழ்பெற்ற கவிதைகளில் ஒன்றான 'தேரும் திங்களும்' ஒரு கலவரக் காட்சியை நம்மிடம் எடுத்துச் சொல்கிறது. தீண்டாத சாதியைச் சேர்ந்த ஒருவன் தானும் தேரின் வடம் பிடித்து இழுத்துக் கடவுளை வழிபட விரும்புகிறான். அவன், "ஈண்டு நாம் யாரும் இசைந்தொன்றி நின்றிடுதல் வேண்டும்" எனும் ஓர் இனிய விருப்போடு வந்தான் குனிந்து வணங்கி வடம் பிடிக்க' உடனே அங்கிருக்கும் மற்றவர்கள் அவனைத் தடுக்கின்றனர்:

"நில்!" என்றான் ஓராள்
"நிறுத்து!" என்றான் மற்றோராள்.
"புல்" என்றான் ஓராள்
"புலை" என்றான் இன்னோராள்
"கொல்" என்றான் ஓராள்
"கொளுத்து" என்றான் வேறோராள்.
கல்லொன்று வீழ்ந்து
கழுத்தொன்று வெட்டுண்டு
பல்லோடு உதடுபறந்து சிதறுண்டு
சில்லென்று செந்நீர் தெறிந்து
நிலம் சிவந்து
மல்லொன்று நேர்ந்து
மனிசர் கொலையுண்டார்." [41]

என அந்தக் காட்சியை விவரிக்கிறது மஹாகவியின் அந்தக் கவிதை. 'நிலாவுக்குப் போய் சாதனை புரிந்த மனித இனம் இப்படி மண்ணில் புரள்கிறதே என்ற கவலையோடு அந்தக் கவிதையை முடிக்கிறார் மஹாகவி. அதேபோன்று தீண்டாத சாதியைச் சேர்ந்த ஒருத்தனின் மேல் ஏவப்பட்ட வன்முறையைக் கவலையோடு பேசுகிறது சேரனின் 'மயான காண்டம்' என்ற கவிதை. சாதி வெறியர்களால் கொலை செய்யப்பட்ட தனது நண்பனின் சடலத்தை மருத்துவமனையில் சென்று பார்த்த நிகழ்வைக் கவிதையாக்கியிருக்கிறார் சேரன்.

'உனது வீட்டை இரவில் கொளுத்தினர்
சூரியன் பிளந்து சிதறும் குருதியாய்
கிடுகுகள் விலக்கி ஒளிரும் கதிர்களை
தெருவில் நின்று பார்க்க நேர்ந்தது....
உனது நிலத்தை அவர்கள் பறித்தனர்...
இன்று,
உன்னைக் கொன்றனர்;
உன்னை அவர்கள் கொன்றனர்..."

எனக் கதறுகிறது சேரனின் கவிதை மனம். 'எழுதப்படாத தீண்டாத மக்களின் சரித்திரம் துயர் சூழ்ந்து கிடக்கிறது. அவர்களது ரத்தம் சிந்திய நிலங்களின் மீது நெல் விளைகிறது; சணல் பூக்கிறது; மழை பெய்கிறது...' அதைப் பற்றி எந்த அக்கறையுமில்லாமல் இருக்கிறார்கள் சாதித் தமிழர்கள். அவர்களது அறியாமையை எண்ணி வருந்துகிறார் சேரன்:

'நீ துயில்க.
அந்நியர்கள் வந்துவிட்டார்கள் என்பதையாவது
நான்,
அவர்களுக்கு நினைவூட்ட வேண்டும்..."[42]

என்று தன் கவிதையை அவர் முடிக்கிறார். நிலவுக்குச் சென்று அறிவியலில் சாதனை செய்யும் மனித இனத்தைச் சேர்ந்த இவர்கள், இப்படிக் கேவலமான சாதியப் பார்வையால் மண்ணில் கிடந்து புரள்கிறார்களே என்று மஹாகவி வேதனைப்படுகிறார். சேரனோ எதிரிகளான சிங்களவர்கள் உங்களைத் தாக்க ஆரம்பித்துவிட்டார்கள். நமது எதிரி நம்மைத் தமிழர் என்றுதான் பார்க்கிறான். ஆனால் நீங்களோ இன்னும் சாதி பார்த்துக்கொண்டிருக்கிறீர்களே என்று துயரத்தோடு மக்களிடம் பேசுகிறார்.

5

1980களின் பிற்பகுதி முழுவதும் ஈழத்திலிருந்து எழுதப்பட்ட ஆற்றல் மிக்க அரசியல் கவிதைகளால் தமிழ்நாடு ஆட்கொள்ளப்பட்டிருந்தது. தமிழ் அரசியல் கவிதைகளின் போக்கே அதனால் மாற்றி அமைக்கப்பட்டது. ஒரு காலத்தில்

பாரதிதாசனாலும், வானம்பாடிகளாலும் தாக்கம் பெற்று கவிதை எழுதிக்கொண்டிருந்த ஈழக் கவிஞர்கள் தமக்கான தனித்துவ அடையாளங்களோடு கவிதைகளைப் படைத்தார்கள். அது தமிழ் இலக்கிய உலகை வெகுவாகப் பாதித்தது. இடதுசாரிகளும், திராவிட இயக்கத்தைச் சேர்ந்தவர்களும் உருவாக்கி வைத்திருந்த அரசியல் கவிதை மரபு மிகவும் பலவீனமாக இருந்ததால் அவற்றை 'இலக்கியமே குறி'யென்று எண்ணும் கவிஞர்களும் விமர்சகர்களும் மிக எளிதாகத் தமது இடது கையால் ஒதுக்கித் தள்ளிக்கொண்டிருந்தார்கள். அந்த நிலையை ஈழக் கவிதைகளின் வருகை தான் மாற்றியமைத்தது. அரசியலை வெளிப்படையாகப் பேசுவதும்கூடக் கவிதையாக இருக்க முடியும் என்று அது நிரூபித்தது. மார்க்ஸியம் என்ற ஆற்றல் மிக்க தத்துவத்தைக் கொண்டு சமூகத்தை ஆய்வு செய்துகொண்டிருந்தவர்கள் இலக்கியத் தளத்தில் பல முக்கியமான கோட்பாடுகளை முன்வைத்திருந்தனர். ஆனால் அவர்கள் மகிழ்ச்சியோடு உதாரணம் காட்ட ஒரு தமிழ்க் கவிதையையும் முற்போக்குக் கவிஞர்கள் உருவாக்கியிருக்கவில்லை. அத்தகையக் கோட்பாட்டாளர்களுக்கு ஈழத்துக் கவிதைகளே பேருதவி புரிந்தன.

இதனிடையே ஈழத்தில் பலவிதமான அரசியல் மாற்றங்கள் ஏற்பட்டன. மிக விரைவிலேயே தமிழ்ப் போராளிக் குழுக்கள் தம்மைக் கிரமமான இராணுவங்களாகக் கட்டியமைத்துக்கொண்டன. சமரச அரசியல் பேசிக்கொண்டிருந்தவர்களிடமிருந்து அரசியல் அதிகாரமானது போராளிக் குழுக்களுக்குக் கைமாறிச் சென்றது. ஆயுத பலமும் தார்மீக பலமும் சேர்ந்த அதிகாரம் சர்வாதிகாரமாகத்தான் இருக்கமுடியும். எனவே போராளிக் குழுக்களிடையே மோதல்கள் நிகழ்ந்தன. அந்த மோதல்களின் விளைவாக விடுதலைப் புலிகள் அமைப்பு போட்டி ஏதுமில்லாத உச்சத்தை அடைந்தது.

அதிகாரம் தமது கைகளுக்கு வந்தபிறகு போராளிகள் அரசுக்கான அத்தனை அம்சங்களையும் ஏற்படுத்திக்கொண்டனர். சிங்கள அரசுக்கு இணையாக ஒரு தமிழ் அரசை உருவாக்கினார்கள். அது அரசு என்பதன் வலிமையைக் கொண்டிருந்தது போலவே அரசுக்கான அத்தனை குறைபாடுகளையும் தவிர்க்கமுடியாமல் சுமந்து கொண்டிருந்தது. ஒடுக்குமுறைப் பண்பை உதறியெறியாத ஈழ அரசை, மக்கள் ஏற்றுக்கொண்டாலும் கவிஞர்கள் அதற்கு

மௌன சாட்சிகளாக இருக்க மறுத்தார்கள். அப்படியான குரல்களை அடக்குவதொன்றுதான் அரசுக்குத் தெரியும். அங்கும் அதுவே நடந்தது. அதனால், சிலர் கொல்லப்பட்டனர், பலர் புலம்பெயர்ந்தனர். கவிஞர் சேரனும் புலப்பெயர்வுக்கு ஆளாகி கனடாவுக்குப் போய்ச்சேர்ந்தார்.

ஈழத்தமிழர்களின் புலப்பெயர்வு என்பது ஏனைய புலப்பெயர்வுகளைப் போன்றதல்ல. அதன் தனித்தன்மைகளை அண்மையில் டெல்லியில் ஆற்றிய உரை ஒன்றில் சேரன் விளக்கியிருந்தார். வலிந்து புலம் பெயர்க்கப்பட்டவர்களை 'வலசை மாந்தர்' என்று பழந்தமிழ் இலக்கியங்கள் குறிப்பிடுகின்றன.

மற்ற வகையினரைப் 'புலம் பெயர் மாக்கள்' என அவை சுட்டுகின்றன. சமுதாயம், மானுடவியல், அரசியல், அலைவியல் அல்லது அலைந்துழல்வியல் போன்ற துறைகளில் ஈடுபட்டுள்ள ஆய்வாளர்கள் சிலர், புலம்பெயர் நிலையை இவ்வாறு இரு வகைப்பட்டதாக அணுகமுடியாது எனவும் எல்லாப் புலப்பெயர்வுகளுக்குப் பின்னாலும் நேரடியாகவோ அல்லது உள்ளார்ந்தோ பொருளியல் காரணங்கள் இருக்கின்றன எனவும் வாதிடுகிறார்கள்.

எனினும் இத்தகைய பிரிப்பு, கோட்பாடு சார்ந்தும் அரசியல் சார்ந்தும் நமது கவனிப்புக்கு உரியது என நான் கருதுகிறேன். குறிப்பாகப் "பல்வேறுபட்ட தமிழர்கள் பல்வேறு காரணங்களுக்காகப் புலம்பெயர்கிறபோதிலும், ஈழத் தமிழர்களின் வலி சுமந்த அலைந்துழல்வு தனியான கவனத்தை வேண்டி நிற்கிறது" என்று சேரன் வலியுறுத்துவதில் நியாயம் இருக்கிறது. புலப் பெயர்வின் வலியை அவர் தனது கவிதைகள் பலவற்றில் பதிவு செய்திருக்கிறார். அவற்றுள் மிகவும் முக்கியமானது 'கேள்' என்ற தலைப்பிலான கவிதை:

'கேள்
எப்படிப் புணர்வது என்பதைப்
பாம்புகளிடம். எப்படிப் புலர்வது என்பதைக்
காலையிடம். பொறுமை என்பது என்ன
என்பதை மரங்களிடம். கனவுகளுக்கு
வண்ணங்கள் உண்டா என்பதைத் தூக்கத்தில்

நடப்பவர்களிடம். கண்ணீர்த் துளிகள் சிறைக்கூடங்களாக
மாறியது எப்படி என்பதை
அகதிகளிடம்.....' [43]

என நீளும் அந்தக் கவிதையைப் படிக்கும்போது நாமே அனாதரவாய் தனித்து நிற்பதுபோல உணர்வோம். புலம்பெயர்ந்து வாழ நிர்ப்பந்திக்கப்பட்ட நிலையிலும், கனடா நாட்டுப் பல்கலைக்கழகம் ஒன்றில் பேராசிரியராக இருக்கும் சூழலிலும் அவர் மௌனமாக இருந்து விடவில்லை.

அமைதியாலும் யுத்தத்தாலும் மாறி மாறிச் சூறையாடப்பட்டுக் கொண்டிருந்த ஈழத்தில் தான் அவரது இதயம் துடித்துக் கொண்டிருந்தது. தொண்ணூறுகளுக்குப் பிறகு மிகவும் ஆற்றல் மிக்கக் கவிதைகளை எழுதிக்கொண்டிருக்கும் அனார், வினோதினி, ஆகர்ஷியா உள்ளிட்டப் பல்வேறு ஈழத்துப் பெண்கவிஞர்களும் அவருடைய முயற்சியினால் தான் உரிய கவனத்தைப் பெற்றார்கள்.

ஒருபுறம் பேரினவாதத்தை எதிர்த்துக் கருத்துப் பிரச்சாரம், மறுபுறம் போராளிகளின் ஜனநாயக மறுப்பை விமர்சித்த போராட்டம் என எப்போதும் தம்மை ஆபத்துகளின் நடுவில் நிறுத்திக்கொள்வதே சேரனின் சுபாவம். இதற்கு மிகப்பெரும் மனத்துணிவு வேண்டும். அது அவரிடம் இருக்கிறது. போராளிகளின் ஜனநாயக மறுப்புப் போக்கை விமர்சித்து அவர் எழுதிய கவிதைகளில் 'வீரர்கள் துயிலும் நிலம்' என்ற கவிதை முக்கியமானது. தொண்ணூறுகளின் இறுதியில் அவர் எழுதிய இன்னொரு முக்கியமான கவிதைதான் 'ஊழி' என்பதாகும்.

எங்களுடைய காலத்தில்தான் ஊழி நிகழ்ந்தது
ஆவிக் கூத்தில் நிலம் நடுங்கிப்
பேய் மழையில் உடல் பிளந்து
உள்ளும் வெளியும் தீ மூள
இருளின் அலறல்
குழந்தைகளை மனிதர்களை
வெள்ளம் இழுத்துவந்து
தீயில் எறிகிறது
அகாலத்தில் கொலையுண்டோம்

சூழவரப் பார்த்து நின்றவர்களின்
நிராதரவின் மீது
ஒரு உயிரற்ற கடைக்கண் வீச்சை
எறிந்துவிட்டு
புகைந்து புகைந்து முகிலாக
மேற் கிளம்பினோம்
காஃப்காவுக்குத்தான் தன்னுடைய எழுத்துக்களைத்
தீயிலிட வாய்க்கவில்லை
ஆனால் சிவரமணி எரித்துவிட்டாள்
அந்தர வெளியில் கவிதை அழிகிறது
மற்றவர்களுடைய புனைவுகள்
உயிர்பெற மறுக்கின்றன
எல்லோரும் போய்விட்டோம்
கதைசொல்ல யாரும் இல்லை
இப்பொழுது இருக்கிறது
காயம்பட்ட ஒரு பெருநிலம்
அதற்கு மேலாகப் பறந்து செல்ல
எந்தப் பறவையாலும் முடியவில்லை
நாங்கள் திரும்பி வரும் வரை' [44]

இக்கவிதையில் வெளிப்படும் கூர்மையான விமர்சனத்தை அன்று எவரும் பொருட்படுத்தவில்லை. கவிஞர் சிவரமணியின் மரணம் அங்கு ஒரு செய்தியாகக் கூடப் பதிவாகவில்லை. 1991ஆம் ஆண்டு மே மாதம் 19ஆம் தேதி யாழ்ப்பாணத்தில் தற்கொலை செய்துகொண்டார் சிவரமணி. அப்போதுதான் உருப்பெறத்தொடங்கியிருந்த ஈழத்துப் பெண் கவிஞர்களின் குரல்களுக்குள் வலுவாகவும் தீர்க்கமாகவும் ஒலித்த குரல் அவருடையது. தான் சாவதற்குமுன் தனது கவிதைகளையெல்லாம் அவர் எரித்துவிட்டார்.

'என்னுடைய நாட்களை/ நீங்கள் பறித்துக்கொள்ள முடியாது/ கண்களைப் பொத்திக்கொள்ளும்/ உங்கள் விரல்களிடையே/ தன்னைக் கீழிறக்கிக்கொள்ளும்/ ஒரு குட்டி நட்சத்திரம் போன்று/ எனது இருத்தல் உறுதிபெற்றது'[45] என்று எழுதிய சிவரமணி சுதந்திரத்தை மறுத்த அதிகாரத்துவத்துக்குத் தனது

மரணத்தின் மூலம் எதிர்ப்பைத் தெரிவித்தார். ஆனால் அதிலிருந்து எந்தப் பாடத்தையும் கற்றுக்கொள்ளக்கூடிய பொறுமை போராளிகளுக்கு அன்று இருக்கவில்லை. அதனால், தமது கருத்துகளைச் சொல்ல முயன்றவர்கள் அங்கே 'அகாலத்தில் கொலையுண்டார்கள்'. 'சூழவரப் பார்த்து நின்றவர்கள் எதையும் செய்யக்கூடியவர்களாயில்லாத போது, 'அந்தரவெளியில் கவிதை அழிய, மற்றவர்களுடைய புனைவுகளோ உயிர்பெற மறுத்துவிட்டன.' அப்படி மௌனமானவர்களின் நீண்ட பட்டியல் ஈழத்தில் உண்டு.

நுண்ணுணர்வு கொண்டவர்கள் தடையின்றிப் பேசும்போது அங்கே சுதந்திரம் மதிப்பு பெறுகிறது. அவர்களெல்லோரும் வாய்மூடி மௌனமாகிவிடும் இடத்தில் எப்படிக் கவிதை உருவாகும்? ஈழத்திலிருந்து முன்பு போலக் காத்திரமான கவிதைக்குரல்கள் வெளிப்படாமல் போனதற்குக் காரணம் என்ன என்ற கேள்விக்கு சேரனின் கவிதையிலேயே பதிலும் இருக்கிறது:

'எல்லோரும் போய்விட்டோம்/ கதைசொல்ல யாரும் இல்லை...' என்ற வரிகளிலும் அவற்றைத் தொடர்ந்து 'இப்பொழுது இருக்கிறது/ காயம்பட்ட ஒரு பெருநிலம் / அதற்கு மேலாகப் பறந்து செல்ல / எந்தப் பறவையாலும் முடியவில்லை/ நாங்கள் திரும்பி வரும் வரை'[46] என்ற வரிகளிலும் அந்தப் பதிலை அவர் பதிவுசெய்திருக்கிறார்.

6

முள்ளிவாய்க்கால் படுகொலைகள் பல கேள்விகளை என்னுள் எழுப்பியிருக்கின்றன. அங்கே பிழைத்தவர்கள் ஏன் இன்னும் பேசாமல் இருக்கிறார்கள் என்னும் கேள்வி என் இதயத்தை அறுக்கிறது. அவர்கள் மீது கவிந்திருக்கும் மௌனத்தின் பொருள் என்ன? அவர்கள் யாரை எண்ணிக் கோபப்படுகிறார்கள்? எலியா கனெட்டி என்ற சிந்தனையாளர் சொல்லிய வார்த்தைகள் இந்தக் கேள்விகளுக்கான பதிலைக் கூறுகின்றன.' "அதிர்ஷ்டம் வாய்ந்த, ஆசீர்வதிக்கப்பட்ட பிழைத்திருப்பவன் வீழ்ந்துபட்டவர்களுக்கு இடையே நிற்கிறான். அவனைப் பொறுத்தவரை ஒரு உண்மை தெளிவாக இருக்கிறது. பல பேர், அவனது நண்பர்கள் உட்பட பலபேர் இறந்தபின்னரும் அவன் உயிரோடு இருக்கிறான். இறந்தவர்கள் ஆதரவற்றுக் கிடக்க அவர்களுக்கிடையே அவன் நிமிர்ந்து நிற்கிறான். அவன் பிழைத்திருப்பதற்காகவே அந்த யுத்தம்

நடத்தப்பட்டது போல் இருக்கிறது. மரணம் என்பது அவனை விலக்கிவிட்டு மற்றவர்களை நோக்கிச் சென்றுவிட்டது. அவன் ஆபத்தைத் தவிர்க்கவில்லை. அவனும் அவன் தோழர்களும் மரணத்தின் பாதையில் நின்றார்கள். அவர்கள் வீழ்ந்துவிட்டனர். இவன் நிற்கிறான்." என்கிறார் கனெட்டி.

அப்படி நிற்பவன் தன்னை நிலைகுலையச் செய்யும் ஆபத்துகளிலிருந்து தன்னை தற்காத்துக் கொள்ள இரண்டுவிதமான வழிமுறைகள் இருக்கின்றன. அந்த வழிகள் ஒன்றுக்கொன்று எதிரானவை. வேறுபட்டவையும் கூட. ஆபத்தை தொலைவிலேயே நிறுத்திவைத்து விடுவது, ஆபத்துக்கும் தனக்கும் இடையே நீண்ட இடைவெளியை உருவாக்கவும் அவற்றைக் கண்காணிக்கவும் பாதுகாக்கவும் விழைவது. ஆபத்திலிருந்து ஒளிந்துகொண்டு விட்டால் ஆபத்தை அழித்துவிடலாம் என்ற நினைவால் வருவது இது. இன்னொரு அணுகுமுறையிலோ அவன் ஆபத்தை தேடிச் செல்கிறான். அதை எதிர்கொள்கிறான். அது தன்னை நெருங்கிவர அனுமதிக்கிறான். அவன் ஒரு எதிரியை உருவாக்கி அவனை சவாலுக்கு அழைக்கிறான். முள்ளிவாய்க்காலில் பிழைத்தவர்கள் இப்போது முதலாவது வழியைத்தான் தேர்ந்தெடுத்துக் கொண்டிருப்பதுபோலத் தெரிகிறது.

முள்ளிவாய்க்கால் இனப்படுகொலைக்குப் பிறகு, அதுகுறித்து எழுதப்பட்ட ஈழக்கவிதைகளில் ஆற்றல் வாய்ந்தவற்றைத் தேடித் தொகுக்கும் பணியில் நான் ஈடுபட்டேன். புதிய கவிஞர்கள் பலர் நிறைய கவிதைகளை எழுதியிருக்கிறார்கள் என்றாலும், அவை எல்லாவற்றையும் தாண்டி இப்போதும் மிகச் சிறந்த கவிதைக் குரலாக சேரனின் குரலே ஒலிக்கிறது என்பதை அப்போது நான் புரிந்துகொண்டேன். நான் நடத்திவரும் மணற்கேணி இதழுக்கென அவர் 2010 ஜனவரி மாதம் 11 ஆம் தேதி ஆறு கவிதைகளை அனுப்பிவைத்தார். இருபத்தைந்து ஆண்டுகளுக்கு முன்னர் அவருடைய 'இரண்டாவது சூரிய உதயம்' தொகுப்பைப் படித்துவிட்டு என்ன மாதிரியான மனநிலைக்கு ஆளானேனோ அதேவிதமான தாக்கத்தை அந்த ஆறு கவிதைகளும் எனக்குள் ஏற்படுத்தின. துப்பாக்கிகள் மௌனமாக்கிய உதடுகளைக் கவிதைகள் தாம் உயிர்பெறச் செய்யும் என்ற நம்பிக்கை எனக்குள் எழுந்தது.

000

பயன்பட்ட நூல்கள்:

1. *இரண்டாவது சூரிய உதயம்*, இலங்கை, 1983
2. *யமன், படைப்பாளிகள் வட்டம்*, 1984
3. *பதினொரு ஈழத்துக் கவிஞர்கள்*, க்ரியா, 1984
4. *மரணத்துள் வாழ்வோம், தமிழியல்*, இலங்கை, 1985
5. *மீண்டும் கடலுக்கு*, காலச்சுவடு, 2004

கேள்

கேள்
எப்படிப் புணர்வது என்பதைப்
பாம்புகளிடம். எப்படிப் புலர்வது என்பதைக்
காலையிடம். பொறுமை என்பது என்ன
என்பதை மரங்களிடம். கனவுகளுக்கு
வண்ணங்கள் உண்டா என்பதைத் தூக்கத்தில்
நடப்பவர்களிடம். கண்ணீர்த்துளிகள் சிறைக்கூடங்களாக
மாறியது எப்படி என்பதை
அகதிகளிடம். பயம் என்பது என்ன என்பதை
நடு இரவில் இந்த நகரில் நடக்க நேர்கிற
கறுப்புத் தோல் மனிதர்களிடமும்
பெண்களிடமும். மோகம் முப்பது நாள்கள்தானா
என்பதை மூக்குத்தி அணிந்த காதலர்களிடம்.
முழுநிலவில் பாலத்தின்கீழ் உறைந்த பாற்கடலின்
பாடும் மீன்கள் எங்கே போய்விட்டன
என்பதைக் கார்காலத்திடம். மொழியின்
தனிமையிலிருந்து பிறப்பது என்ன என்பதைத்

திசை தொலையப் புலம்பெயர்ந்தவர்களிடம்.
துயரத்தின் சாறு பிழிந்த தனிமை எப்படியிருக்கும்
என்பதை என் பனிப்பாறையுள் நெருப்பின்
உயிர்ச் சுவட்டை எறிந்தவளிடம், அவளிடம்
இவளிடம். இரவின் கடைசி ரயிலும் போய்விட்ட
பிற்பாடு, தண்டவாளங்களும் குளிரில் துடித்துப்
பிளக்க ஒற்றைச் சிறகுடன் கையில் ஒற்றைப்
பூவுடன் காத்திருப்பது எப்படி என்பதை
என்னிடம்
கேள்.
●

நீ இப்போது இறங்கும் ஆறு - பக்கம் 185

செல்வா கனகநாயகம்

பேராசிரியர், ஆய்வாளர், மொழிபெயர்ப்பாளர் என்று பலதளங்களில் இயங்கியவர். கனடாவின் டொரண்டோ பல்கலைக் கழக தெற்காசியவியல் ஆய்வு மையத்தின் தலைவராக பணி செய்தவர். தமிழில் வெளியான பல்வேறு படைப்புகளை ஆங்கிலத்தில் மொழிபெயர்த்தவர்.

7

சேரனுக்கு ஒரு முன்னுரை

ஆங்கில மூலம்: செல்வா கனகநாயகம்
தமிழில்: கலைவாணி கருணாகரன்

இலங்கை இனவாத அரசியலின் அடித்தளத்தையே மாற்றியமைத்த மே 2009 இனப்படுகொலைக்குப் பின் எழுதப்பட்ட சேரனது கவிதை ஒன்று சமகால நிலவரங்களுக்கான, ஆழ்ந்த, நுணுக்கமான தனியாள் ஒருவரின் பதிலாக ஒலிக்கிறது. வார்த்தையணிகளைத் தவிர்க்கும் இந்தக் கவிதை குறிப்பால் பொருள் தருகிறது.

'நீரற்றது கடல்
நிலமற்றது தமிழ்
பேரற்றது உறவு'

தலைப்பிடப்படாத இக்கவிதை மொழிபெயர்ப்பாளருக்கு ஒரு பெரும் சவாலாய் அமைகிறது. ஒரு தமிழ் வாசகருக்கு இவ்வரிகள் முல்லைத்தீவின் வடகிழக்கில் முள்ளிவாய்க்கால் பகுதியில் நடந்தேறிய சம்பவங்களையும், மே 2009 இல் விடுதலைப் புலிகளின் வீழ்ச்சியோடு எழுதப்பட்ட அதன் முடிவுரையையும் நினைவு படுத்துகின்றன. தமிழிலேயே ஒரு பொதுப்படைத்

தன்மையுடன், அதிகம் பொருளை விரித்துரைக்காத இக்கவிதை தமிழ் மொழியறிவு, கலாசார, அரசியல் பின்னணிகளின் அறிவோடு வாசிக்கப்படும்போது அது உணர்த்தும் குறிப்புகள் தெளிவாகப் புலனாகின்றன. கலாசாரச் சீரழிவு, வன்முறை, இடப்பெயர்வு, உயிரிழப்பு முதலியவற்றை ஆழ்ந்த கவலையுடன் எடுத்துரைக்கும் இக்கவிதை எந்தவொரு மொழிபெயர்ப்பாளருக்கும் பெரும் சவாலாய் அமைவது. தற்போது வெளிவந்த மொழிபெயர்க்கப்பட்ட கவிதைத் தொகுப்பில் இக்கவிதையின் வடிவம் பின்வருமாறு இருக்கிறது:

The sea is without water
Tamil is without land
Kinship is without a name

இம் மொழிபெயர்ப்பு வன்முறை, எதிர்ப்பு, துண்டாடப்படும் கணங்களின் படிமம் என அமைகிறது. ஒளியூடுருவாக் கடல் எனும் மேக்பெத்தின் “செந்நிறம் பூணும் பரந்த பசுங்கடல்” எனும் வரிகளை நினைவூட்டுகிறது. சேரனது படைப்புகளில் அதிகம் பயின்று வரும் உருவகமான கடல், போராட்டத்தின் களமாகவும், அதே நேரம் ஆறுதலின், வாழ்வின், வாழ்வாதாரத்தின் களமாகவும் காட்சிப்படுத்தப்படுகிறது. இரண்டாம் வரியில் இம்மொழிபெயர்ப்பு நிலம், மொழி, இன அடையாளத்தோடு நெருங்கிய தொடர்புடைய ஒரு சிறப்பான கலாசார அடையாளத்தைக் கட்டமைக்கிறது. நூற்றாண்டுகளாகத் தமிழர் வசிக்கும் பகுதியாய் இருந்தது முல்லைத்தீவு. ஆனால் இவ்வன்முறையின் கணங்கள் ஒட்டுமொத்த மொழி, கலாசார அடையாளத்தின் மீதான பாதிப்பை எடுத்தியம்புகிறது இக்கவிதை. தமிழ் பேசும் மக்கள் பல பகுதிகளில் வசிக்கும் நிலையில் இக்கவிதை ஒரு வகையில் பெரும் புதிராகிறது. இறுதிவரிகள் அச்சுறுத்தல்கள் நிறைந்த ஒரு எதிர்காலத்தையும், தெரியாத தேசங்களில் சிதறிப்போன உறவுகள் ஒருவரையொருவர் அடையாளம் காணமுடியாதவர்களாகி, ‘பரிச்சயமான அந்நியர்களாக’ மாறிப்போகும் சாத்தியக்கூறுகளை முன்கூட்டியே எதிர்வு கூறுகிறது. சேரனது கவிதைகள் பெரும்பாலும் தன் அனுபவங்களுக்கும் பொதுப்படை அனுபவங்களுக்கும் இடையே ஊடாடுகின்றன. உண்மையில் இக்கவிதை இவ்விரு

வடிவங்களுக்குமான வெளியைத் தருவதோடல்லாமல், பொதுவாகச் சேரனது கவிதைகளுக்கு மேலும் வலிமை கூட்டுவனவாகவும் அமைகின்றன.

சேரனது கவிதைகளோடு பரிச்சயமுள்ளவர்களுக்கு இக்கவிதை (அவரது பெரும்பாலான சமீபத்திய கவிதைகள், இத்தொகுப்பின் இறுதிக்கவிதைகள்) ஒரே நேரத்தில் பரிச்சயமானவை போலவும், மாறுபட்டவை போலவும் தோன்றும். அவரது ஆரம்பகாலக் கவிதைகள் முதல் தொடர்ந்து வரும் கருப்பொருளும் சிந்தனையும் அவற்றைப் பரிச்சயமானவையாக்குகின்றன. கலாச்சார அடையாளம், அரசியல் நிலைப்பாடுகள், தேசம், தேசியவாதம், புலம்பெயர் வாழ்க்கை, நிலையற்ற மனித உறவுகள் இன்னபிற கருப்பொருள்களும் அவரது படைப்புகளில் பொதிந்துள்ளன. சமீபத்திய கவிதைகள் இக்கருத்துகளை வெவ்வேறு சொல்லமைப்புகளில், வெவ்வேறு குரல்களில் வெவ்வேறு தொனியில் பேசவேண்டிய தேவையினால் மாறுபட்டனவாகத் தெரிகின்றன. ஆரம்பகாலக் கவிதைகளின் ஓசைநயமும், பிற்காலக் கவிதைகளின் நவீனத்துவக் கதைப்போக்குகளும் வழக்கொழிந்துவிட்டன.

மே 2009 அரசியல் தளத்தில் ஒரு திருப்புமுனையாக அமைந்த நிலையில், தற்கால நிகழ்வுகளுக்கு எதிர்வினையாற்ற, கடந்தகாலத்தின் கற்பனையும் கவிதையின் வடிவங்களும் பயன்படாது. கடந்தகாலத்தில் அவசியமானவையாகவும், பொருத்தமானவையாகவும் இருந்த கவிதை வடிவங்கள் தற்போது பயனற்றவையாகின்றன. உலகம் குறித்த மாறுபட்ட புரிதலை வெளிப்படுத்துவதற்காக மாறுபட்ட கவிதை வடிவங்களைக் கவிஞர் கண்டடைய வேண்டியிருக்கிறது. தன்னுடைய காலத்தின் சமகால அரசியல் திருப்பங்களைப் புரிந்துகொள்ளுதல், தன் சிந்தனைகளின் சுயபிரதிபலிப்பு, பொருத்தமான கவிதை வடிவங்களைக் கண்டடைதல் இவை மூன்றும் ஒன்றோடொன்று தொடர்புடையனவாகும்.

சேரன் போரில் விளைந்த கவிஞன். 1970 முதல் 2009 இல் விடுதலைப்புலிகளின் வீழ்ச்சி வரையில் இலங்கைத் தமிழர்களதும் சிங்களவர்களதும் தமிழ் பேசும் முஸ்லிம் மக்களதும் முக்கிய கவலையாக இருந்தது இனப்போர் என்பது எல்லோரும்

அறிந்ததே. அடுத்த பத்தாண்டுகளில் தமிழர்களிடையே – குறிப்பாக இளந்தலைமுறையினரிடையே காணப்பட்ட அமைதியற்ற நிலையின் தீவிரம் அதிகரித்து, ஆதிக்க அரசுக்கு எதிரான ஆயுதமேந்திய போராட்டமாக உருவெடுத்தது. சேரன் போராட்ட அமைப்புகள் எதிலும் சாராதவரானாலும் அரசியலமைப்புகளின் நிலைப்பாடுகள் குறித்துத் தொடர்ந்து விமர்சனங்களை முன்வைத்தவர். அரசியல் ஆழ்ந்து படர்ந்த கலாச்சாரத்தினூடே வாழ்ந்து, செயலாற்றியவர் சேரன். இக்காலகட்டத்தில் சேரன் உட்பட பல எழுத்தாளர்களுக்கு அரசியல் ஒரு பெரும் சவாலாக இருந்தது.

1970களிலும்1980களுக்கு முற்பட்ட காலங்களிலும் எழுத்துலகத்துக்கு வந்து இக்காலகட்டத்தில் பெரும் மாற்றத்தைச் சந்தித்த பிற கவிஞர்களைப் போலல்லாமல் சேரன் எழுதத் தொடங்கியதே இக்காலகட்டத்தில் தான் என்பதை நாம் குறிப்பிட வேண்டும். அரசியலும் வன்முறையும் அவரது படைப்பாற்றலையும், கற்பனையயும், மனநிலையையும் வடிவமைத்தன. சேரனது கவிதைகளின், அவற்றின் எந்தவொரு முக்கியமான வளர்ச்சி நிலைகளும் அன்றாட வாழ்வின் எல்லாக்கூறுகளையும் ஊடுருவிவிட்ட அரசியலும் வன்முறையும் நிறைந்த உலகில் வாழவேண்டிய வாழ்க்கையோடும் செயற்பாடுகளோடும் தொடர்புடையனவாகும். கடந்தகாலத்தின் இலக்கியமரபுகளின் தாக்கத்தையும், நிகழ்கால நிலவரங்களுக்கேற்ப அவற்றின் மறுவுருவாக்கத்தையும் அவரது கவிதைகள் விளக்குகின்றன. ஆனால் அவரது படைப்புகளின் அரசியலையும், வடிவங்களையும், படிமங்களையும், வன்முறையும் கொந்தளிப்பான சூழ்நிலைகளுமே வடிவமைக்கின்றன.

காலனிய காலத்திற்கு பிந்திய இலங்கையின் அரசியலில் நிலைத்திருந்தது ஒரு நிலையற்ற தன்மையே. காலனியத்திற்குப் பிந்தைய இலங்கையின் வரலாற்றைக் குறித்த ஒரு மேலோட்டமான பார்வையே தமிழர்களிடமும் சிங்களவரிடமும் பொதுவாக நிலவிய அதிருப்தியான அரசியல் நிலைகளை எடுத்துக்காட்டும். 1958இன் தமிழர் மேலான அழிப்புத் தாக்குதல்களும், 1977, 1981, 1983இல் நடைபெற்ற இன அழிப்புத் தாக்குதல்களும், இதற்குச் சாட்சியாகின்றன. அறுபதுகளிலும், எழுபதுகளிலும் எழுதிய தமிழ்க்கவிஞர்கள் அரசியற் பின்னணி, அதன் முடிவுகள்

சமூகம், கலாசாரத்தின் மீது அவை ஏற்படுத்திய தாக்கங்களை அதிகம் பொருட்படுத்தவில்லை. அரசியல் நிலவரங்களின் தன்மை என்பது காலனிய ஆதிக்கத்திலிருந்து மீண்டு வந்த ஒரு தேசத்தில் பொதுவாகக் காணப்படும் அம்சமாகும். இதைத்தவிர அவசரமாகத் தீர்வுகாணப்பட வேண்டிய பிற பிரச்சினைகளும் தமிழர்களுக்கு இருந்தன. சாதி, வர்க்கபேதம், பொருளாதார ஏற்றத்தாழ்வுகள், பிராந்தியவாதம் முதலியவை. அதனால் முற்காலத்துக் கவிஞர்கள் இவற்றுள் சில கருப்பொருட்களை எழுதினர். மேலும் அவை தத்துவார்த்தமானதாகவும், சமூக நிலவரங்களிலிருந்து பலதரப்பட்ட கருப்பொருள்களை உள்வாங்குவனவாகவும் இருந்தன. சமூகநிலைகள் குறித்த விழிப்புணர்வுடனிருந்த போதிலும் அழகியல் எனும் கருத்தளவில் அந்நிலைகளிலிருந்து அகன்றிருந்தன.

சேரனை வளர்த்தெடுத்தது இத்தகு சூழ்நிலைகள் தான். அவரது தந்தையான மஹாகவியின் எழுத்துக்களும் ஆரம்பகாலங்களில் அவர் மீது தாக்கம் ஏற்படுத்தின. மரபுக்கவிதைகளின் வடிவமும் நவீனத்துவத்தின் அழகியலும் இயைந்த அவரது கவிதைகள் எழுத்துலகில் புதுமையின் முன்னோடியாக விளங்கின. ஒரு நேர்காணலில் அவரது தந்தையின் கவிதைகள் அவர் மீது ஏற்படுத்திய ஆழ்ந்த தாக்கத்தையும், தன் இளமைக்காலங்களில் அவரது கவிதைகளின் பகுதிகளை மனனம் செய்து பொதுவெளியில் வாசித்ததையும் நினைவு கூருகிறார் சேரன். ஒரு நிலையில் தன் மீதான அவ்வெழுத்துக்களின் தாக்கங்கள் வெகுவாகக் குறைந்து, எழுத்துக்களில் தன்னுடைய குரல் பற்றிய தெளிவை உணர்ந்ததாகவும் பதிவு செய்கிறார். இவை மட்டுமல்லாது, மொழியின் ஓசை நயத்தையும், மரபுத்தமிழின் உரைநடை வடிவத்தையும் சேரனுக்கு அவரது தந்தையின் படைப்புகள் கற்றுத்தந்தன.

மஹாகவியின் கவிதைகளுக்கு மையமாக இருந்த வாய்மொழி வாசிப்புத்தான் சேரனது கவிதைகளின் மீது அதிக தாக்கத்தை ஏற்படுத்தியது. பெருமளவிலான வாசக வட்டத்தை அடைவதற்கான ஒரு உத்தியாக சேரன் அதனைக் கண்டறிந்திருக்கலாம். சேரனது அறிவுத்தளத்தின் மூலங்களை ஆராயும் போது, அவரது தந்தையின் பங்களிப்பு

முக்கியமானதாக அமைகிறது. சமூகநிலைகளை மையமாகக் கொண்ட, பேச்சுவழக்கின் மரபுத்தொடர்களோடு எழுதப்பட்ட மரபுக்கவிதைகளின் போக்கினைப் புதுமை நோக்கி மாற்றியமைத்ததில் அவரது தந்தையின் எழுத்துக்கள் முக்கிய பங்காற்றுகின்றன. மஹாகவியின் எழுத்துக்கள் இலங்கைக் கவிதைகளை ஒரு தனித்துவ வடிவத்திற்கு இட்டுச்சென்றன. தமிழகக்கவிதைகளிலிருந்து மாறுபடும் அதேநேரம் அவை முற்று முழுதாக எழுத்தின் சோதனை வடிவங்களாக இல்லாமல், மரபுக்கவிதைகள் மற்றும் தமிழகக் கவிதைகள் இரண்டின் வடிவங்களையும் ஒருங்கே கொண்ட ஒரு வடிவமாக இலங்கைக்குரிய தனித்துவத்துடன் உருவாயின.

மஹாகவி எழுதத் தொடங்கிய காலத்தில் கவிதை, எழுத்தாளர்களையும் விமர்சகர்களையும் கொண்ட ஒரு சிறு குழுவிற்குச் சொந்தமானதாக இருந்தது. அவரது படைப்புக்களில் காணப்படும் வட்டார, நாட்டார் மொழிப்பிரயோகங்களும் கூட மரபுக்கவிதைகளின் சட்டகங்களுக்குள் எழுதப்பட்டவை தான். மிகப் பிரபலமான “தேரும் திங்களும்” எனும் கவிதையிலும் கூட பேச்சுமொழியின் சந்தங்கள் கவிதையின் மொழி நடைக்குள் இணைக்கப்பட்டிருப்பதைக் காணலாம். இது மஹாகவியின் பங்களிப்பின் முக்கியத்துவத்தைக் குறைத்து மதிப்பிடுவது அல்ல; மாறாக அவர் ஒரு குறிப்பிட்ட காலகட்டத்தை, இடத்தைச் சார்ந்தவர் என்பதையே எடுத்துரைக்கிறது.

தன்னுடைய சிந்தனைப்போக்கில் உள்ளூர் சிந்தனையாளர்களதும் உலகளவிலான மார்க்சிய சிந்தனையாளர்களின் (வர்க்கம், சாதி அடிப்படையிலான தமிழ்ச்சமூகத்திற்குப் பொருந்துகிற பார்வை கொண்ட) தாக்கமுமிருப்பதாகப் பதிவுசெய்கிறார் சேரன்.“கம்யூனிஸ்ட் கட்சியின் முக்கிய பிரதிநிதியும் சிறந்த பேச்சாளருமான தோழர். V. பொன்னம்பலம் அவர்களின் தொடர்பே சாதி மற்றும் வர்க்கபேதங்களை எதிர்க்கவேண்டியதன் அவசியத்தை எனக்கு உணர்த்தியது.

1973 – 74 காலத்தில் கம்யூனிஸ்ட் கட்சி நடத்திய ஒரு நாளிதழில் என்னுடைய இரண்டு கவிதைகள் வெளியாயின. 1975 – 76இல் மாவோவின் எழுத்துகள் படிக்கக்கிடைத்தன.

சண்முகதாசனால் நடத்தப்பட்ட கம்யூனிஸ்ட் கட்சியில் மற்றொரு நெருங்கிய நண்பர் நா. முருகதாஸ் முக்கிய பங்காற்றினார். அவர் ஒரு நல்ல இலக்கிய வாசகரும் கூட. அவர் மூலமாக எனக்கு மாவோவின் எழுத்துக்களும், 'கசடதபற' எனும் இலக்கிய இதழும் அறிமுகமாயின."

சேரனின் ஆரம்பக்கால சிந்தனைகளின் ஒரு அம்சமாக மார்க்சிஸம் இருந்தது. ஓசைநயம், மெல்லிய முரண்நகை, சமூக நிலைகள் குறித்த உணர்வுகள், காதல், காமம் முதலியவை 1970இல் எழுத்துக்களின் பன்முகத்தன்மையைப் பறைசாற்றுகின்றன. கவிதைகளில் காணப்பட்ட ஓசைநயத்திற்கான காரணிகளாக இரண்டு முக்கிய கூறுகள் இருந்தன. ஒன்று, சமூகச் சீர்திருத்தம் குறித்த கருத்துகளின் தாக்கம்; மற்றையது கவிதைகளுக்கு வேண்டியிருந்த அழகியல்சார் இடைவெளி.

சேரன் பிற கவிஞர்களுடன் இணைந்து வெளியிட்ட "மரணத்துள் வாழ்வோம்" (1985) எனும் கவிதைத்தொகுப்பு ஒரு திருப்புமுனையாக அமைந்தது. தொகுப்பின் தலைப்பே உணர்வு நிலைகளின் மாற்றத்தை விவரிக்கிறது. யாழ்ப்பாண நூலக எரிப்பு குறித்த "இரண்டாவது சூரியஉதயம்" எனும் கவிதை உட்பட முதல் தொகுப்பினை 1983இல் வெளியிட்டார். இது அவசரநிலையினைப் பறைசாற்றுவதுடன், அந்தக் காலகட்டத்தின் அரசியல், கலாசாரப் பிரச்சினைகளுடன் நேரடியாகத் தொடர்புகொள்கிறது.

"மரணத்துள் வாழ்வோம்" தொகுப்பிற்குச் சேரன் எழுதிய முன்னுரை அவரது சிந்தனைகளையும் தொகுப்பிலுள்ள கவிதைகளையும் புரிந்துகொள்ள உதவியாக அமைகின்றது. அதில் அவர் அசாதாரணச் சூழ்நிலைகள் அன்றாட வாழ்வின் சாதாரணங்களாகி விட்ட வாழ்க்கை நிலைகளை விவரிக்கிறார். தன்னுடைய முன்னுரையில் தேசியவாதமும்,இன அடையாளமும் பிரதானமாகிவிட்ட ஒரு சமூகத்தின் கலாசார மாற்றங்களிடையே, அவற்றைக் கட்டமைக்கும் முக்கியக் கூறுகளில் ஒன்றாக இலக்கியமும் ஒரு முக்கியக் கலாசார வடிவமாக மக்களால் ஏற்றுக்கொள்ளப்பட்டிருக்கிறது என்று பதிவுசெய்கிறார். "நம்முடைய காலகட்டத்தில் கவிதைகள் மௌனவாசிப்புக்கும், அறிவுஜீவிகளின் தனிப்பட்ட ரசனைக்கும் உரித்தானவையாக இருக்க முடியாது. சாதாரண மக்களையும் அவை சென்றடைய வேண்டும்."

புதிய பார்வைகள், வடிவங்கள், புதிய அவசரநிலைமைகளினால் வடிவமைக்கப்பட்ட இலக்கியக்களத்தில், புனைவிலக்கியத்தைப் போல, நாடகங்களைப் போல கவிதைகளும் முக்கிய பங்கு வகிக்கின்றன. அவ்வகையில் இத்தகையதொரு தொகுப்பு எழுத்தில் ஒரு பணியாக இல்லாமல் உணர்வு நிலைகளில் உண்டான பெரிய மாற்றத்தைப் பிரதிபலிக்கிறது.

“யமன்” (1984) எனும் தொகுப்பு மரணமும் விரக்தியும் வாழ்வின் தவிர்க்கமுடியாத அங்கங்களாகி விட்டதை விளக்குகிறது. கடந்த முப்பதாண்டுகளில் சேரனின் தனிப்பட்ட வாழ்வும், பொதுவாழ்வும் பெரும் மாற்றங்களைச் சந்தித்திருக்கிறது. கல்விசார்புலத்திலும் புலம்பெயர்ந்த கவிஞராகவும் அவரது வாழ்வென்பது இலங்கையில் அவர் வாழ்ந்த வாழ்விலிருந்து வெகு தொலைவிலிருக்கிறது. ஆனாலும் அவர் ஒரு அரசியல் சார்ந்த கவிஞராகவே எப்போதும் இருந்திருக்கிறார். புலம்பெயர் வாழ்வையும் காதலையும் பற்றிய சேரனது கவிதைகளின் வலிமையை சுந்தரராமசாமி முதலிய எழுத்தாளர்கள் எடுத்துக்காட்டியுள்ளனர். தமிழ்மக்களின் சமூக, கலாசார நிலைமைகளின் மீது அரசியல் நிலைமைகள் ஏற்படுத்தும் தாக்கமே அவரது தற்போதைய கவிதைகளின் மையமாகும்.

சேரனது கவிதைகள் வகைமைப்படுத்துதலை மறுதலிக்கின்றன. ஆரம்பகாலம் முதலே அவை சந்தித்த சவால்கள் பல. வன்முறை தகர்த்த ஒரு தளத்தில் ஒரு கவிஞன் தன்னுடைய பங்களிப்பினை வரையறை செய்வது கடினம். தமிழின அடையாளம் எல்லாக்கவிதைகளிலும் இழைந்தோடுமொரு முக்கிய நூலாக இருந்தாலும், சில இழைகள் அவரது பொறுப்புகளைத் தெளிவாக விளக்காமல் விலகிச் செல்கின்றன.

அவரது சில கவிதைகள் இன அடையாளத்தைத் தாண்டி, மனித உறவுகள், நட்பு, இருதரப்பினருக்குமான துன்பங்களைப் பேசுகிறது. அதற்கிணையான முக்கியத்துவத்துடன் போராளிக் குழுக்களிடையே நிலவிய ஒற்றுமையற்ற நிலையையும் பேசுகிறது. தன்னுடைய வாழ்விலும் எந்தவொரு குறிப்பிட்ட அரசியல் அமைப்பினதும் நிலைப்பாட்டை எடுத்திராத சேரனது வாழ்வு ஒரு விளிம்பு நிலையிலேயே எப்போதும் நிற்கிறது. அவரது

தொகுப்பில் எழுதப்படாமலே போயிருக்க வேண்டிய கவிதை எனும் தலைப்பிட்ட ஒரு கவிதை முக்கியமானது.

ஒரு போராளிக்குழு சிங்களமக்கள் மீது நடத்திய தாக்குதலைக் குறித்துப் பேசுகிறது. மிக உன்னதமான கருத்துக்கள் கொண்ட இலட்சியவாதிகள் கூட அதன் கொடூரத்தை மூடி மறைக்க முயலும் நிலையினை விழிப்புணர்வோடு பேசுகிறது. நினைவிலிருந்து எளிதில் அகலாத இவ்வரிகளில் சீற்றத்துடன் ஒரு கோபம் வெளிப்படுகிறது.

எழுதப்படாமலே போயிருக்க வேண்டிய கவிதை

'சவப்பெட்டிகளைத் திறந்து வையுங்கள்
நெடுமரப் பெருநிழல்கள்
ஒடுங்கி,
சோகமாகப்
புற்களின் மேல் விழுந்திருக்கிற
இந்த நிலத்தில்
காற்று எப்போதும் போல
விட்டு விட்டு வீசிக்கொண்டிருக்கிற
நேரத்தில்
இன்னும் நிறைவேறாத ஆசைகளும்
இலட்சியங்களும் அறுந்து
துயர இழைகளில் ஆடிக்கொண்டிருக்கும்
ஆறடி நீளம் இரண்டடி அகலம்
என ஒரு வெளியில்
அந்த இரு
சவப்பெட்டிகளைத் திறந்து வையுங்கள்
கொஞ்ச நேரமாவது.
புதிய ஆடைகள் வேண்டாம்
அகதி முகாம்களில்
மாற்றுடையின்றித்
தோய்த்த ஆடை
உலரும் வரைக்கும்

மறைப்பினுள் நிற்கும்
நம் பெண்களை நினைப்போம்
குருதி படிந்த அங்கிகளைச்
சற்றே தளர்த்தி
ரணங்களைத் தெரிய விடுவோம்
மெல்லிய வெயில்
இலைகளுக்கூடாகப் பூக்களாய்
அவற்றின் மேல் உதிரட்டும்
காற்று வந்து
தடவிச் செல்லட்டும்
தலை சிதறிக்
குருதி நிலம் தெறிக்கக்
கொலை நடந்த இடத்தில்
குருதியில் ஊறிய
சுலோக அட்டை கிடந்ததை
மறுபடியும் அனைவரும் நினைப்போம்
ஒரு வகையில்,
இந்த உடல்கள் அதிஷ்டம் உள்ளவை
சவப்பெட்டி;
ரப்பர் வாசனையின்றி எரிய
விறகுகள்;
சுற்றி அழச் சுற்றம்;
கண்ணீர் அஞ்சலி;
கவிதை வரியில் துண்டுப் பிரசுரம்.
பெட்டியில் அடங்கும்
வாய்ப்பே அற்று
மயான மூலையில்
முகமறியா இருளில்
முகமிழந்து புதைந்த உடல்களை,
பாதி எரிந்து
மீதி அழிந்து

சிதைந்த உடல்களைச்
சுதந்திரத்திற்காய்ச்
களத்திலிறங்கிச்
சுதந்திரம் இழந்தவர்களை
நாம் நினையாதிருந்தால்
மிகவும் கொடிது
இது எதிரியின் வேலையல்ல
எம்மவர் கொலைக்கரம்
பதித்த சுவடுகள்
கறை படியாக் கரங்களெனத்
திக்கெட்டும் பறையறைந்து
கவி சொன்ன
என் வாய்க்குச்
செருப்படி!
நியாயப் படுத்தத் துண்டுப் பிரசுரம்
போலித்தராசு
நீலிக்கண்ணீர்
உதவா? தோழரே,
நமது தேவை:
ஒரு தேசத்தின்
அரசியல் தற்கொலை இதுவென அறியார்
கரங்களில் உயரும்
கருவிகளைப் பறிக்கும்
ஒரு மக்கள் குரல்;
அராஜகத்தின் வேருக்கு
ஒரு கண்ணிவெடி.' [47]

இதே போலவே "ஆற்றங்கரையில்" என்று தலைப்பிடப்பட்ட இன்னொரு கவிதையில் தமிழினப் போராளிகளுக்கிடையேயான மோதல்களாலும் இறப்புகளாலும் ஏற்பட்ட வேதனையைப் பதிவுசெய்கிறது.

'ஆற்றின் இருபுறமும் காத்திருந்தோம்
காதல் மடிந்துபோன கரைகளில்
இனிமையின் சுவடுகளைச் சொல்ல இருந்த
வெள்ளை மார்புடைய மீன்கொத்தி
பறந்து போயிற்று

ஆற்றைத் தொட்டும் தொடாமலும்
எறிகணையின் வேகத்துடன்
விரைந்து செல்கிறது தலையில்லாக் குருவி
அதன் சிறகுகள்
நீரைத் தொடுகிற போதெல்லாம்
மின் பொறி தெறிக்கிறது

சிறுகுருவி பெரும் ஆற்றுத் தீயை மூட்டுகிறது

படையணியின் முன்னரங்கப் பதுங்கு குழிகளின் மேல்
இன்று
ஒரு போர்க்குரலும் இல்லை

பழகிய வெடிமருந்து மணத்துடன்
பழைய உறவு நீடித்தாலும்
பகைவர் யார்
நண்பர் யார்
என்ற குழப்பத்துடன்
நாளும் இரவும் கவிந்து விலகுகின்றன

பேச்சிழந்தவர்களை
ஆற்றின் மௌனம்
அடித்துக்கொண்டு செல்கிறது

சிலபோது
எக்காளப் பாடல்கள்

ஆற்றின் மேல்
வெகு உயரத்தில் மோதி மரித்து
இறந்த சொற்களாக விழுகின்றன

மக்காள்,
பிணங்களால் பாலம் அமைத்து
ஆற்றைக் கடக்க வேண்டாம்

நீரைப் பிரிப்பது நிலம்
நிலத்தைப் பிரிப்பது கடல்
காட்டை ஒன்றுமே பிரிப்பதில்லை
பெருமரங்களின் ஆழ ஓடிய வேர்கள் ஊடாக
ஒரு தொடர் கதை
அது
நிலத்தடி ரகசியம்.' [48]

எந்தவொரு கட்சி நிலைப்பாட்டையும் எடுக்க மறுக்கும் சேரனது நிலைப்பாடே அவரைப் பிற கவிஞர்களிடமிருந்து தனித்துவப்படுத்திக் காட்டுகிறது. மற்றெந்தக் கவிஞர்களைக் காட்டிலும் அதிகம் விவாதிக்கப்பட்ட ஆவணப்படுத்தப்பட்டவர் கவிஞர் சேரன். இந்தியாவிலும் உலகளவிலும் அதிகம் அறியப்பட்டவர். இலங்கை ஆய்வாளர்களுள் சிவத்தம்பி, சிவசேகரம் ஆகியோர் அவரது கவிதைகள் குறித்த திறனாய்வுக் கட்டுரைகளை எழுதியுள்ளனர். அதேபோல் தமிழகத்தில் சுந்தர ராமசாமி, ஜெயமோகன், ஞானக்கூத்தன், ரவிக்குமார், அராமசாமி முதலியோர் அவரது படைப்புகளை ஆராய்ந்துள்ளனர். 1970களில் எழுதத் தொடங்கியிருந்தாலும் சேரன் மாற்றங்கள் ஏற்படுத்திய தாக்கங்களின் விளைபொருள், கலாசார வடிவங்களைப் பிரதிநிதித்துவப்படுத்தும் போக்கே அரசியல் நிலைமைகள் உண்டாக்கிய பெரும் மாற்றங்களுள் முக்கியமானதாகும். அரசியல், கலாசாரம் குறித்த ஆழ்ந்த அக்கறை மட்டுமல்லாது குறிப்பிடப்படும் படியான அறிவுசார் முனைப்புகள் இல்லாமல் அவரது கவிதைகள் ஒரு பெரிய வாசகத்தளத்தினைக் கருத்தில் கொண்டவை. வேறு வார்த்தைகளில் சொல்வதானால் அவரது

கவிதைகளின் தனித்துவமானது மரபு, புதுமை, ஓசைநயம், அறிவுசார் சிந்தனைகளுக்கிடையிலான இயைபில் எழுகிறது. புலனாகாதவற்றைப் பற்றிப்பேசும் போதும் சிக்கலான எண்ணங்களின் போக்கினை வடிக்கும் போதும் கூட கவிதைகளில் வாசித்தலுக்குரிய தொனி நிலைத்து நிற்கிறது. சேரனது கவிதைகள் சூழல் சார்ந்தவையானாலும் ஒரு நிதானமான, கவனமான வாசிப்பை வலியுறுத்துகின்றன. அவரது அறிவியற்புலம் சார்ந்த பயிற்சிகள், கல்விசார் புலத்தில் சமூகவியலாளராகப் பணியாற்றுதல் போன்றவையும் இதற்குக் காரணமாக இருக்கலாம். எனினும் அவரது கவிதைகளின் அகக்கட்டமைப்பு, மொழியையும் உருவகங்களையும் நோக்கி வாசகரின் கவனத்தை ஈர்க்கிறது.

மாணவர்கள், குறிப்பாக இளங்கலை மாணவர்கள் மோசமாகிக் கொண்டு வந்த அரசியல் நிலவரங்களால் சிந்தனையில் ஆழ்ந்திருந்த காலம் தொடங்கி, தொடர்ந்து எழுதி வந்தவர் சேரன். மக்களைச் சென்றடையும் ஒரு முக்கிய மூலமாகக் கருதப்பட்டது கவிதை. கவிதை வடிவத்தை ஒரு ஆற்றுகை வடிவமாகவே கண்டு வளர்ந்த சேரனும் தன்னுடைய அனுபவத்தைப் புதிய சூழல்களுக்கேற்ப வடிவமைத்தார். அவரது கவிதைகள் கிராமங்களிலும், நகரங்களிலும் ஆற்றுகை செய்யப்பட்டன. இவ்வாற்றுகைகளில் உணர்ச்சிப்பெருக்கும், ஓசைநயமும், அறிவுசார் கருத்துக்களைப் போலவே முக்கியமான கூறுகளாய் இருந்தன. சேரனது கவிதைகள் ஆற்றுகைத் தளத்தில் மக்களுடன் நேரடியாக தொடர்புகொள்ள வேண்டியிருந்தது. பாடவும் ஆற்றுகைக்கும் உரிய கவிதைகளையும், அறிவுசார் கருத்துருக்களுடன் சிக்கலான மற்றும் அகநோக்குப் பார்வையுடைய கவிதைகளையும் சம அளவில் படைத்த மிகச்சில கவிஞர்களுள் ஒருவர் சேரன்.

இரண்டாவது வகைக் கவிதைகள் ஒரு தனித்துவமான நவீனத்துவ வடிவத்துடன் எளிதான வாசித்தலுக்கு வளைந்து கொடுக்காதவை. அவ்வெழுத்துக்களில் வடிக்கப்பட்ட ஒன்றுக்கொன்று தொடர்பில்லாத, மனதை வருத்தும் வடிவங்களும் படிமங்களும் ஒன்றாகப் பார்வைக்கு வைக்கப்படுகின்றன. இதனால் இவை வரலாற்று நிலையிலும் சமகால அளவிலும் வாசகரின் மீது தாக்கத்தை ஏற்படுத்துகின்றன. இக்கவிதைகள் கற்பனைவாத, மீநடப்பியல்வாதத் தன்மைகளை ஒருங்கே

கொண்டுள்ளன என்று சொல்ல முடியும். இயல்புணர்வு நீக்கத்தின் வாயிலாக அரசியல்சார் சம்பவங்களுடனான ஒரு உணர்ச்சிபூர்வமான தொடர்பையும், அதே நேரம் மிகை உணர்ச்சியில் உள்ள நம்பிக்கையின்மையையும் அவரது கவிதைகள் பல வெளிப்படுத்துகின்றன.

சேரனது கவிதைகளின் அரசியல், கலாசாரச்சூழல், அவற்றின் பின்னணிகளை அறிந்தவர்களுக்குப் பல கவிதைகள் அழுத்தமான குறியீடுகளாக இருப்பது விளங்கும். "இரண்டாவது சூரிய உதயம்" முதலிய கவிதைகள் எல்லோருமே அறிந்த நிகழ்வுகளின்பால் கவனத்தை ஈர்ப்பதாக அமைகின்றன. இவ்வகையில் அத்தகு கவிதைகள் குறிப்புணர்த்திகளாகின்றன. குறிப்பிட்ட சில நிகழ்வுகளைப் பேசுவதன் மூலம் கவிஞர் ஒரு வரலாற்றுப் பதிவாளரின் பணியையும் ஏற்றுக்கொள்வது முக்கியமானதும் புதுமையானதுமாகும். இன்னும் பல கவிதைகள் தீர்க்கமான குறியீடுகளாக இல்லாமலே எழுதப்பட்டவை. கவிதைகளின் அரசியல் சூழல்களை நன்கறிந்த வாசகருக்கு இவை குறிப்பிட்ட இடங்களையும் நிகழ்வுகளையும் சுட்டுபவை. மற்றவர்களுக்கு இவை இழப்பின் வலியும், வேதனையும் ஊடுருவிய பொது அனுபவங்களின் படைப்புகள். இவ்வாறு தனியானதும் பொதுப்படைத் தன்மைகளுக்கிடையேயும் ஊடாடி நிற்கும் தன்மையால் தான் சேரனது படைப்புகள், அவை சுட்டும் நிகழ்வுகள் சமூகத்தின் கூட்டு நினைவிலிருந்து மறைந்த பின்னும் அக்கவிதைகள் நிலைத்து நிற்கின்றன. 'கண்ணாடி மழை' எனும் கவிதை அத்தகையது. பல கருத்து நிலைகளையுடைய இது தமிழ் வாசகருக்கும், மேற்கத்திய வாசகருக்கும் வெவ்வேறு விதங்களில் பொருள் தருகிறது. அதேநேரத்தில் இருவருமே அகப்படுத்தல் மற்றும் பேரழிவுகளின் வலியையும் உணருவார்கள்.

ஜெயமோகன் தன்னுடைய கட்டுரையொன்றில் சேரனது கவிதைகளுள் யாழ்ப்பாண நூலக எரிப்பு பற்றிய கவிதையே சிறப்பானதென்று கூறுகிறார். இத்தகு கவிதைகள் தான் மற்ற கவிஞர்களிலிருந்து சேரனது படைப்புகளின் தனித்துவத்தைப் பறைசாற்றுகின்றன. அவரது கவிதைகள் அரசியல் சூழல்களின்பால் கவனத்தை ஈர்ப்பது எல்லாக் கவிதைகளிலும் வெளிப்படையாக இல்லை. ஆனால் அச்சூழல்கள் குறித்த அறிவும் புரிதலும் உடையவர்களுக்கு அவை பரிச்சயமானவைகளாகத் தோன்றுகின்றன. சில குறிப்புகள் குறிப்பிட்ட கணங்களை,

நிகழ்வுகளை விவரிக்கின்றன. பின்புலமறிந்த ஒரு வாசகரைப்போல கவிஞரும் கவிதைக்குள்ளேயே தன்னை இருத்திக் கொள்கிறார். கவிதை முன்னகரும் போது ஒரே நிகழ்வு பல்வேறு விதங்களில் பொருள் தருகிறது. இடம் மற்றும் வெளிகளுக்கிடையே ஒரு கற்பனையின் நூலுடன் ஊடாடி, கவிதைகளில் பலபொருள் தொனிக்கிறது. கவிதை ஒரு குறியீடாக தனிவாழ்வும் பொதுவாழ்வும் இணைய, ஒரு குறிப்பிட்ட கணம், காலம், என்பன காலம் தொலைந்த நிலைகளில் ஆழ்ந்து பொருள் தருகிறது. ஜெயமோகன் குறிப்பிடுவது போல ஒரு குறிப்பிட்ட காலம், இடம் குறித்த கவிதை அதன் கால எல்லைகளைக் கடந்து ஒரு தனித்துவமான படைப்பாக உருவெடுக்கிறது. ஒரு முக்கிய நூலகத்தின் எரிப்பை சூரிய உதயமாக உருவகப்படுத்தும் ஒப்புமையில் முரண்நகையும் சோகமும் ததும்புகிறது. ஆனால் இந்த முரண்நகை கவிஞர் திட்டமிட்டு உண்டாக்கியது தான். ஆனால் சூரியன் மறைவோடு அதனை கவிஞர் ஒப்பிட்டிருந்தால் அக்கவிதையின் தீவிரத்தையும், தீர்மானத்தையும் நம்பிக்கையையும் அந்த ஒப்பீடு பறிமுதல் செய்துவிட்டிருக்கக் கூடும்.

ஒரு தனிப்பட்ட நிகழ்வைப் பொதுப்படையாக்குதலும், பொதுப்படையினைப் பறைசாற்றும் குறியீடுகளை உருவகமாக்குதலும் ஒரு கவிஞருக்குப் பலவிதங்களில் சவால் விடுப்பவை. முதலில் ஒரு கணமோ அல்லது சூழ்நிலைகளோ ஒரு கவிஞரின் சுயத்துடன் இணைந்து அவரை எழுதவும் சில படிமங்களை உருவாக்கவும் செய்கின்றன. உதாரணமாக இரு போராளிக் குழுக்களுக்கிடையிலான மோதலைக் குறிக்கும் "ஆற்றங்கரையில்" எனும் கவிதையில் நிலம், ஆறு, இயற்கை சார்ந்த பல படிமங்கள் அதன் தனித்துவத்தை அழுத்திக் கூறுகின்றன. ஆனால் அந்த மோதல்கள் அவசியமில்லாத பிற மோதல்களையும் நினைவுபடுத்துகின்றன. கவிதைக்குள் அவற்றை இருத்தும் படிமங்கள் மிகவும் வித்தியாசமானவையாகின்றன. சேரனது கவிதைகளில் இரு மாறுபட்ட தன்மைகள் ஒருங்கே இணைகின்றன. அவை அவரை தற்கால நிலவரங்களை எழுதும் உள்ளூர்க் கவிஞராகவும் அகன்ற பார்வையும் விரிந்த போக்குடைய ஒரு நவீன கவிஞராகவும் அடையாளம் காட்டுகின்றன. இத்தகு படிம அமைப்புகளை ஆராய்வது சேரனது கவிதைகளினூடே கடந்து செல்லும் கருப்பொருட்களைப் புரிந்துகொள்ள உதவியாக இருக்கும்.

சேரனது கவிதைகளில் திரும்பத்திரும்ப வெவ்வேறு வடிவங்களில் வரும் உருவகப்படிமம் கடல். 1975இல் வெளியான அவரது முதல்கவிதை "கடல்" என்று தலைப்பிடப்பட்டதில் ஆச்சரியமில்லை. "மீண்டும் கடலுக்கு" என்ற தலைப்பேந்திய அவரது கவிதைத்தொகுப்பு சுனாமியால் தெற்காசியா தாக்கப்பட்ட பின் வெளிவந்தது. தீவுகளில் வாழ்கிற மக்களுக்குக் கடலின் உருவகம், இலக்கிய முக்கியத்துவம் என்பன அத்துணை ஆச்சரியமூட்டுவதல்ல. கடல் என்பது சுதந்திரத்தினதும் பாதுகாப்பினதும் அடையாளம். புறத்தாரிடமிருந்து பாதுகாப்பளிக்கும் கடல் திடீரென்று அந்நியப்பட்டு, மக்களை வலிமையற்றவர்களாக்குகிறது. ஆறு, கிணறு, நீர்நிலைகள் போன்ற படிமங்களோடு தொடர்புடைய கடல் ஒரு சிறப்பு முக்கியத்துவம் பெறுகிறது. 2000ஆம் ஆண்டில் வெளியான "நீ இப்பொழுது இறங்கும் ஆறு" எனும் ஆர்வமூட்டும் தலைப்பிட்ட கவிதைத் தொகுப்பு தவிர்க்கமுடியாத ஒரு மாற்றத்தினைக் குறித்து நிற்கிறது. 1970களின் கடல் படிமத்தில் கருணை ததும்புகிறது.

கடல்

அலை எழுப்பி நுரை தள்ளும்
கரையில்
நிலம் அணைக்கக் கரம் நீட்டும்
திரைகள்

கண் தொட்ட தொலைவிருந்து
மணல் புரளும் தரைவரையும்
இளநீளத் துகில்,
அசைந்து கலையும்

சிலவேளை,
சலனமற்று
வான் நோக்கி, நிலம் நோக்கிப்
பெருவெளியாய் விரிந்தபடி
இருள் தழுவும் மாலைகளில்
தலையுயர்த்திச் சாய்ந்தாடும்

பனைமரத்து இலை போல
அலை உயரும்
இருள் தழுவ,
இருள் தழுவ
அலை உயரும்

இன்னும், சிலவேளை
ஒளிக்கதிர்கள் தெறித்தபடி
படகுகளின் துடுப்பசைவில்
நிலம் நோக்கிச் சலசலக்கும்

அலை தழுவும் கரையிருக்கும்
எனக்குள்ளும் விரிகிறது,

கடல். [49]

1983களுக்குப் பின்னான நிலைகளில், உருவகமும், வார்த்தைப் பிரயோகங்களும் மாறுகின்றன:

"இக் கரையிருந்து அக்கரை வரையும்
நீண்டு நீண்டு வெப்பக் குழாய்கள்
அடியில் ஓடுகின்றன
நீரின் உடலைக் கிழித்துப்
பனிப்பாறைகளைப் பிளந்து
அவை செய்து தருகின்ற பாதையில்
இரவு பகலற்றுப் பயணிக்கின்றன
பெருங் கப்பல்கள்
அவை பதிக்கும் எண்ணெய்த் தடங்களில்
வாவியின் உயிர் துடிக்கிறது
எல்லாம் முன்பு போல் அல்ல
நிச்சயமற்று, அச்சத்துடன்
நிலம் நோக்கித் திரும்புகிறேன்

அங்கேயும் பனிப் பாறையின் பயங்கரம்
என்கிறது மரம்
ஆற்றாமையுடன் தோல்வியுறும்
இயற்கைக்கு நான் எழுதும் இரங்கல்பா:
பெருமரம்; ஒரு மரம்; தனி மரம்."

(இரங்கல் பா)

இனப்போரின் வன்முறை, நாடு விட்டகலுதலின் துயரம் முதலியவற்றுக்கிடையில் உணர்வுகளின் மீதொரு கட்டுப்பாடுடனும், ஆழ்ந்த பொறுப்புணர்வுடனும் கவிதை எழுதுகிறார் சேரன். 'பேய்விழி' போன்ற கவிதைகள் சமகால அரசியல் நிலவரங்களை எவ்வித கட்டுப்பாடுகளுமின்றி ஏளனம் செய்கின்றன. பன்முகத்தன்மை கொண்ட ஏளனமாக அகப்புற நோக்குகளுடன் கடந்த காலத்தைப் பேசுவதோடு எதிர்காலத்தையும் இத்தகைய கவிதைகள் முன்னறிவிக்கின்றன. எல்லாக்காலங்களிலும் மக்கள் சந்தித்த அதீதங்களை விவரிக்கும் படிமமாக இயல்நிலையை மீறிய பிசாசுப் படிமங்களால் இவற்றைக் குறிக்கிறார் சேரன். இந்தக் கவிதைகளில் இத்தகு படிமங்கள் ஒருவித இடைவெளியை உருவாக, கவிதையில் ஒலிக்கும் ஓசைநயம் ஒருவகையான பரிச்சயத்தன்மையைத் தக்கவைத்துக் கொள்கிறது. இதைத்தான் சிவத்தம்பி, "சேரனது கவிதைகள் சமூகமாற்றங்களைப் புதிய தலைமுறையினர் புரிந்துகொண்டு, எதிர்வினையாற்றுகின்றனர் என்பதைப் பிரதிபலிக்கின்றன" என்று மிகச்சரியாகச் சொல்கிறார். நடையையும் மொழியையும் காட்டிலும் பேசுபொருளை ஏற்றுக்கொள்ளச் செய்வதும் முக்கியமானது. கருத்துநிலை மாற்றங்கள், குரல்களுக்கிடையில் வரும் ஊடாட்டங்கள் போன்றவை பல்வகைக் குரல்களுக்கும் கருத்துநிலைகளுக்கும் இடமளிப்பதற்கான ஒரு உத்தியாகும். ஒரு கவிஞராக சேரன் சந்திக்கும் சவால், மரபினை ஒரு தடையாகவும் உடைமையாகவும் எப்படி எதிர் கொள்வது என்பதே ஆகும். இருபது நூற்றாண்டுகள் பழமைவாய்ந்த ஒரு மொழி மரபோடு பணியாற்றுவதென்பது அதன் மொழியினதும் இலக்கியவடிவங்களின் பெருங்கொடையையும் கையாள்வதாகும். சேரனது கவிதைகளின் வாய்மொழிப் பரிமாணம் தமிழ்மொழியின்

கவிதை மரபைப் பற்றிவருவது. தமிழ்க்கவிதைகள் பெரும்பாலும் வாய்மொழி மரபைச் சார்ந்தவை. இயல்புநீக்கம் செய்வதோடு கடந்தகால வடிவங்களையும் பயன்படுத்துவது அவரது கவிதைகளின் சமகாலத் தொடர்பையும் மூலத்தனித்துவத்தையும் நிலைநிறுத்துகின்றன.

சேரனது முதல் கவிதைத் தொகுப்பு “இரண்டாவது சூரிய உதயம்” என்று தலைப்பிடப்பட்டிருந்தது. இரண்டாவது சூரிய உதயம் என்பது 1981இல் யாழ்ப்பாண நூலகத்தை எரித்த நெருப்பை உருவகப்படுத்துகிறது. அதுமுதல் ஒவ்வொரு தொகுப்பின் தலைப்பிற்கும் சொல்ல ஒரு கதை இருக்கிறது. இக்கதைகள் நாடுவிட்டகன்று கனடா வரை சென்று முடிந்த பயணத்தின் சூறாவளிக் கணங்களின் வரைபடத்தை எழுதுகின்றன. இக்கதைகளைச் சொல்லும் கற்பனைத்திறன் அதிசயக்கத்தக்க வகையில் மனிதரல்லாத, மனிதத்தன்மையல்லாத படிமங்களையும் உள்ளடக்கிக் கொள்கிறது. வெட்டப்பட்ட ஒரு காலோ, ஒரு பேய்க்கடவுளோ அவரது கவிதைகளின் பேசுபொருளாகலாம். ஆனால் மொழியோ ஒரே நேரத்தில் பரிச்சயமானதாகவும், அந்நியமானதாகவும் தோன்றுகிறது. ஒருவித பரிச்சயத்தோற்றத்தை உண்டாக்கும் ஓசைநயம், மீள்கூற்றுகள் போன்றவற்றைப் பற்றிக்கொண்டு ஒரு வாசகரின் வாசிப்பு நகர்கிறது. ஆனாலும் ஒரு சிக்கலான பொருள்நிலைகளின் பலதளங்களினூடே, காலத்தோடும் வெளிகளினூடேயும் ஊடாடும் அதன் அமைப்பு, ஒரு குறிப்புப் பொருளாகவே நிலைத்து நிற்கிறது.

அவரது விமர்சன எழுத்துக்கள் ஒரு ஆர்வமூட்டும் தளத்திற்கு முன்னேறிச் சென்று, புலம்பெயர் எழுத்துக்களை நாடுவிட்டகலுதல் அது தரும் துயரம் என்பதாக மட்டுமல்லாமல் பிரதானமான சங்கத்தமிழ்க் கவிதைகளின் ‘திணை’ எனும் கருத்துருவின் நீட்சியாகவே காண்கின்றன. சங்கத் தமிழ்க் கவிதைகள் பலவித நிலவமைப்புகளிலும் நிலக்காட்சிகளிலும் வேரூன்றியிருந்தது போலவே புலம்பெயர் கவிதைகளும் அந்நிய நிலத்தின் தனித்துவங்களை, சமூகவழக்குகளைப் பாடுகின்றன. புலம்பெயர்ந்த வாழ்வினை அதற்கேயுரிய நியமங்கள், வழக்காறுகளோடு தன்னிறைவுடைய வெளியாகக் காணும் பார்வை அவரது வித்தியாசமான கவிதைகளுக்கு ஒரு இயல்பான தன்மையையும் தருகின்றன.

"மூத்தோன்" எனும் கவிதை இதற்கு நல்ல எடுத்துக்காட்டு. ஒரு கவிஞருக்கும், முதலாம் உலக நாட்டைச் சேர்ந்த பழங்குடி மக்களின் மூத்த குடிமகனுக்குமான உரையாடல் பற்றியது அந்தக் கவிதை. இது எதிர்பாராதது மட்டுமல்ல இதுவரை தமிழ் இலக்கிய உலகம் அறிந்திராதது. அவரது கவிதைகளின் மிக முக்கிய அம்சமாக இருக்கும் பரிச்சயமான/ பரிச்சயமல்லாதவைகளுக்கிடையிலான சமநிலை இத்தகு கவிதைகளில் தென்படுகிறது. புலம்பெயர் வாழ்வு சேரனுக்கு ஒரு அதிகாரத்தை வழங்குகிறது. சொந்த மண் குறித்த ஏக்கத்தை இடைவெளிகள் ஒருபோதும் குறைத்துவிடவில்லை. ஆனால் புலம்பெயர் வாழ்வு அவரது கருத்து நிலைகளையும், கவிதைகளின் தடத்தையும் வடிவமைத்தது.

சொந்த மண்ணிலும் ஐரோப்பாவிலும் சேரனுக்கு உண்டான "இடம் பெயர்க்கப்பட்ட" உணர்வு, அரசியல் அரங்கின் பலவகைப்பட்ட பங்கேற்பாளர்களின் கோபத்தை எதிர்கொண்டதின் விளைவாகும். அத்தகு தருணங்களில் கவிதைகள் ஒரு தனிப்பட்ட பொருளைச் சுட்டி நின்றன. சமூக ஆர்வலராகவும், கவிஞராகவும் இருக்கும் ஒருவர் சமகால அரசியல் நிலவரங்களைப் பேசாதிருப்பது சாத்தியமில்லாதது. துயரமும், ரௌத்திரமும், நம்பிக்கையும் தொடர்ந்து மாற்றங்களைச் சந்தித்துக்கொண்டிருக்குமொரு தளத்தில் ஒரு தனிப்பட்ட மனிதனின் எதிர்வினைகளாகின்றன. சேரனது கவிதைகள் நம்மோடு இயைவதின் ஒரு முக்கிய காரணம் காலங்களைக் கடந்த கற்பனை வளத்துடன் அவை படைக்கப்படுவதனால் தான். 1983ஆம் ஆண்டின் வன்முறைகள் ஒரு குறிப்பிட்ட கவிதையின் பின்னணியாகின்றன. அதனைக் காணும் நோக்கு அல்லது சுயம் அதன் அவசியமின்மையைக் காண்கிறது. திடீரென அக்கவிதை அந்தக் கணத்தை, சூழலைத்தாண்டி ஒரு பொதுவான மனிதத்தின் பரிமாணமாக மாறிப்போகிறது. "எல்லாவற்றையும் மறந்து விடலாம்" போன்ற கவிதைகள் வன்முறைகளால் சிதறடிக்கப்பட்ட மக்களின் பயங்கரக் கணங்களின் பதிவாக இருக்கிறது. ஆனால் துயரின் ஆழத்தை இன்னும் அதிகப்படுத்துவது புதருக்குள் ஒளிந்திருக்கும் ஒரு தாயின் குழந்தைகளுக்கு உணவு மறுக்கப்படும் போது, சோற்றுப் பாத்திரம் உடைந்து சிதறிப்போவதுதான். மறைபொருளைப் பொதிந்து வைத்தல் சேரனது கவிதைகளின் பிரதானமான பண்பாகும். அதிகக் கனம் கூடிய கணங்களைப்

படைக்க சொற்கள் அதிமுக்கியமானவைகளுக்காகப் பங்கிடப்படுகின்றன. ஒற்றை வார்த்தைகளுடன் மட்டுமே நகரும் மொழிநடை பார்க்க எளிதாகத் தோன்றினாலும் அது ஏற்படுத்தும் தாக்கத்தின் வீரியம் குறைவதில்லை.

முப்பதாண்டுகளுக்கு முன்னால் அவர் எழுதத் தொடங்கியதிலிருந்து இன்றுவரை வன்முறைக் காலங்களில் ஒரு கவிஞனுக்கு இருக்கும் கடமை பற்றிய சிந்தனைகள் கொண்டவர் சேரன். அவருடைய பாதுகாப்பே கேள்விக்குரியதாய் இருந்த காலங்களில் எழுதப்பட்ட கவிதைகள் மறைந்து வாழவேண்டிய வாழ்வின் வலியையும், உயிர்த்திருத்தலின் கடமையையும் விளக்குகின்றன. அக்கவிதைகள் விழிப்புணர்வுக்கும் எமக்குத் தேவையான வெளியின் அவசியத்தையும் மீண்டும் மீண்டும் பேசுகின்றன. இயற்கை விதிகளைப் புரட்டிப் போடும் உருவகங்களும் படிமங்களும் ஒரு சேர எழுந்து அச்சத்தை விளைவிக்கும் கவிதைகள் இவை:

நான் இறந்து போகிறபோது

'நான் இறந்து போகிறபோது
என்ன நடக்கும்?

அது ஒரு காலைப் பொழுதானால்
நிலவு எழும்

மாலையானால்
தேர்க்கால்கள் ஒடிந்து விழக்
காத்திருக்கும் சூரியனின்
கண்ணசைவில் காலத்தின் நிறம் பிரியும்

இரவெனில்
பறவைகள் தூக்கம் தொலைத்து விழித்தெழுந்து
பாடும்
அந்தப் பாடலின் அலைகளில்
சாக்குருவியின் இறகுகள் தீப்பட்டெரியும்.

நான் இறந்து போகிறபோது
என்ன நடக்கும்?

காற்றில்லாத போதும்
எல்லாக் கதவுகளும் சாளரங்களும்
தாமாகத் திறந்துகொள்ளும்
சங்கீதமும் அழுகையும்
ஒன்றை வெட்டி ஒன்றென மாறி மாறி எழும்

நான் இறந்து போகிறபோது
நிசப்தத்தின் உள்ளொலியில் கவிதை எழுகிறது

நான் இறந்த பிற்பாடோ
தலைவாசலை மூடாதே
கிடுகு வேலி பிரித்த மாற்று வழியும் தேவையில்லை
நான் போக
வெறும் நீரைச் சிந்தவிடு
என்னுடலில்
நான் எரிவேன்

நான் இறந்த பிற்பாடு

புற்களின் கண்ணீர்த்துளி
இருளின் குருதி
பூமியின் நரம்புகளில் துயர் மீட்ட வரும்
கடலோரக் காற்று

வெளியில் ஆடும் விளக்கு.'[50]

தன்னைச் சுற்றி நடக்கும் படுகொலைகளுக்குச் சாட்சியாய் நின்றவாறு கவிஞன் உயிரோடிருக்க வேண்டும். தருணங்களின் பயங்கரங்களால் துடைத்தெறியப்படுவதென்பதின் இயல்பை சேரனது கவிதைகள் எடுத்தியம்புகின்றன. காலங்களைப்

படியெடுத்துப் பதிவுசெய்யும் கவிஞன் கணங்களோடு தனக்குள்ள தொடர்பினைத் துண்டித்துக்கொள்ள வேண்டும்.

சுயத்தைப் பிரதிபலிக்கும் அவரது பல கவிதைகளில் இத்தகைய நிலையற்ற தன்மை வெளிப்படுகிறது. இக்கவிதைகளில் வாழ்வின் கடமையையும் விமர்சிப்பதற்கான சுதந்திரத்தையும் வலியுறுத்துகிறார். தெளிவான பொருள் தராத கவிதைகளில் கூட வாழ்வதற்கான உறுதியும், வன்முறை அடர்ந்த சூழலில் தன் பாணியில் எதிர்வினையாற்றுதலும் தெளிவாகின்றன:

இறுதி வார்த்தை

இன்று
மயிரிழையில் ஆடிக்கொண்டிருக்கிறது
வாழ்வு.

குருதி கொப்புளித்துப்
பிரவாகம் எடுக்கும் கண்களுடன்
மரணத்தின் படைவீரர்கள்
எந்த நேரமும் வரலாம்.

குருட்டு விசுவாசமுள்ள
முரட்டுப் போர்க்குணத்துக்கும்
முரட்டு விசுவாசமுள்ள
குருட்டுப் போர்க்குணத்துக்கும்
நன்றி.

மனிதம் உருவழிகையில்
மௌனத் திரையிறக்கி
நிஷ்டை கூடுதல்
கவிஞனுக்கு அப்பாற்பட்டது.
பேசுகிற கவிஞன் ஒரு கண்ணிவெடி
பேசாதவன் பிறகு
பிரளயமாவான்.

வாழ்வு,
காற்றொரு துளியும்
கடலொரு பிடியும்
புணர்ந்து பிறந்த நுரை அல்ல
என்பதை

எல்லோரும் உணர வேண்டும்.
மேலும்
இரத்தம் எப்போதும் சிவப்பு அல்ல
உறைந்த பிறகு
கறுப்பு என்பதையும்.

நல்லவை, அல்லவை
எல்லாவற்றையும் தீயிலிடும்
ஒரு கண்மூடித்தனமான வேள்விக்கு
வேத மந்திர கோஷம் முழங்க,
எல்லா இடங்களிலிருந்தும்
வருகிறது காளான்.

நட்பும்
நேசமும்
நியாயமும்
நுழைய முடியாமல்
உறைந்த பருத்தி ஆடைகளுக்குள்ளும்
தடித்த முதலைத் தோலுக்குள்ளும்
இருண்டு கிடக்கின்ற
இதயத்தின் அறைகளுக்குள்
எங்காவது ஒரு மூலைக்கு

எரியும் என் சிதை
ஒரு சிறு வெளிச்சம் தரட்டும்.

அந்த வெளிச்சத்திலிருந்து
ஒரு பாடல் பிறக்கும்.

வீரம் விளைந்து சிந்தப்படாத
இரத்தத்தின் கறை படிந்த
கரங்களால்
குழந்தைகளை, கவிதைகளை
மலர்களைத் தொடாமல்...'[51]

வெவ்வேறு உருவங்களில் வன்முறை, எதிர்ப்புகள், எதிர்மறைகள், மீண்டெழுதல், துண்டாடப்படுதல், சிதறடிக்கப்படுதல் பற்றிய கருத்துக்கள் திரும்பத் திரும்ப வருகின்றன. அவ்வகையில் மிக சமீபத்திய கவிதைகளில் பெரிய வித்தியாசங்கள் இல்லை. ஆனால் அவற்றைச் சொற்களால் கட்டமைக்கும் முறையினை சூழ்நிலைகளே தீர்மானிக்கின்றன. 2009 படுகொலைக்குப் பின்னான கவிதைகள் எண்ணிக்கை குறைந்தவை, அணிகளிழந்தவை. ஆனால் ஆற்றல் மிக்கவை. அவரது தற்போதைய கவிதைகளுக்கும், 1970களின் கவிதைகளுக்குமான இடைவெளி ஆச்சரியமூட்டுவதாய் இருக்கிறது. கவிதைக் கட்டமைப்புகளின் கவரக்கூடிய வெளிகளை அவை திறக்கின்றன. டெரெக் வால்காட் தன்னுடைய "Mass Man" எனும் கவிதையின் இறுதியடிகளை இவ்வாறு வடிக்கிறார்:

'உங்களது ஆற்றல் மிகு காலைகளின் மீது
ஏதோவொரு மண்டையோடு தன் நினைவுகளைச்
சாம்பலில் உரசிக்கொள்ளட்டும்,
யாரோ குந்தியிருந்து உங்கள் மண்ணின் மீது
ஊளையிடட்டும்
ஏதோவொரு கை ஊர்ந்து உங்கள் குப்பைகளை
அள்ளட்டும்
யாரோ ஒருவர் உங்கள் கவிதைகளை எழுதட்டும். '

"Upon your potential morning
Some skull must rub its memory with ashes,

Some mind must squat down howling in your dust,
Some hand must crawl and recollect your rubbish,
Someone must write your poems".

முப்பதாண்டுகளில் சேரனது கவிதைகள் செய்தது இதனையேதான்.

000

You Cannot Turnaway -2011

மண்குதிரை

கவிஞர், சிறுகதையாளர், பத்திரிகையாளர்.

8

இலங்கைத் தமிழ்க் கவிதைகள், இந்தியத் தமிழ்க் கவிதைகளிலிருந்து வேறுபட்டவை

மண்குதிரை

புதுக்கவிதை பிறப்பதற்கு முன்பான இந்தியத் தமிழ்க் கவிதைகளுடன் இலங்கைத் தமிழ்க் கவிதைகளுக்கு உறவு உண்டு. அந்தக் காலகட்டத்திய மரபின் தாக்கத்தை இலங்கைத் தமிழ்க் கவிதைகளும் பிரதிபலித்தன. ஆனால் புதுக்கவிதை பிறந்ததற்குப் பிறகான இந்தியத் தமிழ்க் கவிதைகளின் நிலை வேறு. அவற்றில் மரபின் பாதிப்பு உள்ளடக்க ரீதியாகவும் மெல்லக் குறைந்து இன்று கிட்டத்தட்ட இல்லாமல் ஆகியிருக்கிறது. மாறாக இலங்கைத் தமிழ்க் கவிஞர்கள் மரபை உள்வாங்கி தங்கள் நிலப் பதிவுகளை இந்தப் புதிய வடிவத்திற்குள் கொண்டுவந்து சேர்த்தனர். அவர்களுள் ஒருவர் தான் கவிஞர் சேரன்.

மஹாகவி உருத்திரமூர்த்தி இலங்கைத் தமிழ்க் கவிதையின் முன்னோடிக் கவிஞர். 'பாரதியின் ஒரு கிளை பிச்சமூர்த்தி என்றால் அதன் மறுகிளை மஹாகவி உருத்திரமூர்த்தி' என்கிறார் இலங்கைக் கவிஞர் சண்முகம் சிவலிங்கம். சண்முகம் சிவலிங்கமும், எம்.ஏ.

நுஃமானும் மஹாகவிக்கு அடுத்த தலைமுறைக் கவி ஆளுமைகள். இந்த மூவரும்தான் சேரனின் ஆதர்சக் கவிகள். மஹாகவியின் கவிதைகள் மரபிலானவை. சண்முகம் சிவலிங்கம், எம்.ஏ. நுஃமான் இருவரின் கவிதைகளையும் அதன் அடுத்தடுத்த நிலைகளாகக் கொண்டால் சேரன் கவிதைகளுக்கு இதில் மூன்றாம் நிலை. தரவரிசையல்ல இது; கவிதை அடைந்த வடிவ மாற்றம்.

இனப்பிரச்சினை

சேரன் 1978இல் தான் தீவிரமாகக் கவிதைகள் எழுதத் தொடங்கினார். அவரது கவிதைகள் 1983இல் தொகுக்கப்பட்டு 'வயல்' காலாண்டிதழில் வெளிவந்தன. சேரன் தீவிரத்துடன் இயங்கிய இந்த 1978–1983 காலகட்டத்தில்தான் இலங்கையில் இனப்பிரச்சினை வன்முறையாக வெளிப்படத் தொடங்கியது. இனக் கலவரம் 1981இல் நடந்தது; யாழ் நூலகம் எரிக்கப்பட்டது. அவரது 'இரண்டாவது சூரிய உதயம்'கவிதை யாழ்ப்பாண நூலக எரிப்புச் சம்பவத்தை அடிப்படையாகக் கொண்டது. 1981இற்குப் பிறகு வன்முறைகள் தீவிரமடைந்தன. சேரன் கவிதைகளுக்கு இந்தச் சூழல் மையமாகியது.

உச்சரிக்க ஏதுவான, உணர்ச்சிகளை வெளிப்படுத்தும் கவிதைகள் சேரனுடையவை. அதே காலகட்டத்தில் தமிழகக் கவிதைகளில் நடந்த தொழில்நுட்ப ரீதியிலான சோதனை முயற்சிகளுடன் சேரனின் கவிதைகளை ஒப்பிட முடியாது. கவிதைகளை, படைப்பு வீச்சுக்குள் மட்டும் கட்டிப்போட சேரன் நினைக்கவில்லை. ஓசைகளையும், உணர்ச்சிகளையும் ஓங்கி ஒலிக்கச்செய்ய விரும்பினார். அல்லது இந்தப் பண்பு சேரன் கவிதைகளுக்கு உண்டு. அதே சமயம் தமிழகத்தின் முற்போக்குக் கவிதைகளைப் போல சேரனின் கவிதைகள் வெளிப்படையானவையும் அல்ல. கோஷங்களாகவோ கூப்பாடுகளாகவோ அல்லாமல் ஒடுக்கப்படுவதையும் உரிமையையும் ஒரு வலுவான மொழியில் சேரன் கவிதைகள் உரைக்கின்றன.

சேரன் கவிதைகளின் மொழிக்கு மரபின் தாக்கம் உண்டு. 'குறுகுறு நடந்து, சிறு கை நீட்டி, இட்டும் தொட்டும்' என்ற புறநானூற்றுப் பாடலின் இதே ஓசை நயத்தைச் சேரனின் சில கவிதைகள் அப்படியே தாங்கி வருகின்றன. சில கவிதைகள்,

நாட்டார் பாடல்களின் ஓசை நயத்தைக் கொண்டுள்ளன. ஆனால் எல்லாக் கவிதைகளிலும் ஆங்கிலக் கவிதைகளின் இறுக்கத்தையும் மௌனத்தையும் சேரன் உட்கிரகித்துள்ளார். இந்தப் பண்புகள்தான் முற்போக்குக் கவிதைகளிலிருந்து சேரனை வேறுபடுத்திக் காட்டுகின்றன.

இயற்கை

சேரன் கவிதைகள் வெளிப்படும் நிலம், இலங்கையின் வடக்கு கிழக்குப் பகுதி. அங்குள்ள பறவைகள், தென்னை மரங்கள், பனைகள், வயல் வெளிகள் எல்லாமும் சேரனின் கவிதைகளில் சித்திரங்களாக உயிர்பெறுகின்றன. ஓவியராகவும் இருக்கும் சேரனால் அவற்றைத் தன் கவிதைகளுக்குள் வரைந்து காட்டவும் முடிகிறது. தன் சொந்த நிலத்தின் மீதான சேரனின் பிடிப்பு, இனவாதப் பிரச்சினைக்குப் பிறகு மூர்க்கமடைகிறது.

"நூறுநூறாயிரம் தோள்களின் மீது/ ஏறி நின்று/ எனது நிலம் என உரத்துச் சொல்கிறேன்/ ஏழு சமுத்திர வெளிகளைத் தாண்டி/... அலைகளை மீறி.../ எங்கும் ஒலிக்கிறது.../ எனது நிலம்/ எனது நிலம்" என உரத்துச் சொல்கிறார் சேரன்.

பின் அவரது நிலத்தின் காட்சிகள் மாறத் தொடங்குகின்றன. 'அரசமரக் கிளைகளிலே குயில் கூவும்' சப்தம் மட்டும் கேட்கும் அழகான வேளைகளின் மீது ஜீப்வண்டிகள் உறுமுகின்றன; சப்பாத்தொலிகள் தடதடக்கின்றன. மரங்களும் இலைகளும் நிறங்களை இழக்கின்றன. நிலத்திலும் காற்றிலும் அந்நியத்தன்மை கலக்கிறது. அந்த நகரத்து மக்கள் முகங்களை இழக்கின்றனர். சேரன் இந்த நிலக்காட்சிகள் வழியாகத் தமிழ் இனத்தின் மீது நிகழ்த்தப்படும் கலாசாரப் படுகொலைகளை மறைமுகமாகச் சித்திரிக்கிறார். பிற்காலக் கவிதைகளில் பனி பொழியும் கனடா நிலக் காட்சிகள் வருகின்றன.

சேரனின் குரல்

சேரன் கவிதைகளில் அறைகூவல் இருக்கிறது; புரட்சிக்கு அழைக்கும் குரல். 'சாம்பல் பூத்த தெருக்களிலிருந்து எழுந்து வருக' என்கிறார். கணவனை இழந்த பெண்ணிடம், "'அப்பா' என அலறித் துடிக்கிற/ மழலைக்கு என்னதான் சொல்வாய்?/... கொடுமைகள் அழியப் போரிடச் சொல்" என்கிறார். ஆனால்

இவை கவிதைக்காக உருவாக்கப்பட்ட வெற்றுச் சொற்கள் அல்ல; சடங்கான அழைப்பும் அல்ல. திட்டமிட்ட, குறிக்கோள் உள்ள பிரகடனம். ஏனெனில் இனப்பிரச்சினையை ஒற்றைத்தன்மையில் பார்க்கவில்லை அவர். சிங்கள இராணுவ வீரனின் பக்கம் நின்றும் பார்க்கிறார். தன் மனைவிக்கு ஒரு சிங்கள இராணுவ வீரன் எழுதும் கடிதமாக விரியும், 'ராணுவ முகாமிலிருந்து கடிதங்கள்' என்னும் கவிதையில் இதை உணர முடிகிறது.

'அன்பான நகர்ப்புறத்துக் கெரில்லாவே! என் வந்தனங்கள் உனக்கு' எனத் தொடங்கும் கவிதையிலும் சிங்கள மக்கள் மீது போராளி இயக்கங்களால் நிகழ்த்தப்படும் வன்முறையைத் தவறெனச் சுட்டிக்காட்டுகிறார். அதுபோல போராளி இயக்கங்களின் 'இரவல் புரட்சியை' விமர்சிக்கவும் சேரன் தயங்கவில்லை.

காமம்

சேரனின் பிற்காலக் கவிதைகளில் காமம் முக்கியமான பாடுபொருளாக வெளிப்படுகிறது. காமம் என்றால் ஆழ்ந்து, ஊறித் திளைத்த காமம். அது வாதையுடன் வெளிப்படுகிறது. "குருதியும் தசையும் ஈரமும்/விலகிப் போன அந்தக் கணங்களில்/ இருவருடைய எலும்புகளும் பெரும் விவாதத்தில் ஈடுபட்டு/ நொருங்கின" என்கிறது ஒரு கவிதை. சில கவிதைகளில் காமம் ஓர் உன்னதத்தை அடைகிறது. "சுழலும் உலகம் தன் அச்சில் மாறிச்/சுழல்க சுழல்க/ஒளிரும் கண்ணும் உடலும் இன்னும்/மலர்க மலர்க" என்கிறது மற்றொரு கவிதை. திறக்கப்படாத மதகிலிருந்து வெள்ளம் பிரவாகம் எடுப்பதுபோல, சேரன் கவிதைகளிலிருந்து காமம் பாய்ந்து வருகிறது.

சேரனின் தொடக்க காலக் கவிதைகள் 1972இம் ஆண்டில் வெளிவந்ததாகச் சொல்லப்படுகிறது. கிட்டதட்ட நாற்பதாண்டுகளை அவர் கவிதை உலகம் கடந்து வந்திருக்கிறது. இதற்கிடையில் அவரது கவிதையின் மையமான இனப் பிரச்சினை ஆயுதப் போராட்டமாக மாறி, விடுதலைப் போரும் தோல்வியில் முடிந்து விட்டது. 'எனது நிலம்' எனும் சேரனின் உரத்த குரல் அவருடைய சமீபத்திய 'காடாற்று' தொகுப்பில் இல்லை. போரின் இரத்த சாட்சியாக இந்தத் தொகுப்பு விரிகிறது.

ஒட்டுமொத்தமாகச் சேரனின் கவிதைகளை வாசிக்கும்போது அவற்றில் "எதிர்ப்பையும், எதிர்பார்ப்பையும், தவிப்பையும், கொதிப்பையும், ஆற்றாமையையும், முடிவற்ற ஒரு பெருங்கனவையும்" உணர முடிகிறது. இது கால் நூற்றாண்டுக்கும் மேற்பட்ட இலங்கை இன விடுதலைப் போராட்டத்திற்கும் பொருந்தக்கூடியது.

000

2015

ஜிஃப்ரி ஹாசன்

கவிஞர், சிறுகதையாளர், விமர்சகர், மொழிபெயர்ப்பாளர்.

9. ஈழ அரசியலும் போரும் கவிதையும் சேரன் கவிதைகளை முன்வைத்து...

ஜிஃப்ரி ஹாசன்

ஈழக்கவிஞர்களில் குறிப்பாக வடபுலத்தில் உருவான சேரன், வ.ஐ.ச.ஜெயபாலன், திருமாவளவன், செழியன், சு.வில்வரத்தினம், கருணாகரன், எஸ்போஸ், அஸ்வகோஷ், சித்தாந்தன் போன்ற கவிஞர்களின் கவிதைகள் போர் வாழ்வியலை பேசினாலும், கவிஞர்களின் கருத்துநிலைகளுக்கேற்ப ஒட்டுமொத்தப்படுத்த முடியாதளவுக்கு வேறுபாடுகளைக் கொண்டவை. போர் சிதைத்த மனித வாழ்வும் அதன் அவலமுமே கவிதையின் சாரம் என்றாலும் அதைத்தாண்டிய கவிதையின் அகப்புற வித்தியாசங்கள் மிக ஆழமானவை.

ஈழப் போர்க் கவிதைப் போக்கின் சில பொதுவான தன்மைகளை வடிவமைத்ததில் சேரனின் கவிதைகளுக்கு ஒரு தனித்த பங்கிருக்கிறது. சேரன், எஸ்போஸ், அஸ்வகோஷ், சித்தாந்தன், கருணாகரன் போன்றோரின் கவிதை மொழி கிளர்த்தும் உணர்வுகளும், அவை வெளிப்படுத்தும் ஒருவகை உக்கிரத் தன்மையும் ஏனைய ஈழக் கவிஞர்களிடமிருந்து

வேறுபடுத்திக்காட்டும் முக்கிய புள்ளிகளாகும். ஆயினும் இவர்களின் அதீத ஈடுபாடு அரசியல் தளத்தில்தான் இருந்தது என்பதை நான் நினைவுபடுத்த விரும்புகிறேன். காதல், காமம் போன்ற விடயங்களை இவர்கள் தொட்டிருந்தாலும் அதற்குள்ளும் ஓர் அரசியல் தளம் உள்ளோடி இருக்கும்.

இவர்களின் புற வாழ்வும், அகவாழ்வும் ஒன்றிப்போயிருக்கின்றன. ஒரே கனவின் வெவ்வேறு கிளைகளாக விரிந்து நிற்பவர்கள் இவர்கள். கவிதையில் வெளிப்படும் உணர்வுசார்ந்தும் இவர்கள் அனைவரும் ஒரே வரிசையில் நிற்பவர்கள்தான். அவர்களின் வாழ்வும், அது கொடுத்த அனுபவங்களும் ஒரே நிலத்திலிருந்து, ஒரே அரசியலிலிருந்து, ஒரே கனவிலிருந்து உருக்கொண்டவை என்பதால்தான் இந்தப் பொதுமைப்பாடு. ஆயினும் தனிப்பட்ட வகையில் அவர்கள் கொண்டிருந்த அரசியல் நிலைப்பாடுகள், வாழ்வியல் நோக்குகள், தத்துவ நிலைப்பாடுகள் அவர்களின் கவிதைகளில் தெளிவாக வெளிப்பட்டன. சேரன், ஜெயபாலன் போன்றவர்களின் கவிதைகளில் இந்தத் தன்மையை எளிதில் கண்டுகொள்ள முடியும் என்று நினைக்கிறேன். போரையும், தமிழ் அரசியலையும் கவிதையிலும், அதற்கு வெளியிலும் மிகவும் வெளிப்படையாகப் பேசியவர்கள் இவர்கள்.

ஈழக்கவிஞர்கள் போர்க்காலத்தில் முதன்மையாக இங்கு எதிர்கொண்ட சிக்கல்கள் கிட்டத்தட்ட பொதுவானவையாகவே இருந்தன. அதாவது பிரச்சினையின் வேர் ஒன்றாகவே இருந்தது. இதனாற்தான் ஈழத்துக் கவிதைகள் என்று சொல்வதை விடவும் ஈழத்துக் கவிதை இயக்கம் என்று சொல்லத் தோன்றுகிறது.

1980களில் ஈழத்தில் அறிமுகமான பலஸ்தீனக் கவிதைகளின் மொழிபெயர்ப்பு ஈழத்துக் கவிஞர்களிடம் ஆழ்ந்த பாதிப்பை ஏற்படுத்தியது. தங்களது கவிதைகளுக்கான உள்ளீடை, மொழியை அவர்கள் அங்கிருந்து பெற்றுக்கொண்டார்கள். பலஸ்தீனக் கவிதைகளை மட்டுமே தம் முக்கிய உசாத்துணையாக அவர்கள் வரித்துக்கொண்டார்கள். அதன் தாக்கத்திலிருந்து அவர்கள் எழுதிய கடைசிக் கவிதை வரைக்கும் அவர்களால் விடுபட முடியவே இல்லை. அது அவர்களின் மாறாத வாழ்வையும், மனநிலையையுமே முதலில் வெளிக்காட்டுகிறது. ஈழத்தில்

பலஸ்தீனக் கவிதைகளுக்கு ஏற்பட்ட மதிப்பளவுக்கு வேறெங்கும் ஏற்படவில்லை. தமிழகத்தில் அத்தகையதொரு அரசியல் சூழல் இல்லாததனால் போதிய கவனத்தை அங்கு அது பெறவில்லை. அங்கு எந்தவிதத் தாக்கத்தையும் அக்கவிதைகள் ஏற்படுத்தவில்லை. ஆனால் ஈழத்தில் நிலைமை தலைகீழாக இருந்தது. பலஸ்தீனக் கவிதைகளை வாசிக்காமல் யாரும் கவிதை எழுதக்கூடாது என்பது இங்கு ஒரு எழுதப்படாத விதியாகவே பின்பற்றப்பட்டு வந்தது.

இதனால் ஈழத்துக் கவிதைகள், பலஸ்தீனக் கவிதைகளை உசாத்துணையாகக் கொண்டு எழுதப்பட்ட கவிதைகளாகத் தோற்றங்காட்டின. ஆனாலும் பலஸ்தீனக் கவிதைகளில் அரசியல், விடுதலை வேட்கை, காதல், பிரிவு, இயற்கை, குழந்தைதன்மை, கனவுகள் என பலவிடயங்கள் உட்பொதிந்திருந்தன. துரதிஸ்டம் ஈழக்கவிஞர்கள் அதற்குள்ளிருந்த வெறும் அரசியலால் மட்டுமே ஊட்டம் பெற்றனர். அதனையே முன்னுதாரணமாக எடுத்துக்கொண்டனர். அதைத்தாண்டி அவர்களின் பேனா நகர மறுத்துவிட்டது.

பலஸ்தீனக் கவிதைகளில் என்ன உணர்வுகள், என்ன துயரங்கள் பேசப்பட்டனவோ அவையும் இங்கு அனுபவிக்கப்பட்டன. அதனை அதே தளத்தில் அதே மொழியில் ஈழத்துக் கவிஞர்களும் எழுதத் தொடங்கினர். இந்தக் காலப்பகுதியிலும் ஈழத்தில் இயற்கை இருந்தது, காதல் இருந்தது, தீண்டாமை இருந்தது, பாலுறவுசார்ந்த பிரச்சினைகள், பிணிகள், உள்மனமுரண்பாடுகள், வாழ்க்கைப் பிரச்சினைகள் என ஒரு கவிஞருக்கான உந்துதலைத் தரக்கூடிய அனைத்து விடயங்களும் இருந்தன. ஆனால் அவை எதுவும் போதியளவில் நமது கவிஞர்களின் கவனத்தை ஈர்க்கவில்லை. பலஸ்தீனக் கவிதைகள் பொது அவலத்தை தனிமனித அகத்தினூடாகப் பேசியளவுக்கு, ஈழத்துக்கவிதைகள் பேசவில்லை. பலஸ்தீனக் கவிதைகளின் அரசியல் தளத்தை மட்டுமே தங்கள் கவிதைகளின் முக்கிய உசாத்துணையாக கொண்டதன் விளைவு அது.

ஈழக்கவிஞர்கள் போரின் பொதுவான துயரங்களைத் தனிமனித அகநெருக்கீடுகளுக்கூடாக மிக மிகக் குறைவாகவும், சமூகத்தின் கூட்டுத் துயரமாகவும், பிரக்ஞையாகவுமே அதிகம் வெளிப்படுத்தினர். அன்றைய காலத்தில், தமிழீழப்

போராட்டம் குறித்து இக்கவிஞர்களில் பலரிடம் எந்தவித மாற்றுப் பார்வைகளோ, சுயவிசாரணைகளோ இருக்கவில்லை. புலிகளின் செயற்பாடுகள் மீது விமர்சனங்களை முன்வைப்பது தற்கொலைக்குச் சமமானதாக இருந்தபோதும், ஒரு சில கவிஞர்கள் தங்கள் கவிதைகளில் அத்தகைய மாற்றுக் குரல்களைப் பதிவு செய்திருந்தனர். வ.ஐ.ச. ஜெயபாலன், சேரன், சு.வில்வரத்தினம், போன்றவர்களிடம் இருந்துதான் இந்த மாற்றுக்குரல்களும் எழுந்து வந்தன. ஏனையவர்களிடம் இத்தகைய சுயவிமர்சனமும், உள்ளார்ந்த விசாரணையும் பெரியளவில் இருக்கவில்லை. எஸ்போஸிடம் சில மாற்றுக்கருத்துகள் இருந்தன. அவற்றை கவிதைகளில் அவர் ஆழமாகப் பதிவுசெய்தாரா என்ற கேள்வி இருக்கிறது. கருணாகரனிடம் மாற்றுக் கருத்துகள், புரிதல் என்பன இருந்திருக்கலாம், ஆனால் அவரும் தன் கவிதைகளில் அவற்றைப் பதிவுசெய்யவில்லை என்றுதான் நினைக்கிறேன். வெளிப்படையாக இதனைச் சொல்லும் போது இந்தக் கவிஞர்கள் கோபப்படக்கூடும். ஆனால் உள்ளூர அதை அவர்கள் நன்கு அறிந்து வைத்திருக்கக்கூடும்.

தமிழீழத்தின் மீதான வேட்கையில் எழுதப்பட்ட கவிதைகளாக ஈழக்கவிதைகள் அமைந்துவிட்டதனால் அவற்றின் முகமே அரசியல் முகமாக மாறிப் போனது. சில சந்தர்ப்பங்களில் அரசியல் அவர்களின் கவிதைகளில் ஆழமாக ஊடுருவி அவற்றின் இலக்கியத் தரத்தைத் குன்றச் செய்தது போன்ற விபத்துகளும் நிகழ்ந்தன. ஒரு நல்ல இலக்கியப் பாரம்பரியமும் கவித்துவ மரபும் உள்ள ஈழத்துக் கவிதைவெளி, வெறுமனே அரசியல் மயமாகிச் சீரழிந்தது. இந்தச் சீரழிவைப் பல கவிஞர்கள் கூட்டாக சாவகாசமாகச் செய்து கொண்டிருந்தனர். அது அப்போது அவர்களைப் பொறுத்தவரை நியாயமானதாகப்பட்டது.

அத்தருணத்தில் அவர்களது கவிதைகள் குறித்து காத்திரமான இலக்கிய மதிப்பீடுகள் என்று எதுவுமே வரவில்லை. வெறும் பாராட்டுகளும், புகழுரைகளும் மட்டுமே வந்து குவிந்த வண்ணமிருந்தன. அவை கொடுத்த உற்சாகத்தில் கவிதைகள் என்று சொல்லிக்கொண்டு வெறும் செய்திக் குறிப்புகளை மேலிருந்து கீழாக பல ஈழக்கவிஞர்கள் புதிது புதிதாகத் தோன்றி எழுதிக்குவித்துக் கொண்டு சென்றனர். இதனால் ஈழத்துக் கவிதைகள் “செய்யப்பட்ட கவிதைகளாகவும்”,

“செயற்கைத்தன்மையான” கவிதைகளாகவும் உருமாற்றம் பெற்று வந்தன. ஒரே கவிதையையே திரும்பத் திரும்ப வாசிப்பது போன்ற அருட்டுணர்வுக்கு நாங்கள் ஆளாக வேண்டியும் வந்தது. கவிதை இலக்கியக் கருவியாகவன்றி படிப்படியாக ஓர் அரசியற் கருவியாக அவர்களால் வளர்த்தெடுக்கப்பட்டது.

2

இந்தப் பொதுப்போக்கில் சேரனும் அவரது கவிதைகளும் குறித்து விமர்சனபூர்வமாக பார்க்கப்படுதலே நியாயமாகும். சேரனிடம் இலங்கை அரசியல் போக்குகள், ஈழப்போர் பற்றிய அறிவும் ஈடுபாடும் இருந்த அதேநேரம் சமூகம், அரசியல், இலக்கியம் சார்ந்த தத்துவத் தேடலும், புரிதலும் இருந்தது. சேரனின் கவிதைகளில் சமூகக் கூட்டுப் பிரக்ஞையைத் தாண்டி தனிமனித அகவுணர்வுகள் ஓரளவு பேசப்பட்டன. எனினும் அதற்குள்ளும் ஒருவித இழப்பும், சமூகக் கூட்டுப் பிரக்ஞையும்தான் உள்ளோடி இருந்தது.

ஆயினும் அவரது ஓரளவு தொகுக்கப்பட்ட நூறு கவிதைகளை உள்ளடக்கிய “நீ இப்பொழுது இறங்கும் ஆறு” என்ற தொகுப்பிலுள்ள கவிதைகள், அரசியலையும், விடுதலைக்கான கூட்டுப் பிரக்ஞையையும் அழகியல் மொழியில் வெளிப்படுத்தும் கவிதைகளை அதிகம் கொண்டுள்ளன. நமது இந்தக் கவிஞர்கள் பட்டியலில் இருந்து அவர் விலகிச்செல்லும் புள்ளிகளும் இந்தத் தொகுப்புக் கவிதைகளில் பதிவாகி இருந்தன. அவரது கவிதைகள் அடைந்து வந்த மாற்றங்களை வாசகர் புரிந்துகொள்வதற்கான வரைபடமாக விரிந்து நிற்கும் தொகுப்பு அது.

கவிஞன் என்பவன் யார்? அவன் அரசியல் பிரச்சினையால் மட்டுமே தீண்டப்படுபவனா? அல்லது மக்கள் வாழும் சூழலில் அரசியல் தான் முதன்மைப் பிரச்சினையா? ஈழத்தில் ஒருதொகைக் கவிஞர்கள் ஏன் அரசியலை மட்டுமே தன் கவிப்புனைவின் மைய உள்ளீடாக கொண்டார்கள்? என்ற கேள்விகள் ஈழத்துக் கவிதைகளை வாசித்த பின் ஒருவருக்கு சாதாரணமாக எழக்கூடியவைதான். அரசியலுக்கு அப்பால் மனித வாழ்வின் ஏனைய அம்சங்கள் மீதும் ஈழக்கவிஞர்கள் கொண்டிருந்த புறக்கணிப்பு, அலட்சியம் இப்போது அவர்களுக்குள் ஓர் இலக்கியக் குற்றவுணர்ச்சியை ஏற்படுத்துவதாக இருக்கலாம்.

போர்க்கால வாழ்வியலில் அவர்கள் காணத்தவறிய, பேசத்தவறிய பக்கங்கள் நிஜமானவை. போரோடு தொடர்புபடுத்தியும் அந்தப் புள்ளிகளை அவர்கள் பேசி இருக்கலாம் என்று எனக்குத் தோன்றுகிறது. சொல்லப்போனால் அவர்கள் தங்களது காலத்து மக்களின் பொதுவான அரசியல் வாழ்க்கையைப் பிரதிபலித்திருக்கிறார்கள். அது மிக மிக அவசியமானதுங்கூட. அது மட்டுமே கவிதை என்பதில்தான் நான் முரண்பட்டு விலகி நிற்கிறேன். காலத்தின் அரசியல் நெருக்கீடுகளிலிருந்தும், சூழ்நிலைமைகளிலிருந்துமே கவிஞர்கள் உருவாகி வரும்போது, அவர்கள் காலமும், சூழலும் உருவாக்கிய கவிஞர்களாக மட்டுமே தங்களை நிறுவிக்கொள்கின்றனர். வாழ்க்கை உருவாக்கிய கவிஞர்களாக அவர்கள் சரித்திரத்தில் பதிவாவதில்லை.

சேரன் தன் கவிதை சார்ந்து இருபரிமாணங்களாகத் தெரிபவர். அவரைக் காலமும், வாழ்க்கையுமாக சேர்ந்து உருவாக்கி இருக்கிறது. இப்படி இன்னும் ஒருசில கவிஞர்களைக் குறிப்பிட்டுச்சொல்ல முடியும். காலம் மட்டும் உருவாக்கிய கவிஞர்களால் கவிதையின் எல்லா அடுக்குகளுக்குள்ளும் நுழைய முடியாமல் போய்விட்டது. வாழ்க்கையின் எல்லாவிதமான சூட்சுமங்களையும் கூடப் புரிந்துகொள்ள முடியாததாகப் போய்விட்டது.

சேரனின் கவியுலகு போராட்ட எழுச்சி மனநிலையை முன்னிறுத்துகிறது. ஆனால் அவரது மொழி தமிழின் கவிதை மரபையும், மொழி அழகியலையும் தனக்குள் வைத்திருக்கிறது. அவரது கவிதைகள் எழுச்சிக் குரலாகவும், காதலைப் பாடுவதாகவும் ஒலிக்கிறது. அந்தவகையில் அவர் அகத்தையும், புறத்தையும் பாடும் கவிஞராக இருக்கிறார். வாழ்வற்ற வாழ்வைப் பற்றிப் பாடும் போதும், வாழ்வு மீதான எந்தவிதப் பிடிப்புமற்ற மரணத்துள் வாழ்ந்து கொண்டிருப்பவர்களைப் பற்றிப்பாடும் போது, அவர் கவிதையின் ஓசை நயத்தில் (பிற்பட்ட காலத்தில் குறிப்பாக "நீ இப்பொழுது இறங்கும் ஆறு" தொகுப்புக் கால கவிதைகளில்) அதிக சிரத்தை எடுத்துக்கொள்கிறார். ஆனால் அதிலும் காதலுக்குள்ளும், வாழ்வின் எல்லாவிதமான துயரங்களுக்குள்ளும் மிக மௌனமாக புரட்சியை உட்புகுத்திவிட முனையும் போக்கு அவரிடம் வெளிப்படுகிறது. சமூக அரசியல் எழுச்சியைச் சுற்றியே அவர் கவிதை மனம் அலைகிறது.

சேரனின் அநேகமான கவிதைகள் இங்கு உயிர் வாழ்வது நிச்சயமற்ற பல்வேறு நெருக்கடிகளைச் சந்தித்த காலப்பகுதியிலும், தமிழீழப் போராட்டம் முன்னெடுக்கப்பட்ட காலகட்டத்தினதும் குரலாக இருப்பவை. இதனால் அந்த மக்களின் அரசியல் சார்ந்த பதட்டங்களையும், போராட்டத்துக்கான எழுச்சியையும் கோருபவையாக இருப்பது தவிர்க்க முடியாதது. அவரைப் பொறுத்தவரை உயிர் வாழ்வதே இங்கு ஒரு துடிப்பு.

"ஒவ்வோரடியும் தடங்கள் பதிக்கும்
ஒரு வாழ்க்கை நிகழ்வாம்"

என்று அவர் சொல்லும் போது இங்கு வாழ்க்கை எப்படி இருந்திருக்கும் என்பதை ஊகிக்க முடிகிறது. நிச்சயமற்ற வாழ்வின் மீதான கருணையைக் கோரும் அதே கவிதையிலேயே போராட்டத்தின் மீதான நம்பிக்கைத் தொனியும் ஒலிக்கிறது.

"காலமெனும் வெப்பக் கதிர்
வீசிச் சூடடிக்க எல்லாத் தடமும் உதிரும்
தனித்தபடி எஞ்சுகிற ஒன்றோ
மீண்டும் தடங்கள் பதிக்கும்" [52]

வாழ்வற்ற வாழ்வு மீதான கவனத்தை ஏற்படுத்துவதும், போராட்டத்தின் மீது நம்பிக்கையை ஏற்படுத்துவதுமாக இரு நிலைகளில் அவரது பயணம் நிகழ்கிறது.

காதலும் காத்திருப்பும் கூட அந்த வாழ்க்கையில் இருந்ததை சேரன் பதிவுசெய்கிறார். சேரன் நெருக்கடியான அரசியல் பொது வாழ்க்கைக்குள்ளும் வாழ்க்கையின் தனியான, சில பிரத்தியேக உணர்வுகள் தனக்குள் முகிழ்த்திருந்ததை வெளிப்படுத்துகிறார். அது ஈழத்தின் குறிப்பாக வடபுலக் கவிஞர்கள் ஒரு சிலரிடம்தான் இந்தப் பண்பைக் காணமுடியும்.

'பிரிதல்' என்ற கவிதை. இக்கவிதையை ஒரு பெண் எழுதியதாக, ஆண் குறித்த ஒரு பெண்ணின் கனவுகளைப் பேசுவதாக, அக்கவிதையின் குரல் பெண்ணுக்குரியதாக நாம் கற்பனை செய்து கொள்ளும் போதே அதன் ஆழ்ந்த உணர்வுத் தளத்தை நம்மால் தரிசிக்க முடிகிறது. அந்தக் கவிதைக்குள் முகிழ்க்கும் ஒருவித அகத்தனிமையான உணர்வை அதன் பெண் குரலால் மட்டுமே ஏற்படுத்த முடியும்.

சேரன் அப்போதைய வடபுல இளைஞர்களின் வாழ்க்கையையும், அவர்களின் கனவுகளையும் போர் எப்படி உருச்சிதைத்தது என்பதை அநேகமான கவிதைகளில் சொல்லிவிடுவது கிட்டத்தட்ட அவர் கவிதைகளின் ஒரு பொதுவான பண்பாக இருக்கிறது. "இரு காலைகளும் ஒரு பின்னிரவும்" என்ற கவிதை ஒரு இளைய தலைமுறையின் கருகிப்போன வாழ்வையும் கனவுகளையும் பதிவுசெய்கிறது.

"எங்கே அவன்? என்று கேட்பார்கள்
கேட்கையிலே பிழைபட்ட தமிழ்
நெஞ்சில் நெருட எழுந்து வரும்" [53]

இராணுவத்தினர் விசாரிக்கும் விதத்தில், தன் தாய்மொழி தமிழே பிழையாக வெளிப்படும் சம்பவம் ஒரு அற்புதமான கவிதை நிகழ்வாக தோன்றும் அதேநேரம், ஓர் ஆழ்ந்த துக்க உணர்வையும் ஏற்படுத்துகிறது. போராட்ட காலத்தில் அது நிகழ்ந்த மண்ணிலிருந்து எழுதிய பல கவிஞர்களாலும் கண்டுகொள்ளப்படாமல் விடப்பட்டிருந்த அல்லது பின்னர் பார்க்கலாம் என தவணை முறையில் ஒத்திப் போடப்பட்டிருந்த பெண்களின் வாழ்க்கைப் போராட்டம் மீதும் சேரன் ஓர் அழுத்தமான பார்வையை முன்வைக்கிறார்.

"மழைக்காலமும் கூலிப்பெண்களும்", "சமாந்தரம் கொள்ளாத உலகங்கள்" போன்ற கவிதைகளை இதற்கு எடுத்துக்காட்டாகக் கொள்ள முடியும்.

மழைக்காலமும் கூலிப்பெண்களும் கவிதையில்.....

"வெயிலுக்கு மேனிதந்து
வெங்காயம் கிண்ட வரும்
என் அழகுக் கிராமத்துப்
பெண்களது கால்
இனிமேல்
வெள்ளத்துள் ஆழும்,
விரல்களுக்குச் சேறெடுக்கும்
எப்போதும் போல் இவர்கள்
நாற்று நடுகையிலே

> எல்லை வரம்புகளில் நெருஞ்சி
> மலர் விரியும்
> மீண்டும் இவர்கள்
> திரும்பி வருகையிலோ,
> நெற்கதிர்கள் குலைதள்ளும்,
> நீள் வரம்பு மறைந்து விடும்
> எனினும் இவர்களது
> பூமி இருள்தின்னும்
> பொழுது விடிந்தாலும்".

என எழுதுகிறார்.

> 'எனினும் இவர்களது
> பூமி இருள் தின்னும்
> பொழுது விடிந்தாலும்' [54]

இந்த வரிகளில் தான் இந்த கவிதையின் முழுமையும் பொதிந்திருக்கிறது. பெண் ஒடுக்குமுறை பற்றி வெறித்தனமாக முழக்கமிடும் தொனி இக்கவிதைக்குள் இல்லை. தேவைக்கதிகமான வார்த்தை விளையாட்டுகளும் இல்லை. இது கடத்த முனையும் செய்தி ஓர் அதிர்வாகக் கவிதையின் இறுதி வரிகளில் வந்து நிற்கிறது.

"ஒரு கிராமத்துக்கு மின்சாரம் வருகிறது" இலங்கைக் கிராமமொன்றின் ஒரு காலகட்டச் சித்திரத்தை வரைபடமாக காட்டும் கவிதை. புதிதாக மின்சாரம் வரும்போது அந்தக் கிராமத்தில் நிகழும் சிறு சிறு மாற்றங்களை இக்கவிதை முன்வைக்கிறது. கவிதையின் மொழியில் கிராமியம் பொங்கி வழிகிறது.

"மழைநாள்" காதலைப் பேசும் கவிதை. காதலின் இழப்புணர்வை, மனிதர்களின் பிரிவை ஈரமான சொற்களில் சொல்கிறது இக்கவிதை.

> "அருகில் நீ.
> குடிலுக்குள் நசநசத்த ஈரம்
> திரண்டிருந்த விசும்பு மழைக் கறுப்பில்
> மின்னல் கோடாய் எழுந்து அலைந்து அழிகிறது" [55]

காதலின் பிரிவுணர்வைப் பேசும் இக்கவிதையில் மழையின் இசையும், தனிமையின் தவிப்பும், காதலின் கனத்து வழியும் துயரும் மேம்போக்காகச் சொற்களில் பிண்ணப்பட்டிருப்பதைக் காணலாம். ஆயினும் இதுபோன்ற கவிதைகளில் கனத்து எழும் துயரம் மனதைக் கவ்வும் விதமாக எழவில்லை போல் தெரிகிறது. கைக்குள் வந்த கவிதை நெஞ்சுக்குள் வராமல் திரும்புகிறது.

சாதிக்கெதிரான புரட்சிகர மனநிலையை உடையவர் சேரன். அந்த "மனநிலை"அவரை கவிதையில் அவரை கலகம் செய்யத்தூண்டுகிறது.

"ஆலயக் கததவுகள்
எவருக்காவது மூடுமேயானால்
கோபுரக் கலசங்கள்
சிதறி நொறுங்குக"[56]

இந்தக் கலகக் குரலில் யாழ்ப்பாணத்தை, "யாழ்ப்பாணத்தின் சராசரி இதயமே"என விழிக்கிறார். "உனது உலகம் மிகவும் சிறியது" என்கிறார். இது சமூக மாற்றத்துக்கான ஒரு கவிஞனின் அழைப்பு. சமூகத்தை மூர்க்கமாக போட்டுத்தாக்கும் இந்த விபரணங்கள் தான் கவிஞனின் ஏக்கங்கள்.

3

கவிதையை ஒரு கோட்பாட்டுச் சட்டகத்துக்குள் நின்று கொண்டு ஏற்பது அல்லது மறுப்பது ஒரு வேடிக்கையான செயல்பாடாகும். நவீனத்துவம், பின்நவீனத்துவ கோட்பாடுகளின் எல்லைக்குள் வலிந்து ஒரு கவிதையை அடக்க முடியாது. கவிதைக்குள் எல்லாக் கோட்பாடுகளும் அடங்கலாம். ஆனால் கோட்பாட்டுக்குள் கவிதை அடங்காது. சேரனின் கவிதைகளுக்கும் ஒரு கோட்பாட்டுத்தளம் இல்லை என்பது புரிகிறது. தமிழின் மரபான கவிதைப் பாங்கும், நவீனத்தன்மையும் கலந்த ஓசைநயத்துடன் கூடிய கவிதைகள் பல அவரால் எழுதப்பட்டுள்ளன. வித்துவச் செருக்கற்ற, கூடுதல் புதிர்த் தன்மையற்ற தமிழின் எல்லா வாசகருக்குமானது சேரனின் கவிதைகள். எனினும் சில கவிதைகளில் இதனை மீறவும் செய்திருக்கிறார். சாதாரண வாசகரின் மூளையால் கண்டடைய முடியாத புதிர்த்தன்மையான சில வரிகள் அவரது கவிதைகளில்

இருக்கின்றன. அவற்றை வாசகர் இதயத்தால் உணர்ந்து கடந்து செல்கிறார். இத்தகைய கவிதைகள் கவிதையை மிகவும் எளிமைப்படுத்தி ஜனரஞ்சகப்படுத்தும் போக்குக்கும், சேரனுக்குமிடையில் ஒரு இடைவெளியைப் பேணிக்கொண்டு வருகின்றன.

அவரது கவிதைகளின் மையம் போராட்ட கால மக்களின் வாழ்க்கைத் துயரும், போராட்ட எழுச்சி மனநிலையும் தான். ஆனாலும் வேறு சில மையமற்ற பக்கங்களும் அவரின் கவிதைகளுக்குள் உள்ளன. ஒரு காலகட்டத்தின் மையமான பிரச்சினைகளை அக்காலக் கவிதைகள் பிரதிபலிப்பது இலக்கியத்தின் பண்புதான். அந்தச் சூழல் மாறியதும் அந்தக் கவிதையின் முக்கியத்துவம் குறைந்து செல்வதும் ஒரு இயல்பான நிகழ்வுதான். காலத்தைக் கடந்து நிற்கும் கவிதைகளை மட்டும்தான் எழுதுவது என்றிருந்தால் சமகாலச் சூழல் பிரதிபலிப்புகளைக் கவிதையால் வெளிப்படுத்த முடியாமல் போய்விடும். ஈழப்போர்க்காலக் கவிஞர்களும் இதனையே செய்து காட்டியுள்ளனர். சேரனின் இந்தக் கவிதைகள் குறித்த எனது நோக்கு அவரது குறிப்பிட்ட ஒரு காலகட்டக் கவிதைகளை மட்டுமே வைத்து எழுதப்பட்டதுதான். "நீ இப்போது இறங்கும் ஆறு" தொகுப்புக்குப் பின்னரான அவரது கவிதைகளின் அகம்-புறம் சார்ந்த மாற்றங்களும், புதிய வெளிப்பாடுகளும் நிச்சயம் உரையாடலுக்குட்படுத்த வேண்டியவை.

000

2024

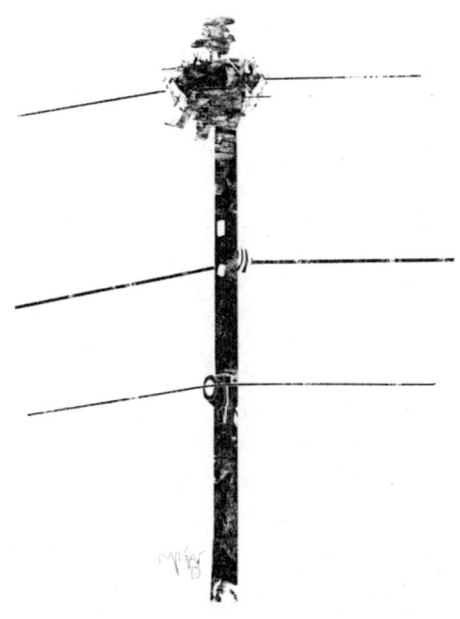

ஒரு கிராமத்திற்கு மின்சாரம் வருகிறது

இலையோடும்
அலை ஓடும்
வயல் வெளியை வகிடெடுத்த
புதுத் தெருவின் எதிர்முகங்கள்
இரு புறத்தும் தலையுயர்த்தி
இருட் கறுப்பாய் எழுந்து நிற்கும்
கருந் தூண்கள்
வயல் வரம்பின் மேலேயும்
புல் சரிந்த
வாய்க்காலின் இருபுறமும்
செயல் கெட்டுப் பலகாலம்
புரண்டிருந்த கருந்தூண்கள்
திடீரென்று உயிர்கொள்ளும்
கோழி குரல்கொடுத்து
அதிகாலை விழிப்பெடுக்கும்

என்னூரின் தலைமேலே
விஞ்ஞான விரிப்புக்கள்
கூரையின்றிச் சடசடத்த வாகனங்கள்
அவை காவும்
ஏணிகளும் தண்டுகளும்
ஒரு நாளில் தெருவிறங்கிக்
கம்பிகளும் கோப்பைகளும்
கருந்தூணை அரவணைக்கும்
தெருமேலே
வயல்மேலே
இன்னும் தொலைவு கொண்டு
திருப்பங்கள் நிறைந்திருக்கும்
கல்லொழுங்கை மேலேயும்
பளபளத்து நீள்கின்ற வெண்தகடாய்க்
கம்பிகளின் முடிவற்ற நீட்சி.
பெருந்தெருவின் ஓரத்தில்
சடைத்திருந்த குடைவாகை.
ஆலமரம், மலைவேம்பு,
நிசியில் பயங்காட்டத்
தலை விரித்த பனைமரங்கள்
ஒவ்வொன்றாய்
இலையிழந்து
கிளையிழந்து
உடலிழந்து
உயிரிழக்கும்
குடைவாகை நிழல் விரித்த
பெருந் தெருவின் தார் விரிப்பில்
தடையின்றி வெயில் எரியும்
கரிக்குருவி பொந்தெடுக்கப்
பனங்காகம் கூச்சலிட
இருப்பாக அமைந்தபடி
தொலைவிருந்தும் பார்வை கொள்ளும்
பெரு மரங்கள்
வெறுந் தூண்கள் சிலவற்றின்

தலையெடுப்பில் நிலம் தழுவும்
மதில்கள், குரோட்டன்
எனப் படர்ந்திருக்கும் வீடுகளில்
புதுமாற்றம் திடீரென்று.
தலைக்குமேல் விளக்கேந்திக்
கரகமிடும் சில வீடு
நீலத்தில் குளுகுளுப்பாய்க்
கோலமிடும் இன்னும் சில
எனினும், பல வீட்டில்
திரிதூண்டி, விளக்கெடுத்துத்
தீப்பெட்டி உரசலினால்
மெதுமெதுவாய்ச் சிறு வெளிச்சம்
சிணுங்கிச் சிணுங்கி அழும்.
இனிமேல் எனதூரில்
இருளில் முகம் காட்டும்
தெருவிளக்கு;
நீண்டதென
விரைகின்ற கம்பிகள் மேல்
குருவிகளின் குடியிருப்பு.

000

நீ இப்போது இறங்கும் ஆறு - பக்கம் 16

கீதா சுகுமாரன்

கவிஞர், மொழிபெயர்ப்பாளர், கனடா யோர்க் பல்கலைக்கழகத்தில் ஆய்வாளராகப் பணியாற்றுகிறார்.

10

திணைமயக்கம் சேரனின் கவிதைகள்

ஆங்கில மூலம்: கீதா சுகுமாரன்
தமிழில்: கலைவாணி

சுயத்திலிருந்து பிறழ்ந்த நிலைகளும், அதிர்ச்சிகரமான நினைவுகளை ஏந்தும் கவிதைகளும் இடம் பெயர்தலின் சிக்கலான பன்முகப் படிமங்களை எடுத்தியம்புகின்றன.

நாடுகடத்தப்படுதலே தமிழர்களுக்கு வழங்கப்படும் அதிகபட்ச தண்டனையாக இருக்கக்கூடும் என்று தன் கட்டுரையொன்றில் சேரன் குறிப்பிடுகிறார். என்றாலும் புலம்பெயர்ந்தோர் கவிதைகளில் ஒரு மாற்றத்தின் விடியல் தென்படுகிறது.

வாழ்ந்த நிலத்தின் இழப்பும் அந்நியமாதலின் துயரத்தை மீறி புதுவாழ்வைக் கட்டமைத்தலும் தென்படுகிறது. "திணைமயக்கம் அல்லது நெஞ்சோடு கிளர்தல்" சேரனது புதிய கவிதைத் தொகுப்பு நிலத்தின், மொழியின், கலாசாரத்தின் இழப்பில் நிரம்பித் ததும்புகிறது.

Inscribe in the wind
She says.
It is gone with the wind,
Chera,
Home, yard,
And the expanse -
Now leaf. [57]

முதல் வரியில் காதல் கானல் நீர்போல் தோன்றினாலும், அடுத்து வரும் வரி இழந்த காதலை ஏந்த, இறுதியடி முற்றிலும் மாறுபட்ட ஒரு யதார்த்தத்தை முன்வைக்கிறது. வீட்டின், இடத்தின் நிலத்தின் இழப்பின் யதார்த்தம். இறுதிவரி நினைவுகளில் தொக்கி நிற்கும் கவிஞரைக் காட்டுகிறது. இரு காதலர்களுக்கிடையேயான இணக்கத்தின் இடத்தைத் தாண்டி, வீடு நிலம் என விரிகிறது.

இனவாதப்போரில் இழந்துபோன தேசமும், இழப்பீடுகளுக்கு ஈடாகாதபடி தொலைந்த உறவுகள் மற்றும் நட்பின் இழப்பும் எழுதப்படாத வரிகளுக்குள் இழைந்தோடுகின்றன. தன்னை ஒரு ஈழத்து தமிழ்க்கவிஞராக அல்லாமல் தமிழ்க்கவிஞராக அடையாளப்படுத்திக்கொள்ள விழையும் சேரனின் தேர்வு இந்த இழப்பில் விளைந்தது தான். பழந்தமிழிலக்கியத்தின் அகம், புறம் மற்றும் தனி, பொது வாழ்வு எனும் கூறுகள் இக்காலத் தமிழிலக்கியத்திலும் காணப்படுகிறது. “சேரா” எனும் வார்த்தையும் ஒரு குறிப்புப் பொருளாகிறது. அது பழந்தமிழில் வழங்குவது போல “செந்நிறமதுவை அருந்துபவர்” அல்லது “செந்நிற மது” எனும் பொருள்படுகிறது அல்லது வெறும் செந்நிறத்தைக் குறிக்கிறது. இவ்வார்த்தையும், இத்தொகுப்பின் தலைப்பும் பலபொருட்களைக் குறிக்கின்றன. தமிழிலக்கிய அறிவோடு படிக்கும் போது இக்கவிதைகளில் பொதிந்துள்ள ஆழ்ந்த பொருள் விளங்குகிறது.

‘நெஞ்சோடு கிளர்தல்’ எனும் தலைப்பு, சங்கத்தமிழிலக்கியத்தின் ‘நெஞ்சாடு கிளத்தல்’ எனும் துறையை எதிரொலிக்கிறது என்பது நாம் அறிந்ததே. அக இலக்கியத்தைச் சார்ந்த நெஞ்சோடு கிளத்தல் எனும் துறை, ஒருவர் தன் நெஞ்சோடு பேசுதல் எனும் பொருளுடையது. ஆனால் ‘கிளர்’ எனும் வேர்ச்சொல்லானது கலக்குதல், பாலுணர்வைத் தூண்டுதல், புரட்சி செய்தல், கிளர்வுறுதல் எனும் பொருள்களைத் தருகிறது. இந்தக்

கவிதைகளில் நெஞ்சோடு பேசப்படும் சொற்கள் நிறப்பாகுபாடு, அடிமைத்தனம், அதற்கெதிரான எழுச்சி, இழந்த காதல், தேசம், வன்முறை, அகதிகளுக்கான படகுகள் முதலியவற்றினூடே பயணித்துப் புறச் சூழ்நிலைகளுக்குப் பதிலளிப்பவையாக, பொதுச் சமூகநிலைகளுக்குத் தனிமனிதனின் எதிர்வினைகளாக அமைகின்றன.

சேரா எனும் கவிஞரது பெயர் ஒவ்வொரு கவிதையிலும் அசையீறாக அமைகிறது. சுயம் மற்றும் பொது அரசியல், காதல் மற்றும் போர் ஆகியவை சந்திக்கும் வாயிலாக அமையும் இந்தப் பெயர், பழந்தமிழ் இலக்கியத்தில் இரு பிரிவுகளாய் இருந்த அகம் மற்றும் புறத்தை ஒருங்கே இணைக்கிறது. ஆனாலும் ஒரு தனிநபரது பெயராவதால், அது முழுமையாகப் பொதுவெளிக்குள் பயணிக்காமல் சுயத்துக்கும் பொதுவிற்கும் இடையிலான வெளிக்குள் பொதிகின்றது. கவிஞரின் பெயர் கடந்தகாலம், போர், வன்முறை, இழந்த காதல், இடப்பெயர்வுகள், அக மற்றும் புறச் சிக்கல்களை எடுத்தியம்பும் சுயம் அல்லது சுயங்களின் வெளிப்பாடாக உள்ளது. இக் குறுங்கவிதைகளில் முதல் வரிகள் தாங்கிவரும் எண்ணங்களைப் பிரதிபலிக்கும், பதிலுரைக்கும் மற்றும் ஆழ்ந்து நோக்கும் மனச்சான்றின் படிமமாக இப்பெயர் அமைகிறது. வன்முறையின் சிக்கலான படிமானங்களைக் கூறும் புதுவடிவங்களைத் தரித்துக் கொள்ளும் போதும், இந்தக் கவிதைகள் ஓசைநயத்தோடு ஒலிக்கின்றன.

வடிவத்தில் இக் குறுங்கவிதைகள் தமிழ் பக்தியிலக்கியச் செய்யுள்களை ஒத்திருக்கின்றன. உதாரணமாக தேவாரத்தின் ஒவ்வொரு பகுதியிலும் வரும் பத்தாவது பாடல் கவிஞரின் பெயரோடு வருகிறது. இவ்வழமை பக்தி இலக்கியம் சார்ந்தது மட்டுமல்ல. இடைக்கால இந்தியாவில், இறைவனுக்கான அன்பைக் கொண்டாடும் பக்திப்பாடல்களில் அல்லது செய்யுள்களில் அதை எழுதியவரின் பெயரைச் சேர்ப்பது என்பது வழக்கிலிருந்தது. இப்பாடல்கள் அல்லது செய்யுள்கள் ஒரு அக உரையாடலின் பிரதிபலிப்பாக அமைகின்றன. சேரனது கவிதைகளைப் பக்தியிலக்கியத்துடனோ, ஆத்மீகம் பேசும் கவிதைகளுடனோ நான் ஒப்பிடவில்லை. மாறாக சேரனது கவிதைகளின் புறவடிவம் பக்தியிலக்கிய வடிவத்தைப் பிரதிபலிப்பதையே சுட்டிக்காட்ட விரும்புகிறேன். விடை தேடாத கேள்விகளின் பாவத்தோடு, இரு

அனுபவங்களை இணைக்கும் எல்லையாக நின்று நினைவுகளை முதன்மைப்படுத்தும் இந்த அக உரையாடல்கள் சேரனது கவிதைகளின் மையப்புள்ளியாகின்றன.

> "You asked,
> Who am I -
> I said,
> I don't know."
> The baffled Sinhala soldier said -
> "Go away;"
> I went.
> Chera,
> Will I return?[58]

இக்கவிதையின் முதல்வரி சொல்லப்படவேண்டிய கதையை ஏந்திவரும் வாக்கியம் போல் தோன்றுகிறது." நான் யார்" எனும் கேள்வி "எனக்குத் தெரியாது" (I do not know) எனும் பதிலையடைகையில் தத்துவார்த்தமாகப் பொருள் தருகிறது. முதல் வரி 'இருத்தல்' குறித்த தேடல் மற்றும் கண்டடைவுகளை ஏளனம் செய்கிறது. இராணுவப்பகுதியைக் காட்டும் கவிஞர், விழித்தெழும் ஏதோவொரு நினைவுக்குள் இன்னும் ஆழ்ந்து போகிறார்: "The baffled Sinhala solder said – go away; I went." சுயத்தை தொடும் கேள்வியை நினைவின் சாட்சி சந்திக்கிறது. அதுவே மீண்டும் கேட்கிறது "Chera, will I return?" எல்லையிலிருந்து தூக்கியெறியப்பட்ட, சந்தேகத்தின் அடிப்படையில் குற்றம் சாட்டப்பட்ட அனுபவங்கள், திரும்புதல் இல்லாத விசாரணைகளுக்கு அழைத்துச் செல்லப்படுதல் முதலியவற்றின் நினைவுகளையும் அவற்றைக் குறித்த தத்துவார்த்த சிந்தனைகளையும் ஒருங்கே வைத்து அவற்றிக்கிடையில் தொக்கி நிற்கிறது கவிதை.

இக்கவிதையின் முதல் வரி அறிவிற்கான பதிலைக் குறிக்கிறது. உடலும் உயிருமாய், சுவாசிக்கிற, மனதை, வலியை, பசியை, தாகத்தை உணர்கிற, குறிப்பாக வார்த்தைகளால் அளவீடு செய்யமுடியாத இருத்தலை உணர்கிற மனத்தையும் உடைய ஒரு உயிரைக் குறிக்கிறது. தீர்மானங்களும், சிந்தனையும், முடிவுகளும் அந்த இருத்தலின் பகுதியாகும். இது மட்டுமல்லாமல், ஆன்மா, மனம், உயிர் முதலிய தனிமனிதனால் வரையறுக்க

முடியாதவைகளும் இருத்தலை வேறொரு கோணத்திலிருந்து விளக்குகின்றன.

உடல் சார்ந்த இருத்தல் வெறும் உடல் அல்ல சித்திரவதையின் களமாகக் குறைத்து மதிப்பீடு செய்யப்படுகின்றன. பிரத்தியேகச் சூழல்களில் மட்டும் எடுத்தாளப்படும் இந்த வரையறை தவிர்க்கமுடியாத ஒரு அடையாள வகைமையை நிறுவுகிறது. ஆத்மீகத்தை எதிரொலிக்கும் முதல் அடி 'உயிருடன் இருத்தல்' என்று மட்டும் இருத்தலின் வரையறையைக் கேள்விக்குள்ளாக்குகிறது. மற்றொரு தளத்தில் இக்கவிதை ஒரு நீங்குதலின் களமாகிறது. அகம் திரும்ப வந்துவிட ஏங்குகிற ஒரு நிலத்தை நீங்குதலின் களம். கவிஞரின் மொழியும், ஆயுதமேந்திய இராணுவமும் பகையுடனும், சந்தேகத்துடனும் சந்தித்துக் கொள்ளும் ஒரு சுங்கச்சாவடியாகவோ, ஒரு வாயிலாகவோ, ஒரு எல்லையாகவோ, தாக்குதல் நடை பெறும் இடங்களாகவோ இருக்கலாம். பல வெளிகளை இக்கவிதை ஒருங்கே கொண்டு வருகிறது.

சிந்தனையின் வெளி, ஒரு சாதாரண மனிதனைப் போராளியெனச் சந்தேகிக்கும் வெளி, அரசே அரங்கேற்றும் வன்முறையின் வெளி, நிலையில்லாமல் மாறிக்கொண்டே இருக்கும் சுங்கச்சாவடியின் அச்சவெளி. ஒரு உரையாடலில் இக்கவிதை தன் வாழ்வனுபவத்தில் விளைந்தது என்று விவரிக்கிறார் சேரன். தான் இந்திய அமைதி காக்கும் படைவீரன் ஒருவனால் பிடிக்கப்பட்டதையும், அதிர்ஷ்டவசமாக ஒரு உயரதிகாரியின் தலையீட்டினால் தப்பியதையும் விவரிக்கிறார். இந்நிலையில் ஒரு வாழ்வனுபவத்திற்கும், போரச்சத்திற்கும் இடையில் ஒரு தீர்க்கமான எல்லைக்கோட்டை வரைய இயலாது. இவ்வாறு இரு வேறுபட்ட வெளிகள் "திணைமயக்கத்தில்" ஒருங்கே அமைகின்றன.

பக்தியிலக்கியத்தின் வடிவத்தைப் புறமாகக் கொள்ளும் அதே நேரத்தில், சமகாலத்துச் சிதைவின், இழப்பின் அனுபவங்களை அகத்திருத்திப் பேசுகின்றன. ஆன்ம தாகம், அக அமைதிக்கான தேடல், ஈடு இணையில்லா சக்தியிடம் சரணாகதியடைதல், முதலியவற்றுக்குப் பதில் இழப்புகளின் நினைவுகளோடும் பேரச்சத்தோடும் பிணைந்த, நாடிழந்த வாழ்வின் அமைதியற்ற

நிலை இக்கவிதைகளின் அகப்பொருளாகிறது. கவிஞரின் பெயர் எழுத்தாளரின் ஒப்பமாக, ஒரு உரிமையின் சின்னமாக இல்லாமல் ஒரு சாட்சியாக நிற்கிறது. பேசுபவர் மற்றும் பேசப்படுவரின் அடையாளங்களில் ஒரு தெளிவற்ற நிலை தென்படுகிறது. சிலசமயங்களில் பேசுபவர் மற்றும் சாட்சியின் குரல்கள் ஒன்றாய் ஒலிக்கின்றன. பல கவிதைகளில் முதல் அடியும் இறுதியடியும் இரு வேறுபட்ட உலகங்களை இணைக்கின்றன. பேசப்பட்ட மற்றும் பேசப்படாமல் விடப்பட்ட உலகங்கள், இருத்தல் மற்றும் இல்லாமையின் வெளிகள், தினசரி மற்றும் அசாதாரணங்களின் வெளிகள், எல்லைகள் மற்றும் விட்டுப்பிரிந்த நிலத்தின், ரயிலின், தனிமையின் வெளிகள். ஆனால் சேரா என்பது பெயராகவே எல்லா இடங்களிலும் எடுத்தாளப்படவில்லை. மது மற்றும் அதுபோல் வேறு பொருள் படும்படியும் பயன்படுத்தப்படுகிறது:

Life is like an inexhaustible wine glass -
On the rim
an unabated struggle
At all times.
Chera
Sing the song
Spill the wine. [59]

இக்கவிதைகளின் வடிவம் பாரசீக கஷல்களின் வடிவத்தோடு ஒத்திருப்பதைக் காணலாம். “திணைமயக்கத்தின்” கவிதைகளின் வடிவமும் கருப்பொருளும் ஈரடிகளுடன் முடியும் ஒரு நீண்ட கஷலை ஒத்திருப்பதைக் காணலாம். ஒரு கஷலைப் போன்ற இறுதியடிகள் இல்லையென்றாலும் சேரனின் குறுங்கவிதைகள் பலவிதங்களில் கசல்களையே பிரதிபலிக்கின்றன. உதாரணமாக, பேசுபவர் மற்றும் பேசப்படுபவர் குறித்த பொருள்மயக்கம். “You asked who am I / I said i don’t know.” என்பது போன்ற வரிகள் ஷாஹித் அலியின் “Ghazal I” எனும் கவிதையை நினைவுபடுத்துவதைத் தவிர்க்க முடியாது. ஷாஹித் அலியின் கஷல்கள் ஆங்கில கஷல்களின் பாரம்பரிய வடிவத்தைக் கொண்டுள்ளன (அவற்றின் அசைகளோ, ஓசை நயமோ இங்கு விவாதிக்கப்படவில்லை.) மக்தா (கவிஞரது அடையாளமாகும் அவரது பெயர்), தக்ளூஸ் எனும் ‘இறுதி’யைக் குறிக்கும் கஷலின் அடிப்படை வடிவத்தைக் காட்டுகின்றன.

Will you beloved Stranger, ever witness Shahid -
Two destinies at last reconciled by exiles

எட்வர்ட் சையதிற்கு அர்ப்பணிக்கப்பட்ட இந்தக் கவிதை நாடுகடத்தப்படுதலின் பல நிலைகளை மையப்படுத்துகிறது. ஷாஹித் எனும் வார்த்தை அரபி மற்றும் பாரசீக மொழிகளில் காதலி மற்றும் சாட்சி எனும் இரு பொருள்களிலும் பயன்படுத்தப்படுகிறது. இருபொருள் படப் பயன்படுத்தப்படும் பெயர், அணிபோல் மீண்டும் மீண்டும் வரும் கேள்வி போன்றவை சேரனது கவிதைகளிலும் காணப்படுகின்றன. நாடுகடத்தப்படுதலைப் பற்றியதான ஷாஹித் அலியின் கவிதைகளைப் போல சேரனது கவிதைகளை வகைப்படுத்த முடியாது. வாசகரையோ, பேசப்படுபவரையோ உரையாடலுக்குள் ஈர்ப்பது போல இறுதியடிகள் ஒரு கேள்வியுடனோ, ஆணையுடனோ, ஒரு நட்பின் குரலாகவோ முடிகின்றன. கவிதைக்குள் பொதிந்த கருப்பொருளை அவிழ்த்து வைக்கிறது இறுதியடி. “Life is like an inexhaustible wine glass.... Chera/sing the song / spill the wine.” “சேரா” எனும் சொல் ஏற்கும் பொருள்களின் வேறுபாடு கவிதைக்கு வேறுபட்ட பொருள்களைத் தருகின்றது. கவிஞர் அதன் மரபுகள் மற்றும் வெளிகளுக்கு அப்பாலும் இடையிலும் பயணிக்கிறார், ஷாஹித் அலியைப் போலவே. இந்த இறுதியடிகளோடு கவிதைகள் முடிவதில்லை. மாறாக பொருளுக்கும் வடிவத்திற்குமான போராட்டமாய், கவிஞரின் குரலில் வார்த்தையும் மௌனமுமாய், சாட்சிகளின் குரலாய் தொடர்ந்து கொண்டிருக்கிறது.

இக்கவிதைகளுள் சாட்சியாய் நின்று சுயஅனுபவங்களை எழுதும் கவிஞரின் குரல் வாசகரின் குரலோடு ஒன்றிணைந்து, அவ்வனுபவங்களின் பலதரப்பு சாட்சிகளாய், அவற்றின் இறுதி மற்றும் நுணுக்கங்களை ஆராய்கிறது. இதில் எஞ்சுவதெல்லாம் குரல்களுக்கிடையேயான உரையாடலும், கட்புல நினைவுகளால் பிணையப்பட்ட வார்த்தைகளும், ஓசைகள் மற்றும் ஓசை நயங்களுக்கிடையேயான புதிரான தொடர்புகளுமேயாகும்.

கஷல் எனும் வடிவம் உருது, இந்தி, ஆங்கிலம் மற்றும் ஜெர்மன் முதலிய பல மொழிகளில் பயன்படுத்தப்பட்டாலும் தமிழில் சேரனது முயற்சி அவற்றைத் தழுவியமைந்ததாகும். ஆனால்

அரபுமொழிக் கஷல்களைப் போல ரோஜாவும், பறவைகளும், காதலுக்கு உருவகமாகும் பண்பாட்டுச் சொற்கள் இல்லாமல், இக்கவிதைகள் பழந்தமிழுலகின் திணைவடிவத்தில் பதிக்கப்பட்டு, புளியமரமும், மாமரமும், கடலும் உருவகங்களாக, ஏக்கம், நாடிழப்பு, கையறுநிலை போன்ற கருப்பொருட்களுடன் விளைகின்றன. ஆனால் இடைக்காலத்தைச் சார்ந்த ஹெஃபிஸ் மற்றும் ரூமியின் கஷல்களைப் போல காதல் மற்றும் மது போன்றவையும் வருகின்றன. இது சங்கத் தமிழிலக்கியங்களின் இயல்புமாகும். இதன் மூலம் கவிஞர் சங்க இலக்கியம், பக்தியிலக்கியம் மற்றும் கஷல் முதலியவற்றின் பல வடிவங்களைத் தன் கவிதைகளில் ஒன்றிணைக்கிறார்.

Beltway Poetry Quarterly - 2020

000

4
வெளியில் என்ன இருக்கிறது
என்பதை அறியாமலே
வெளியில் தெரியாத அழகுகளை
மோகித்தாய்
சேரா
வேண்டாத துயரை அன்றி
வேறு எதைப் பெறுவாய்

(பக்கம் 16)

9
வெள்ளித் தீ
பெருக்காகி
நிலக்காட்சிகளைக் குறுக்கறுத்து
விரைகிறபோது
உன் காலடித் தடங்களை
அழிக்க முடியவில்லையே
எனச் சினக்கிறாய்
சேரா
குரலையும் சுவடுகளையும் விட்டெறி
சொற்களை விதை

(பக்கம் 21)

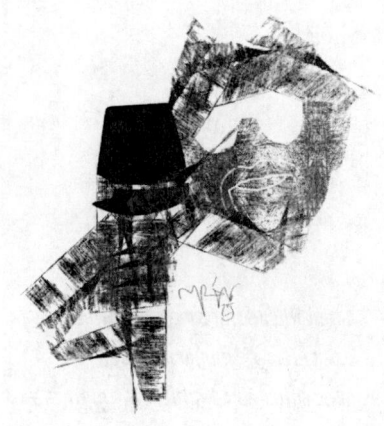

22

முதுமை கூடி வரும்
காலங்களில்
ஒத்தடம் தரும் கழிவிரக்கத்தை
பழித்து ஒதுக்குகிறாய்
சேரா
சாவது புதிதன்று
நோவது புதிதே

(பக்கம் 34)

23

தூங்கும் குழந்தைகளின்
கைவிரல்களிலிருந்து விரிந்த
கனவு
புதிய கவிதையைத் தருகிறது என்கிறாய்
சேரா
கவிதையை விடு
குழந்தையைப் படி

(பக்கம் 35)

திணை மயக்கம் அல்லது நெஞ்சோடு கிளர்தல்

ஜெயமோகன்

நாவல், சிறுகதை, இலக்கிய விமர்சனம், இலக்கிய வரலாறு, பண்பாடு என பல தளங்களில் எழுதி வருபவர்.

11

ரத்தம், காமம், கவிதை: சேரனின் கவியுலகு

ஜெயமோகன்

1

உலகளவில் கவிதைகளைப் பார்க்கும்போது விசித்திரமான ஒரு ஒத்திசைவை நாம் காணலாம், கவிதைக்கும் காதலுக்கும் நடுவே. நவீன கவிதை வட்டாரத்தில் பெரும்புகழ் பெற்ற இரு கவிஞர்களை எடுத்துக்கொள்வோம். பாப்லோ நெருதா, மாயாகோவ்ஸ்கி. இருவர் கவிதைகளையும் காதல் பாதி, புரட்சி பாதி என்று பிரித்துவிடலாம். தமிழில் உள்ள கவிஞர்களில் நம் கவனத்துக்கு உடனடியாக வருபவர்கள் சுகுமாரன், சேரன் இருவரும் தான். இருவர் நடுவேயும் ஏராளமான பொதுத்தன்மைகள் உள்ளன. இதில் இந்த அம்சம் முக்கியமானது. இருவருமே புரட்சிகரத்தில் இருந்து காதலுக்கு நகர்ந்து சென்றவர்கள். காமத்துக்கு என்று இன்னும் திட்டவட்டமாகக் கூறலாம்.

கவிதை காதலையும் புரட்சியையும் ஒரே தொடுநுனியால் அறிகிறதா என்ன? எளிய

விளக்கம் சொல்வது என்றால், இங்குள்ள கவிஞர்கள் பாப்லோ நெருதா முதலிய மேலைக்கவிஞர்களை முன்னுதாரணங்களாகக் கொண்டிருக்கிறார்கள் என்றும், அந்தக்கவிஞர்கள் உருவாக்கிய கவிதை வரைவு அப்படியே பின்தொடரப்படுகிறது என்றும் கூற வேண்டும். ஆனால் அது பொருத்தமானதல்ல. குறிப்பாக, சேரன், சுகுமாரன் போன்ற அசலான கவிஞர்கள் விஷயத்தில். உலகப்புகழ் பெற்ற புரட்சியாளர்களின் வாழ்க்கையைக் கூர்ந்து பார்க்கும்போதும் இது தெரிகிறது. அவர்களுடைய வாழ்க்கையையும் புரட்சி மற்றும் காதல் என்று இரண்டாகப் பிரித்துவிடலாம். சிறந்த உதாரணம் சேகுவேரா தான். ஆக, புரட்சி என்பது காதலின் மன எழுச்சிக்கு மிக நெருக்கமானதாக உள்ளது. ஒன்று இன்னொன்றைத் தொட்டெழுப்புகிறது. காரணம் இரண்டுமே கற்பனாவாதம் சார்ந்தவை. இரண்டுமே இரண்டுவகை மன எழுச்சிகள்.

அந்த மன எழுச்சி உண்மையில் என்ன? புரட்சிக்காரன் அல்லாத என்னால் அதைப் புரட்சிகரக் கவிதைகள் வழியாகவே ஊகித்துக் கொள்ள முடிகிறது. அது வாழ்க்கையை உக்கிரப்படுத்திக் கொள்ளும் உணர்வுதான். ஆம், அது சாகசத்தில் இருக்கும் மன எழுச்சிதான். சாகசம் நோக்கி மனதைக் கொண்டு செல்லும் கற்பனாவாதம் அது.

மனிதனுக்கு ஏன் சாகசம் தேவைப்படுகிறது? ஏன் என்றால் அவனுடைய அன்றாட வாழ்க்கை மிகவும் அலுப்பூட்டுவதும் சாதாரணமானதுமாகும் என்பதனாலேயே. வாழ்க்கை வெறிச்சிட்டு நகராமல் கண்முன் விரிந்து கிடப்பதைக் காணும் உத்வேகம் கொண்ட மனம் சாகசத்தை நாடுகிறது. நூறுகுதிரைச் சக்தி கொண்ட இயந்திரத்துடன் ஒரு வாகனம் சாலையில் ஊர்ந்து செல்ல முடியாது. அதனுள் பொங்கும் சக்தி அதை இடித்துக் கொண்டிருக்கும். பயன்படுத்தப்படாத ஆற்றல் என்பது வீணான பெரும் சுமை. அச்சுமை அழுத்தமாக மாறுகிறது. அதற்கான வெளிப்பாட்டை நாடுகிறது. சிறு இடுக்கு கிடைத்தால் கூட விசையுடன் பீறிட்டு வெளிவருகிறது.

சாகசம் இளமையுடன் தொடர்பு கொண்டுள்ளது. வாழ்க்கையின் வாய்ப்புகளுக்கு முன் விடப்பட்ட இளைய மனம் அதற்கு அளிக்கப்படும் எளிய வழிகளைத் தேர்வு செய்வதில்லை.

தன் ஆற்றல் அனைத்தையும் வெளிப்படுத்தும் ஒரு வழியையே அது நாடுகிறது. ஏனென்றால் அக ஆற்றல் வெளிப்படும் போதே ஒருவன் தன்னைக் கண்டடைகிறான். மனிதனுக்கு நிறைவு என்பது தன்னை முழுமையாக உணரும் தருணங்களிலேயே உள்ளது. தன் அனைத்து ஆற்றல்களையும் திரட்டி ஒன்றை நிகழ்த்துகையில் மனிதனின் உச்சம் வெளிப்படுகிறது. சாகசங்கள் அதற்காகவே நாடப்படுகின்றன. வாழ்க்கையனுபவங்களில் ஒரு வகையான பதப்படுத்தலை அடைந்த பிறகு மனிதர்கள் அந்த வழியை நாடுவதில்லை. அவர்கள் கண்ணில் ஆபத்துகளே அதிகமாகப்படுகின்றன. பிரபஞ்ச இயக்கத்தின் முடிவற்ற தற்செயல்களில் உள்ள மனதைப் பேதலிக்கவைக்கும் சாத்தியங்கள் கவனத்தில் நிற்கின்றன. அவர்கள் தங்கள் எல்லைகளை உணர்ந்திருப்பார்கள். அதற்குள் தங்களை ஒதுக்கிக் கொள்ள முயல்வார்கள். ஜொனாதன் லிவிங்ஸ்டன் ஸீகல் வானத்தை அளவிடுவதை நிறுத்தி தன் சிறகுகளை மதிப்பிட ஆரம்பித்து விடுகிறது.

புரட்சிகரம் என்பது எப்போதுமே இளமையுடன் தொடர்பு கொண்டுள்ளது. சாத்தியங்களைவிட வாய்ப்புகளை நோக்கிக் கவனம் திரும்பும் காலகட்டத்திற்கு உரியது புரட்சிகரம். உலகமெங்கும் உள்ள புரட்சிகர இயக்கங்கள் அதன் உறுப்பினர்களுக்கு அளிக்கும் முக்கியமான கவர்ச்சியே சாகசம் தான் என்று கூறலாம். வலதுசாரி, இடதுசாரி கருத்துவேறுபாடுகளைக் களைந்து அனைத்து வகையான புரட்சிகரச் செயல்பாடுகளையும் ஒரே இடத்தில் நிறுத்தி அவற்றில் ஈடுபடுபவர்களின் தனிப்பட்ட மனஅமைப்பை மட்டும் கவனத்தில் கொண்டு பார்த்தால் அவை அனைத்துமே சாகசங்கள் மட்டும் தான் என்ற முடிவுக்கே நாம் வந்து சேர நேரும்.

புரட்சிகரமான நிலையை மூளைசார்ந்த சாகசம் என்று வேண்டுமானால் வரையறை செய்யலாம். சாகசங்களை மேலும் தீவிரமான காரணங்களுக்காக நிகழ்த்த முற்படுவதுதான் அது. உலகில் உள்ள எந்த ஒரு புரட்சிகர இயக்கமாவது அதில் உள்ள அபாயம் என்ற அம்சத்தை விலக்கிவிட்டு புரட்சிகரத்தை மட்டும் இளைஞர்களுக்கு வெற்றிகரமாக அளிக்க முடியுமா? அபாயத்தின் முடிவற்ற கவர்ச்சி இல்லாவிட்டால் புரட்சிகளே பொருளிழந்துவிடும். இதை உலக வரலாற்றில் பார்க்கலாம். ஒரு

புரட்சிகர இயக்கம் அதன் அபாயகரமான நடைமுறைகளைக் கைவிட்டால் உடனே அது நீர்த்துப்போக ஆரம்பித்து விடுகிறது.

சொல்லப்போனால் காதல் என்பதும் அதுதானே? காமத்தின் சர்வசாதாரணத்தன்மையே காதலைப் படைத்தது என்று ஒரு முரட்டுத்தனமான வரையறை உண்டு. கற்பனாவாதத்தன்மை இல்லாமல் காதல் இல்லை. காதல் அனைத்து உணர்ச்சிகளையும் உக்கிரப்படுத்திக் கொள்கிறது, புரட்சியைப் போலவே. காதல் எந்நேரமும் உணர்ச்சிகளின் கொதிநிலையில் இருக்க விரும்புகிறது, புரட்சியைப் போலவே. காதலுக்கும் புரட்சிக்கும் கால்கள் இல்லை, சிறகுகள் மட்டுமே உள்ளன. சுதந்திரவெளியில் அவை ஒன்றை ஒன்று கண்டடைகின்றன.

சிறகுகள் தற்காலிகமாவை என்பதை இயற்கை நமக்குக் காட்டுகிறது. வண்ணமயமான சிறகுகளுடன் காற்றையும் ஒளியையும் துழாவிப் பறக்கும் சிறகுகளின் ஒவ்வொரு கணமும் நமது ஒவ்வொரு தினத்துக்குச் சமம். அந்த வாழ்க்கை நம் வாழ்க்கையைக் காட்டிலும் பலநூறு மடங்கு செறிவானது. அதேசமயம் அதன் ஒவ்வொரு கணத்திலும் அது நிலையற்றது என்ற எண்ணம் உள்ளது. அந்த நிலையின்மை குறித்த போதம்தான் அவற்றின் தீவிரத்தை அதிகப்படுத்துகிறது போலும். காதலும் புரட்சியும் எப்போதும் மரணத்தை அருகே வைத்திருக்கின்றன. மரணத்தை விதைத்துத்தான் தங்கள் அதிதீவிரமான கூற்றுகளை அவை முன்வைக்கின்றன. மரணத்தால் அடிக்கோடிடாவிட்டால் புரட்சிக்கும் காதலுக்கும் ஒளிமங்கிப் போகிறது. உணர்வெழுச்சியின் தற்காலிகத் தன்மையை மரணம் என்ற முடிவின் மூலம் அவை நிரந்தரப்படுத்திக் கொள்கின்றனவா என்ன?

2

சேரனின் கவிதைகளை, தமிழில் எழுதப்பட்ட அசலான புரட்சிக் கவிதைகளாக நான் காண்கிறேன். இன்னும் குறிப்பான வார்த்தைகளில் சொல்வதானால் பாரதிக்குப் பின் தமிழில் தீவிரமான புரட்சிக் கவிதைகளை எழுதியவராகச் சேரனை அடையாளப்படுத்த விரும்புகிறேன் அவரது அனைத்துப் பலவீனங்களுடன்.

புரட்சிகரக் கவிதைகள் நமக்குப் புதிதல்ல. சொல்லப்போனால் நமக்குக் கிடைக்கும் கவிதைகளில் புரட்சிக் கவிதைகளே எண்ணிக்கையில் அதிகம் என்று கூறவேண்டும். அடுத்தபடியாகக் காதல் கவிதைகள். ஓ இளைஞனே என்றும் அடி இவளே என்றும் தான் நமது கவிதைகள் ஓயாது அறைகூவிக் கொண்டிருக்கின்றன. காரணம் இவ்வகைக் கவிதைகளை எழுதுவதற்குத் தேவையான மாதிரி வடிவம் நமது மொழியில் மிக ஆழமாகவே உருவாகிவிட்டிருக்கிறது. அத்துடன் இவற்றை எழுதுபவர்கள் அந்தக் கணங்களில் ஒரு போலியான மன எழுச்சிக்கு உள்ளாகி அதை உண்மையென்றே நம்பவும் செய்கிறார்கள். மேலும் தமிழ்ச் சூழலில் உண்மையான புரட்சியும் உண்மையான காதலும் கற்பனை மட்டும் சார்ந்த ஒன்றாக இருப்பதனால் இத்தகைய கவிதைகள் ஒருவகை வடிகாலாக அமைகின்றன.

தமிழில் எழுத்து வழியாகப் புதுக்கவிதை வடிவம் உறுதிப்பட்ட பிறகு அதைக் குலைக்கும் முகமாக (எல்லாவகை வடிவக்குலைவும் வளர்ச்சிப்போக்கே) உருவான வானம்பாடி இலக்கிய இயக்கம் புரட்சிகரக் கவிதைகளை உருவாக்குவதாகவே அமைந்தது. சிற்பி, அப்துல்ரகுமான், மு.மேத்தா போன்றவர்கள் இன்றும் அறியப்படுகிறார்கள்; மீரா, தமிழன்பன், கங்கை கொண்டான், நா. காமராசன் போன்ற அவ்வளவு கவனிப்புப் பெறாத புதுக்கவிஞர்களும் உள்ளனர். இவர்கள் அனைவருமே கலீல் ஜிப்ரான், பாப்லோ நெரூதா ஆகியோரின் பாதிப்புடன் புரட்சிக்கவிதைகளையே அதிகமும் எழுதியிருக்கிறார்கள்.

ஆனால் வானம்பாடிகளின் புரட்சிகரம் என்பது முழுக்க முழுக்கப் போலியானது. அவர்களைக் கவர்ந்தது புரட்சிகரக் கவிதைகளில் உள்ள வெளிப்படைத் தன்மையும் அறைகூவல் மனநிலையும் தான். மேடையில் தீவிரமாக முழங்குவதற்குப் பொருத்தமான உணர்ச்சி என்பது புரட்சிகரம் தான் என்று கண்டடைந்ததே, அவர்கள் அதைக் கையாண்டதற்குக் காரணம். ரேஷனில் சீனி வேண்டுமானால் காதி சோப் கட்டாயம் வாங்கியாக வேண்டும் என்பது போன்ற நடுநிலை. வசன கவிதையின் தீவிரம் வேண்டுமானால் புரட்சிகரத்தையும் வாங்கியாக வேண்டும். அப்துல் ரகுமானை தனிப்பட்ட முறையில் அறிந்தவர்கள் அவர் எப்போதும் மதவெறியராகத்தான்

இருந்திருக்கிறார் என்பார்கள். ஆனால் அவரும் அக்காலத்தில் புரட்சிகரமாக இடதுசாரிக் கருத்துக்களைப் பொழிந்திருக்கிறார். சிற்பி, மு.மேத்தா என எவருமே இடதுசாரி மனநிலை கொண்டவர்கள் அல்லர், தனிவாழ்வில். ஆனால் அனைவருமே இங்கே இடது சாரிகளாக 'அக்கினி மழை' பெய்திருக்கிறார்கள்.

இந்த வரலாற்றுக் காரணத்தால் தமிழ் வாசிப்புச் சூழலில் பொதுவாகப் புரட்சிகரக் கவிதைகள் மேல் அழுத்தமான அவநம்பிக்கை உண்டு. இங்கு புரட்சிகரக்கவிதைகள் பெரும்பாலும் பொருட்படுத்தப்பட்டதில்லை. அறுபதுகளின் இறுதியில் இந்தியாவெங்கும் இடதுசாரித் தீவிரவாதம் வலுப்பெற்றது. அரசாங்கத்தின் ஒடுக்குமுறையும் கூடவே வலிமை பெற்றது. இக்காலகட்டத்தில் வங்கம், இந்தி, தெலுங்கு மொழிகளில் தீவிரமான புரட்சிகரக்கவிதைகள் எழுதப்பட்டிருக்கின்றன. (அவற்றில் ஒருபகுதியை நான் மொழியாக்கம் செய்தேன். 1989இல் வாக்கில் கோணங்கி நடத்திய கல் குதிரை இதழில் அவை பிரசுரிக்கப்பட்டுள்ளன.) ஆனால் அக்காலத்தில் தமிழில் புரட்சிகரக்கவிதைகளில் குறிப்பிடும் படி எதுவும் எழுதப்படடதில்லை. இங்கே புரட்சிகர இயக்கங்கள் செயல்பட்டு நெருக்கடி நிலைக் காலகட்டத்தில் அவை அரசால் ஒடுக்கப்பட்டன. அவற்றின் இலக்கியப் பங்களிப்பு சொற்பமே.

தமிழில் உண்மையான புரட்சிகரம் கொண்ட, கவிஞராக அடையாளம் காணப்பட்ட, முதல் கவிஞர் சுகுமாரனே. சுகுமாரன் முழுமையான புரட்சிகரக் கவிதைகள் எழுதவில்லை. அவரது மனம் புரட்சிகர மன எழுச்சியை இருத்தலியல் சார்ந்த ஐயங்களால் சமநிலைப்படுத்திக் கொண்ட ஊசலாட்டம் உடையது. அந்த ஊசலாட்டத்தையே சுகுமாரன் அதிகமும் எழுதியிருக்கிறார். தனிமை, கசப்பு ஆகியவற்றுடன் இணைந்த எதிர்ப்பும் வேகமும் தான் சுகுமாரனின் புரட்சிகரம். அது தமிழின் அனைத்து வாசகர்களாலும் ஏற்கப்பட்டது. காரணம் அதில் இருந்த நேரடியான நேர்மை. பாசாங்கே இல்லாத குரல் சுகுமாரனுடையது. ரத்தமும் கண்ணீரும் தோய்ந்த வலிகள் அவருடையவை. அவ்வாறாக எழுபதுகளின் இந்திய யதார்த்தத்தின் தமிழ்க்குரலாக அவரது கவிதைகள் வெளிப்பாடு கொண்டன. சுகுமாரனின் ஆரம்பக்கால ஆதர்சங்கள் வானம்பாடிக் கவிஞர்களே. பின்னர் நெரூதாவும் மலையாளக்கவிஞர் சச்சிதானந்தனும். சுகுமாரன்,

இடதுசாரிப் பண்பாட்டு இதழாக வெளி வந்த மன ஓசை இதழிலும் பங்களிப்பாற்றினார். சுகுமாரனின் புரட்சிகரக் கவிதைகளை இவ்வாறு வரையறை செய்யலாம், அவை கிளர்ந்து எழுந்த இளமையின் புரட்சிக் குரல் அல்ல, கைவிடப்பட்ட நிராதரவான இளமையின் புரட்சிக் குரல்.

சுகுமாரனுக்குப் பின்னர் தமிழில் அதிகமாகக் கவனிக்கப்பட்ட புரட்சிகரக்குரல் சேரனுடையதுதான். சுகுமாரனின் குரல் புரட்சியின் வீழ்ச்சியின் குரலாக ஒலித்தபோது நேரடியாகவே புரட்சியின் குரலாக ஒலித்தது சேரனின் குரல். இந்திய இடதுசாரி எழுச்சி, வரலாற்றின் பக்கங்களுக்குள் மறைந்த பிறகு பதினைந்து வருடம் கழித்து ஈழத்தில் எழுந்த தேசிய எழுச்சியின் குரலாக சேரன் தமிழகத்திற்கு வந்தார்.

ஈழப்பிரச்சினை தமிழகத்தில் சாதாரணமாக செய்திகளாக மட்டும்தான் எண்பத்து மூன்று வரை இருந்தது. தென்தமிழ் நாட்டுக்கு ஈழத்துடன் உணர்வு சார்ந்தும் உறவு சார்ந்தும் நெருங்கிய தொடர்பு உண்டு. மதுரைக்குத் தெற்கே கதிர் என்னும் பெயருள்ள சைவர்கள் ஆயிரக்கணக்கில் இருப்பார்கள். கதிர்காமம், தமிழர்களுக்கு பழனிபோல, திருச்செந்தூர் போல அவர்களுடைய சொந்த ஊர். இந்நிலையில் எண்பத்துமூன்றில் நிகழ்ந்த முதல் இனக்கலவரம் தமிழ்நாட்டில் பெரிய உணர்ச்சியலைகளை உருவாக்கியது இயல்பே. இனக்கலவரச் செய்திகளால் வாரம்தோறும் தமிழகமே தெருக்களில் இறங்கியது என்றால் மிகையல்ல.

அந்த உணர்வெழுச்சியின் ஒரு பகுதியாக இங்கே வந்தவைதான் சேரன் கவிதைகள். அப்போது வ. ஐ. ச ஜெயபாலன், சு. வில்வரத்தினம் போன்றவர்களின் கவிதைகளும் தமிழுக்கு வந்தன. ஆனால் சேரனின் 'இரண்டாவது சூரிய உதயம்' என்ற தொகுதிதான் மிகப்புகழ் பெற்றதாக இருந்தது. புரட்சிகரக் கவிதைகளின் முக்கியமான சிறப்பியல்பு என்னவெனில் அவை திடீரென்று இலக்கியம் என்ற எல்லையைத் தாண்டி ஒரு வெகுஜன இயக்கமாக ஆகிவிடும் என்பதுதான். கவிதை என்ற கலையுடன் தொடர்பே இல்லாத கோடிக்கணக்கான மக்களின் கைக்கு அவை சென்று சேர்ந்து விடும். திருவிழாவில் மக்கள் வெள்ளத்தில் மிதந்து செல்லும் உற்சவர் போல அக்கவிதைகள் வரலாற்றின் ஒரு காலகட்டத்தில் ஒழுகிச் செல்லும் வரலாற்றையே அவைதான்

நிகழ்த்தின என்றுகூடத் தோன்றும். தமிழ் நாட்டில் அதற்குச் சிறந்த உதாரணமாகக் கூறத்தக்கவை பாரதியாரின் தேசியக் கவிதைகள். அதன் பிறகு மிகக்குறுகிய காலத்திற்கேனும் அத்தகையதோர் இடத்தைப் பெற்றவை சேரனின் கவிதைகள்தான்.

எண்பத்துமூன்று முதல் தமிழகத்தில் எழுந்து, ராஜீவ்காந்தி கொலை வரை தமிழகத்தில் வலுவுடன் நீடித்த ஈழ ஆதரவு அலையில் பல்வேறு விதமாக சேரனின் கவிதைகள் படிக்கப்பட்டுள்ளன. குறிப்பாக சேரனின் 'இரண்டாவது சூரிய உதயம்' என்ற கவிதை

இரண்டாவது சூரிய உதயம்

அன்றைக்குக் காற்றே இல்லை
அலைகளும் எழாது செத்துப்போயிற்று
கடல்.
மணலில் கால் புதைத்தல் என
நடந்து வருகையில்
மறுபடியும் ஒரு சூரிய உதயம்
இம்முறை தெற்கிலே
என்ன நிகழ்ந்தது?
எனது நகரம் எரிக்கப்பட்டது,
எனது மக்கள் முகங்களை இழந்தனர்,
எனது நிலம், எனது காற்று
எல்லாவற்றிலும்
அன்னியப் பதிவு.
கைகளைப் பின்புறம் இறுகக்கட்டி
யாருக்காகக் காத்திருந்தீர்கள்?
முகில்களின் மீது
நெருப்பு,
தன் சேதியை எழுதியாயிற்று
இனியும் யார் காத்துள்ளனர்?
சாம்பல் பூத்த தெருக்களில் இருந்து
எழுந்து வருக[60]

(1983)

எழுதப்பட்ட சில நாட்களிலேயே இக்கவிதை தமிழகத்தில் கார்பன்தாள் பிரதியாக வாசிக்கக் கிடைத்தது என்கிறார்கள். ஈழ எழுச்சி மீது அன்று தமிழகம் கொண்ட உணர்வெழுச்சியை இன்று புரிந்து கொள்ள முடியுமெனத் தோன்றவில்லை. 1983இல் மதுரையில் நான் இருந்த போதுதான் அந்தக் கலவரச் செய்தி வந்தது. மதுரை நகரின் எல்லாத் தெருக்களிலும் மக்கள் அழகர் ஆற்றில் இறங்கும் திருவிழாவைவிட அதிக நெரிசலுடன் குவிந்து கிடந்தார்கள், பலர் அழுதார்கள். பெண்கள் இழவு வீடுகளில் கதறுவது போல கூந்தல் விரித்துப்போட்டு மார்பில் அறைந்து அலறியழுவதைக் கண்டேன். கோபமும் கையாலாகாமையும் கொண்ட இளைஞர்கள் சைக்கிளிலும் நடந்தும் தெருக்களில் திரிந்தார்கள். அன்று நான் கவனித்த மிக முக்கியமான ஓர் அம்சம் இப்போது என் பிரக்ஞையை அறைகிறது. அன்று மதுரையில் உச்சக்கட்ட உணர்ச்சிகளுடன் இருந்தவர்களில் பெரும்பாலானவர்கள் மதுரையில் வாழும் சௌராஷ்டிரர்கள்.

ஈழக்கொடுமைகளுக்கு எதிராக தமிழ்நாட்டில் எழுந்த உணர்வலையானது தமிழகத்தின் பலநூறு பேதங்களை இல்லாமலாக்கி அனைவரையும் ஒன்றாக்கியது. அந்த ஒன்றுபடும் தருணத்தில் இருந்த இலட்சிய வேகமே கோடானுகோடி மக்களை அதை நோக்கி மேலும் இழுத்தது. மேலோட்டமான உலகியல் போட்டிகளுக்கு அடியில் தங்களுள் இருந்த ஆதாரமான உணர்ச்சி ஒன்றைக் கண்டடைந்து விட்டதாக மக்கள் எண்ணினார்கள் போலும்.

அது மிகவும் தற்காலிகமான ஒரு எழுச்சியாக இருக்கலாம். கற்பனாவாதப்பண்பு மிக்கதாக இருக்கலாம். ஆயினும் அது அடிப்படையானது; அந்தரங்கமானது. அத்தகைய ஓர் மன எழுச்சி கவிதையையே கண்டடையும், அப்படிக் கண்டடையப்பட்ட கவிதையே சேரனின் கவிதை.

'முகில்கள் மீது, நெருப்பு
தன் சேதியை எழுதியாயிற்று!'
'சாம்பல் பூத்த தெருக்களில் இருந்து
எழுந்து வருக!'

என்ற இருவரிகளும் பெரியதோர் மந்திரங்கள் போல மாறிய காலங்கள் அவை. குறிப்பாக 'சாம்பல் பூத்த தெருக்கள்' என்ற

வரி ஈழத்தவர்களை விட தமிழ்நாட்டில் பல்வேறு பொருள்களை அளிக்கக்கூடியது. வெந்து தணிந்த ஒரு பழங்காலத்தில் வாழ்வதான எண்ணம் தமிழக இளைஞர்களுக்கு எப்போதும் உண்டு. சென்ற காலத்தின் இடிபாடுகளில் சாம்பல்களில் தன்பாதங்கள் சிக்கியிருப்பதாக அவன் உணர்வது உண்டு. 'சாம்பல் பூத்த தெருக்களில் இருந்து எழுந்து வருக' என்ற வரியானது ஒரு புதிய காலகட்டத்தை நோக்கிச் செல்வதற்கான அறைகூவலாகவே அன்று ஒலித்தது.

அமைப்பிலும் தொனியிலும் பாரதியின் வரிகளுடன் ஒத்துப் போகிறது இக்கவிதையின் உச்சம்.

'வெந்து தணிந்தது காடு
தழல் வீரத்தில் மூப்பென்றும்
குஞ்சென்றும் உண்டோ?
சாம்பல் பூத்த தெருக்களிலிருந்து
எழுந்து வருக!'

என்ற அந்தவரிகள் தமிழரின் ஓர் அந்தரங்க மொழிச் சுனையில் ஒன்று கலந்தன. இந்த வரிகளை இப்படி இணைத்து எனக்குப் பாடிக்காட்டிய வேகம் கொண்ட இளைஞனாகிய அரவிந்தனை இப்போது நினைவு கூர்கிறேன். இருபது வருடங்களுக்கும் மேலாக அவருடன் தொடர்பு இல்லை. அவர் இலக்கியம் ஏதும் வாசிக்கிறாரா இல்லையா என்றும் தெரியவில்லை.

தமிழ்ப் புதுக்கவிதையில் எழுதப்பட்ட மிகச்சிறந்த புரட்சிக் கவிதை என்று சேரனின் இந்தக் கவிதையையே நான் குறிப்பிடுவேன். மிக ஆதாரமான உணர்வெழுச்சிகளினால் ஆன இந்தக் கவிதையில் தலைசிறந்த புரட்சிக்கவிதைகளில் காணப்படும் அடிப்படையான பல கூறுகளை ஒரு விமர்சகனாக என்னால் அடையாளம் காணமுடிகிறது. எல்லா புரட்சிகரக் கவிதைகளையும் போலவே இக்கவிதையும் மிகவும் நேரடியானது. பூடகத்தன்மையோ குழப்பங்களோ இல்லாதது. எல்லா புரட்சிக்கவிதைகளும் மக்கள் திரளை நோக்கியே பேசுகின்றன. 'நீங்கள்' 'உங்கள்' என்று கைநீட்டிக் கூவுகின்றன. அப்படி ஒரு மக்கள் திரளை நோக்கி அறைகூவும் இடத்தில் கவிஞன் தன்னை வைத்துக் கொள்கிறான். தன் உணர்வுகளை உச்சப்படுத்தி,

தன்னைக் காலத்தின் குரலாக ஆக்கிக் கொண்டு, கவிஞன் அந்த இடத்தை அடைகிறான். பெரும்பாலும் மாபெரும் புரட்சிக் கவிதைகளில் விசுவரூபம் கொண்டு நிற்கும் கவிஞனை நாம் காண்கிறோம். அகங்காரம் பேருருவம் கொண்ட தன் மூலம் வரும் பிரமாண்டம் அல்ல இது. மாறாக தன் அகங்காரத்தை முற்றிலும் அழித்துக் கொண்டு தன்னைத் தன் மக்களில் ஒருவனாக உணர்வதன் மூலம், தன்னையே ஒரு சமூகமாக, ஒரு இனமாக, ஒரு பெரும் திரளாக, ஒரு காலகட்டமாகக் கண்டு கொள்வதன் மூலம் கவிஞன் அடையும் பேருருவம் இது. இக்கவிதையில் 'நான்' என்ற சொல்லே இல்லை. அக்காட்சியைக் கண்டவன் முற்றாகவே தன்னை உணரவில்லை. அதேசமயம் 'எழுந்து வருக!' என்று அவன் கைதூக்கி அறைகூவவும் செய்கிறான்.

பெரும் புரட்சிகரக் கவிதைகளில் அடிப்படை இயற்கைச் சக்திகளில் ஒன்று வலுவாக இடம்பெற்றிருக்கும் என்பதைக் கவனித்திருக்கிறேன். இக்கவிதை மிக இயல்பாக ஐந்து பெரும் பருப்பொருட்களைச் சார்ந்து எழுந்திருக்கிறது. காற்று, கடல், நிலம், நெருப்பு, வானம் (முகில்) என்று. புரட்சிகரக் கவிதை என்பது பெரும்பாலும் தீவிரமான ஒரு சுய கண்டடைதலாக இருக்கிறது. 'எனது நகரம் எனது மக்கள் எனது நிலம் எனது காற்று' என்று கூவும் இக்கவிதை அப்படிப்பட்ட ஆவேசமான சுய கண்டடைதல் ஒன்றின் தருணம். அந்தத் தருணத்தில் வான்முட்ட எழுந்த கவிஞன் தான் தன் மக்களை நோக்கி 'எழுக!' என்று அறைகூவுகிறான். இக்கவிதையின் துல்லியமான வடிவம், சொல் மிகாத ஆவேசம், சொற்களின் தொனியும் அழகும் அனைத்தும் அக்கணம் கவிஞனுக்கு அளிக்கும் கொடை. பலசமயம் புரட்சிகள் வரலாற்றில் அமிழ்ந்து மறையும். மொழியின் மடியில் கவிதை மட்டும் நிரந்தர இளமையுடன் வாழும்.

3

புரட்சிக்கவிதைகள் எதிர்கொள்ளும் மிக முக்கியமான சிக்கல் என்ன? புரட்சிகரம் என்பது மிக அப்பட்டமான ஓர் உணர்வு. மிக நேரடியானது. ஆகவே புரட்சியை மட்டுமே சொல்லும் ஒரு புரட்சிக் கவிதை பெரும்பாலும் மிகத் தட்டையானதாக இருக்கும். அத்தகைய வரிகளை நாம் சேரனின் கவிதைகளில் ஏராளமாகக் காணலாம். ஒரு நல்ல கவிதை வாசகன் எந்த ஒரு புரட்சிகரக்

கவிஞனின் தொகுதியிலும் மிகப் பெரும்பாலான வரிகளை ஆழமில்லாத தட்டையான உணர்ச்சி வெளிப்பாடுகளாகவே காண்பான். குறிப்பாக புரட்சிகரக் கவிதைகளை அவற்றின் காலகட்டத்தைத் தாண்டி வாசித்துப் பார்க்கும் போது. சமீபத்தில் நான் நெரூதாவின் முழுத் தொகுப்பைப் படித்த போது பக்கம் பக்கமாகச் சலிப்பையே உணர்ந்தேன்.

புரட்சிகரம் என்பது காலத்தில் மிக வேகமாகப் பழையதாக ஆகும் ஓர் உணர்வு. தனது தேசிய புரட்சிகரக் கவிதைகளை மட்டும் எழுதியிருந்தால் பாரதியை நாம் இன்று எவ்வாறு கணித்திருப்போம். 'வந்தே மாதரம் என்போம்' என்ற வரியைக் கேட்கும் போதெல்லாம் மனம் பொங்கி, கண்ணீர் விட்டிருப்பதாக சி.சு. செல்லப்பா ஓர் இடத்தில் குறிப்பிடுகிறார். இன்று அவ்வாறு நமக்கு அளிக்கும் உணர்வு என்ன? பெரும் மன எழுச்சியை எனக்கு அளித்த சேரனின் புரட்சி கரக் கவிதைகள் பல இன்று அர்த்தமில்லாத வெற்று வரிகளாக மாறி பக்கங்களை நிரப்பிக் கிடக்கின்றன.

ஆயினும் சேரனின் 'இரண்டாவது சூரிய உதயம்' இன்றும் ஒரு மகத்தான கவிதையாகவே உள்ளது. இன்று நான் அதில் வாசிக்கும் அர்த்தங்களே வேறு! அந்தக் கவிதை சூரிய உதயத்தைப் பற்றியது. சூரிய உதயம் நடப்பது தெற்கில். மணலில் கால் புதைய நடந்து வரும்போது இரண்டாவது சூரிய உதயம் நடப்பது தெரிகிறது. ஆனால் அது நெருப்பு. நகரம் பற்றி எரியும் நெருப்பு. அந்தத் தருணத்தைக் கற்பனையில் விரிவுபடுத்துகிறேன். தென்திசை வானில் முகில்களில் சிவப்பு ஒளி. பறவைகளின் குரல் போல நகரமக்களின் அழுகையொலிகளும் அலறல்களும். அதைப் பார்த்து நிற்பவன் அதை ஒரு சூரிய உதயம் என்று எண்ணுகிறான். என்ன விசித்திரம்!

விளங்கிக்கொள்ள முடியாத ஒரு முறையில் அழிவைக் கண்டு மனம் குதூகலம் கொள்வதை, பொங்கி எழுவதைக் காட்டுகிறதா இக்கவிதை? 1983இல் அந்த நாளின் மன எழுச்சியை இப்போது நினைவு கூர்கிறேன். மேலமாசி வீதியில் இளைஞர்கள் டயர்களைச் சாலையில் போட்டுக் கொளுத்திக் கொண்டிருந்தார்கள். விபரீதமான ஒரு கலையாட்ட உணர்வுடன் இளைஞர்கள் தெருக்களில் வெறிநடனம் ஆடினார்கள். சாலையில்

செல்பவர்களைக் கூவியபடி மறித்து ஈழத்தமிழர்களுக்கு ஆதரவாகக் கோஷமிடும்படி வற்புறுத்தினார்கள். திறந்திருக்கும் கடைகளைக் கண்டதும் ஆர்ப்பரித்தபடி பாய்ந்து சென்று அதை மூடவைத்தார்கள். அப்போது அங்கே ஒரு சிங்களக் குடும்பம் அகப்பட்டிருந்தால் என்ன ஆகும்? அவர்களை அடித்துக் கொன்று நார் நாராகக் கிழித்து மாலையணிந்து தாண்டவமாடியிருப்பார்கள்!

ஆம், கொண்டாட்டம்! கொண்டாட்டமாகவே இருந்தது அந்தத் துயரம். மனிதனால் அழிவையும் கொண்டாட முடியும்! சுய அழிவு கூடக் கொண்டாட்டமாகலாம். பண்பாடு என்பது பலநூறு மனத்தடைகளால், சமூகத்தடைகளால் ஆனது. அடிப்படை உணர்ச்சிகள் தடுக்கப்பட்டு உருவானதே நாகரிகம். அணைகளை உடைத்துப் பிறக்கும் வேகம் என்பது எந்நிலையிலும் களியாட்டமேயாகும். எதையும் செய்யலாம் என்ற சுதந்திரம் தான் எத்தனை வசீகரமானது! பளபளக்கும் கத்தியின் வசீகரம் அது. அது நம்மை அழித்தாலும் கூட அந்த அழிவின் கணத்தில் கூட நாம் குதூகலிக்கிறோம். நம்முன் தலைமுறைகளாக உறங்கும் பூதங்கள் சங்கிலிகளை உடைத்து ஆரவாரம் செய்து எழுகின்றன.

அந்த அழிவின் குதூகலம் என ஏன் பாரதியின் அக்கினிக்குஞ்சு கவிதையையும் சொல்லக்கூடாது? வெந்து தணியும் காடு குறித்த அந்த பெரும் துள்ளலில் இருப்பது தீ கண்டு துள்ளிக்குதிக்கும் குழந்தை உள்ளத்தின் அடிப்படை மனஎழுச்சி அல்லவா? சேரனின் கவிதை ஏன் அழிவை உதயக் களியாட்டமாக எடுத்துக்கொண்டது?

ஆதி விலங்குகளை உடைக்கும் கணத்தின் பரவசத்தைச் சொல்லும் கவிதையா இது? இது உண்மையில் புரட்சிக் கவிதையா அழிவுக்கான எக்காளமா? சாம்பல் பூத்த தெருக்களில் இருந்து எழுந்து வந்தது என்ன? ‘அலெக்ஸி தல்ஸ்தோய்’ ‘மிகயில் ஷோலக் கோவ்’ போன்ற பெரும் நாவலாசிரியர்கள் புரட்சியின், கலகத்தின் கணங்களில் படைகளில் உருவாகும் களிவெறியை அற்புதமாகப் பதிவு செய்திருக்கிறார்கள். அலறல்கள், மரண ஓலங்கள், புகை, வெடியொலி நடுவே ஆனந்தப் பரவசத்துடன் துப்பாக்கியைத் தூக்கியபடி நடனமாடும் வீரன் ஒருவனை நாம் அலெக்ஸி தல்ஸ்தோயின் சக்கரவர்த்தி பீட்டரில் காண்கிறோம். அந்த

மனநிலை இயல்பாக வெளிப்படும் கணத்தைத் தான் சேரனின் இந்தக் கவிதை குறிப்பிடுகிறதா?

மேலான கவிதையானது, பாம்பு காலத்தை சட்டையுரிந்து மேலும் மேலும் உயிர் நீட்சி கொள்வதைப்போல அர்த்தங்களில் இருந்து அர்த்தங்களை நோக்கி நெளிந்து சென்றபடியே உள்ளது. தன்மீதான வாசிப்புகளில் இருந்து ஒவ்வொரு முறையும் விடுதலை பெற்று விடுகிறது சிறந்த கவிதை. ஒரு கவிஞனின் பிரக்ஞையை மீறி அவன் வழியாக வரலாறு தன்னைப் பேசிக் கொள்கிற தருணமே மகத்தான கவிதைக்குரியது. வியப்பொலியோ, பரவசக் கூச்சலோ, சாபமோ, சுய நிந்தையோ, வலிமுனகலோ போல அது தன்னிச்சையானது. அது ஒரு நிகழ்வு. அதற்கு அவன் பொறுப்பல்ல. சேரனின் இக்கவிதை அதற்கொரு சான்று.

அப்படியானால் தட்டையான கவிதைகள் எப்படி நிகழ்கின்றன? அவையும் தீவிரமான தருணங்களின் வெளிப்பாடாக இருக்கலாம். ஆனால் அவை ஏற்கனவே நிகழ்ந்த கண்டடைதலை மீண்டும் வெளிப்படுத்துகின்றன. புதிய கண்டடைதல் ஏதும் அவற்றில் நிகழ்வதில்லை. புதிய கண்டடைதல் என்பது ஒரு முரணியக்கத்தின் விளைவு. சேரனின் இக்கவிதையையே எடுத்துப் பார்ப்போம். அழிவில் ஆக்கம் ஒன்றைக் கண்டடையும் தருணம் அது. அந்த முரணியக்கமே அந்தக் கவிதையின் உச்சப் புள்ளியைச் சாத்தியமாக்கியது. ஆக்கம் என்பதன் உள்ளே உறையும் அழிவின் தரிசனமாக அதற்கு ஒரு வாசிப்பை அதன் மீது அளிக்க அதன் வரிகளில் வாய்ப்பு இருப்பது இதனால்தான். அத்தகைய முரணியக்கம் நிகழாத போது கவிதை தட்டையாக ஒலிக்கிறது.

இருகாலைகளும் ஒரு பின்னிரவும்

இன்றைக்கு, இப்படித்தான்
விடியல்:
இருள் முழுதும் பிரியாது,
ஒளி நிறைந்து விரியாத
ஒரு நேரம்
விழித்தெழுந்து வெளியில் வரக்
கிணற்றடியின் அரசமரக் கிளைகளிலே

குயில் கூவும்
'ஓ' வென்று நிலத்தின்கீழ்
ஆழத்துள் விரிந்திருந்த
கிணறு,
சலனமற்று உறங்கியது
என்மனம் போல.
இன்றைக்கு இப்படித்தான்
விடியல்
நாளைக்கும்,
இப்படித்தான் விடியும்
என்று நினையாதே
பாதி ராத்திரியும் மெதுவாகப்
போன பின்பு 'கேற்'றடியில்
அடிக்குரலில் ஜீப் வண்டி உறுமும்,
சப்பாத்தொலிகள் தடதடக்கும்.
அதிர்ந்ததென
எம்வீட்டுக் கதவுகளோ
விரிந்து திறந்துகொள்ள,
அப்போதுதான்,
அடுத்தநாள் பரீட்சைக்கு
விரிவுரைக் குறிப்புகள்
விழுங்கிக் களைத்ததில்
விழிகள் மூடிய
அந்த இரவிலே
'அவர்கள்' கூப்பிடுவது
கேட்கும். காதில்
ஊளையிடும் காற்று.
'எங்கே அவன்' என்று
கேட்பார்கள். கேட்கையிலே
பிழைபட்ட தமிழ், நெஞ்சில்
நெருட எழுந்து வரும்
வார்த்தையற்று,

அதிர்ந்து போய்
'இல்லை; எனத் தலையாட்ட
இழுத்தெறிவார்கள் ஜீப்பினுள்
நிறுத்தாத எஞ்சின்
அப்போதும் இரைந்தபடி.
பிறகு?
பிறகென்ன?
எல்லாம் வழமைப்படி.
காலை வெறும் சூரியன்
வெயில் நிலத்தில்
எனக்கு மேல்
புல்
சிலவேளை வீடுவந்து
கதவு திறப்பதற்காய்க்
குரல்காட்டி திறக்குமுன்பு
இருமிச் சளி உமிழ
முகம் திருப்ப
உள்ளிருந்தும்,
அம்மா இருமும் ஒலி கேட்கும்
கதவு திறப்பதற்காய்க்
காத்திருந்தேன்
வெளியுலகம்
இப்போதும் முன்போல
அடங்கி இருக்கிறது. [61]

ஈழப்போர் சார்ந்து எழுதப்பட்ட பலநூறு தட்டைக் கவிதைகளுக்குச் சரியான சான்று இந்தக் கவிதை. இது உண்மையானதோர் அனுபவத்தளம் என்பதை நாம் அறிவோம். ஒடுக்குமுறைச் சூழல் உருவாக்கும் அச்சமும் கைவிடப்பட்ட நிலையும் தீவிரமான மானுடநிலை. ஆனால் இதை 'அப்படியே' பதிவு செய்ய முயல்கிறது இக்கவிதை. அந்த அனுபவத்தின் மீது ஒருவகையான திறப்பும் நிகழவில்லை. தகவல்களாக நின்றுவிடுகின்றன. ஓர் அனுபவத்தின் மீது அதற்கு நேர் எதிரான

இன்னொரு நகர்வு நிகழும் போதுதான் கவிதை நிகழும் உச்சம் உருவாகிறது என்று நான் நினைக்கிறேன். இங்கே ஒரே இயக்கம் தான் உள்ளது. ஓர் அனுபவப் பதிவாக அது நின்று விடுகிறது.

இதே அனுபவத்தைக் கூறும் வங்கத்து நக்சலைட் கவிதை ஒன்று உள்ளது. சன்னலை ஒட்டி அமர்ந்து படித்துக் கொண்டிருக்கிறான் கவிஞன். வெளியே முற்றத்து சாலமரங்கள் வரிசையாக நிற்கின்றன. சிறிய அசைவு கூட இல்லை. இலைநுனிகள் கூட அசையவில்லை. நூற்றாண்டுகளாக, யுகங்களாக அவை அப்படி அசையாமல் நிற்கின்றனவா என்ற எண்ணம் ஏற்படுகிறது. சட்டென்று தூரத்துச் சாலையில் மின்விளக்குகள் ஒளி உமிழ போலீஸ் ஜீப் உறுமி மேடேறுகிறது. சால மரங்களின் நிழல்கள் உயிர்கொண்டு வரிசையாக இருண்ட பேய்கள் போல வீட்டுக்குள் நுழைகின்றன! இக்கவிதைகளில் ஒரு அபூர்வமான தருணம் உள்ளது. மரநிழல்கள் வீட்டுக்குள் நுழையும் கணம். அதுவே அதைக் கவிதையாக ஆக்குகிறது. அனுபவம் கவிதையாக ஆகும் மந்திரம் அப்போது நிகழ்கிறது. அவ்வாறு நிகழாத காரணத்தினால் தான் சேரனின் அந்தக் கவிதை தரையில் நிற்கிறது. இன்னொரு வங்கக் கவிதையில் இதே கதவு தட்டும் கணம் வருகிறது. 'கதவைத் தட்டுகிறேன். அம்மா திறந்து என்னை வாரி அனைத்து முத்தமிட்டபடி அழுவாள். ஆனால் என்னைப் பார்த்த அந்த முதல் கணம் அவள் என்னை விரும்புவாளா அஞ்சுவாளா?' என்று அக்கவிதை முடிவடையும். அதுவும் கவிதையின் உச்ச கணமே. கற்பனையின் எழுச்சி ஏதும் இல்லாத முழுமையான லௌகீகத் தளத்திலேயே கவிதையின் உச்சம் நிகழ்வதற்கான உதாரணம் அது.

சேரனின் இக்கவிதை சாதாரணமாக எதிர்பார்க்கக்கூடிய எல்லாப் பிழைகளும் கொண்டுள்ளது. வழக்கமான சித்திரிப்புகள். சலனமற்று உறங்கும் கிணறு. ஆலமரத்துக் குயில். அவை மனப்பிம்பங்கள் எதையும் உருவாக்குவதில்லை. கலைப்படைப்பில் உருவாகும் மனப்பிம்பம் அது அளிக்கும் புதுமை மூலமே உருவாகிறது. காட்சிக் கோணத்தின் புதுமை, அல்லது காட்சியின் புதுமை. சலசலவென்று ஓடும் நதி, சிலுசிலுவென்று தென்றல் என்றெல்லாம் எழுதப்படும் வரிகள் நம் கற்பனையைத் தூண்டுவதில்லை. இனிமையான விடியல் என்ற ஒரு எளிய சித்திரத்தை அளிக்க பல வரிகள் வீணடிக்கப்பட்டுள்ளன. தேவையில்லாமல் 'நாளைக்கும் இப்படித்தான் விடியும் என்று

நினையாதே' என்று ஓர் உரையாடல் கீற்று. சப்பாத்தொலிகள் தடதடக்க அவர்கள்' வந்தபிறகு நான் படித்துக் கொண்டிருப்பது பரீட்சைக்கு என்று தகவல் சொல்லும் நிதானம். அந்தக் கணத்தின் பீதியையும் பதற்றத்தையும் அனுபவத்தில் நிறுத்த முடியாமல் கீழே விழுகிறது இக்கவிதை. அவ்வனுபவம் காலத்தினுள் நிழலாக மாறிச் சென்றபின் இச்சொற்கள் மட்டும் எஞ்சுகையில் இச்சொற்களில் இருந்து அந்த அனுபவம் முழுமையுடன் திரண்டு வராது.

ஒரு அனுபவம் தீவிரமானதாக நமக்கு நிகழும் போது அதன் தீவிரத்தினாலேயே அதைக் கவிதையாக ஆக்கிவிடலாமென்று மனம் தாவுகிறது. குறிப்பாக போர்கள், இழப்புகள் போன்ற அவலங்களில் அந்த வேகம் ஏற்படுகிறது. அனுபவம் நம் மனதில் உருவாக்கும் அதிர்வுக்கும் கவித்துவமான எழுச்சிக்கும் இடையேயான வேறுபாட்டைக் கண்டடைவதே கடினமான செயல். கணிசமான அஞ்சலிக் கவிதைகள், எதிர்வினைக் கவிதைகள் உடனடி மதிப்புக்கு அப்பால் கவிதையின் நிரந்தர மதிப்பு ஏதும் பெறாமல் சரிவதற்கான காரணம் இதுவேயாகும். ஈழத்துப் போர் குறித்து எழுதப்பட்ட ஏராளமான கவிதைகளுக்குப் போர் ஆவணங்கள், காலப்பதிவுகள் என்ற முக்கியத்துவம் மட்டும் தான் உள்ளது என்று இப்போது தோன்றுகிறது.

கவிதையாக மாறும் அனுபவம் உக்கிரமானதாகத்தான் இருக்க வேண்டும் என்பதில்லை. தொட்டியில் மலர்ந்திருந்த ரோஜாமலர் காலையில் உதிர்ந்து இதழ்களாக வழியில் சிதறிக் கிடந்ததைப் பார்த்து மனஎழுச்சி கொண்டு குமாரன் ஆசான் மலையாளத்தின் மிகச்சிறந்த நீள்கவிதைகளுள் ஒன்றான வீணபூவு (வீழ்ந்த மலர்) என்ற படைப்பை உருவாக்கினார். பெரிதோ, சிறிதோ அனுபவத்தின் உள்ளே கவிதையின் விதை உள்ளது. கற்றாழைப் பழத்தின் உள்ளே ஊவா முள் இருப்பது போல. உண்ணும் போது தொண்டைக் குழியில் குத்தி நிற்கிறது அது. ரத்தம் கசிய தசையில் தைக்கிறது. ஆறாத காயமாகிறது. கவிதை என்பது அந்த விதையின் மீது மனம் உருவாக்கிக் கொள்ளும் முத்து. கவிதைக்குள் இருப்பது ஒருபோதும் நேரடி அனுபவம் அல்ல. அனுபவம் கவிஞனில் உருவாக்கும் விளைவே. அவனுடைய தரிசனத்தால் செறிவேற்றப்பட்ட, அதன் பொருட்டு மறு ஆக்கம் செய்யப்பட்ட அனுபவம் தான் அது. உடனடி எதிர்வினைகளாக எழுதப்படும் கவிதைகளில் திறப்புகள் இல்லாத நேரடி அனுபவம் வந்து

அமர்ந்திருக்கிறது. சேரனின் பல ஆரம்பக் காலக் கவிதைகளை அப்படித்தான் வகுத்துக்கொள்ள வேண்டியிருக்கிறது.

ஆகவே உறுதியான, சஞ்சலமேயற்ற, நேரடியான புரட்சிகரம் உயர்ந்த கவிதையை உருவாக்குமா என்றே எனக்கு ஐயமாக இருக்கிறது. கவிஞன் ஊக்க உணர்ச்சியின் உச்சத்தில் இருந்து சோர்வின் பாதாளத்திற்குச் சரிபவனாகவும் அறைகூவிய குரலாலேயே தன்னிரக்கத்துடன் புலம்புகிறவனாகவும் தான் இருக்கிறான். மயகோவ்ஸ்கியையும், பாரதியையும் இதற்கான மிகச்சிறந்த உதாரணங்களாகச் சொல்வேன். சேரனின் அரசியலைப் பற்றி இங்கே விவாதிக்கப் போவதில்லை. அது ஒரு சராசரி இந்திய வாசகனால் புரிந்து கொள்ள முடிவதல்ல. அவ்விவாதங்களுக்குள் புகுந்தால் கவிதையைப் பற்றிப் பேசமுடியாமல் போகும். ஆனால் சேரன் எப்போதும் ஆழமான ஐயங்களுடன் தடுமாறிக் கொண்டிருக்கும் உணர்ச்சிகரமான மனிதராகத் தான் இருந்திருக்கிறார். அவரது அரசியல் நிலைப்பாடு முரண்பாடுகளும் தள்ளாட்டங்களும் நிறைந்ததாகவே இருந்திருக்கிறது. கவிஞர்கள் எப்போதும் அப்படித்தான் என்று நினைக்கிறேன்.

ஓர் அனுபவத்துடன் முரண்பட்டு மோதும் அகமே அவ்வனுபத்தைக் கவிதை நோக்கி நகர்த்த முடியும். கவிதையின் இயங்கியலே அதுதான். போராடுவதற்கான அறைகூவலை எழுதிய சேரன் போராடும் குழந்தைகளை நோக்கி மனம் பதைத்தும் எழுதியிருக்கிறார். போரின் அழிவைக் காணும் பதற்றத்தையும் போரின் கொலைவெறியையும் ஒரே சமயம் தான் ஏற்று எழுதியிருக்கிறார். இதைச் சார்ந்து ஈழ அரசியல் வட்டாரங்களில் அவரைக் கடுமையாக விமர்சிக்கும் ஒருசில குரல்கள் எப்போதும் ஒலித்து வருகின்றன. உறுதியான நம்பிக்கைகள் மற்றும் நிலைப்பாடுகளின் தளத்தில் நின்றபடி கவிஞனை நோக்கிக் குற்றம்சாட்டும் குரல்கள் எப்போதும் வரலாற்றில் உண்டு. நேற்று மதநம்பிக்கையின் தளத்தில் நின்றபடி அக்குரல்கள் எழுந்தன. இன்று அரசியல் நம்பிக்கைகளின் தளத்தில் நின்றபடி அக்குரல்கள் எழுகின்றன. அவை கவிதைகளைப் பார்ப்பதில் கவிஞனின் நிலைப்பாட்டை மட்டுமே பார்க்கின்றன. கவிஞனில் நிலைப்பாடுகளைக் கண்டடைய முடியாது என்று அவை அறிவதில்லை.

எந்த ஒரு கவிஞனிலும் ஒட்டுமொத்தமாகப் பார்க்கும் போது தெளிவாகக் காணக்கிடைக்கும் ஒரு கருத்துநிலை இருக்கும் என்று நான் நினைக்கவில்லை. நான் வாசித்த எந்தப் பெருங்கவிஞனும் அதற்குரிய ஆதாரங்களை அளிக்கவில்லை. கவிஞனின் பிரக்ஞையுலகில் சீராக வளர்ந்து வரும் ஒரு மையக் கருத்தோ தரிசனமோ இருப்பதில்லை. இருக்கக்கூடாது என்று கூட நான் சொல்லத்துணிவேன். பாரதியே மிகச்சிறந்த உதாரணம். அவரைப் புரட்சியாளராக, பக்தராக, வேதாந்தியாக, எப்படிவேண்டுமானாலும் பார்க்க முடியும். உண்மையில் அவர் இந்தத்தரப்புகள் நடுவே ஓயாது முட்டிமோதிக் கொண்டு கிடந்தார். ஷெல்லிதாசன் என்றும் சக்திதாசன் என்றும் ஒரே சமயம் தன்னை எண்ணிக் கொண்டார். பெரும்பாலும் கவிஞர்கள் இறந்தபிறகு நாம் கவிஞர்களை தொகுத்து மையச்சரடுகளைக் கண்டுபிடிக்க ஆரம்பிக்கிறோம். பாரதியைப் பொறுத்தவரை இன்றுகூட அவர் யார் என்று நாம் விவாதித்து முடிக்கவில்லை.

உலகம் முழுக்கவே புரட்சிக்கோட்பாட்டாளர்களுக்கு புரட்சிக் கவிஞர்கள் மீதிருந்த ஐயத்தையும் அவநம்பிக்கையையும் இவ்வாறுதான் புரிந்துகொள்ள முடியும். பாரதி அவன் வாழ்ந்த காலத்தில் போதையில் சீரழிந்த குழப்பவாதியாகவே இருந்திருக்கிறான். திருநெல்வேலிப் புரட்சியின் தோல்விக்குப்பின் அஞ்சி, பாண்டிச்சேரியில் அடைக்கலம் புகுந்தபோது அவநம்பிக்கையின் விளைவாகப் பலவகையான சரிவுகள் அவனுக்கு நிகழ்ந்திருக்கின்றன. இன்று நாம் பாடப்புத்தகங்களில் காணும் உருக்காலான புரட்சிப்படிமம் அவருக்கு சுதந்திரப் போராட்டத்தின் இரண்டாவது காலகட்டத்தில் உருவாக்கப்பட்டு சூட்டப்பட்டது. அவரது உண்மையான புரட்சிக் கவிதைகள் வழியாக உருவாக்கிக் கொள்ளப்பட்ட பிம்பம் அது. உண்மையில் அது இயல்பானதே. ஏனென்றால் காலம் கடந்து வாழ்பவை கவிதைகளே. இதே கதைதான் மயகோவ்ஸ்கிக்கும்.

இன்றைய கோட்பாட்டாளன் அவர்களின் புரட்சிகர பிம்பம் மற்றும் கவிதைகள் வழியாக அவர்களின் உண்மையான ஆளுமை நோக்கிச் செல்லும்போது மீண்டும் குழப்பமும் ஐயமும் அடைகிறான். சீராக அமைந்த ஒற்றைப் படையான ஆளுமை அவனுக்குக் காணக்கிடைப்பதில்லை. ஐயங்கள், அவநம்பிக்கைகள், தள்ளாட்டங்கள், முரண்பாடுகள் ஆழ்மனத்தின் கட்டற்ற

ஓட்டங்கள் கொண்டவனாகவே அவன் அறியப்படுகிறான். ஆகவே மீண்டும் கோட்பாட்டாளன் அதே பிழையை செய்கிறான். கவிஞன் வாழ்ந்திருந்தபோது அவனுக்குச் சூட்டப்பட்ட முள்முடிகளை மீண்டும் கையில் எடுக்கிறான். கோட்பாட்டின் இரும்பு அளவுகோலைக் கொண்டு இலக்கியத்தை ஒருபோதும் அளவிட முடியாது.

சேரனின் காலவரிசைப்படுத்தப்பட்ட தொகுப்பைப் பார்க்கும் ஒருவர் அவரது கருத்தியலைத் தேடினால் களைத்துத் தான் போவார். ஆக்ரோஷமான புரட்சிகரக் கவிதைகள், எளிய காதல் கவிதைகள், இயற்கை வர்ணனைக் கவிதைகள் என்று அவரது உலகமானது ஆரம்பித்திலிருந்தே தன்னிச்சையான, சிதறுண்டு பரவக்கூடிய, போக்கையே கொண்டுள்ளது. அதுவே கவிஞனுக்கு இயல்பானது. அவனைப் பொறுத்தவரை கவிதை நிகழக்கூடிய அக்கணத்தில் அவன் எதை உணர்கிறானோ அதுவே அவன் அகம். ஒவ்வொரு கவிதையும் தன்னளவில் முழுமையானதே. தனக்கெனத் தனித்த தரிசனமும் நிலைப்பாடும் உடையதே. அவை ஒரு நீளமான உரையாடலின் துண்டுகள் அல்ல. ஆகவே அவை ஒன்றுசேர்ந்து நிறுவும் ஒரு மையம் என்பது ஒருபோதும் இருப்பதில்லை. சேரனின் படைப்புகளை வகுத்துக் கொள்ள முயலும் ஒருவர் கையாள வேண்டிய அணுகுமுறை இதுவேயாகும்.

4

சேரனின் படைப்புலகில் நாம் காணும் பொதுவான கூறு என்று அதன் கற்பனாவாதத் தன்மையையே கூற வேண்டும். கற்பனாவாதத்தன்மை அல்லது புத்தெழுச்சிவாதத் தன்மை (romaticism) தமிழ் நவீன கவிதையில் அதன் தொடக்கத்திலேயே இல்லாமலாகிவிட்டது. சற்றேனும் கற்பனாவாத இயல்பு கொண்ட நவீனக்கவிஞர் என்று ந. பிச்சமூர்த்தியையே குறிப்பிட வேண்டும். எழுத்து கவிதைகள் கற்பனாவாதத்தை உதறி நவீனத்துவத்தின் எதிர் மறை அழகியலுக்குள் புகுந்தன. பசுவய்யா, நகுலன், பிரமிள் ஆகிய மூவரும் அதன் மூன்று வகைமாதிரிகளை உருவாக்கினர். சி.மணி அத்தனை பிரபலமாகாது போன அங்கத பாணியை உருவாக்கினார். பிரமிள் பாணி கவிதைகள் தமிழில் அதிகம் வெற்றி பெறவில்லை. ஆத்மாநாம் கவிதைகளில் அதன் சில சாயல்கள் உள்ளன. சி. மணிக்கு ஞானக் கூத்தன் மட்டுமே

தொடர்ச்சி.நகுலனுக்கும் பசுவய்யாவுக்கும் இன்றுவரை தொடரும் ஒரு தலைமுறை நீட்சி உண்டு. தமிழில் ந. பிச்சமூர்த்தியின் கவிதைகளின் மரபு ஏறத்தாழ இல்லாமலாகி விட்டது. ஆனால் சேரனின் கவிதைகளுக்கு இங்கே நாம் முன்னோடியைத் தேட வேண்டுமென்றால் ந. பிச்சமூர்த்தியையே குறிப்பிட வேண்டும். அந்தப் பொதுக்கூறு கற்பனாவாதமே.

கற்பனாவாதம் உணர்வுகளை ஓங்கச் செய்து கொள்கிறது. கருத்துகளை இலட்சியங்களாகச் செறிவுபடுத்திக்கொள்கிறது. இதற்கு ஏற்ற வடிவம் மரபுக் கவிதையே. மரபுக் கவிதையில் உள்ள வெளிப்படையான தாளம் இத்தகைய கவிதைகளுக்கு மிகவும் ஏற்றது. ஒரு கற்பனாவாதக் கவிதை எப்போதும் அதன் உச்சங்களில் உலவ இயலாது. அது சித்திரிப்புகளை அளிக்க வேண்டியிருக்கும். தகவல்களைக் கொடுக்க வேண்டியிருக்கும். அப்போது அதன் கால்கள் தரைதட்டும். தாளம் உள்ள கவிதையானது அதன் உத்வேகம் மிக்க வரிகளின் தாளத்தை மொத்த கவிதைக்கும் அளிப்பதன் வழியாக அந்த எளிய வரிகளின் சாதாரணத் தன்மையை மறைத்துவிட முடியும். புதுக்கவிதையின் அமைப்பு அந்த வசதியை இல்லாமலாக்கி வருகிறது. வரிகள் தாளமில்லாமல் கூற்றுகளாக மட்டுமே இருக்கும் போது அவற்றின் அர்த்தத்தளத்தில் உள்ள கவித்துவத்தால், குறிப்புணர்த்தப்படும் அர்த்தங்களில் உள்ள கவித்துவத்தால் மட்டுமே நின்றாக வேண்டிய கட்டாயம் ஏற்படுகிறது. ஆகவே புதுக்கவிதையின் வடிவம் கற்பனாவாதக் கவிதைகளில் பெரும் தடையாகவே அமைகிறது. மேலும் புதுக் கவிதை வடிவம் நவீனத்துவத்துடன் சேர்ந்தே பிறந்தது. நவீனத்துவ பிதாமகர்கள் தான் புதுக்கவிதையை உருவாக்கினார்கள். வால்ட் விட்மன், எலியட், எஸ்ரா பவுண்ட் முதலியோர். நவீனத்துவத்தின் இறுக்கம், எதிர்மறைத்தன்மை, பூடகத்தன்மை அனைத்தும் புதுக்கவிதைக்கும் உரிய குணங்களாக அடையாளப்படுத்தப் பட்டிருக்கின்றன.

ஆகவேதான் சேரனின் கவிதைகள் நவீனத் தமிழ் வாசகனுக்கு வடிவ ரீதியான போதாமைகளை உணர்த்தக்கூடியவையாக உள்ளன. சேரனின் தொடக்க காலக் கவிதைகளில் இளமைப் பருவத்திற்குரிய நேரடியான கற்பனாவாதம் வெளிப்பட்டது என்றால், பிற்காலத்துக் கவிதைகளில் சற்றே உணர்ச்சி இறுக்கம் சார்ந்த கற்பனாவாதம் வெளிப்பட்டது. ஆனால் நேரடியாக

உணர்ச்சிகளையும் கருத்துகளையும் முன்வைக்கும் பாணியானது எப்போதும் காணப்படுகிறது.

“யாழ்ப்பாணத்தின் சராசரி இதயமே
உனது உலகம் மிகவும் சிறியது.
கிடுகுவேலி,
வேலியில் கிளுவை,
எப்போதாவது வேலியின் மீது
அழகாய்ப் பூக்கும்
சிவப்பு முள்முருக்கு.”

(கைதடி 1979)

என்று அவரது கவிதை நேரடியாகப் பேசுகிறது. அல்லது,

“எழுந்து வெளியில் வா
வான்வெளி நீலச் சேலையில் தெரியும்
மூன்று வெள்ளிப் பூக்களைப் பார்த்து
என்னை நினைத்துக்கொள்”[62]

என்று காதல்மொழி கூறி நெகிழ்கிறது. அல்லது,

“பூவரசு நிழல் விரிந்த
மாரிக் கிணற்றடி
நீர்மட்டம் மேல்
குளிரும்தான் எனினும்
குளிக்கிறேன்.”

என்று வர்ணிக்கிறது. கவிதை என்பது அதன் மறை பிரதியாலேயே பொருள்படுவது என்று பழகிய தமிழக வாசகருக்கு இந்த நேரடித் தன்மையில் இடர்பாடுகள் உள்ளன. சேரன் உட்பட ஈழக் கவிஞர்கள் பற்றிப் பேசும்போது தமிழக வாசகர் பலர் இதனைக் குறிப்பிடுவதைக் கவனித்திருக்கிறேன். ஆழ்பிரதி இல்லாத காரணத்தால் பல கவிதைகளை தட்டையானவை என வாசகர் சிலர் எடுத்துக் கொள்வதுண்டு. ஏற்கெனவே சு.வில்வரத்தினம் கவிதைகளைப் பற்றிய விவாதத்திலும் இந்தச் சிக்கல் விவாதிக்கப்பட்டது (அகமெரியும் சந்தம்: சு. வில்வரத்தினம் கவிதைகள்)

ஆனால் ஒன்றைக் கருத்தில் கொண்டு இதைப்பற்றி விவாதிக்க வேண்டும். நவீனத்துவ அழகியலை நாம் முற்றான அளவுகோலாகக் கொண்டு படைப்புகளை அணுகக்கூடாது. என்னுடைய திறனாய்வுக் கட்டுரைகளில் அனைத்திலும் இதைப்பற்றி மீண்டும் மீண்டும் பேசியிருக்கிறேன். ஏனென்றால் சுந்தர ராமசாமி ஈறாகத் தமிழில் உள்ள அழகியல் விமர்சகர்கள் நவீனத்துவத்தின் வடிவ போதத்தை அழகியல் வந்து சேர்ந்த இறுதி எல்லையாகக் காணும் போக்கை இங்கே நிறுவி விட்டிருக்கிறார்கள். ப. சிங்காரம், ஜெயகாந்தன், நீல பத்மநாபன் போன்றவர்களை மதிப்பிடுவதற்கு இது எந்த அளவுக்குத் தடையாக அமையும் என்பதைப் பற்றி நான் அவர்களைப் பற்றி எழுதிய கட்டுரைகளில் (இலக்கிய முன்னோடிகள் வரிசை, 7 நூல்கள்) விவாதித்திருக்கிறேன். நம் வாழ்வில் கற்பனாவாதத்திற்கு ஓர் இடமிருக்கிறது என்பதை ஏற்றோம் என்றால் கற்பனாவாதப் படைப்புகளை அவற்றுக்குரிய அளவுகோல்களினாலேயே மதிப்பிட வேண்டும்.

கற்பனாவாதம் அடங்கிய குரல் கொண்டதல்ல. அந்தரங்கமாக வாசகனுடன் பேசுவதல்ல. உணர்ச்சி கலவாத அறிவார்ந்த தன்மை உடையதல்ல. செறிவு, பூடகத்தன்மை ஆகியவற்றுக்கு எதிரானது அது. அனைத்துக்கும் மேலாக அது கட்டுப்பாடற்றது. தன்னிச்சையானது. நவீனத்துவப் படைப்புகளுக்கு நேர் எதிரானது என்றே கூறிவிடலாம். ஆகவே அந்த இலக்கணங்களைக் கற்பனாவாதக் கவிதைகளில் எதிர்பார்க்கக் கூடாது. அப்படியானால் கற்பனாவாதக் கவிதைகளில் அதன் கவித்துவம் எப்படி நிகழ்கிறது. கற்பனாவாதம் என்பதே கட்டற்ற உணர்ச்சிகளின் நேரடி வெளிப்பாடுதான். எந்த வரிகளில் நேரடியான, தீவிரமான வெளிப்பாடு உண்மையுடன் நிகழ்ந்திருக்கிறதோ அதுவே சிறந்த கற்பனாவாதக் கவிதை.

பிரிதல்

கொடி எங்கும் மல்லிகைப்பூ
குளமெங்கும் அல்லி மொட்டு
வேலி வரிச்சுகள் மேல்
முள்முருக்குப் பூத்திருக்கு
பார்த்தபடி நானிருக்க,

இப்படித்தான் விரியும்
வசந்தம் என்று சொன்னபடி
நீ போனாய்! அன்றைக்கு
இன்றைக்கோ,
தந்திமரக் கொப்பில் உடல்சிலுப்பி
இறகுதிர்க்கும் குருவி ஒன்று,
உயரே உலாப்போகும்
மஞ்சு,
குளக்கரையில்
நீளக்காலூன்றி ஒரு
கொக்கு
தவமிருக்கு."[63]

பிரிதலின் துயர் கற்பனாவாதக் கவிதையின் எப்போதுமுள்ள கரு. அதை இயற்கை மீது ஏற்றிக் கூறுவதும் அதன் வழிமுறையே. இக்கவிதை அதன் உண்மையான உணர்வெழுச்சியால் அந்தக் கவித் தருணத்தை மீண்டும் நிகழ்த்திப் பார்த்திருக்கிறது. 'கொடியெங்கும் மல்லிகைப்பூ குளமெங்கும் அல்லி மொட்டு' என்று தொடங்கும் வரிகளில் உள்ள துள்ளலான தாளம் கவிதையைத் தீவிரமாகவே தொடங்கி வைக்கிறது. 'இப்படித்தான் விரியும் வசந்தம்' என்று விழியால் சொன்னபடி செல்கிறாள் அவள், வேலியில் முள்முருக்கு பூப்பதுபோல! பின்னர் வானில் பிரிந்து கரையும் மேகம், இறகு உதிர்க்கும் குருவி, நீளகால் ஊன்றி காத்திருக்கும் கொக்கு என ஒரு பிரிவாற்றாமை. தமிழின் நீண்ட அகமரபில் சரியாகச் சென்று அமரும் ஒரு கவிதை இது. சிலசமயம் கவிதையில் எடுத்த எடுப்பிலேயே தீவிரமான உணர்ச்சியின் தன்னெழுச்சியான வெளிப்பாடு நிகழ்கிறது. ஆனால் சித்திரிப்பும் விவரிப்பும் விளக்கமும் வந்து கவிதை தரைக்குச் சரிகிறது.

நாள்

'மூங்கில்கள் நெளியும் கரை
மஞ்சளாய் நெளிகிற நதி
அக்கரையருகே நீ'

என்று தொடங்கும் கவிதை சுயவிவரிப்பாகச் சரிகிறது.

'எனது மொழியில் தான்
பேச இயலும்.
உனக்கு கோபம் வருகிறது
நான் என்ன செய்ய?'

அப்படியே கவிதை வரிகள் இறங்கிச் சென்று

'காற்று வீசுகையில்
மூங்கில்கள் நெரியும் கரையில்
நெருப்பு பற்றும்
பிறகு,
உனது வீட்டிற்கும் பரவும்.' [64]

என்று முடியும்போது அந்த இறுதி கவியுருவகம் மிகவும் செயற்கையாக ஆகிவிடுகிறது. இவ்வாறு உண்மையான மன எழுச்சியானது தரைதட்ட நேர்வதென்பது கற்பனாவாதக் கவிதைகளில் பொதுவாகவே அடிக்கடி நிகழக்கூடிய ஒன்றுதான்.

ஆனால் பொதுவாக கற்பனாவாதக் கவிதைகளைப் பொறுத்தவரை வடிவநெகிழ்வு அனுமதிக்கப்பட்டிருக்கிறது. அதன் ஒட்டுமொத்த உணர்ச்சி வேகம், அதில் உள்ள சிறந்த வரிகள் ஆகியவற்றை அடிப்படையாகக் கொண்டு கவிதையை மதிப்பிட வேண்டியுள்ளது. செறிவை வைத்து அல்ல. கற்பனாவாதத்தின் பொற்காலமாகிய பிரிட்டிஷ் கற்பனாவாதத்தின் பெரும் கவிஞர்களான வில்லியம் வர்ட்ஸ்வொர்த், டென்னிசன், ஷெல்லி, கீட்ஸ் ஆகியோருக்கும் இது பொருந்தும்.

எனது நிலம்

சிறகுவலை விரித்த பரவைக் கடல்
மேலே மூச்செறியும் காற்று
கடல்நடுவில்,
கலையும் தலைமயிரை
விரல்களாலழுத்தி நிமிர்கையிலெல்லாம்
கரை தெரிகிறது,
பனைமரமும் இடையிடையே ஓடுகளும்.
அலையும், எஞ்சின் இரையும் பொழுது

சிதறும் துளியும்
ஒன்றரை மணிநேரம்
எப்படி முடிந்ததாம்?
பிறகு, மணல் நிமிர்ந்தவெளி
அதனுள் புதைந்த பனைகள்,
ஒவ்வொன்றும் ஓராள் உயரமெனக்
கன்னி மணல் மீது தலைநீட்டும்
மணலோ,
கண்ணாடி விதையிட்டுச்
சூரியன் போய்க் குடியிருந்த
பொன்னின் துகள்
அதன்கீழ்
இரண்டாயிரம் ஆண்டுகள்
முன்பாக, என் முன்னோர் நடந்த
நிலப்பரப்பு.
ஒரு காலடி ஆனால்
ஓராயிரம் ஆண்டு
எம்வேர் நீண்டுள்ளது.
துயிலாது, இந்த அலைகரையில் நின்று
விண்மீன் சிதறிக் கடலுள்
விழுகிறதைப் பார்த்திரங்கிய ஒருத்தியின்
அல்லது
தொடுவான் வெளி பிளந்து
கரைசேரும் நாவாய்க்குக்
காத்திருந்த இன்னொருத்தியின்
வெறும் மார்பில் புரண்ட மணி ஒன்றில்
பின்மாலை, அந்திப் பொழுது
புடமிட்ட
தென்னோலை காற்றாடும் வெளியின்
மண்மூடிய சுவடுகளில்,
என் முன்னோர்
விட்டுப் போயுள்ளார்கள்

எனக்கொரு செய்தி
நூறு நூறாயிரம் தோள்களின் மீது
ஏறிநின்று,
எனது நிலம் என உரத்துச் சொல்கிறேன்
ஏழு சமுத்திர வெளிகளைத் தாண்டி
அதன்மேல் எழுகிற அலைகளை மீறி
அதனைக் கொண்டுபோய்,
எங்கும் ஒலிக்கிறது காற்று
'எனது நிலம்
எனது நிலம்!' [65]

ஆங்காங்கே கவிதையின் உத்வேகம் மழுங்கினாலும் கூட சேரனின் சிறந்த கவிதைகளில் ஒன்று இது. "சிறகுவலை விரித்த பரவைக் கடல்" என்ற அழகிய படிமத்துடன் தொடங்குகிறது. வலைகளைச் சிறகுகளாக அசைத்த நீலக்கடல் நடுவே அந்த நிலம் எழுந்து வரும் காட்சியனுபவத்தை இக்கவிதை அளித்து விடுகிறது. பல சொல்லாட்சிகள் புதியவை 'மணல் நிமிர்ந்த வெளி'. சில சமயம் வரிகள் கற்பனாவாதக் கவிதைகள் மட்டுமே அளிக்கக்கூடிய உத்வேகமான மொழியனுபவமாக ஆகின்றன.

'கண்ணாடி விதையிட்டு
சூரியன் போய் குடியிருந்த
பொன்னின் துகள்'

கிட்டத்தட்ட பொருள் மீறிய அரற்றலாக ஆகும் இத்தகைய வரிகள் நவீன கவிதையில் நிகழ்வது கடினம், புதுக்கவிதையின் வசனத்தன்மையும் கட்டுப்பாடும், வெளிப்பாட்டுக்குப் பதில் குறிப்புணர்த்தலை நாடும் இயல்புமே அதற்குக் காரணம். தமிழ்ப் புதுக்கவிதையில் பிரமிள், தேவதேவன், அபி ஆகியோரில் மட்டுமே நாம் அத்தகைய வரிகளைக் காணமுடிகிறது. அபூர்வமாக சுகுமாரனிலும், கற்பனாவாதக் கவிதைகளை நியாயப்படுத்தும் கூறு இதுவே. இத்தகைய வரிகளை வைத்தே அதன் கட்டற்ற தன்மையை நாம் ஏற்றுக் கொள்கிறோம்.

சங்ககால நெய்தல் திணையை, தேவி கன்னியா குமரியை நினைவில் மீட்டிச் சென்று மரபின் ஆழத்திற்குச் செல்லும் வரிகள் வழியாக வளர்கிறது இக்கவிதை.

“தென்னோலை காற்றாடும் வெளியின்
மண்மூடிய சுவடுகளில்
என்
முன்னோர் விட்டுப் போயுள்ளார்கள்
எனக்கொரு செய்தி” [66]

என்று மீண்டும் ஒரு உத்வேகமிக்க தருணத்தை அடைகிறது. மேலே குறிப்பிட்ட இரு உத்வேகமிக்க வரியமைவுகளிலும் எதுகையும் தாளமும் கூடியிருப்பதைக் கவனிக்கலாம் (கண்ணாடி–பொன்னின், தென்னோலை, முன்னோர்) இது மரபுக் கவிதையின் தேவையைக் காட்டுகிறது. அந்தக் குறையை, சுதந்திரமாக எதுகையையும் தாளத்தையும் அமைத்துக் கொண்டு கவிஞன் தாண்டியிருப்பதையும் காட்டுகிறது.

இறுதியில் ‘எனது நிலம் எனது நிலம்!’ என்ற அடிவயிற்று முழக்கம் வெறும் ஒலியாக இல்லாமல் உண்மையான உணர்வெழுச்சியுடன் உணரப்படுவதற்கு இந்தக் கவிதையெங்கும் அடையாளப்பட்டுள்ள வேகமும், தீவிரமான வரிகள் நம்மில் எழுப்பும் ஆழ்ந்த மொழியனுபவமும் காரணமாக அமைகின்றன.

இந்த அம்சத்தை வைத்தே நாம் புரட்சிகரக் கவிஞனை மதிப்பிட வேண்டும். புரட்சிகரக் கவிஞன் என்பவன் புரட்சிகரக் காலகட்டத்தின் பிரதிநிதிக் குரல் அல்ல. அக்காலகட்டத்தின் ஆகச்சிறந்த குரலும் அல்ல. அவன் அக்காலகட்டத்தின் ஒட்டுமொத்தக் குரல்களின் தொகை. ஊடுபாவாக பரவிச்செல்லும் பலவகையான குரல்களின் முரணியக்கமே அவன் கவியுலகின் விசையை உருவாக்கும். மாயாகோவ்ஸ்கியின் கவிதையை புரட்சியின் பொருளின்மையை, அபத்தத்தை முன்வைக்கும் கவிதைகளாகக் கண்டு ஒரு முழு வாசிப்பை நிகழ்த்திவிட முடியும். சுதந்திரப் போராட்ட காலத்தின் எல்லாக் குரல்களையும் நாம் பாரதியில் காண்கிறோம். சேரனிலும் அதையே காண்கிறோம்.

எனது நிலம் என்று பொங்கும் குரலும் சரி, நிலமிழந்து காமத்திலும் மதுவிலும் தன்னைக் கண்டுகொள்ளும் குரலும் சரி, நாம் போராடுவோம் என்று வீறுகொள்ளும் குரலும் சரி, கைதுசெய்யப்படும் போது உள்ள அச்சத்தை மொட்டையாகப் பதிவுசெய்யும் குரலும் சரி ஒரே கவிஞனின் குரல்தான்.

அவனூடாக இயங்கும் அக்காலகட்டத்தின் குரல்கள் அவை. அவற்றில் நாம் கவிஞனின் சீரான பரிணாமத்தைக் காண்பது இயலாது. அவற்றின் மாறுதல்கள் அக்காலகட்டத்தின் உணர்ச்சி மாறுதல்கள் மட்டுமே.

5

சேரனின் கவிதைகளின் பேசு பொருளாக அமைந்துள்ள புரட்சிகரமும் காதலும் கற்பனாவாதம் சார்ந்த மனஎழுச்சியின் காரணங்கள் என்ற அளவிலேயே கவிதையில் பொருள்படுகின்றன. காதலும் புரட்சியும் இரண்டுமே ஒரு மனம் தன் முழு ஆற்றலாலும் தூக்கி வானில் நிறுத்தியிருக்கும் போது மட்டுமே முக்கியமாக இருக்கக் கூடியவை. மிக எளிதில் பொருளிழந்து விடக்கூடியவை. லௌகீகமாக மட்டுமல்ல ஆன்மீகமாகவும் இரண்டுக்கும் பெரிய அர்த்தம் ஏதுமில்லை. காதல் பேரன்பாகவும் புரட்சிகரம் முழுமையான நீதியுணர்வாகவும் பரிணாமம் அடையாதவரை அவற்றுக்குக் காலத்தை வெல்லும் தன்மை கிடையாது என்றே கூறவேண்டும்.

அந்த பிரக்ஞை அந்தத் தருணங்களில் கவிதைக்குள்ளேயே நின்று துடிக்கிறது. அதனால்தான் புரட்சியும் காதலும் மரணத்தை சாட்சிக்கு அழைக்கின்றன. பஞ்ச பூதங்களை விரித்துப் பேசுகின்றன.

‘காலத்தைக் கேள்
சொல்லும் அது
காத்திருப்புக்கு அப்பாலே
பூச்சூடும் புல்வெளிகள்” [67]

“நீராய் பெருகி
நதியாய் நகர்ந்து
கடலாய் பரந்து செறிந்தோம்’

என்றெல்லாம் தற்காலிக உணர்வு எழுச்சியை நிரந்தரப்படுத்தும் எத்தனத்திற்காக மொழியைச் சரண் அடைகிறது கவிதை. அப்படிப்பார்த்தால் சேரனின் இக்கவிதைகளின் முனைப்பு என்பது அந்தந்தத் தருணங்களில் பீரிட்டெழும் உணர்வலைகளை

முடிந்தவரை உக்கிரப்படுத்தி நிரந்தரப்படுத்துவது தானே? அலை நுரையை எஃகுச் சிற்பமாக்குவது போன்று? பனித் திவலைகளை வெண்கற்களாக்குவது போன்று? ஜீபனானந்ததாசின் வரி என்று நினைக்கிறேன். 'காற்றில் மிதந்து உதிர்ந்து விழும் இறகு ஒன்று மண்ணை மோதும் கணத்தில் ஓர் இடியோசையை எழுப்பச் செய்யும் எத்தனமே காதல் கவிதை' உண்மைதான் போலும்!

சேரனின் புரட்சிக்கவிதைகளையும் காதல் கவிதைகளையும் நாம் மாறிமாறிப் படித்துக் கொண்டு செல்கிறோம். தொடக்க காலம் முதலே இருவகைக் கவிதைகளையும் அவர் மாறிமாறி எழுதியிருக்கிறார். தொகுப்புகளில் தெரியும் சமீபகாலத்தைய கவிதைகளில் கூட அந்த சரிவிகிதம் அப்படியேதான் இருக்கிறது. காதல், புரட்சிகரம் இரண்டிலும் சேரனில் ஒரு விதமான மாற்றம் தெரிவதை இக்கவிதைகளை ஊன்றிப் படிக்கும்போது பார்க்க முடிகிறது. இறந்த காலம் போன்ற ஆரம்பக்காலக் கவிதைகள் முதல் சேயுடனான உறவு முறிந்தபோது வரை சேரன் மீண்டும் மீண்டும் காதலின் பிரிவு, முறிவுக் கணங்களையே அதிகமும் எழுதியிருக்கிறார். ஆரம்பக்காலக் கவிதைகளில் காமம் உரத்து ஒலிப்பதில்லை. உறவின் புரிந்து கொள்ள முடியாத தன்மையைப் பற்றிய பதற்றமே ஓங்கி ஒலிக்கிறது. பிற்பாடு உறவு என்றாலே புரிந்து கொள்ள முடியாததுதான் என்ற தெளிவுடன் அக்கணத்தைக் காமத்தில் தோய்த்து சாஸ்வதப்படுத்திக் கொள்ளும் முயற்சி தெரிகிறது.

'அச்சந்தருகிறது காதல்
கலவியின் பின்
மெல்லிய வெட்கம் கெட்ட குரலில்
அவனுடைய வழமையான மந்திரம்
போய்வா உடைந்த கண்ணாடித்துண்டே
உனது அச்சம் வேறு
எனது அச்சம் வேறு' [68]

என்று சொல்லி 'அமையும்' கவிதைகளாக அவை உள்ளன. இந்த அம்சத்தால் தான் சேரனின் தொடக்க காலக் காதல் கவிதைகளைவிட பிற்காலக் கவிதைகள் மேலும் தீவிரமும் ஆழமும் உடையனவாக எனக்குப்படுகின்றன. அவற்றில் சேரன், காதலில் தான் தேடுவது எதை, அல்லது தேடிக்

கண்டடைய முடியாதது எதை, என்று அறிந்து விட்டிருப்பது போலப்படுகிறது. ஒரு விடயத்தை இங்கே உதாரணமாகக் கூறலாம். சேரனின் ஆரம்பக்கால கவிதைகளில் அவர் நிறைய இயற்கை வருணனைகளைக் கூறுகிறார். அவை அந்தக் கவிதை நிகழும் புலம் மட்டுமாகவே உள்ளன. சேரனின் காதல் கவிதைகளுக்கு அவை தேவையே இல்லை. அவை வெறுமே உணர்ச்சிகரமான உறவின் நெருக்கம் பிரிவு இரண்டில் மட்டுமே கவனம் செலுத்துபவை. இன்னும் மொத்தையாகச் சொல்லப்போனால் 'ஏன் எல்லாக் காதல்களும் ஒரு புள்ளியில் விரிசல் விடுகின்றன ?' என்ற ஒரே கேள்வியில் மட்டும் மையம் கொள்பவை.

பிற்காலக் கவிதைகளில் சேரன் சூழல் விவரணைகளுக்குள் இறங்குவதேயில்லை. சூழலில் இருந்து ஒரு விவரணையை எடுத்துவைத்தால் கூட அதற்கு அகவயமான விளக்கத்திற்கு உதவும் தேவை இருக்கிறது. கவிதையில் அது படிமம் ஆக மாறியே நிலை கொள்கிறது. சொற்கள் பறந்தலைவதில்லை, சிறகடித்து சரியான மலர் இதழ்களில் அமர்ந்து விட்டிருக்கின்றன. சேரனின் காதல் கவிதைகளில் ஆகச்சிறந்தது என்று நான் மதிப்பிடும் கவிதை 'கேள்' தான். 'கேள் எப்படிப் புணர்வது என்பதை பாம்புகளிடம்' என ஆவேசமாகத் தொடங்கும் அந்தக்கவிதை சொல் மழைபோல காற்றுடன் சுழன்றடித்து 'துயரத்தின் சாறு பிழிந்த தனிமை எப்படியிருக்கும் என்பதை என் பனிப்பாறையுள் நெருப்பின் உயிர்ச்சுவட்டை எறிந்தவளிடம்' என்று தீவிரம் கொண்டு முடிந்து 'தண்டவாளங்களும் குளிரில் அடித்துப் பிளக்க ஒற்றைச் சிறகுடன் கையில் ஒற்றைப் பூவுடன் காத்திருப்பது எப்படி என்பதை என்னிடம்' என்று விம்மித் தேய்ந்து மறைகிறது. தமிழ்மொழியின் சிறந்த சில காதல் கவிதைகளில் ஒன்று இது.

சேரனின் புரட்சிகரக் கவிதைகளிலும் அத்தகைய நுண்ணிய மாறுதல் ஒன்று நிகழ்ந்திருக்கிறது. தொடக்க காலத்துக் கவிதைகளில் 'எனது நிலம் எனது மக்கள்' என்ற சுய உணர்வே புரட்சிக் குரலாக ஓங்கி நிற்கிறது. ஒடுக்கப்படுகையில் மனிதனுக்கு ஏற்படும் ஆங்காரம். மனித ஆத்மா தன்னை மீண்டும் மீண்டும் புறவயமாகக் கண்டு கொள்கிறது அப்போது. தன்னவர்களுடனும் தன்னைச் சூழ்ந்தவர்களுடனும் அடையாளப்படுத்திக் கொண்டு தன் இருப்பை அது விரிவாக்கிக் கொள்கிறது. அடிபட்ட பாம்பு பத்தி விரித்து எழுவது போல. குரோதமே அதன் விரிவாக்கம். ஆனால் எந்தப் பாம்பும் அதிக நேரம் பத்தி விரித்து நிற்க முடியாது. அந்த

உணர்வு அதன் குரோதத்தை மேலும் அதிகரிக்கச் செய்கிறது. ஆனால் மெல்ல மெல்ல அந்தத் தேசியத் தன்னுணர்வில் இருந்து மேலும் விரிந்த ஒரு வரலாற்றுணர்வை நோக்கி சேரன் நகர்ந்து விட்டிருப்பதை நாம் காண்கிறோம். ஆதிக்கமும் கிளர்ச்சியும், அடக்குமுறையும் மீறலும் ஒரு நாணயத்தின் இருபக்கங்கள். வரலாறெங்கும் அவை முரண்பட்டுப் பொருதி ரத்தம் வீழ்த்துகின்றன. ஒன்றில் இன்னொன்று பிரிக்கமுடியாதபடி கலந்துள்ளது. ஆகவேதான் 'யுத்தம்' என்ற சொல் சேரனில் அழுத்தம் பெறுகிறது. புரட்சி என்பது மெல்ல போர் என்பதாக அவரது ஆழத்தில் உருமாற்றம் பெற்று விடுகிறது.

யுத்தம் பற்றிய ஒரு மிகச் சுருக்கமான அறிமுகம்

'நீங்கள் ஒடுக்கப்பட்டவர்களானால்
அது கண்ணீரின் குருதி
நீங்கள் ஒடுக்குபவர்களானால்
அது குருதியின் கண்ணீர்" [69]

என்று அவரது கவிதை கண்டுகொள்கிறது. எந்நிலையிலும் எஞ்சுவது கண்ணீரும் குருதியும்தான் என்று. வரலாற்றுக்கு அது அன்றாட உணவு என்று. கிளர்ச்சிகளை, இலட்சியங்களை, இழப்புகளை, நினைவுகளைப் பொருட்படுத்தாமல் அந்தப் பெரும் சக்கரம் உருண்டு சென்றபடியே இருக்கும் என்று. இந்த வரலாற்றுப் புரிதல் சேரனின் பிற்காலத்துக் கவிதைகளுக்கு மேலதிக அழுத்தம் அளித்திருக்கிறது.

"காற்றாகி நில்
கடலாகி அலைவீசு
போரிடும் நம்தோழர்களின்
வேட்டொலிக்கு புறம்காட்டித்
தோற்றோடும் ராணுவத்தின்
அவலக் குரல்களின் மேல்
உனதும் ,உனைப் போன்ற
ஏராளம் மக்களதும்
நினைவுக்குச் சாசனத்தை
இந்த நிலத்தில் நாம் பொறிப்போம்!" [70]

(நாங்கள் எதை இழந்தோம்?)

என்று மிகத் தட்டையாக அறை கூவல் விடுத்த அவரது கவிதை, அழிவுகளின் கண்ணீரின் காயங்களை மெல்லக் கண்டு கொள்கிறது.

"தெருவில் வீசப்பட்டுள்ள
ஒற்றைச் செருப்பின்மீது
வீட்டுப்படிகளில் வீசியெறியப்பட்ட
மூக்குக் கண்ணாடி மீது
தெருமுனையில் புரட்டிவிடப்பட்ட
மோட்டார் சைக்கிளின் மீது
தயங்கித் தயங்கி நிற்கிறது" [71]

(கேள்வி)

அந்தத் தயக்கத்திற்குப் பிறகான கவிதைகளில் சேரனின் புரட்சிகரம் ஆழமான சுயபரிசீலனைக்கு ஆளாகிறது. அழிவின் எக்காளமாக அது பிறகு ஒலிப்பதில்லை. துயரத்தை நோக்கிய தார்மீகமான எழுச்சியாகவே ஒலிக்கிறது. ஒற்றைப் படையான போர்க்குரலாக அது இருப்பதில்லை. மானுட அவலம் நோக்கிய பரிதவிப்பாகவும் அதிலிருந்து எழும் உத்வேகமாகவும் அது உருவம் கொண்டிருக்கிறது.

குழந்தைகள்

குழந்தைகளை யார் உருவாக்குகிறார்கள்
என்று நான் கேட்டேன்
திறந்து வைத்த யன்னலூடாக சலசலத்து
நானல்ல, அவர்களின் குரலுக்குச்
சங்கீத நரம்புகளைத் தருவதே என்வேலை
என்றது காற்று
அவர்களின் கண்களுக்கு
ஆழமான நிறங்களைத் தருகிறேன் நான்
என்றது ஒளி
அவர்களுடைய பிஞ்சுப் பாதங்களுக்கு
ஒரு புன்னகையைத் தருகிறேன் நான்
என்றது செவ்வலரிப்பூ
அவர்களுடைய இதயத்தின் சுவர்களை
காதலின் இழைகளால் நெய்கிறேன்

என்றது கடல்
அவர்களின் சிரிப்புக்கு
மந்திர வலிமையைச் சேர்க்கிறேன்
என்றன காடுகள்
அப்படியானால்
அவர்களுடைய கைகளில் துப்பாக்கிகளையும்
கால்களுக்கு ராணுவச் சப்பாத்துகளையும்
இடுப்பில் வெடிகுண்டுகளையும்
கண்களில் வெறுப்பையும்
தந்தது யார் என்று கேட்டேன்
காற்றும் கடலும் உறைந்தன;
வெளியில்
உலர்ந்து நொறுங்கிற்று
கண்ணாடித்துண்டுகளாக ஒளி.
ஒரு மின்னல் வெட்டில்
எரிய ஆரம்பித்தன பூக்களும் காடுகளும்
எல்லாப் பறவைகளும்
கூட்டமாகப் பறந்து சென்று
அத்தீயுள் விழுந்தன.
குழந்தைகள்
எங்களுடைய குழந்தைகள்.[72]

சேரனின் புகழ்பெற்ற இக்கவிதையை அவர் எரிந்து கொண்டிருந்த நேரம் எழுதிய புரட்சிகரக் கவிதைகளின் மறுபக்கமாகவும் அவற்றின் பரிணாமமாகவும் நான் வாசிக்கிறேன். சாம்பல் பூத்த தெருக்களில் இருந்து எழுந்து வருவதற்கு அறைகூவிய சிறுவன் ஒரு தந்தையாக மாறிவிட்டிருக்கிறான்.

6

புரட்சிகரத்தின் வெம்மையில் இருந்து தப்ப, காதலில் அடைக்கலமாகின்றன சேரனின் கவிதைகள். காதலின் உருக்கத்திலிருந்து எழுந்து புரட்சிகரத்தின் தகிப்பை நாடுகின்றன. ஒன்றைக் கொண்டு இன்னொன்றை முழுமையாகச் சமன் செய்துகொள்கின்றன.

000

- 2008

அ. ராமசாமி

பேராசிரியர். தமிழ் இலக்கியம், கலை, பண்பாடு சார்ந்த திறனாய்வாளர்.

12

பகுப்பாய்வு மனமும் உணர்வுகளை எழுதும் தர்க்கமும் சேரனின் கவிதைகளினூடான வாசிப்புப் பயணம்

அ. ராமசாமி

உணர்வுநிலை வெளிப்பாட்டுக்கான வடிவம் கவிதை என்பது ஒத்துக்கொள்ளப்பட்ட ஒரு கூற்று. சந்திக்கும் நிகழ்வுகளை, மனிதர்களை, முரண்பாடுகளைக் குறித்து அந்த நேரத்தில் தோன்றும் உணர்வு நிலையைக் கவிதைக்கான மொழிநுட்பத்தோடு வெளிப்படுத்தும்போது அக்கவிதைக்கான உணர்வு நிலை உருவாகிறது. கவிதையில் வெளிப்படும் உணர்வு நிலைகளைப் பொதுவாக இன்பியல் உணர்வுகள், துன்பியல் உணர்வுகளென வகைப்படுத்திக் கொள்வது மேற்கின் பார்வை. அதற்குள்ளும் உட்கூறுகளைப் பேசுவதும் அதன் வளர்ச்சி. தமிழ்க் கவிதையியலை வடிவமைத்த தொல்காப்பியம் உணர்வுநிலைகளை மெய்ப்பாடு என்னும் சொல்லால் வரையறுத்துள்ளது. எண்வகை மெய்ப்பாடுகளாகவும் அதற்குள்ளும் நான்கு நான்காக விரித்து 64 வகை மெய்ப்பாடுகளை விளக்கியுள்ளது தொல்காப்பியம்.

எல்லா வகையான உணர்வுகளையும் கவிகள் வெளிப்படுத்த நினைக்கிறார்கள் என்றாலும்,

ஒரு சில உணர்வுகளைத் தொடர்ந்து வெளிப்படுத்துவதின் வழியாக ஒரு கவியின் அடையாளம் உருவாகிறது. தேர்வு செய்யும் நிகழ்வுகளுக்கும், மனிதர்களுக்கும் முரண்பாட்டை அடையாளப்படுத்தும் தன்மைக்கும் கவி அடையாளத்தில் இடமுண்டு என்றாலும், அதன் வழியாக உருவாக்கி வாசகர்களுக்குக் கடத்தும் உணர்வுநிலையே கவியின் அடையாளமாகிறது. குறிப்பாகச் சமூக நிகழ்வுகளையும் அரசியல் போராட்டங்களையும் கவிதையின் உரிப்பொருளாக்கும் கவிகளுக்கு, புறநிலைக் கவிதைகளை எழுதுபவர்களுக்கு உணர்வுநிலையோடு பகுப்பாய்வு மனமும் தேவைப்படும் ஒன்றாக இருக்கிறது.

நீண்டகாலமாக எனது வாசிப்புக்குரிய கவிகளாக இருக்கும் பலருள், சேரனும் ஒருவர். சேரனின் கவிதை அடையாளமாக நான் கண்டுணர்ந்தது அவரது பகுப்பாய்வு மனமே. குறிப்பான நிகழ்வொன்றை விரிக்கும் நீண்ட கவிதைகளை எழுதினாலும், ஒரே தன்மையுடைய பல நிகழ்வுகளுக்குள் செயல்படும் பலதளங்களையும் அடுக்குகளையும் பேசும் ஒற்றைத் தொனியுடன் எழுதும் பல கவிதைகளை எழுதினாலும் அவருக்குள் பகுப்பாய்வு மனமே தூக்கலாகச் செயல்படுகிறது. இத்தன்மை அவரது கவிதையின் முதன்மையான இயங்குநிலை என்பதை அண்மைக்காலக் கவிதைகள் சிலவற்றை முன்வைப்பதின் வழியாகவும், கால இடைவெளியில் முன்பு எழுதிய கவிதைகளை விவாதிப்பதின் வழியாகவும் அதனை இக்கட்டுரையில் சுட்டிக்காட்டலாம்.

அண்மைக்காலக் கவிதைகள்

இருப்பையும் சூழலையும் நிகழ்காலத்தில் மட்டும் விரித்துக்காட்டி விடுவது தன்னெழுச்சிக் கவிதைகளின் வெளிப்பாட்டு வடிவமாக இருக்கிறது. அவ்வடிவம் முன்னேயும் போவதில்லை; பின்னேயும் நகர்வதில்லை. ஒருவிதத்தில் காலத்தை உறையச்செய்துகொண்டு அங்கேயே முன்வைக்கும் காட்சிகளைப் படிமங்களாக்கி, பாத்திரங்களாக்கி, குறியீடுகளாக்கி வாசிப்பவர்களைத் தன்வசப்படுத்த நினைக்கின்றன. சமகாலத்தமிழில், குறிப்பாகத் தமிழ் நாட்டில் கவிதை எழுதும் பலரும் இவ்வகையான தன்னெழுச்சியில், காலத்தை உறையச்

செய்தே கவிதைகளைத் தருகின்றனர். தமிழகத்தில் ஆத்மநாம், ஞானக்கூத்தன், சுகுமாரன், கலாப்ரியா, தேவதச்சன், யவனிகா ஸ்ரீராம், நேசமித்திரன், போகன்சங்கர், இளங்கோ கிருஷ்ணன், சுகிர்தராணி எனச் சிலரது பெயர்களைக் குறிப்பிடலாம். இவர்களிடம் வெளிப்படும் இப்பொதுப் போக்கிலிருந்து சேரன் வேறுபடும் இடங்களும் தன்மைகளும் இருக்கின்றன.

காலச்சுவடு (2020, ஜூன்) இதழில் ஒரே தலைப்பிட்டு ஐந்து கவிதைகளை எழுதியிருந்தார். "இந்தத் தெருவில் எப்போதும்" என்பது தலைப்பு. ஐந்து கவிதைகளிலும் விரியும் தெரு ஒன்றுதான். ஆனால் விவரிக்கப்படும்போது கவிதைக்குள் நிறுத்தப்படும் மனிதர்கள், பாத்திரங்கள் வேறானவர்கள். தெருக்களின் காலப்பின்னணிகளும் வேறாகின்றன. சூழலும் மனிதர்களும் வேறானவர்கள் என்பதால் உணர்வுகளும் வேறானவைகளாகின்றன. விருப்பங்களும் நோக்கங்களும் வேறுபடும் நிலையில் உருவாகும் படிமங்களும் குறிப்பீடுகளும் மாறுபடுகின்றன. வேறுபட்ட கவிதை நுட்பங்களோடு புதிய அர்த்தங்களைப் பெற்றுக் கொள்ளும்படி வாசிப்பவரைத் தூண்டுகின்றன. அப்படிமங்களையும் குறிப்பீடுகளையும் கொண்டு வாசிக்கும்போது ஒன்று தெருவின் இருப்பையும் வேறுபாட்டையும் பேசுகின்றது; இன்னொன்று உரிமை கோரலைச் சொல்கிறது; வேறொன்று தொலைதலைச் சொல்கிறது. ஒன்று காதலையும் மற்றொன்று காமத்தையும் பேசுகிறது.

அந்தக் கவிதைகள் இங்கே:

இந்தத் தெருவில் எப்போதும் -1

இந்தத் தெருவில் எப்போதும்
நேரே நடந்து சென்றால்
உறையும் பாலங்கள்
தீ வண்டி விரைய என இருக்கும் வழிகளில்
பனி
இரு கூறாகப் பிரியும் பெருந்தெரு
வலப்புறம்
பணத்தின் செழிப்பும் பகட்டும்
இரவும் பகலும் மினுங்கும்

நடைவழி
இடப்புறம்
நாங்கள் கூலிகள் வாழ் நிலம்
பலருக்கும் தெரியாத பாதை
அதில் விரைந்தால் புரட்சி வெடிக்கலாம்
எனினும்
இப்போ
அணைந்த கனவு.
எரியும் நெஞ்சம்

இதற்குள் தெருவின் இருப்பும், அதன் மாறுபாடுகள் வேறுபட்ட வாழ்நிலைகள் கொண்ட மனிதர்களின் இருப்புமாக அர்த்தப்படுகின்றது.

இந்தத் தெருவில் எப்போதும் - 2

ஒரு காய்ந்த பலா இலை வீழ்கிறது
அது இரவில் பறக்காது
ஆளரவம் அற்ற நண்பகலில்
படையினரின் கவச வாகனம் மட்டும்
அதன்மேல் விரைகிறது
வெய்யில் அதனைத் தெருவில்
உயிர்ச் சுவடாக மாற்றுகிறது.
இந்தத் தெருவில் எப்போதும் ஒருவனை
எப்போதாவது ஒருத்தியை
இழுத்துவந்து சுடுவார்கள்.
குருதி வீணாகாது.
முதலில் துரிதமாகவும் பின்னர் ஆறுதலாகவும்
நெல் வயலுக்குள் இறங்கும்
கொல்லப்படமுன்
அவனின் அவளின் கண்களைப்
பார்த்த சாட்சியங்கள் ஏராளம்.
மிகுந்த களைப்புடன்
இந்தத் தெருவில் எப்போதும்

ஒரு கொலையாளி சரிந்து விழுகிறான்
அவன் கைவிரல்களில்
எரிபற்றக் காத்திருக்கும் சிகரெட்டுக்கு
அன்பிலாது என்பிலாது
கொள்ளி தருபவன்தான்
எப்போதும் நமது தேசிய கீதம்.

அடுக்கடுக்கான விவரிப்பின் வழியே தொடர்ந்து பயணிக்கும் வாசிப்பவர்கள் கடைசியில் ஒரு உரிமைகோரலின் உணர்வு வெளிப்பாட்டை வாசிப்பவர்களாக மாறுவது தவிர்க்கமுடியாதது. அடுத்து நிற்கும் கவிதையொன்றை வாசிப்போம்.

இந்தத் தெருவில் எப்போதும் -3

இந்தத் தெருவில் எப்போதும்
நீங்கள்
உடலோடு உடலைக் கொள்ளலாம்.
துய்ப்பு அதில் ஒரு கூறு
ஈரம் வெறும் காயம்
இந்தத் தெருவில் எப்போதும்
நாம்
உடலும் உயிரும் என உருகலாம்
பிரிபடா வடிவ முழுமைபோல
நாய்கள்போல
சிட்டுக்குருவிகள்போல
நிறமற்ற வண்ணத்துப்பூச்சிகள்போல
பாம்புகள்போல
நாம் கூடலாம்
இலையுதிர்கால முடிவில்
எஞ்சியிருந்த இலைகள் மட்டுமே சாட்சி
வீழும் இலைக்கு ஞானம்
துளிர்க்கும் இலைக்கு மோனம்
இந்தத் தெருவில் எப்போதும்
நாங்கள் காதலற்றுப் புணரலாம்

உறைபனி மேல் சிந்திய சுக்கிலத்துக்கு
எத்தகைய வெப்பம் எஞ்சியிருக்கும்
எனத் தெரியாது
இந்தத் தெருவில் எப்போதும்
அழகிய வண்ணத் தாள்களில் எழுதிய
நிறைவற்ற கவிதைகளை எறிகிறேன்
தெருவில் யாருடைய காலடிகள்
அவற்றின் மீது?

ஒன்று இன்னொன்றாக மாறுவதும், ஒன்றின் மீது இன்னொன்று படிவதுமாக மாறிக் காமத்தின் வெடிப்புகளை விவரிக்கிறது இந்தக்கவிதை.

இந்தத் தெருவில் எப்போதும் - 4

இந்தத் தெருவில் எப்போதும் காத்திருக்கிறது
செப்பனிடப்படாத ஒரு குழி
கார்காலத்தில் மழை நீர்
கூதிரில் உதிரும் இலைகள்
பின்பனியில் உறையும் காற்று
அந்தக் குழியை நிரப்பும்
அதனருகே
வெள்ளைப் பொலிஸ்காரன்
சுட்டான்.
இருவரை.
பலமுறை.
இரண்டுமுறை அந்தக் குழி
குருதியால் நிரம்பிற்று.
இருவரும் என் மகனைப் போலவே இருந்தனர்
உயரம். அழகு. கறுப்பு. துணிவு. கனிவு

அரசியல் அதிகாரம் செயல்படும் விதத்தைப் பேசிக்காட்சிப்படுத்தி முடிக்கும்போது காணாமல் போனதின் அவலமாக மாற்றித்தருகிறது நான்காவதாக வரிசைப்படுத்தப்பட்ட கவிதை.

இந்தத் தெருவில் எப்போதும் - 5

இந்தத் தெருவில் ஒருபோதும்
இத்தகைய வெறுமையைக் கண்டதில்லை
காதலின் வறுமை
வெய்யிலை மீறிக் கொளுத்துகிறது
நம் உடல்களை மூன்றாம் யாமமும் உருக்கியது,
காலைச் சுக்கிலத்தின் வீச்சில் கூரையும்
அதன்மேல் படர்ந்த மல்லிகையும் நடுங்கிற்று என்பது
மாய நெடுங்கனவு
உலர்பனியும் உதிர்ந்த இலைகளும்
நாளும் பொழுதுமற்று
எங்கள் வெற்று ஆவியின் கிண்ணங்களை நிரப்புகின்றன
நேசமற்றிருக்கும் நெஞ்சு
ஈரமற்றிருக்கும் அல்குல்
காதலில் பொய்மை ஆண்மைக்கு மட்டுமல்ல
பெண்மைக்கும் என்ற களிப்போடு
இந்தத் தெருவில்
என்னை விட்டுவிட்டு அலைகிறாள்
அவளோடு கூடவர மறுக்கிறது ஒரு கவிதை
அதன் முதல் வரி:
இந்தத் தெருவில் எப்போதும். [73]

ஆண், பெண் நேசத்துக்குள்ளிருக்கும் மனச்சிடுக்குகளையும் தவிப்புகளையும் விவரித்துக் காதல் கவிதையின் தன்மைக்குள் நகர்ந்துள்ளது இந்தக் கவிதை. ஒரே உணர்வு நிலையை உருவாக்கும் ஐந்து கவிதைகளும் அதனதன் விவரிப்பின் வழியாக வேறொன்றாக மாறுவதை வாசிக்கத்தருகிறார் சேரன்.

இந்தக் கவிதைகளை வாசித்தபோது அவரது கவிதைகளுக்குள் செயல்பட்ட பகுப்பாய்வுத் தன்மையை வாசித்து எழுதிய குறிப்புகள் நினைவுக்கு வந்தன. அவற்றை அப்படியே தரலாம். இந்தக் கவிதைகள் இருபது ஆண்டுகளுக்கு முன்னால் எழுதப்பட்ட கவிதைகள். மூன்று தெருக்கள் என்று தலைப்பிட்ட இந்தக் கவிதையை முதல் தடவை வாசித்தபோது 'ஒரு கவிதை

எளிமையானதாக இருக்கிறது' என்பதற்கு உதாரணமாகச் சொல்லத்தக்க கவிதை இது என எனக்குத் தோன்றியது.

தொடர்ந்து கவிதைகளை வாசித்துப் பழக்கப்படுத்தி வரும் கவிதை வாசகர், முதல் வாசிப்பில் ஒரு கவிதையின் நோக்கம் என்ன? கவிதைக்குள் கவிஞன் உண்டாக்கிக் கடத்த விரும்பிய உணர்வின் தளம் எத்தகையதாக இருக்கிறது என்பதை அறிந்து கொள்ளும் நிலையில், அந்தக் கவிதையை எளிய கவிதை என அடையாளப்படுத்திக் கொள்கிறார். அப்படியான அடையாளத்திற்குள் அடைபடாமல் தப்பிக்கும் கவிதை, திரும்பவும் வாசிக்கும்படி தூண்டும். திரும்பத் திரும்ப வாசிக்கும் போதும் தன்னை அடையாளப்படுத்தாமல் போய்விடும் நிலையில் வாசகரிடம் தோன்றுவது அலுப்பு. தொடர்ந்த முயற்சிக்குப் பின்னும் வாசகரின் மனப்பரப்புக்குப் பிடிபடாமல் அலுப்பை உண்டாக்கி, ஒதுக்கிய கவிதையை வாசகரும் ஒதுக்கி வைத்துவிட்டு ஒதுங்கிப் போய்விடுகிறார். கவிதை வாசிப்பில் நடக்கும் இந்த இயக்கம் பொதுவானது.

சேரனின் மூன்று தெருக்கள் என்ற தலைப்பிட்ட அந்தக் கவிதை முதல் வாசிப்பிலேயே வாசகரிடம் தனது நோக்கம் மற்றும் உணர்வு நிலையை ஒருசேரக் கடத்தி விடும் இயல்பு கொண்டதாக இருக்கிறது. அந்தக் கவிதையை வாசித்துப் பாருங்கள்.

கடவுளரும் பிசாசுகளும் இணைந்து புரிந்த
இனப்படுகொலையின் ஒரு குருதித்துளி
பாலைப்பட்டினத்தின் ஒதுக்குப் புறத்தில்
தெறித்து வீழ்ந்தது.
அந்தப் புள்ளியிலிருந்து
மூன்று தெருக்கள் கிளை பிரிந்தன
ஒன்று தெற்கே போயிற்று
எவரும் திரும்பி வர முடியாத தெரு அது எனப்
போனவர்க்குத் தெரியாது
அவர் சாம்பலையும் காணோம்
இன்னொன்று மேற்கே போயிற்று
கடலும் காடுகளும் தாண்டி
இரவல் முகங்களுடன்

குளிர்காலத்து ஆறுகளின் குறுக்கே நடந்து
எல்லைக் காவலர்களின்
கொள்ளிக் கண்களுக்கும் தப்பி
இரவுப் பயணங்களில்
புதிய நாடுகளுக்குச் சென்றனர்.
கறுப்பு முகங்களில்
அவர்களுடைய வெள்ளை அநியாயம் படிந்தது.
திரும்பி வரும் கனவுகள்
தொலைந்து போக
வந்து சேர்ந்த வழியும் மறந்து போய்த்
திசை கெட்டது உலகம்.
மூன்றாவது தெரு
கிழக்கே கானகத்துக்குப் போயிற்று
போனவர்கள் போர்க்குரலுடன் திரும்பி வந்தனர்.
மூன்று தெருக்களிலிருந்தும்
மூன்று உலகங்கள் பிறந்தன
மூன்று உலகங்களிலிருந்தும்
முந்நூறு பார்வைகள் விரிந்தன
முந்நூறு பார்வைகளிலிருந்தும்
மூன்று கோடி முகங்கள் . [74]

அதன் அமைப்பில், ஒரு நிகழ்வு, அதன் விளைவு, அதனால் ஏற்பட்ட பலன் என்ற தொடர்ச்சி இருப்பது புரிய வரும்.

பாலைப்பட்டினத்தின் ஒதுக்குப்புறத்தில் இனப்படுகொலையின் ஒரு துளி தெறித்து விழுந்தது நிகழ்வு. மூன்று தெருக்கள் உண்டானது விளைவு. அதனால் மூன்று கோடி முகங்கள் உண்டானது பலன்.

கடவுளர்களாலும் பிசாசுகளாலும் உண்டாக்கப்பட்ட இனப்படுகொலை என்னும் நிகழ்வின் விளைவு மூன்று தெருக்கள் உண்டானதும், அத்தெருக்களின் வழியே அப்பட்டிணத்தின் மக்கள் பயணம் மேற்கொள்ள நேர்ந்ததும், பயணம் மேற்கொண்டவர்களில் தெற்கே போனவர்கள் சாம்பலாகிப் போனார்கள். மேற்கே போனவர்கள் முகம் இழந்து, அடையாளமிழந்து, பட்டணம் திரும்பும் ஆசைகளும் இன்றித் திசைகெட்டுத் திரிகிறார்கள்.

கிழக்கில் போனவர்கள் போர்வெறியுடன் இன்னும் கானகத்திற்கும் பட்டணத்திற்குமாக அலைந்து கொண்டிருக்கிறார்கள் என்பது நிகழ்வின் விளைவு.

இந்த நிகழ்வையும் விளைவையும் நேரடியாக அர்த்தப்படுத்திக் கொள்வதோடு பாலைப்பட்டினம் என்பதை இலங்கையில் இருந்த ஒரு நகரம் எனப் புரிந்து கொண்டால், அந்த நகரத்தின் மக்களுக்கு நேர்ந்த கதியைக் கவிதை சொல்கிறது எனப் புரிந்து கொள்ளலாம். ஒரு நகரம் என்பதற்குப் பதிலாக இலங்கை என்னும் தேசத்தில் தமிழர்கள் வாழ்ந்த நகரங்கள் எல்லாவற்றையும் தான் இந்தப் பாலைப்பட்டினம் என்ற குறியீடு குறிக்கிறது எனப் புரிந்து கொண்டால் கவிதை வெறும் அர்த்தத்தையும் அந்த அர்த்தத்தினால் உண்டாக்கப்படும் காட்சி ரூபத்தையும் மட்டும் சொல்வதாக இருக்காது. காட்சி ரூபங்களினூடாக இனப்படுகொலையின் தொடர்ச்சியால் இலங்கைத் தமிழர்களின் வரலாறு என்னவாக ஆக்கப்பட்டது என்பதைக் கவிதை விரித்துச் சொல்கிறது என்பது புரியலாம்.

இனப்படுகொலைக்குப் பிந்திய இலங்கைத் தமிழர்களின் வரலாறு மூன்று கிளைகள் கொண்டன. தெற்கே போனவர்களின் வரலாறு என்பது இனப்போரில் காணாமல் போனவர்களின் அல்லது கொல்லப்பட்டவர்களின் வரலாறு. மேற்கே போனவர்களின் வரலாறென்பது தேசத்தை விட்டு வெளியேறி, அகதிகளாக அலைந்துழலும் வாழ்க்கையை மேற்கொண்டவர்களின் வரலாறு. கிழக்கே போனவர்களின் வரலாறு என்பது போர்க்களத்தை விரும்பியவர்களின் வரலாறு. போரையே விரும்பி, போர்க்களமே வாழ்க்கையாக, போரே உணவு, போரே மூச்சுக்காற்று, போரே காதல், போரே திளைப்பு என யுத்தத்தின் நேசர்களாக வாழ்ந்து கொண்டிருப்பவர்களின் வரலாறு என விரியும். ஒரு நிகழ்வையும் அதன் விளைவையும் மட்டும் விளக்கி விட்டு அதனால் உண்டான உணர்வையும் சொல்லி முடிப்பது கவிதைகளின் பொது இயல்பாக இருக்கிறது.

தமிழில் சமூக நிகழ்வுகளைச் சார்ந்து கவிதை எழுதும் முக்கியமான கவிகள் பலரும் இந்த அமைப்பிலேயே தங்கள் கவிதைகளை எழுதியுள்ளனர், எழுதுகின்றனர். வானம்பாடிக் கவிஞர்களிடமும் அதிகம் வெளிப்பட்ட அமைப்பு அதுதான்.

அவர்களின் நேரடி வாரிசுகளாக இல்லாமல் மாற்று முகங்களுடன் வெளிப்பட்ட ஆத்மா நாம், பழமலய், கலாப்ரியா, கல்யாண்ஜி, மனுஷ்யபுத்திரன், சல்மா, கனிமொழி எனச் சமூக நிகழ்வு சார்ந்து கவிதை எழுதிய/ எழுதும் பலரின் கவிதைகளில் இந்த அமைப்பு உள்ளதைக் காணலாம். மொத்தத்தில் பட்டணம் காணாமல் போனது என்பதாக முடித்து, அதனால் உண்டாகும் சோகத்தை வாசிப்பவனிடம் கடத்திவிட்டு முடித்திருந்தால் சேரனின் இந்தக் கவிதையும் அந்த அமைப்பிற்குள் தான் இருக்கிறது எனச் சொல்லி விடலாம். ஆனால் சேரன் பட்டணம் காணாமல் போன துயர நிகழ்வின் பின் விளைவாக வேறு சில பலன்களும் ஏற்பட்டன எனத் தன் கவிதையை விரிக்கிறார். மூன்று தெருக்களிலிருந்தும் மூன்று உலகங்கள் பிறந்தன. மூன்று உலகங்களிலிருந்தும் முந்நூறு பார்வைகள் விரிந்தன. முந்நூறு பார்வைகளிலிருந்தும் மூன்று கோடி முகங்கள்..... என விரிந்துள்ளதை வாசித்துப் பாருங்கள்.

அந்த விரிப்பின் காரணமாக நிகழ்வின் பலன் வெறும் துயரம் மட்டும் அல்ல, துயரங்களின் ஊடாகச் சில நன்மைகளும் ஏற்பட்டுள்ளன எனக் கவி சொல்ல விரும்பியது புலப்படும். அந்தப் புலப்பாடுதான் கவி சேரனின் கவிதையியலின் தனித்தன்மை இதுவென அடையாளப்படுத்துகிறது. உணர்வுகளை உண்டாக்குவது மட்டுமல்ல, உணர்வுகளைத் தாண்டி விமரிசனங்களுக்குள்ளும் வினாக்களுக்குள்ளும், அழைத்துச் செல்வதும் கவிதையியலின் வேலைதான் எனச் சேரன் கருதுகிறார். 'மூன்று தெருக்கள்' என்ற இந்தக் கவிதையில் மட்டும் அல்ல; அவரது பெரும்பாலான கவிதைகளில் இந்த அமைப்பினை, இயல்பினைக் காணலாம்.

மீண்டும் கடலுக்கு என்ற தொகுதியிலிருந்து 'கொலைக் கலைஞன் 'என்ற இன்னொரு கவிதை.

"மனிதர்களின் கைகளையும் கால்களையும்
தலைகளையும் துண்டித்துக் கொண்டிருந்த போது
இவனை முதன் முதலில் கண்டேன்

'என்ன செய்கிறாய்? என்று அலறினேன் பீதியில்
முற்றாக வெளிவர மறுத்தது என் குரல்

"மிரளாதே.
இந்த அழகிய உடல்களுக்குப்
பொருந்தாத உறுப்புக்கள் இவை.
புதியவற்றைப் பொருத்தவே
இவற்றைத் துண்டாடுகிறேன்
இப்போது தெரியாது என் ரூபம்
பொறுத்திரு ஒரு தலைமுறைக்கு
பிறக்கும் ஒரு புது அழகு "
என்று இவன் சொல்லி முடிக்கும் முன்பே
மனிதர்கள் வரிசையாக இவனிடம் வருகிறார்கள்
இவன் துண்டாடுகிறான்
இவனது பெருவாளின் கூர்மை
பரிதிச் சுடரின் பொறிகளில் மோதிப்
பேரொளி கிளப்புகிறது.
இவனது கைவீச்சில் மனிதருக்கு வசப்படாத
துரிதமும் நளினமும்
பிரிபடா முழுமையாய் இணைகின்றன
நெடுங்காட்டுள்
நுனிவிரலில்
நூறாண்டு தவமிருந்து
பெற்ற உடல்
பிளந்தெறியும் போதும் சாந்தம் குடியிருக்கும்
முகபாவம் அவனுக்கு
நிகழ்கால அவலங்களுள் சிக்குண்டிராத
ஒரு முனிவனின் மனோநிலை
இவனது இதயத்துள்
சிலந்தி வலையாகப் படர்ந்திருக்கிறது
இவன் வெட்டியான் அல்லன்
கொலைக் கலைஞன்.

இந்தக் கவிதையின் தலைப்பு கொலைக்கலைஞன் என்பது. மூன்று பகுதிகளைக் கொண்ட நீண்ட கவிதையின் முதல் பகுதி இது (மீண்டும் கடலுக்கு... ப.49). இலங்கைத் தமிழர்களின்

வாழ்க்கையில் யுத்தமும் வன்முறையும் என்னவாகத் தொடங்கி, என்னவாக ஆகி, இப்பொழுது என்னவாக இருக்கிறது என்பதைச் சொல்லும் அந்தக் கவிதையின் அமைப்பும் நிகழ்வு, விளைவு, பலன் என்ற அமைப்பிற்குள் தான் இருக்கிறது. இந்த அமைப்பிலிருந்து முற்றிலும் விலகாமல் இம்மூன்றையும் இடம் மாற்றி வைத்திருக்கும் கவிதைகளும் சேரனின் கவிதைத் தொகுப்புகளில் உள்ளன.

எல்லாவற்றையும் மறந்து விடலாம் என்ற தலைப்பிட்ட இந்தக் கவிதையில் பலரும் விரும்பி மேற்கோள் காட்டும் அமைப்பு இடம் மாற்றி வைக்கப்பட்டிருக்கிறது (நீ இப்பொழுது இறங்கும் ஆறு,ப.79) என்பதை வாசிக்கும் போதே உணரலாம். நிகழ்வு, விளைவு, பலன், அதனைச் சார்ந்து வினாக்கள் அல்லது விமரிசனங்கள் என்ற அமைப்பு சேரனின் கவிதைகளில் காணப்படும் பொது அமைப்பு என்பதை அவரது தேர்ந்தெடுத்த கவிதைகளை (நீ இப்பொழுது இறங்கும் ஆறு—சேரன் கவிதைகள் ஒரு நூறு, ஓகஸ்டு, 2000) வாசிக்கும் போது சுலபமாகப் புரிந்து கொள்ளலாம். சேரன் கவிதைகளில் காணப்படும் இந்த அமைப்பு தான் ஈழத்தின் மற்ற கவிகளிடமிருந்து, இன்னும் சொல்வதானால் தமிழில் இப்போது எழுதிக் கொண்டிருக்கும் பலரிடமிருந்தும் அவரைத் தனித்து அடையாளப்படுத்துகிறது. தனது கவிதைகளை வாசிக்கும் வாசகர்களுடன் நேரடியாக ஒரு புனைகதையின் அம்சங்கள் நிரம்பிய உரையாடல் தொனியுடன், கவிதையின் வடிவ ஒழுங்கு சிதையாமல் விரியும் கவிதை அடையாளத்தைச் சேரன் தனதாக்கி இருக்கிறார். தமிழில் நவீன கவிதை எழுதும் சிலரிடம் இந்த அடையாளம் உண்டு.ஞானக்கூத்தன், கலாப்ரியா போன்றவர்களிடத்தில் ஆங்காங்கே இந்த அடையாளத்தைக் காணமுடியும். ஆனால் சேரனிடம் இது தான் அவரது கவிதை வடிவம் என்பதாக வெளிப்படுகிறது என்பதுதான் அவரது சிறப்பு.

மீண்டும் கடலுக்கு என்ற கவிதைத் தொகுதியை அடுத்து அவரது நேர்காணல்கள் தனி நூலாகத் தொகுக்கப்பட்டு வந்துள்ளது (கடவுளும் பிசாசும் கவிஞனும்– சேரன் நேர்காணல்கள், டிசம்பர், 2006). இந்த நேர்காணல்களைக் கவனமாக வாசிக்கும் ஒருவர் அவரது பதில்கள் போகிற போக்கில் சொல்லும் பேச்சாக இல்லாமல் இருப்பதை அவதானிக்கலாம். தன்னிடம் கேட்கப்படும் கேள்விகளுக்கும் கூட நிகழ்வு, விளைவு, காரணம், தனது மாற்றுக் கருத்து என ஒருவித அமைப்பிலேயே விடை சொல்கிறார்.

தர்க்கம் சார்ந்து பேசும் இந்த அமைப்பையே கவிதையின் அமைப்பாகவும் கைக்கொண்டிருக்கிறார் சேரன் என்பதை நேர்காணல்கள், கவிதைகள் என இரண்டையும் ஒருசேர வாசிக்கும் போது புரிகிறது. சேரனின் கவிதைகளுக்குத் தனித்த அடையாளத்தை உண்டாக்கியுள்ள இந்தக் கவிதை அமைப்பு, மேற்கத்திய தர்க்கம் சார்ந்து இயங்கினாலும், அதன் சாராம்சம் மேற்கின் தொடக்கம் அல்ல, தமிழ்க் கவிதை மரபின் தொடக்கம் தான்.

தமிழ்க் கவிதையின் தொடக்கமாகக் கருதப்படும் வீரயுகப் பாடல்களில் இரண்டு போக்குகள் உண்டு. ஒன்று காதல்/ காமம் சார்ந்த உரிப் பொருள்களைக் குறிப்பான நிலம், காலம் என்ற பின்னணியில் எடுத்துரைக்கும் அகத்திணைக் கவிதைகள். இன்னொரு போக்கு போர்க்களக் காட்சிகளைக் குறிப்பான நபர்களை அல்லது நிகழ்வுகளை மையப்படுத்தி எடுத்துரைக்கும் புறத்திணைக் கவிதைகள். இப்புறத்திணைக் கவிதைகள் எப்பொழுதும் நிகழ்வு, விளைவு, பலன், அல்லது விமர்சனம் என்பதாகவே அமைந்துள்ளன. போர் வேண்டாம் என்று சொல்லும் போதும், போரைத் தவிர வேறு வழியில்லை என்று சொல்லும் போதும் புறநானூற்றுக் கவிகள் இந்த அமைப்பைத் தான் பின்பற்றியுள்ளனர். பொருள் வேண்டும் என்று கேட்டாலும் சரி, நீ தர வேண்டாம், எனக்குத் தரப் பல மன்னர்கள் இருக்கிறார்கள் என மறுக்கும் போதும் புறநானூற்றுக் கவிதைகள் இந்த அமைப்பையே கொண்டிருக்கின்றன.

போர்க்களத்தைப் பாடும் ஏழு திணைகளின் எல்லாத் துறைப் பாடல்களிலும் இந்த அமைப்பு பொதுவான கூறுதான். போரைப் பாடாத பொதுவியல் துறையின் பாடல்களில் நேரடி எடுத்துரைப்பு முறை மேலும் கூடுதலாகவே இருக்கிறது. இந்தக் காரணமே கூட சேரனின் கவிதைகளும் அத்தொன்மைத் தொடக்கத்தின், புறப்பாடல் பெருமரபின் நீட்சியாக இருக்கிறது எனச் சொல்ல வைக்கிறது. இந்தக் காரணமே கூடச் சேரனின் கவிதைகளை எளிமையாகவும் உணர்வை எழுதும் தர்க்கத்தோடும் இருப்பதாகத் தோன்றச் செய்யலாம். இந்த அம்சம் கவனித்துச் சொல்ல வேண்டிய அம்சம் மட்டும் அல்ல, புதிதாகக் கவிதை எழுதத் தொடங்கும் இளங்கவிகள் பின்பற்ற வேண்டிய ஒன்றுமாகும்.

தமிழில் நவீனக் கவிதை எழுதும் பலரும் தங்களின் கவிதை வடிவத்தை மேற்குலக முன்னோடிகளிடமிருந்து பெற்றுக் கொண்டதைப் போல சேரன் தனது வடிவத்தை மேற்கிலிருந்து பெறவில்லை. வடிவத்திற்கு மாறாகச் சேரன் மேற்கிலிருந்து சிந்தனை முறையைப் பெற்றிருக்கிறார் என்று மட்டும் சொல்லலாம். பொதுவெளி, தனிமனித வெளி என்பன பற்றியெல்லாம் அவரிடமிருந்து வரும் கருத்துக்கள் பெரும்பாலும் மேற்கின் நவீனத்துவ சிந்தனைகள் தான் என்பதை அவரது நேர்காணல்கள் தெளிவுபடுத்துகின்றன.

மேற்கின் கல்வி முறையில் படித்து, சில பத்தாண்டுகள் மேற்குலகில் வாழ்ந்து வரும் ஒரு தமிழ்க் கவி மேற்குலகத்திடமிருந்து எதனைப் பெற வேண்டும், மரபில் எதனைத் தக்க வைக்க வேண்டும் என்பதில் தெளிவாக இருந்துள்ளார் என்பது ஒருவிதத்தில் ஆச்சரியம் தான். ஆச்சரியங்களிலிருந்து கற்றுக் கொள்ள வேண்டியது நிறைய இருக்கும். சேரன் கவி, கற்க வேண்டிய ஆச்சரியம்.

000

இந்தக் கட்டுரைக்குப் பயன்பட்ட சேரனின் நூல்கள்:

- கடவுளும் பிசாசும் கவிஞனும்– சேரன் நேர்காணல்கள்– காலச்சுவடு, டிசம்பர்– 2006.
- மீண்டும் கடலுக்கு, சேரன் கவிதைகள், மறுபதிப்பு– டிசம்பர்– காலச்சுவடு, ஆகஸ்டு– 2005.
- நீ இப்பொழுது இறங்கும் ஆறு – சேரன் கவிதைகள் ஒரு நூறு– காலச்சுவடு, ஆகஸ்டு– 2000.

சுயாந்தன்

கவிஞர், புகைப்படப்பிடிப்பாளர்.

13

யதார்த்தத்தை மிகையற்றுச் சித்தரிக்கும் கவிதைகள்

சுயாந்தன்

எனது அன்றைய வாசிப்பில் சேரனுடன் அறிமுகமான பல கவிஞர்களின் கவிதைகளை இன்று வாசிக்க முடியவில்லை. மிகுந்த அயர்ச்சியைத்தான் அவை தருகின்றன. ஆனால் சேரனின் கவிதைகளில் உள்ள நிதானமான சிந்தனைகளும் இயற்கையை உருவகப்படுத்தியுத்த நிலத்தின் நிகழ்வுகளுடன் இணைத்துக் கூறும் மொழியும் வெகுவாக கவனிக்கப்பட வேண்டியவை. அவற்றின் தனிப்பண்புகளே இவைதான். இந்த வாசகமுகத்துடன் சேரனை அணுகும்போது அவை யதார்த்தத்தை மிகையற்றுச் சித்தரிக்கும் போக்கினைக் கொண்டவை என்று அடையாளம் காணமுடியும். இந்த அடையாளம்தான் அவரை மீளவும் வாசிக்க வைக்கின்றது. இதே போன்ற பாங்கில் சற்று ஆவேசமாகவும் தமிழ்த்தேசியத் தீவிரக் கனவுடனும் கவிதை எழுதியவர் நிலாந்தன். நிலாந்தனின் கவிதைகள் வன்னி நிலத்தைச் சித்திரித்தவை.

யுத்தகாலத்தின் காதல் நினைவுகளை யுத்தத்தின் கோரத்திலிருந்து தனிமைப்படுத்தாமல் அதனை இயற்கையின் குறியீடுகளால் சேர்த்து ஆக்கியமையை சேரனின் கவிதைகளில் அவதானிக்க முடியும்.

“ஆற்றின் இருபுறமும் காத்திருந்தோம்.
காதல் மடிந்துபோன கரைகளில் இனிமையின்
சுவடுகளைச் சொல்ல இருந்த வெள்ளை மார்புடைய
மீன்கொத்தி பறந்து போயிற்று.
ஆற்றைத் தொட்டும் தொடாமலும்
எறிகணையின் வேகத்துடன்
விரைந்து செல்கிறது
தலையில்லாக் குருவி.
அதன் சிறகுகள் நீரைத் தொடுகிற
போதெல்லாம் மின்பொறி தெறிக்கிறது.
சிறுகுருவி பெரும் ஆற்றுத்தீயை மூட்டுகிறது” [75]

அநேகமான இலங்கைக் கவிதைகள் தட்டையான உள்ளடக்கத்துடன் தமது கவிதைகளைக் கவிதை என்று நிரூபித்தவைதான். ஆனால் இந்தக் கவிதையில் தட்டையான பாகங்களை எங்கும் காணவியலாது. காதல் நொய்ந்துபோன கரைகளில், இனிய நினைவுகளைச் சொல்ல இருந்த ஒரு பறவையின் நிலமையை விபரிக்கிறார். அதில் அதனைக் கூற முனையும் பறவையின் தலையே இல்லாமல் போய்விட்டது. மீன்கொத்தியையும் சிறுகுருவியையும் ஒருநிகழ்வின் தொடர்பாகவே இங்கே நாம் எடுத்துப் பார்க்க வேண்டும். ‘எறிகணை வேகம்’ என்பது மானிடப் பேரழிவின் குரூரம் என்றுதான் மேற்கோள் காட்டமுடியும். எறிகணை வேகத்துடன் விரைந்து சென்ற தலையற்ற குருவி ஆற்று நீரைத் தொட்டவுடன் மின்பொறி பறக்கிறது என்று அவ்வரி நிறைவடைகிறது.

ஒரு யுத்தத்தின் அனுகூலத்தையும் பிரதிகூலத்தையும் அதில் தொடர்புபடாத ஒரு பறவையே இப்படி அனுபவிக்கிறது என்றால், மக்களின் நிலமை எதுவாயிருக்கும்?. வெள்ளை மார்புடைய மீன்கொத்தி என்பதைச் சமாதானத்தின் குறியீடாகவும் கருதலாம். அல்லது யுத்தநிகழ்வுடன் நேரடியாகச் சம்பந்தப்படாத ஒரு

ஜீவனாகவும் கூறலாம். ஏனென்றால் வெள்ளை என்பது பொதுவாக சமாதானத்தின் குறியீடு. அடுத்துவரும் "தலையில்லாக்குருவி" சமாதானத்தின் அழிவினைக் குறிப்பதாக அடையாளப்படுத்தலாம்.

கடைசியாக சிறுகுருவி பெரும் ஆற்றுத் தீயை மூட்டுகிறது என்பது இரண்டு முக்கிய நிகழ்வுகளை வலியுறுத்துகின்றன.

1. சமாதானத்தின் அழிவும் மானிடத்துயரமும்
2. இனங்களின் வெறிப்பற்றுகை

இவற்றைத் தெளிவாகக் கூறுவதில் சேரனின் நிதானம் எவ்வளவு காத்திரமான பங்கினை வகிக்கின்றது. இக்காலத்தில் வெளிவந்த அநேகமான இலங்கைக் கவிதைகள் துவேசத்தையும், பிற இன வெறுப்பையும் கவிதைக்குள் மூட்டியது. அத்துடன் கொச்சையாக ஒரு இனத்தையும் அவ்வினத்தின் கடவுளரையும் வர்ணித்தது. ஆனால் அந்த மூர்க்கம் இல்லாத ஒரு தெளிந்த மனம் இங்கு வெளிப்பட்டுள்ளது. எங்கள் துயரங்களை உலகுக்கு வெளிப்படுத்த நன்மொழியை நாம் கட்டமைக்க வேண்டும். அதற்குள் ஒரு ஜனநாயகப் பண்பை உருவாக்க வேண்டும். அதனைப் பிறமொழிகளில் பெயர்க்கும்போது எமது ஆத்மார்த்தமான பிரச்சினைகளை அவர்கள் உணரவேண்டும்.

இனச்சிக்கலிலுள்ள நாம் இன்னொரு இனத்தைத் தாழ்த்தி அவர்களின் கடவுளரைத் தூற்றுவதால் எம்மைப் பிறர் அறிந்துவிடப்போவதில்லை. மாறாக எமது படைப்பூக்கம் வீழ்ச்சி கண்டுபோகும். இந்த முறையைச் சரியாகப் பயன்படுத்தி வெற்றிகண்டவர் சேரன். அவரது அநேக கவிதைகள் ஆங்கிலம், மலையாளம், பிரஞ்சு மொழிகளில் மொழிபெயர்க்கப்பட்டுள்ளன. அதற்கு அவரது நிதானமான மொழி மட்டுமல்ல, கவிதையின் உள்ளடக்கமும்தான் காரணமாகும். அதனால்தான் அன்று வாசித்த சேரன் இன்றும் அதே போல இருக்கிறார் கவிதையில்.

"பிணங்களால் பாலம் அமைத்து ஆற்றைக் கடக்க வேண்டாம்" என்றொரு வரி சேரன் எழுதியதுதான். அண்மையில் முல்லைத்தீவுக்குச் சென்ற போது பெருந்தொகையான மக்கள் கொல்லப்பட்ட வட்டுவாகல் பாலத்தடியில் வைத்து அந்தப் பாலத்தின் துயரக் கதையைச் சிலர் கூறினார்கள். பெட்டைக்கடலால் மக்கள் நடந்து செல்லும்போது துப்பாக்கிப்

பிரயோகங்கள் இராணுவத்தால் மேற்கொள்ளப்பட்டதாம். அப்பொழுது இறக்கும் உடலங்கள் பாலத்தின் கீழும் பாலத்தின் மேலும் சாய்ந்து கிடந்தன. அதனை ஏறி மிதித்தபடிதான் மக்கள் கடந்து போயினர். இந்தத் துயரத்தை அவர்கள் வர்ணிக்கும்போது யுத்தத்தின் கோரம் பல சமயங்களில் சலிக்கவே வைக்கிறது. இக்கதையைக் கேட்ட பலரின் இனவெறி என்பது அங்கேயே உறைந்தழிந்து போனது என்றும் கூறலாம்.

எம் அடுத்த சந்ததிக்குத் தமிழைக் கற்றுக்கொடுக்க வேண்டுமா என்ற கேள்வி கூட அங்கே எழுந்தது. 2000களில் எழுதப்பட்ட சேரனின் இந்த வரி அப்பொழுது என் ஞாபகத்தைக் கிளறிக்கொண்டு வந்தது. எத்தனை மக்கள் ஆற்றைக்கடக்க பிணத்தைப் பாலமாக்கியுள்ளனர். அந்தப் பிணங்களில் கடந்தவர்களின் ரத்த உறவுகள் கூட இருந்திருக்கலாம். இதனை வைத்து இன்றும் அரசியல், இலக்கிய வியாபாரம் செய்பவர்களை நினைத்தால் அருவருப்புத்தான் உண்டாகிறது. இவற்றைக் கடந்து வரவேண்டிய சூழல் நமக்காக உருவாக்கப்பட்டுள்ளது. இன்னும் பிரிவினைவாதத்தை முன்வைத்தபடி இருப்பது தமிழ்ச் சமூகத்தின் சாபக்கேடுதான். பாதிக்கப்பட்ட சமூகத்தின் முன்னகர்வுக்கான பெருந்தடையாக இருப்பவர்கள் இவர்கள் என்று கூறலாம்.

000

- 2018

குணாளினி தயாநந்தன்

ஆசிரியர், கவிஞர், சிறுகதையாளர், கட்டுரையாளர்.

14

சேரனின் கவிதைகள் வாழ்க்கையைக் கொண்டிருக்கிறது!

குணாளினி தயாநந்தன்

கவிஞர் சேரனின் எழுத்துலகம் பிரமிப்பை ஊட்டுவது. பல தசாப்தங்களாகத் தொடர்ச்சியாகப் பிரவாகிப்பது. அது பத்தி எழுத்துக்கள், தமிழ், ஆங்கில நாடகங்கள், அரங்காற்றுகைகள், உரைகள், இசைப் பாடல்கள், கவிதைகள் எனப் பரந்து விரிகின்றது. இங்கு அவரது கவிதைகள் குறித்து எழுதுவதானால், அவரது கவிதைகள் உயிரோட்டமுள்ள சித்திரங்களாகி, ஈழதேசத்தின் சமூக முரண்பாடுகள், போர், அரசியல், உள்ளார்ந்த நுண் அரசியல் எனப் பலவற்றைத் துல்லியமாகப் பதிவு செய்கின்றன. கூடவே, அவரது காதல் கவிதைகள் இன்னொரு பரிமாணத்தினைக் காட்டுகின்றன.

அவரது கவிதைகளில் இலக்கியம் சார்ந்த பேரழகும், கலாநுட்பமும் அதனூடாக உள்ளார்ந்த அமைதியும் பொதிந்திருப்பதைக் காணலாம். அதேவேளை அக்கவிதைகள் "ஓசை தருகின்ற உவமை இல்லா இன்பத்தில்" தன்னிறைவு கொண்டிருப்பவை.

இப்படைப்பாளியின் விகசிப்பு ஆனது, சேரன் மானுடவியல் சமூகவியல் பேராசிரியர் என்பதையும், உலக இலக்கியங்களோடு மிகுந்த பரிச்சயம் உடையவர் என்பதையும் மட்டுமல்ல, ஈழத்து நவீன கவிதைகளின் முதல்வரான மஹாகவி உருத்திரமூர்த்தி அவர்களின் மகன் என்பதையும் என் மனதில் மீள்வலியுறுத்துகின்றது. மஹாகவி மற்றும் சேரன் ஆகியோரது கவிதைகளை ஆழ்ந்த ஈடுபாட்டுடன் படித்திருக்கிறேன் என்ற ஒற்றைத் தகைமையாகக் கொண்டு இப்பதிவை எழுத விழைகின்றேன்.

*

"போரின் புதல்வர்களாக வெளிப்பட்ட கவிஞர்களில் சேரன் தலையாயவர்" என்பார் பேராசிரியர் எம்.ஏ.நுஃமான். ஈழத்தின் அரசியல் வெஞ்சமரினை அதன் உள் நின்றும் புறத்திலிருந்தும் மிக உன்னிப்பாக அவதானிக்கின்ற சேரன், அவற்றை முக்கியமான கவிதைகளாகத் தமிழ் இலக்கியச் சிமிழ்களில் பத்திரப்படுத்தி இருக்கின்றார். அவரது இடைவெளி அற்ற, தொடர்ச்சியான கவிதைப் போக்கு கால நகர்வினை ஒட்டிக் காட்சிகளைச் சொல்லோவியங்களாக வரைந்து இருக்கின்றது. அதற்கு அவரது கவிதைத் தொகுப்புகளான இரண்டாவது சூரிய உதயம், யமன், கானல்வரி, எலும்புக்கூடுகளின் ஊர்வலம், எரிந்து கொண்டிருக்கும் நேரம், நீ இப்பொழுது இறங்கும் ஆறு, மீண்டும் கடலுக்கு, காடாற்று, திணைமயக்கம், அஞர் என்பன சாட்சியங்கள் ஆகின்றன.

சேரனின் கவிதைகளில் காணப்படும் கால ரீதியான வளர்ச்சியும் கவிதா முதிர்ச்சியும் அவை நவீனத்துக்குள் கால் பதித்துத் தம்மைப் புதுப்பிக்கும் போது பயன்படுத்தப்படும் செழுமையான உருவ உள்ளடக்க உத்திகளையும் நோக்குகின்ற பொழுது, அவை ஈழத்து நவீன கவிதைப் பரப்பில் ஒரு புதிய மறுமலர்ச்சியை ஆக்கிச் செல்வதை நாம் அவதானிக்கலாம்.

கவிதைகள் பறவைகளைப் போலத் தமது எல்லைகளைப் புறக்கணிக்கின்ற அதே வேளையில், தேர்ந்த கவிஞர்களும் "விட்டு விடுதலை"யான உணர்வோடு செழுமையான கவிதைகளைப் படைக்கிறார்கள். தாம் கொண்ட சமரசமற்ற கருத்தியலில் இருந்து விலகாது; தமக்கென்ற தனித்துவமான பாணிகளில் தமது கலைத்துவத்தை உலக அரங்கில் முன் வைக்கிறார்கள்.

> "என் கவிதை தொடங்குகிறது
> கண்ணீரிலும் இரத்தத்திலும்
> கரைகிற நம் வாழ்க்கையிலிருந்து"
> - (கைதடி 1979)

சேரனது கவிதைகளில் தேவையற்ற வெற்றுச் சொற்கள் இல்லை. எதிர்ப்புக் கோசங்கள் இல்லை. பிரச்சாரங்கள் இல்லை. கவிதைகள் சம்பவங்களைக் கலாநுட்பத்துடன் பேசுகின்றன. இவை சமூக முரண்களை வெளிச்சம் போட்டுக் காட்டுகின்றன. வாசகரைத் தீவிரமாகச் சிந்திக்கத் தூண்டுகின்றன. அவற்றின் மூலம் வாசகரின் மனதில் பல்வேறுபட்ட உணர்ச்சிகளைப் பெருக வைக்கின்றன. சமூகத்தில் புரையோடிப் போயிருக்கின்ற சாதிமை, வர்க்க பேதம், சீதனக் கொடுமை மற்றும் சிறுவிதையிலிருந்து பெருவிருட்சமாக வளர்ந்து சரிந்த ஈழப்போர் என மிக விசாலமான பரப்பில் இவரது கவிதைகள் விரிகின்றன.

மஹாகவி உருத்திரமூர்த்தி அவர்களின் கவிதைகளில் மிகப் புகழ் பெற்ற 'தேரும் திங்களும்' கவிதையை அறியாதவர்கள் மிகக் குறைவு. அக் கவிதையில்,

> "முந்தநாள் வான முழு நிலவைத் தொட்டுவிட்டு
> வந்தவனின் சுற்றம்,
> அதோ மண்ணில் புரள்கிறது"

என யாழ் மண்ணில் உக்கிர தாண்டவமாடும் சாதிப் பிரச்சினையைச் சுட்டிக்காட்டினார் மஹாகவி. அந்த வரிகள் எழுப்பிய பூகம்ப அதிர்வுகள் இன்றுவரை எம் மண்ணில் கேட்டுக் கொண்டே இருக்கின்றன.

அதேபோல, "பொன்வண்டுகள் மினுங்கும் என்று இலந்தை மரங்களை மேய்ந்து திரிந்த, உயிர் நண்பனை இரத்தமும் சதையும் நிணமும் எலும்புமாக காண நேர்கையில், அவனது வீட்டை அவர்கள் எரித்ததை தெருவில் நின்று பார்க்க நேர்கையில்", சேரனின் மயான காண்டம் உதிக்கிறது. அது யாழ்ப்பாண மண்ணின் பரம்பரைகள் வழியே இறங்கி செல்லும் சாதிப் பிரச்சினையின் கொடூர தாண்டவத்தைக் காட்சிப்படுத்துகிறது. அதன் இறுதியில்,

"நீ துயில்க
அன்னியர்கள் வந்து விட்டார்கள் என்பதையாவது
நான்,
அவர்களுக்கு நினைவூட்ட வேண்டும்"[76]

எனப் பின்னாளில் பூதாகரமாக வெடிக்கப் போகின்ற அரசியல் இனமுரணைச் சார்ந்த எதிரிகளையும் சுட்டிக்காட்டி மௌனமாக விலகிச் செல்கிறார் சேரன். ஆனால் கவிதையோ வாசகரின் மனங்களில் ஆழப் புதைந்து விடுகிறது. இரண்டு கவிதைகளுமே அற்புதமான காட்சிச் சித்திரங்களாக விரிகின்றன. அவை வாசகரின் ஆழ் மனதில் சமூகக் கொடுமையின் மீதான எதிர்ப்பு உணர்ச்சியை உருவாக்குகின்றன.

அதேபோல, கானல் வரி, கைதடி 1979 என்ற கவிதைகள் முதிர் கன்னிகளின் சீதனப் பிரச்சினை மற்றும் சாதிப் பிரச்சினை என்பவற்றை காத்திரமாகச் சாடி, அவற்றுக்குச் சவுக்கடி கொடுக்கின்றன.

"காத்திரு
உனக்காய் இவர்களனைவரும்
கொண்டு வருவர்
ஏழு குதிரைகள் பூட்டிய தேரில்
பொன்னிற இறகுகள்
தலையில் மினுங்கும்
தூய ஷத்திரியனை.
பார்த்திரு
உனது கூந்தல் வெளுத்த
பின்பும் கூட."

- கானல்வரி

"ஆலயக் கதவுகள்
எவருக்காகவது மூடுமேயானால்
கோபுரக் கலசங்கள்
சிதறி நொறுங்குக.
மானுட ஆண்மையின்

நெற்றிக் கண்ணே
இமை திற! இமை திற!"

- கைதடி 1979

சேரனின் கவிதைகள் அவரது தந்தையார் மஹாகவியின் கவிதைகளுடன் கொண்டிருக்கும் ஒற்றுமை இயல்புகள் இலக்கிய ரீதியான பார்வையில் சுவாரஸ்யம் மிகுந்தன. இவை சமூக ஏற்றத்தாழ்வுகளின் மீதான எதிர்க் குரல், நீண்ட தொலைநோக்கு, தாம் கொண்ட கருத்தியலின் மீது சமரசம் அற்ற தன்மை, தமது படைப்பின் மீதான பெருமிதம், அவற்றின் வெற்றி பற்றிய தீர்க்கமான நம்பிக்கை, எதிர்ப்பு அலைகளை கருத்தில் எடுக்காதபடி தொடர்ச்சியாக இயங்கும் தன்மை, வாழ்தலின் மீதான தீவிர முனைப்பு, ஆழ்ந்த மனிதாபிமான அல்லது மானுட கரிசனம் எனப் பலவற்றில் தமக்குள் சிநேகமுற்று இயங்குவதை நாம் அவதானிக்கலாம். அத்துடன் கவிதைகளின் சந்தம் நிறைந்த, சுந்தரச் செந்தமிழ்ச் சொல்லாட்சியின் உன்னத நிலையிலும்கூட அவை "போலச் செயற்படுபவை" எனின் மிகையல்ல.

*

கவிதையைக் கலைகளின் அரசி என்று கூறுவார்கள். ஓவியம் இரு பரிமாணமாகவும், சிற்பம் முப்பரிமாணமாகவும், நடனம் நான்கு பரிமாணமாகவும், இசை ஏழு பரிமாணமாகவும் இயங்குகையில், கவிதை பல பரிமாணங்களை உடையதாக விளங்குகின்றது. அதன் காரணம் கவிதையின் ஊடகம் மொழி ஆகும். மொழியானது நிகழ்த்த வல்ல சாத்தியப்பாடுகள் எண்ணற்றவை. கவிதைகள் இயங்கும் மொழியானது வரையறையற்ற சுதந்திரத்தோடு கவிஞனின் மனவெளியில் உலாவிப் பலவிதமான நர்த்தனங்களை நிகழ்த்துகிறது. அது அழகிலா விளையாட்டு. பார்க்கச் சலியாதது. பேசித் தீராதது. எழுதி முடியாதது.

"கவிஞன் சொல்வதில்லை, உருவாக்குகிறான். கவிதை அர்த்தம் கொண்டிருப்பதில்லை. அது வாழ்க்கையைக் கொண்டிருக்கிறது" என்பது ஃப்ராங்க் கெர்மெக் இன் கருத்தாகும். சேரனின் கவிதா மொழி வலிந்து உருவாக்கப்படுவதில்லை. அது வாழ்க்கையைக் கொண்டிருக்கிறது. ஆற்றுகையின் போது, அது தனது இயல்புகளை

நிகழ்த்துகின்றது. கதைகள் கூறும் அக்கவி மொழி மிகையான மனவெழுச்சிகளைச் சிருஷ்டித்து விட்டு மௌனித்து நிற்கும் தனித்துவத்தைக் கொண்டது. அது சமூகத்திற்குச் சட்ட விதிகளைப் பரிந்துரைப்பதில்லை. ஆனால், ஆற்றல் மிக்க அந்த மொழியானது வாசகனை ஆழ்ந்து சிந்திக்க வைக்கின்றது. அவனைக் கலங்க வைக்கின்றது, கிறங்க வைக்கின்றது, பதட்டமுற வைக்கிறது, பரவசமுற வைக்கிறது, பேச வைக்கிறது, மௌனிக்க வைக்கிறது. மேலும் பழைய யாப்பிலக்கணம் படிக்கத் தூண்டுகிறது; புதிய நவீன கவிதைகளுக்கான உத்திகளைக் கற்பிக்கின்றது. சுருங்கச் சொன்னால் மொழியினால் சாத்தியப்படத்தக்க பன்முகப்பட்ட வித்தைகளைப் பரீட்சித்துப் பார்க்கின்றது. துயரிலும் காதலிலும் தோய்ந்த சொற்கள் "தமக்குவமை அற்று"த் தம் பணி புரிகின்றன.

சேரனது கவிதைகளில் மஹாகவியின் கவிதாவியல்புகள் மேலும் செழுமைப்பட்டிருக்கக் காணலாம். அவர் யாப்பிலக்கண விதிகளை முழுமையாகத் தெரிந்து கொண்டு, அவற்றைத் தமது படைப்பாளுமை கொண்டு மீறுவதனால் ஈழத்துக் கவிதையைப் புதிய தளத்திற்கு வெற்றிகரமாக நகர்த்திச் செல்கின்றார். "சொல் மந்திரம் போன்றது. சொல்லினால் சொல்லற்ற நிலையைக் காண்பதே இலக்கியம்" என்பார் பிச்சமூர்த்தி. அவர் சொல் அசைந்து வந்தால் கவிதை ஆடி வந்தால் பாடல் ஆகிவிடுகிறது என்பார். "மந்திரம் போல் வேண்டுமடா சொல்லின்பம்" என்பார் மகாகவி பாரதியார். சேரனின் சொல்லாட்சி வாசகரைப் பிரமிக்க வைப்பது. அது வரம்பிலாச் சக்தி உடையது. ஒரு கை தேர்ந்த ஓவியனின் தூரிகைப் போல சொல்லோவியங்களைப் படைத்து விடுகிறது.

அவரது 'தொலைந்து போன நாட்கள்' என்ற கவிதையிலிருந்து ஒரு காட்சியைக் காணுங்கள்.

"திடீரென வந்தனர்.
தலைமயிர் உதிரும்படி
அவன் தலையைச் சுவரில் மோதினர்.
மேசை அதிர்ந்து
கவிழ்ந்து கொண்டது.
அதன் மேல் இருந்த

தொய்வுக் குளிகைகள்
காலணியின் கீழ்
நசுங்கித் தேய்ந்தன.
நிலத்தின் மீது இரத்தம்
உறைந்தது.” [77]

இறுதியில், “நாளை உனது நிலையும் இதுதான்” எனக்கூறி, நெருப்பிலே நாட்கள் நகர்வதை அனுமதிக்கவில்லை எனில் “எழுந்து வெளியே வா” என எழும்பும் கவிக்குரல் கேட்பவரைப் புரட்சிக்கு அழைக்கிறது. அக்குரல் தொடர்ந்த இனக் கலவரங்களை மனிதபிமானம் நிறைந்த மானுட சாட்சியாகச் சொல்லிச் செல்கின்றது.

‘காலி வீதியில் திசைகளும் திசைகளோடு இதயமும் குலுங்க விரைந்தபோது, இரத்தச் சிவப்பில் பிளந்து கிடந்த மனிதர்களை, விழியே இல்லாமல் விழிக்குள் உறைந்திருந்த குருதியை, தனித்துப் போய் கிடந்த ஒரு இடது கையை, எரிந்து கொண்டிருக்கும் வீட்டிலிருந்து தொட்டிலை சுமக்க முடியாமல் சுமந்து செல்கின்ற ஒரு சிங்களக் கர்ப்பிணிப் பெண்ணை எனத், தான் காணும் கொடூரக் காட்சிகள் எல்லாவற்றையுமே மறந்துவிடலாம் என்கின்றார் சேரன். ” அவ்வாறெனில், எதனை மறக்கக் கூடாது? என்ற கேள்வி வாசகனிடம் எழுவது தவிர்க்க முடியதாகி விடுகிறது. அவ்வேளையில், மலையக மக்களுடனான நெருங்கிய உணர்வுத் தோழமையோடு, அவர்கள் மீதான வன்முறைகள், அவர்கள் அனுபவிக்கும் தாங்கவொண்ணாத் துயரங்கள் என்பவற்றை, யாரும் கண்திருப்பாத அவலச் சம்பவம் ஒன்றின் துணைகொண்டு, வெற்றிகரமாக வெளிச்சம் போட்டுக் காட்டுகிறது கவிதை. தென்னிலங்கை, யாழ்ப்பாணம் என்பவற்றுடன் மலையகத்தையும் அரவணைக்கின்ற சேரன் அவர்களின் விரிந்த பார்வை, உண்மைக் கலைஞனுக்கே உரிய மானுட கரிசனம் என்பவற்றை இக்கவிதை சுட்டிக் காட்டுகிறது எனலாம்.

“எல்லாவற்றையும்,
எல்லாவற்றையுமே மறந்துவிடலாம்.
ஆனால்,
உன் குழந்தைகளை ஒளித்து வைத்த

தேயிலை செடிகளின் மேல்
முகில்களும் இறங்கி மறைத்த
அந்தப் பின் மாலையில்
நீண்ட நாட்களுக்குப் பிறகு கிடைத்த
கொஞ்ச அரிசியை பானையிலிட்டுச்
சோறு பொங்கும் என்று
ஒளிந்தபடி காத்திருந்தபோது,
பிடுங்கி எறியப்பட்ட என் பெண்ணே,
உடைந்த பானையையும்
நிலத்தில் சிதறி
உலர்ந்த சோற்றையும்
நான் எப்படி மறக்க?"[78]

இங்கு "எல்லாவற்றையுமே, நீண்ட நாட்களுக்குப் பிறகு, ஒளிந்தபடி காத்திருந்த போது, பிடுங்கி எறியப்பட்ட" போன்ற சொற்கள் இக்கவிதையை வாசகர் மறக்கவே முடியாமல் செய்து விடுகின்றன. இங்கு 'முரண்' உத்தி சாதூர்யமாகக் கையாளப்பட்டிருக்கிறது.

இவ்வேளையில், வித்துவான் மீனாட்சி சுந்தரம்பிள்ளை அவர்கள் பற்றிய ஒரு குறிப்பு நினைவுக்கு வருகின்றது.

"எமை வைத்தி எமை வைத்தி எனப் பதங்கள்
இடையிடை நின் றிரந்து வேண்ட
உமை வைப்பாம் பொறுத்திடுமின் பொறுத்திடுமின்"

"எம்மைப் பயன்படுத்துங்கள், பயன்படுத்துங்கள்" என்று இரந்து வேண்டும் சொற்களிடம் "பொறுத்திருங்கள்" என்று கேட்டு, அவற்றை வரிசையில் காத்திருக்க வைத்துப் பின்னர் அவற்றுக்கான தக்க இடம் அமைகின்ற பொழுதில் அவ்விடத்தில் அவற்றை அவர் வைத்திடுவாராம். அதைப் போலவே, இங்கு கவிதையை ஆக்கும் சொற்கள் சாதாரணமானவை போல போக்குக் காட்டுகின்றன. ஆனால் அவை வைக்கப்படும் இடத்தைப் பொறுத்துக் கவிதையை மிக உயர்ந்த தளத்துக்கு இட்டுச் சென்று விடுகின்றன. அவை படிம நிலையில் புதைந்திருக்கின்றன. அவை காலப் பெருவெளியில் தியானம் செய்கின்றன.அவற்றை

மன ஒருமைப்பாடுடன் அணுகும் போது, அவை பன்முகச் சிந்தனைகளுக்கு வழி வகுக்கின்றன.

"காடாற்று" என்ற தொகுதியில் இருந்து தற்கொலை என்ற தலைப்பில் ஒரு குறுங்கவிதை கீழ்வருமாறு அமைகின்றது. அது வாசகனை அலைக்கழிக்கும் வெறுங் காட்சி அல்ல. இக்காட்சிப் படிமமாக விரிகையில் முழுமை பெறுகிறது. அது மௌனமாகப் பல செய்திகளைச் சொல்லி நிற்கிறது.

"காவற் பரணில்
ஒரு
கண்ணிழந்த போராளி"[79]

தற்காலத்தில் வாசிப்பவர்கள் எல்லோரும் முதலில் கவிஞர்கள் ஆகி விடுகின்றார்கள். அடுத்ததாக விமர்சகர் ஆகி விடுகிறார்கள். "கவிதை எழுதாத கவிதைக்கான வாசகனை தேடுகின்றேன்"என்பார் சுந்தர ராமசாமி. கவிதை எழுதும் கலை அல்லது கவியாளுமை இவரது வசன கவிதைகளையும் பாடல் போல் ஆக்கி விடுவதை காணலாம் 'பிரியாவிடை' என்ற கவிதையில்....

"பொன்னை இது பொன் என்று
போற்றத் தெரியாதோர்
மின்மினிக்கும் வெள்ளிக்கும் பேதம் அறியாதோர்
தென்னை மரத்தை குளிர் நிலவின் ஓலைகளை
பின்னி அது சுழற்றும் பேரழகை
இன்னும் இன்னும் உண்மைகளை
ஓயா உழைப்பை,
உலகத்தில் நல்லவையே செய்ய என
நாளும் நடப்பவரை
ஏன், உன்னையும் தான் உலகம் விரும்பாது"

எனக் கவிதை மொழி விரித்து,

"நிறுத்தி விடு உன் நடத்தல்களை'
சென்று வா . உனக்கான உலகம்
வெளியே விரிந்து கிடக்கிறது."

என முடிக்கின்ற பொழுதில், எதிர்ப்புக்களைப் புறந்தள்ளி "நமக்குத் தொழில் கவிதை" என மனம் சோராமல் துணிந்து நடந்த மஹாகவியின் "காட்டு மல்லிகை" எமது மனதில் ஒத்திசைகிறது.

மஹாகவியின் "காட்டு மல்லிகை" கீழ்வருமாறு அமைகின்றது.

"உன்னைப் போல் எனக்கும் வாழ்வில்
உலகத்தார் உயர்வு காணார்;
பொன்னை எம் காலில் கொட்டி
போற்றி விட வில்லை யாயின்
என்னம்மா நமக்கு? நாங்கள்
எதனிலும் குறைவதில்லை.
உன் பாட்டில் மலர்வாய் நீ! நான்
என் பாட்டில் எழுதுகின்றேன்"

காடாற்று என்ற தொகுதியில் சேரனின் "அஞ்சலி" என்ற கவிதையும் இத்தருணத்தில் மனங் கொள்ளத்தக்கது.

புதையுண்டவர்கள், எரியுண்டவர்கள், கடலோடு போனவர்கள், எல்லோரினதும் ஒற்றைப் புதைகுழி மீது தேசியக் கொடியாக ஏற்றப்படுகின்ற படைத்தளபதியின் கோவணம், கண்ணீர் எழுப்பிய நினைவுச் சின்னத்தில் எழுதப்படும் வெற்று வார்த்தைகள் எனப் பெருகும் அஞ்சலிக்கத் தக்க முள்ளிவாய்க்கால் துயரங்கள் இடையே,

"மௌனம் கலையாமல்
அவன்
கவிதையை எழுதுகின்றான்"

ஆழ்ந்த மன அமைதியுடனும் நிதானத்துடனும் தொடர்ச்சியாக எழுதப்படுகின்ற கவிதைகள் வெண்சுவரில் இருந்து வடிகின்ற குருதிக் கோடுகள் போல வாசகனுடைய மனதினை அதிர வைக்கின்றன. சேரனது கவிக்குரல் ஆர்ப்பரிக்கும் அலைகடல் போல்வது அன்று. அது ஆழ்கடலின் பேரமைதியைத் தனக்குக் கவசம் ஆக்கியபடி உள்ளடங்கி ஒலிப்பது. ஆனால் வாசகனிடம் பெரும் கொந்தளிப்புக்களையும் புயல் நகர்வுகளையும் ஏற்படுத்தவல்லது. பின்வரும் வரிகளை அதற்கு உதாரணமாகக் காட்டலாம்.

“எனது நிலம் எனது நிலம்”.
“குழந்தைகள் எங்கள் குழந்தைகள்”
“தமிழர்கள் இந்தத் தமிழர்கள்”

சேரனது கவிதைகளை முழுமையாகப் படிக்கின்ற போது புதிய உருவக் கட்டமைப்புகளையும் உத்திகளையும் அவதானிக்கலாம். ஒரு ஓவியர் வர்ணங்கள் தீட்டப்படாத வெளியினாலும் தான் சொல்ல வந்த செய்திகளை வெளிப்படுத்தி விடுகின்றார். கவிஞர்களைச் “சொல்லேர் உழவர்கள்” என்று சொல்வார்கள். தகுந்த இடைவெளிகளில் சொற்களை விதைக்கும் கலையே கவிதை எனின், சொற்கள் அற்ற வெளிகளை மிகச் சாதுரியமாகத் தமது கவிதைகளில் பயன்படுத்துபவர் சேரன் எனலாம்.

“அங்குதான் தான் இருக்கிறேன்” எனச் சேரன் கூறுகின்ற அழகான கவிதை ஒன்றைக் காணுங்கள். “அஞர்” கவிதைத் தொகுப்பில் சொல் இடைவெளிகளைப் பற்றிப் பேசுகின்ற ‘எனக்கானது’ என்ற கவிதை ஒற்றை நட்சத்திரம் போல, தனித்த ஒரு சிறு குருவி போல ஒரு முழுமையான வெண்தாளில் தன்னைக் குறுக்கி அமர்ந்திருக்கும்.

“எல்லா இடங்களிலும்
எல்லாச் சொற்களிடையேயும்
எல்லா முத்தங்களிடையேயும்
ஒரு சிறு இடைவெளி உண்டு
எதுவும் உதிரவும் உறையவும் மறுக்கும்
அங்கு
நான்.” [80]

அவரது ‘திணைமயக்கம்’ என்ற கவிதைத் தொகுதி முழுமையும் வெளிகள் பேசுகின்றன. மௌனம் பேசுகின்றது. ஓவியங்கள் பேசுகின்றன. உரையாடல்கள் நிகழ்கின்றன. அந்த உரையாடல்கள் புதுமையானவை. அவை சேரன் தம்மோடு தாம் நிகழ்த்தும் உரையாடல்கள். “சேரா” என விளித்துச் சொல்லப்படுபவை. இதனால் தான் திணை மயக்கம் தொகுதியானது “நெஞ்சொடு கிளர்தல்” என மறு பெயர் கொண்டதோ என எண்ணத் தோன்றுகின்றது.

பொன்மஞ்சள் நிறத்தில் அமைந்திருக்கின்ற திணை மயக்கம் என்ற நூலில் ஒரு நூறு கவிதைகள் காணப்படுகின்றன. இக்கவிதைகளை உருவாக்குவதற்காக தமக்குள் இறுகியும் நெகிழ்ந்தும் குறுகியும் சொற்கள் நிகழ்த்துகின்ற சாகசங்கள் மிகப் புதுமையானவை. அத்துடன் இக்கவிதைகள் சங்க காலத்தையும் நவீன காலத்தையும் கவித்துவக் கோட்டினால் இணைக்கின்றன. படிம நிலையில் அமைந்து பன்முகப்பட்ட சிந்தனைகளுக்கு தோற்றுவாய் ஆகின்றன. கவிதைகளில் சொற்கள் கவனமாகத் தேர்ந்தெடுக்கப்பட்டுப் பொன் துகள் போல சுடர்கின்றன. தாய் மீது, தாய் நிலத்தின் மீது, குழந்தைகள் மீது, பெண்கள் மீதான காதல் மழை அமிர்த வர்ஷமாகப் பொழிகின்றது. சில கவிதைகளின் இருண்மை வாசகனை ஒருமுகப்பட்ட, மனக் குவிப்பு மிக்க தீவிர வாசிப்பை வேண்டி நிற்கின்றது. இக்கவிதைகள் பன்முக நோக்கினைத் தமக்கெனச் சுவீகரிக்கின்றன. அவரவர் தத்தம் இலக்கிய இரசனைக்கும், அறிவு விசாலத்திற்கும் ஏற்ப பொருள் கொள்ளலாம். இங்கு ஒரே ஒரு கவிதை 'சேரா' என்ற விழிப்பு இன்றி துலங்குகின்றது.

"கனடாவில்
தமிழர்கள் வராத நீர்நிலை ஒன்று இருக்கிறது
அதன் பெயர்
செம்புலப்பெயல் நீர்" [81]

அங்கதச்சுவை மிகுந்த இக்கவிதை பழமையையும் நவீனத்தையும் இலக்கியத்தால் இணைப்பதைக் காணலாம். சங்கத் திணைப் பாடல்களின் சாயலில் தொடங்கி அவற்றை மெருகூட்டும் விதத்தில் கவிதையை வழி நடத்தி, பின்னர் அவற்றை நவீனத்துள் இணைக்கின்ற பாங்கு வியக்க வைக்கின்றது.

"மாமலர் நெடுங்கண் சேரன் மாதேவி
பாலை மென்பொரு பஞ்சணை தவிர்த்து
முற்றம் விளைந்த மல்லிகை கொட்டிய
செம்மண் தரையில் தடுக்கு விரித்து"

எனத் தொடங்குகின்றது காதல் களியாட்டம். காதலின் இயங்குதளமான காமத்தின் வழி பயணிக்கின்ற கவிதை இறுதியில்,

"இன்று புதிதாய் பிறந்தேன்
இனி துயில் மறந்தேன்
நாளை
நின்றும் துய்க்கலாம்
வா" [82]

என நிறைவுக்கு வருகின்றது. இவ்வாறான கவிதைகள் சங்கப் பாடல்கள் மீதான சேரனின் புலமையையும் எடுத்துக்காட்டுகின்றன. அடுத்ததாகச் சேரனின் கவிதைகளில் மிகவும் கூர்மையாக, நுணுக்கமாகக் கையாளப்படுகின்ற வினைச்சொற்களின் ஆளுகையைக் காணலாம்.

"வெள்ளித் தீ
பெருக்காகி
நிலக் காட்சிகளைக் குறுக்கறுத்து
விரைகிற போது
உன் காலடித்தடங்களை
அழிக்க முடியவில்லையே
எனச் சினக்கிறாய்
சேரா
குரலையும் சுவடுகளையும் விட்டெறி
சொற்களை விதை"

இங்குள்ள வினைச் சொற்களின் வலிமை வியக்கத்தக்கது.

"ஒரு கோடி பரற்கற்களின் மீது
மாதுளம் முத்துக்கள் அமர்ந்தன.
ஏரிக்கரை சிவப்பாகிறது.
சேரா
நான் கடலானேன்
நீ முத்தானாய் என்று முனகுபவள்
கரையில்"[83]

இங்கே மாதுளம் முத்துக்கள் கிடந்தன என்று கவிஞர் கூறவில்லை, அமர்ந்தன என்று கூறும் போது, அவற்றிற்கு ஒரு உயிர்ப்பினைப் படைத்து விடுகின்றார். முனகுபவள், சென்றவள், முயங்கினேன், துய்க்கலாம், மோகித்தாய், சினக்கிறாய், துடிக்கிறாய், போன்ற சொற்களும் 'தலையை உடை', 'இதயத்தை விரி', 'தூங்காதே', 'தொலை', 'நிலவும் சுடரும் சொல்', 'எடுத்துச் சுவை, போ!' போன்ற சிறு சொற்றொடர்களும் வினைச்சொற்கள் மிகவும் நுட்பமாகப் பாவிக்கப்பட்டுள்ளதைக் காட்டி நிற்கின்றன.

அஞர், காடாற்று, திணைமயக்கம் போன்ற பிந்திய கவிதைத் தொகுதிகளில் சொற்களின் மீள்நிகழ்வுத் தன்மையால் தனக்கென ஒரு தனிப்பாணியில் அமைந்த கவிதைத் தொடர்ச்சியை, சேரன் ஆற்றொழுக்காக நிகழ்த்திச் செல்வதைக் காணலாம். காடாற்று தொகுதியில் உள்ள தலைப்பிலிக் கவிதையில் 'அற்ற' என்ற சொல் மீண்டும் மீண்டும் நிகழ்கிறது அல்லது நிகழ்த்தப்படுகிறது. இந்த 'அற்ற' என்ற சொல் சேரனின் காலங்களின் வழி நீண்டு ஒலிக்கும் கவிதைக் குரலுக்குச் சாட்சி சொன்னபடி கவிதைத் தொகுதிகளூடாக நகர்ந்து கொண்டிருப்பதை நாம் அவதானிக்கலாம்.

"நீரற்றது கடல்
நிலமற்றது தமிழ்
பேரற்றது உறவு"

"எங்களுடைய காலத்தில் தான் ஊழி நிகழ்ந்தது"

எனப் பிரகடனம் செய்கின்ற சேரன் "சுற்றிவரப் பார்த்து நின்றவர்களின் நிராதரவின் மீது ஒரு உயிரற்ற கடைக்கண் வீச்சை

எறிந்து விட்டு புகைந்து புகைந்து முகிலாக மேற்கிளம்பினோம்" எனச் சொல்லிச் செல்வார். அதேபோல கட்புலனாக்கக் கவிதைகளின் உச்சம் தொடுகின்றபடி "கொலைக்காட்சி"யை விரித்துச் செல்லும் கவிதையில் "நீரற்ற" விழிகளைக் கீழே காணுங்கள்.

"எறிகணை பட்டுத் தெறிக்க
காயம்பட்ட
இரண்டரை வயதுக் குழந்தையின் கைகளை
மயக்க மருந்தின்றி அறுக்கின்ற மருத்துவன்
இக்கணம் கடவுள்
நீரற்ற விழிகளுடன் அலறும் தாய்
ஒரு பிசாசு." [84]

"இயலாமையின் கண்ணீரில் தீ வளரும் 'நாடற்ற' நாட்டில்" சேரன் காணும் தலையற்ற மனிதர்களை, நிறமற்ற பறவைகளை, அலையற்ற கடலை, முடிவற்ற பெருங்கனவினை கவிதைகள் தோறும் நாம் காணலாம். இத்தொடரானது முடிவற்ற கதை, காலற்றவள் கனவு, காதலற்ற முதுமகளிர், பாட்டற்றவர்கள், அமர இடமற்று அலையும் முத்தம், முடிவற்ற சொற்கள், முடிவற்ற கரை, முடிவற்ற அலை, ஆழமற்ற கடல், நிலையற்றுச் சுழலும் ஒளி, உருவற்ற கவிதை, சீரற்றுக் குலைந்த இதயம், குரலற்ற கிணறு எனப் பெருகிப் போகின்ற பொழுதில் "அற்றவைகளால் ஆன கவிஞர் இவரோ?" என எண்ண வைக்கின்றது.

ஒரே சொற்களை மீண்டும் மீண்டும் வெற்றிகரமாக நிகழ்த்துவது, சேரனுடைய ஒரு தனித்துவமான முறை எனவே தோன்றுகிறது. "குரல்", "நிழல்" போன்ற சொற்கள் இசைகின்ற கவிதைகளையும் தேடித் தொகுக்கும் போது அங்கு ஒரு சுவாரஸ்யமான கவிதா உலகு அற்புதமாக சிருஷ்டிக்கப்பட்டு இருப்பதை நாம் காணலாம். கட்டுரையின் விரிவு அஞ்சி 'நிழல்' மற்றும் 'குரல்' என்ற சொற்கள் நிகழ்த்தும் மாயத்தைத் தேடிக் கண்டடைவதை வாசகர்களிடம் விட்டுவிடுகிறேன்.

"என்பும் மலரும் காதலை அன்றி வேறு எதைத் தேடும் கவிதை?" என்கின்ற சேரனின் காதல் கவிதைகள் வாசகர்களின் உள்ளங்களைக் கொள்ளை கொள்வன. மழை நாள், எல்லோரையும்

போல் அந்த நேரத்தில் நீ அழவில்லை, உச்சிபாணன் சதுக்கம், காதல் வரி, சித்தார்த்தனுடைய இரவுகள், காதலின் அர்த்தத்தை நான் புரிந்து கொண்ட போது, நீர், உப்பு முத்தம், காதலர்கள் போன்ற கவிதைகள் இதற்குச் சான்று பகர்கின்றன. இவை நீண்ட கவிதைகளாக இருக்கின்றன. ஆனால் திணை மயக்கத்தில் காணப்படுகின்ற காதல் கவிதைகள் மிகவும் குறுகியதாக படிம நிலைக்கு நகர்த்தப்பட்டு இருக்கின்றன. காட்டு மரங்களின் தேன்வதைகளிலிருந்து தாமே சொரிகின்ற தேன் அருவியைப் போல தன்னியல்பாக எழுகின்ற காதல் கவிதைகள் படிக்கப் படிக்க புதுப்புது அர்த்தங்களை வெளிப்படுத்துகின்றன. திணை மயக்கம் தொகுதியில் அமைந்துள்ள முதற்கவிதையைக் காணுங்கள்.

“இருவருக்கு இடையிலும் ஒரு பெரும் பாலை
அதன் குறுக்காக கடிதம் கொண்டுவர
எந்தப் புறாக்களும் இல்லை
மௌனத்தில் கரைகிறாள்
என்று துடிக்கிறாய்
சேரா
நீ சொல்லிக் கொடுத்தது அல்லவா
அந்த மௌனம்”[85]

இருவருக்கும் இடையில் விரிந்து இருக்கின்றது பெரிய பாலை நிலம். அங்கு தூது செல்ல எந்தப் புறாக்களும் இல்லை. அவனைக் காணாத அவள் மௌனத்தில் கரைகின்றாள். என உணர்ந்து அவன் துடிக்கின்றான். ஆனால் அந்த மௌனம் அவன் சொல்லிக் கொடுத்தது அல்லவா எனக் கேட்கின்றார் சேரன். அந்த மௌனமே அங்கு பாலம் ஆகிறது. அந்த மௌனமே காதலாகிறது. அதுவே கவிதையாகிறது.

சேரனின் காதல் கவிதைகள் எப்போதுமே மென்சாரலாக மனசு உலாவும் வகையின அல்ல, அவை சில பொழுதுகளில் ஆக்ரோஷமான உணர்வுக் கொந்தளிப்பாக, உக்கிரமான புயல் போல சொல் வனங்களைக் கடக்கின்றன. அத்தருணங்களில் அவர் கையாளுகின்ற மொழி சமூகத்தின் புனித எல்லைகளைப் புறக்கணிக்கின்றது. அங்கு மொழி கலாசாரத்தின் பாற்பட்டுப் பேணுகின்ற சமூக ஆசாரங்கள் தகர்க்கப்படுகின்றன. சொற்கள்

துகில் களைகின்றன. உடை களைந்த சொற்கள் கடுமையான விமர்சனங்களுக்கு முகங்கொடுக்க நேரிடுகிறது. கவிஞரின் அண்மைக்கால கவிதைகளில் இந்த நிலையை வாசகர்கள் அவதானிக்கலாம். ஆனால் அக்கவிதைகளிலும் கவித்துவம் மிகுந்து இருக்குமாக இருந்தால் அவையும் காலத்தை வென்று நின்று நிலைக்கும். அதற்குக் காலம் தான் பதில் சொல்ல வேண்டும்.

கவிதைகளின் ஊடாக மிகத்துல்லியமாக மனசித்திரங்களை ஆக்க வல்ல சேரன் செவிப்புலனாக்க நிலையில் மேன்மையுற்ற கவிதைகளைப் புனைவதிலும் சிறந்து விளங்குவதைக் காணலாம். கவிதைகள் எங்கணும் நீக்கமற நிறைந்து கிடக்கின்ற சந்தத் தமிழும் அவருடைய இசைப் பாடல்களும் இதற்குச் சான்று பகர்கின்றன. "வெள்ளி குளிக்கும் மேற்குக் கரையில் சந்திர சூரியன் தூங்கப் போனார்" என்னும் இசைப்பாடலை அதற்கு நல்ல உதாரணமாகக் காட்டலாம்.

சேரனின் கவிதைகள் முழு விபரங்களையும் ஒப்புவிப்பதில்லை. அவை வெளிப்படையாக மட்டுமன்றி மறை பொருளினாலும் வாசகரின் மனங்களைக் கவர்பவை.

"- நிலவைக் கேள்-
சொல்லும் என்றாள்.
பல்லாயிரம் கவிஞர்கள்
அதன் கழுத்தைத் திருகி கவிதை பொழிய
காத்திருக்கின்ற போது
அதற்கெங்கே குரல் என்றேன்
- அப்போ மழையைக் கேள் - என்றாள்." [86]

எனத் தொடங்கும் கவிதையில், அவர் அந்தக் கேள்வியை மழையிடமும் குருதியிடமும் கேட்டு, விடையின்றிச் சோர்கின்றார். பின்னர்;

"எறிகடல் ஆடும் கப்பல்
வெறுங்காற்றில் உழலும் வெய்யில்
நிறைவெறிக் கவியின் கூற்று
நெற்றியில் கண்கள் வீச்சு
எதிலுமே பதிலும் இல்லை" [87]

என்று கவிதையை நிறைவு செய்கின்றார். ஆனால் அந்தக் கேள்வி என்ன என்று சேரன் எந்த இடத்திலும் சொல்லவில்லை. சொல்லப்படாத அந்தக் கேள்வியே இந்த கவிதையின் பேரழகாகக் காணப்படுகிறது.

“நான் பார்ப்பதற்கும் நான் சொல்வதற்கும்
இடையில்
நான் சொல்வதற்கும் சொல்லாமல்
விடுவதற்கும் இடையில்
நான் சொல்லாமல் விடுவதற்கும் எனது
கனவுக்கும் இடையில்
எனது கனவுக்கும் நான் மறந்தவற்றிற்கும்
இடையில் கவிதை”

என்பார் ஆக்டாவியோ பாஸ். அதற்கிணங்க, சேரன் சொல்வதற்கும் சொல்லாமல் விடுவதற்கும் இடையில் ஆடுகின்றது கவிதை. எத்துணை அற்புதமான உத்தி! வாழ்வின் துயரங்களையும், பரவசங்களையும் அகவயமாகவும் புறவயமாகவும் நோக்கத்தக்க நுண்மதியுடன் இலக்கிய ரசனையும், கலாநுட்பமும் ஒன்றிணைந்த கவிதா மனமும் இணைக்கின்ற பொழுதில் படைப்பாளன் தனது தனி மனிதத் துயரங்களைப் பொதுத் துயரமாக மாற்றி சமூகத்தினுள் கலந்து விடுகின்றான். தனியான ஆனந்த உணர்வையும் உலகிற்குப் பொதுமைப்படுத்தி விடுகின்றான். ‘எவரும் எழுதலாம் கவிதை’ என்ற இலக்கியச் சூழல் நிலவுகின்ற இக்காலத்தில், தேர்ந்த கவிதைகளில் கையாளப்பட்டு இருக்கின்ற இவ்வாறான உத்திகளைப் பற்றிக் கலந்துரையாடல்கள் மேற்கொள்ளப்படுவது அவசியமாகின்றது அல்லது “ஓராயிரம் பதர்களிடையே ஓரிரு நெல் மணிகள்” என்ற நிலை ஈழத்து தமிழ்க் கவிதை உலகிற்கு ஏற்பட்டு விடலாம்.

சேரனின் கவிதைகளில் வியக்க வைக்கின்ற இன்னொரு உத்தி அவரது கேள்வியாக்கமாகும். மிக மென்மையான குரலில் கேள்விகள் எழுப்பப்படுகின்றன. ஆனால் அவை வாசகனை உலுக்குகின்றன. கோஷங்கள் அற்ற கவிதைகள் வெற்றுப் புலம்பல்கள் ஆக மாறிவிடத் தக்க அபாயம் எப்போதுமே உண்டு. ஆனால் சேரனுடைய கவிதைகள் சம்பவக் காட்சிகளை

மிகத்துல்லியமாக 'உள்ளது உள்ளபடி' வரைகின்றன. பின்னர் ஓரிரு கேள்விகளைக் கேட்டு விலகி விடுகின்றன. வாசகர் தன்னுடைய அனுபவம் மற்றும் அறிவு வெளிக்குள் நின்றபடி அக்கேள்விகளுக்கான விடைகளைத் தேடத் தொடங்குகிறார். கவிதை ஒளிக்கீற்றுப் போல நகர்கிறது. திணைமயக்கம் தொகுதியில் உள்ள கீழ்வரும் கவிதை மனதில் பலவிதமான சிந்தனைகளைக் கிளப்பி அதனை நிரூபிக்கின்றது.

"ஒருபுறம் சாம்பல் மேடு
அதன் கீழே
யாரும் காணா புதைகுழி
இரண்டுமே கண்ணீரில் கரையும்
சேரா
யாருடைய கண்ணீர்?" [88]

காடாற்று தொகுதியில் இருந்து 'குரல்' என்னும் தலைப்பில் அமைந்த கவிதை கேள்வியாக்கத்துக்கு நல்லதொரு உதாரணமாகும்.

"நண்பா,
ஏன் என்னை கேட்டாய்?"

என்று ஆரம்பிக்கின்றது கவிதை. தொடர்ந்து,

"திசை அறியும் கணிதம் தெரியாதவர்களிடம்
சிக்குண்டது
நதியா? பறவையா?"

என்றும்.....

"ஏன் என்னை கேட்டாய்?
இருப்பு அழிந்தாலும்
உயிர் எரியும் உன் குரலின்
எதிரொலியை திருப்பித் தருவேன் என்றா?" [89]

என்றும், கேள்விகளை வீசி எறிகின்றது. விடைகளுக்காக எத்தனிக்கும் வாசகனிடம் வரலாறுகளை மீள்பார்வை செய்யும் தேவையை கவிதை ஏற்படுத்தி விடுகின்றது. இக்கவிதையின் இலக்கு வேறு எதுவாக இருக்கக் கூடும்?

“நான் வீசி எறியும் ஒவ்வொரு சொல்லையும்
ஒருகவிதை தொடர்கிறது.
அது யாருடையது என நான் அறியேன்”

எனக் கூறும் சேரன் வீசி எறியும் ஒவ்வொரு கேள்வியையும் ஒரு வரலாறு தொடர்கின்றது என்றே எண்ணத் தோன்றுகின்றது.

“வெந்து தணியாத
காடாற்றச் சென்றோம்.
ஒரு குருவி கிடையாது
ஆள்காட்டி வெளிக்கு மேல்
ஆகாயம் இல்லை.”

என ஆரம்பிக்கும் ‘காடாற்று’ கவிதை மயானப் பெருவெளியில் நின்றபடி உலகத் தமிழினம் முழுவதற்கும் ஒரு கேள்வியை எறிந்து மௌனிக்கிறது.

“முற்றிற்று என்று சொல்லி
காற்றிலும் கடலிலும் கரைத்துவிட்டு
கண் மூட
காற்றும் கிடையாது
கடலும் கிடையாது
காடாற்று எப்போதோ?” [90]

சேரனுடைய கவிதைகள் சில பொழுதில் கேள்விகள் இன்றிச் சில செய்திகளை மிக உறுதியான குரலில் வாசகர்களுக்கு சொல்லிச் செல்கின்றன. அஞர் தொகுப்பில் உள்ள “அந்த இடம் எனக்கு தெரியும்” என்ற கவிதை இணையத்தில் உலா வருகின்ற போர்க்குற்ற ஒளிப்படங்களைப் பற்றியது.

“அந்த இடம் எனக்கு தெரியும்
அம்மணம், அவலம், திகைப்பில் மருண்டு இருண்ட கண்கள்
ஆச்சரியமாய்ப் பெய்த மழையின்
கலங்கிய நீர்
அவற்றையும் எனக்கு தெரியும்.
அந்தச் செய்தி நிறம் கண்ணீர்.”
....

“அந்த இடம் எனக்கு தெரியும்
தன் மண் வாசனையில் உருகும்
என் ஈர கால்களையும் கோபக் கண்களையும் விட
வேற என்ன ஆதாரம் உங்களுக்கு வேண்டும்?
....
அந்த இடம் எனக்கு தெரியும்
எனினும்
நான் சொல்லப் போவதில்லை” [91]

எதிரியின் வேடிக்கைக் களிப்பின் எக்காளத்தின் மீது ஒரு பிடி மண்ணை வீசுகின்ற கவிஞரின் ஒவ்வொரு சொல்லும் பெரும் அறச்சீற்றத்தையும், அவர் கொள்ளும் ஆவேசத்தின் பாற்பட்ட அமைதியான உறுதியான தீர்மானத்தையும் காட்டி நிற்கின்றது.

சேரன் “மரணத்துள் வாழ்வோம்” முன்னுரையில் எழுதியது போல, இந்தக் கவிதைகளும் காலங்காலமாக நின்று மக்களின் துயரங்களையும் சொல்லில் மாளாத இழப்புகளையும் மரணத்துள் வாழ்ந்த கதையையும் சொல்லி உலகின் மனச்சாட்சியை அதிரவைத்துக்கொண்டே இருக்கும். குருதியும் கண்ணீரும் பெருகி ஓடிய போரின் தடயங்கள் அனைத்தும் அழிக்கப்பட்டாலும் கூட, இக்கவிதைகளிலிருந்து எதிர்காலச் சந்ததியினர் விடுதலைப் போராட்ட வரலாற்றினைப் பிரித்து எடுப்பார்கள் என்பது உறுதி. சேரனின் படைப்புகள் இருபதுக்கும் மேற்பட்ட மொழிகளில் மொழிபெயர்க்கப்பட்டுள்ளன. எனவே புலம்பெயரிகளின் பிள்ளைகள் தத்தம் மொழிகளிலேயே, சேரனின் கைகள் எழுதிச் செல்லும் ஈழப் பிரச்சினையின் வரலாற்றினைப் படிப்பதற்கும் சாத்தியப்பாடுகள் அதிகம்.

சேரன் அவர்களின் காடாற்று, அஞர் என்ற கவிதைத் தொகுப்புக்கள் அவரது உலகளந்த அறிவின் விசாலத்தையும் அனுபவங்களின் முதிர்ச்சியையும் தெட்டத்தெளிவாகக் காட்டி நிற்கின்றன. இங்கு காணப்படுகின்ற நினைவிலி, காவல் முகாம், விரல் போன்ற கவிதைகளில் காணப்படுகின்ற வதை கூட அனுபவங்களை “நீ இப்பொழுது இறங்கும் ஆறு” தொகுதியில் இருந்து “உயிர்ப்பு” என்ற கவிதையுடன் ஒத்து நோக்கினால் அதனை உணரலாம்.

“அன்புள்ள நண்பனே
ஜூ லியஸ் பூசிக்.
சிறைக் குறிப்புகள் எழுதவும்
எனக்கு விரல்கள் இல்லை
நீ கடந்த காலத்துக்கு உரியவன்
நானோ இன்றைய நிகழ்வின் நாயகன்” [92]

அக் கவிதையின் தொடர்ச்சியாக, ‘அஞர்’ தொகுதியில் உள்ள விரல் எனும் கவிதையை எடுத்து நோக்கலாம். ‘’என் சிறு விரலை முதலில் வெட்டினான்” என்று தொடங்குகின்ற அக்கவிதை ‘துண்டிக்கப்பட்ட என் விரல்களோ சிறகுகளாயின” என நிறைவுக்கு வருகின்றது. தாலாட்டு, தாத்தாவின் கஞ்சாச் செடி, நிழல் முகம், பறவை, பொன்மீன், அஞ்சலி, ஒளிபரவும் ஒரு பொழுது, மாயப் பிசாசு போன்ற கவிதைகள் என்பவற்றையும் படிமச் செறிவுக்குச் சான்றாகக் காட்டலாம்.

‘ரோஹின்யாவுக்கும் எமக்கும்’ என்ற கவிதை வர்ணங்களை இணைத்து ஆக்கப்பட்டு இருக்கின்றது. புதிய புதிய உத்திகளுடன் சேரனின் கவிதைகள் உலக அளவில் பரந்து விரிவதை நாம் அவதானிக்கலாம்.

“மெல்லிய ஊதா வண்ணத்தில்
போர்வை அணிந்திருந்த பிக்குணி
சூரியனுக்கு மன்னிக்க தெரியாது
என்று சொல்கிறாள்
அவளது பிச்சை ஓட்டுக்குள்
துண்டிக்கப்பட்ட குழந்தையின் கை”
‘…………………………..
உனது நிறம் இங்கு உவப்பானதல்ல
சிவப்புத் தோலும் இந்துச் சாயமும் இங்கே உய்ய வழி தரும்
என்றாலும் வா, பார்ப்போம்
என்று சொல்ல நடக்கிறோம்.
கனடாவிலும் மண்ணிறத் தோலர்
இருக்கின்றார்களா என்றார் தோழர்.”

“பசியில் அழுகிற குழந்தைக்கு
ஒரு பிடி சோற்றை
உன்னைக் கொடுத்துவிட்டு
அதன் கழுத்தை தூண்டித்தவனைக் கண்டதுண்டா?’ [93]

சேரன் ஒரு திறமை மிக்க ஓவியராகவும் இருப்பதனால் அவரது கவிதைகள் எழுதப்படுவதில்லை, வரையப்படுகின்றன. அத்துடன் அவருடைய கவிதைத் தொகுதிகளின் முகப்பு ஓவியங்கள் வரலாற்றுச் செய்திகளைக் காவி இருக்கின்றன.

'அஞர்' தொகுதியை எடுத்துக்கொண்டால் அதன் முகப்போவியமாக ஒரு பாழுங்கிணற்றின் அடியில் ஒரு நெருப்புத் துளி சுடர்வது போல ஒரு ஓவியம். அந்த அக்கினிப் பொட்டுச் சொல்லும் செய்தி என்ன? என்ற கேள்வியுடன் தான் அந்த நூலைத் திறக்கலாம். அத்தனை சிறப்பு மிக்க முகப்போவியம்.

"அது அடங்கிப்போன ஒரு ஐந்து வயது பாலகனின் குரலோ?" என எண்ணும்படி உள்ளே அமைகிறது,"ஐயோ" என்ற தலைப்பிலான ஒரு கவிதை.

"இருபத்தேழு ஆண்டுகள் முன்பு,
மூன்று இந்தியப்படையினர்
அந்த வீட்டிற்குள் நுழைவதைக் கண்டேன்
ஐந்து வயதுக் குழந்தையை இழுத்துக்கொண்டு
வெளியே ஓடிவந்த பெண்ணை
இரண்டு படையினர் அழுத்திப் பிடித்தனர்
பெரும் அழுகுரலுக்கிடையிலும்
குழந்தை மூன்றாமவனுக்கு முகத்திலறைந்தது.
அவனுடைய முகமும்
நெத்தியில் கலைந்திருந்த குங்குமப் பொட்டும்
தெளிவாக
இப்போதும் நினைவில் உள்ளது
கடைவாயில் கசிந்த குறுஞ்சிரிப்பு
அழுக்கேறிய காலணியில் விழ
குழந்தையை ஒரே கைவீச்சில் பறித்தெடுத்து
அருகில் இருந்த பங்குக் கிணற்றுக்குள் வீசினான்
குரலற்றுப் போன கிணறு." [94]

இறுதியாக, சேரனின் கவிதைகளில் போரும் காதலும் தவிர்ந்த வாழ்தலின் பரப்பிலிருந்து கதைகளாக அறியப்படுகின்ற கவிதைகள் சிலவற்றை காணலாம். இவை வெளிப்படையாகச் சுவாரஸ்யமிக்க கதைகளாக இருந்தாலும் தமது ஆழ்பரப்பில்

ஆத்ம விசாரங்களைத் தாங்கிய கனதியான க(வி)தைகளாகக் காணப்படுகின்றன. இவை ஜென் கதைகளில் காணப்படுகின்ற தத்துவ விசாரங்களின் சாயலைக் கொண்டிருக்கின்றன.

சிட்டுக்குருவியின் கதை, கரடியின் கதை, புலம், அக்கக்கா. மகன்– மகள் போன்ற கவிதைகள் தனித்துத் துலங்குகின்றன. அங்கு குருதிப் பெருக்கோ, கண்ணீரோ, கட்டவிழ்ந்த காதலோ கருப்பொருளாக இல்லை. அவை குழந்தைகளுடன் இணைக்கப்பட்டு, பட்டுச் சொற்களால் மிருதுவாக நெய்யப்பட்ட மிக எளிமையான கதைக் கவிதைகளாகக் காணப்படுகின்றன. ஆனால் அவற்றின் உள்ளடக்கம் மிக மிக ஆழமாகச் சிந்திக்கத் தூண்டுகின்றது.

காற்றும் இடம்பெயரா நடையோடு அழையா விருந்தாளியாக, காலையில் தேநீர் குடிக்க வந்த கரடியின் கதை அது. சிட்டுக்குருவிகளும் மாடப்புறாக்களும் அதனைப் பார்த்து ஓயாமல் சிரிக்கின்றன.[95]

"ஆ! நீர் தேநீராக மாறிய அதிசயம் என்ன?"

எனக் கரடி சிரிக்கிறது. அச்சிரிப்பில் கிளம்பிய பெருங்காற்றில் தேநீர் ஆறி விடுகிறது. தேநீரைக் குடித்து விட்ட பிற்பாடு பெருமூச்சுடன் சொல்லியது கரடி.

"தேநீர்க் கோப்பையில் இப்போ எஞ்சி இருப்பது வெறுமை.

வெறுமையை என்ன செய்வது?"

நடுவில் முளைத்த கல் போல கேள்வியை முன்வைத்து காட்டுக்குள் சென்று விட்டது கரடி. வெறுமையை என்ன செய்யலாம்? எனக் கவிஞர் மூன்று வயது மகனைக் கேட்ட போது "பாறைக்குக் கீழே வைத்து விடுங்கள் அப்பா" என்றான் பயல் என்று கவிதை முடிவுக்கு வருகிறது. எவ்வளவு அழகான கவிதை.

000

17, 18 ஜூன் 2023 இல், லண்டன்
தமிழ் புத்தக கண்காட்சி அரங்கில் நிகழ்ந்த -
கவிஞர் சேரனின் கவிதைகள் பற்றிய உரையாடல்
நிகழ்வில் முன்வைக்கப்பட்ட பிரதி.

பெருந்தேவி

கவிஞர். சமூகவியல், பெண்ணியம் சார்ந்த எழுத்தாளர். நியூயோர்க் மாகாண சியனா கல்லூரியில் துணைப்பேராசிரியராகப் பணியாற்றுகிறார்.

15

வன்நினைவின் நிலம்: சேரன் கவிதைகளில் நாம் காணும் புதிய திணை

பெருந்தேவி

சேரன் கவிதைகள் என்றவுடன் வாசகர்கள் பலருக்கும் உடனடியாக நினைவுக்கு வருவது அவருடைய புகழ்பெற்ற கவிதையான "இரண்டாவது சூரிய உதயம்". யாழ்ப்பாண நூலக எரிப்புக்கு இலக்கிய வினையாக எழுதப்பட்ட இந்தக் கவிதை சக எழுத்தாளர்கள் பலராலும் பேசப்பட்ட கவிதை. "ஒரு கவிஞனின் பிரக்ஞையை மீறி அவன் வழியாக வரலாறு தன்னைப் பேசிக்கொள்கிற தருணமே மகத்தான கவிதைக்குரியது" என்று எழுதுகிற ஜெயமோகன் இக்கவிதையை அத்தகையதொரு தருணமாகக் காண்கிறார். இக்கவிதை மாத்திரமல்ல, ஈழத் தமிழர்கள் எதிர்கொண்ட வன்முறை நிகழ்வுகளை, எடுத்துக்காட்டாக, திருநெல்வேலித் தாக்குதல், கறுப்பு ஜூலைப் படுகொலைகள், திலீபனின் உண்ணாவிரதம், இந்திய அமைதிப் படையின் அட்டூழியம் என உள்வாங்கி எழுதப்பட்ட பற்பல கவிதைகள் சேரனிடம் உண்டு. சேரனின் இந்தக் கவிதை

“அழிவில் ஆக்கம் ஒன்றைக் கண்டடையும் தருணத்தைக் காட்டுவதாக’ வாசிக்கிறார் ஜெயமோகன் (2008). மேலும் பெரும் புரட்சிகரக் கவிதைகளில் அடிப்படை இயற்கைச் சக்திகள் பங்குபெறுகின்றன என்றும் இக்கவிதையும் அதற்கொரு சான்று என்றும் கூறும் ஜெயமோகன், சேரனை அசலான புரட்சிகரக் கவிஞனாகச் சித்திரிக்கிறார். இதே கவிதையில் இருக்கும் ஓசை நயத்தை, குறிப்பாக அகவலோசை அதிகம் இடம்பெற்றிருப்பதை, வ.ந.கிரிதரன் தன்னுடைய ஒரு பதிவில் குறிப்பிட்டிருந்ததாக நினைவு.

சேரன் கவிதைகளில் புரட்சிகரம், ஓசை, ஒலி நயம் இவற்றைத் தாண்டி வேறொரு முக்கியத்துவத்தை என்னால் காண முடிகிறது. தமிழ்ச் செவ்வியல் கவிதையியல் மரபையொட்டிப் புதிய திணை வகைமையை எழுதுதல் என்று இதை நான் குறிப்பிடுகிறேன். புதிய திணை என்றவுடன் சேரன் முன்வைத்த கருத்தாக்கமான “ஆறாம் திணை” நம் நினைவுக்கு வரலாம். தமிழரின் அன்பின் ஐந்திணைக்கு அடுத்ததாகப் புலம்பெயர் வாழ்வை, சமூக உறவுகளை ஆறாம் திணையாகவும் இணையவெளியை ஏழாம் திணையாகவும் சேரன் வகைப்படுத்தியிருக்கிறார் (2008). எழுத்தாளர் அ. முத்துலிங்கமும் (2019) ஆறாம் திணையை வரையறுத்து எழுதியிருக்கிறார். புலம்பெயர் தமிழர்கள் இன்று பெரும்பாலும் வசிக்கின்ற பகுதிகளான பனியும் பனி சார்ந்த இடமும் என்று அவர் பார்வையில் உருவாகிறது ஆறாம் திணை. சில ஆண்டுகளுக்கு முன் வெளிவந்த சேரனின் அஞர் தொகுப்பில் இடம்பெற்றிருக்கும் கவிதைகளை முன்வைத்து இப்புதிய திணையை “வன்நினைவின் நிலமும் அந்நிலம் சார்ந்த இடமும்” என அழைக்கலாம்.

வன்நினைவின் நிலத்தைச் சார்ந்த இடங்களாக “சுடலை,” “வதைகூடம்,” ”சப்பாத்துக் கால்கள் நடக்கும் இடம்,” “அற்ற குளம்,” “நினைவிடங்கள்”, “கரையாத சாம்பல் இருக்கும் ஒற்றைச் சதுர அடி,” “பெயரிழந்த ஊர்த் தெருக்கள்” போன்றவை காட்சியாகின்றன. வன்நினைவு நிலத்தின் கருப்பொருள்களாக “வாலற்ற நாய்,” “காலிழந்த சிட்டுக்குருவி,” “சாக்குருவி,” “ஆட்கொத்திச் சேவல்,” “புழுதியில் அலையும் இலவம் பஞ்சு” போன்ற பலவும் கவிதைகளில் வருகின்றன. சேரனின் கவிதை ஒன்று (‘அதுதான்’) தெரிவிப்பதைப் போல உழலுதலின் தருணங்களின் பொழுதுகளாக அமைகின்றன.

> "என்ன நடந்தது எனத்
> திருப்பித் திருப்பிக் கேட்டுக்கொள்வோம்
> உழல்வோம்
> அது சிறுபொழுதாகலாம்
> பெரும்பொழுதாகலாம்" [96]

இந்தப் புதிய திணையின் உருவாக்கத்தில் வேறு சில கவிகளும், உதாரணமாக, திருமாவளவன், தா. பாலகணேசன் முதலியவர்களும் பங்கெடுத்திருக்கிறார்கள். சேரன் கவிதைகளுக்கான என்னுடைய இந்தக் கட்டுரை இலங்கை, புகலிடத்தில் வாழும் இத்தகைய கவிகளின் ஆக்கங்களை அணுக ஒரு புதிய பாதையைத் திறக்கலாம்.

பேராசிரியர் ஏ.கேராமானுஜனின் திணை வகைப்பாடு குறித்த பார்வையை (1967) அடியொற்றியது என்னுடைய பார்வை. திணை வகைப்பாடு என்பதைத் தமிழ் அழகியல்/தமிழ்க் கவிதை அழகியல் சார்ந்த இலக்கிய, குறியியல் சட்டகமாக நான் காண்கிறேன். தமிழர்களின் பொருண்மையான நிலம் சார்ந்த சமூக வாழ்வைத் திணை வகைப்பாடு பிரதிபலிக்கிறது என்பதைவிட, நிலம் சார்ந்த சமூக வாழ்வைக் கவிதை அழகியலுக்கான சட்டகமாக நம் இலக்கிய, இலக்கண முன்னோர்கள் உருவாக்கியிருப்பதாக எண்ணுகிறேன். இது வளமை பொருந்திய தமிழ் செவ்வியல் மரபின் கற்பனைச் செழுமைக்கான சான்று.

சேரனின் கவிதைகள் ஈழத் தமிழர்கள் போர்களாலும் இனப் படுகொலையாலும் எதிர்கொண்ட இழப்புகளை அவற்றை நிலத்தோடு வைத்து நினைவுகூர்தலின் மூலம் கடந்துவர முயல்கின்றன. சில கவிதைகளில் நினைவுகூர்தல் தடையின்றி நடக்கிறது. உதாரணமாக, அஞர் கவிதைத் தொகுப்பிலுள்ள "தாலாட்டு", "ஐயோ", "போதி", "விரல்" போன்ற கவிதைகள். அத்தகைய கவிதைகளில் சில ஆவணப் பதிவுகளாகத் தங்கிவிடுகின்றன. மாறாக, வேறு சில கவிதைகளில் இழப்புகள் வெளிப்படையாகச் சொல்லப்படாமலும் அவற்றைச் சுற்றிவந்து கடந்துசெல்லலும் நடக்கின்றன. வாசகர்களைத் தொந்தரவுக்குள்ளாக்கித் தொடர்ந்து வருபவை அந்தக் கவிதைகள். அவற்றில் சில இந்தக் கட்டுரையில் பேசப்படுகின்றன.

இழப்புகளால் துயருற்ற சமூகம் நினைவுகூர்தலின் வாயிலாக அன்றிக் கடந்த காலத்தை வேறெப்படி அர்த்தப்படுத்திக்கொள்ள முடியும்? தவிர, இலக்கியச் செயல்பாட்டின் வாயிலாக, கவிதை வாயிலாக இழப்பை நினைவுகூர்தல் இழப்பால் துயருற்ற சமூகத்தின் சுய அறிதலுக்கு உதவக்கூடியது என்பதுடன் இழப்புக்குச் சாட்சியமாக நின்று வாசகர்களிடம் அதைத் தெரிவிப்பதும்தானே. இழப்புக்குச் சாட்சியமாக நிற்கும் கவிதைகளில் நினைவுகூர்தலின் வழிதான் புதிய திணையின் உருவாக்கம் நடக்கிறது.

அதே நேரத்தில், நினைவுகூர்தல் தடையில்லாத நீரோட்டமாய் நடப்பதில்லை. சொல்ல வந்ததைப் பாதியில் கைவிடுதல், சட்டென விட்டேற்றியாக மாறும் குரல், இறந்தகால-நிகழ்காலக் குழப்பங்கள், தொடர்புறுத்தலில் இருண்மை போன்றவற்றைக் கவிதைகளில் காண முடிகிறது. இவை கவிதை தோற்றுப்போகும் இடங்கள் இல்லை, ஒரு சமூகம் அனுபவித்த, அனுபவிக்கின்ற அஞர் நிலையைக் காட்டித் தருகின்ற வலிமையான இடங்கள். இங்கே அஞர் என்ற சொல்லை, சேரன் ஒரு பதிவில் (2016) முன்வைப்பதைப் போல, trauma என்ற ஆங்கிலச் சொல்லுக்கு ஈடாகப் பயன்படுத்துகிறேன். இலங்கையில் நடந்த போர் வன்முறையும் இனப் படுகொலையும் அவற்றின் விளைவான இழப்புகளும் தமிழ்ச் சமூகத்தின் அகத்தில் அஞர் நிலையை ஏற்படுத்தியிருக்கின்றன. இலங்கையிலேயே வாழ்ந்தாலும் புலம்பெயர்ந்து சென்றாலும் இலங்கைத் தமிழர்கள் அஞரை எதிர்கொண்டே ஆக வேண்டிய நிலையைச் சேரன் கவிதைகளின் வழியே காண்கிறோம். சேரனின் பெரும்பாலான கவிதைகள் சுயவரலாற்றுக் குறிப்புகளும் கொண்டவை எனக் கருதும்போது, இலக்கியப் பிரதியாகும் லிரிக் கவிதையின் வாயிலாகக் கவிஞரின் சுயம் தன்னைக் குணப்படுத்திக்கொள்ளும் பாதையாகவும் கவிதை செயல்படுவதைப் பார்க்க முடிகிறது.

அஞர் தொகுப்பில் "தாத்தாவின் கஞ்சாச் செடி" என்ற கவிதையை எடுத்துக்கொள்வோம். கவிதையிலிருந்து,

"வெற்று நிலத்துண்டு
அதன் பெருமூச்சின் மேல்
இடம்பெயர்ந்தோர் வீசி எறிந்த இரங்கல் பா
படை நடந்த சப்பாத்தின் கொடும் பார்வை"[97]

வீட்டு வாசலின் சிதைந்த சுவரின் மருங்கில் தாத்தா வளர்த்த கஞ்சாச் செடி, பின்னர் அது இருந்த இடத்தில் கனகாம்பரம், செவ்வந்தி, கமுகு, மல்லிகை என்றிருந்து, கடைசியில் “பெயல் நீர் அற்ற” குறுகிச் சிறுத்த செம்மண் பரப்பாக மாறியிருக்கிறது, அங்கே “சில் இழந்த நடைவண்டி” கிடக்கிறது. யாருடைய நடைவண்டி அது? ”குழந்தையின் அழுகையுமில்லை” என்றால் அங்கே எந்தக் குழந்தையுமில்லை. “தாத்தாவின் ஒளி அரைப்பார்வை” வளர்த்த கஞ்சாச் செடியின் காலத்துக்குச் சென்று, திரும்பி வருகின்ற கவிதைசொல்லியின் பால்யத்தின் படிமம் அந்த நடைவண்டி. ஆனால் நடைவண்டி உடைந்து கிடக்கிறது, பயனற்ற விதமாக, பொருளற்ற விதமாக.

இரண்டு தலைமுறைகளை ஒரு பாய்ச்சலில் தாவிச் சென்று கவிதையின் நிகழ்கணத்துக்குத் திரும்பி வருகின்ற கவிதை சொல்லியின் கால்கள் இப்போதோ “உள்நுழைய முடியாமல் அந்தரத்தில்” மிதக்கின்றன. இடையில் நடந்துபோன இழப்பைத்தான் மேலே குறிப்பிட்ட கவிதை வரிகள் சொல்கின்றன. இங்கே இடையில் என்பது ஒரு இடம், இடையில் என்பது ஒரு காலம். இடையில் என்பது அன்று தாத்தா வளர்த்த கஞ்சாச் செடிக்கும் இன்று சக்கரத்தை இழந்து கிடக்கும் நடைவண்டிக்கும் இடையில் இருந்த இடம். வெற்று நிலத் துண்டு, இரங்கலைச் சம்பாதிக்கும் இடம். “இடையில்” என்பது கடந்த காலமும் ஆகும். படையினர் அதைக் கண்டு கடந்து சென்ற காலம். போர்க்காலம். கொடுங்காலம். இடையில் இடத்தில், காலத்தில் நடந்தவை அல்லது இழந்தவை குறித்த நினைவுகூர்தலில் பால்யக் களிப்பும் பொருளற்றதாகி விட்டிருக்கிறது.

திரும்பி வந்த கவிதைசொல்லியால் “உள்நுழைய முடியவில்லை” என்பதை இடையிலான, கடந்துவிட்ட இடத்திலும் காலத்திலும் நிகழ்ந்தவற்றுள் “நுழைய முடியாததாக” வாசிக்கலாம். இடையில் என்ற நுழைய முடியாத இடமும் காலமும் நேரடியாகத் தன்னிலையை முன்நிறுத்தாமல் இடம்பெயர்ந்தோரை வைத்துக் கவிதையில் சொல்லப்படுகிறது. இடம்பெயர்ந்தவர்கள் கவிதைசொல்லியின் குடும்பத்தினரா? இல்லை, மற்றவரா? யாராக இருந்தாலும் “இடம்பெயர்ந்தோர் வீசி எறிந்த இரங்கல் பா” என்ற குரலில் அவர்களிடமிருந்து தன்னைத் தள்ளி வைத்துக்கொண்ட விட்டேற்றியான தன்னிலையின் குரல் ஒலிக்கிறது. இதை மனதில் வைத்துக்கொண்டு அடுத்த கவிதைக்குப் போகலாம்.

"நல்லூர்" என்ற செழுமையான, செறிவான கவிதையில் நிலத்தை, இடத்தை நினைவுகூர்தல் நடக்கிறது. இங்கே வீட்டுக்குப் பதிலாகப் பொது இடமான கோயில். கவிதையைத் தருகிறேன்.

"நல்லூர்க் கோவிலின் பின்புறத்தைப் பதினெட்டு ஆண்டுகளின் பின்னர் பார்க்கிறேன். இந்த இடத்தில்தான் கொல்லப்பட்ட சிங்களப் படையினரைக் காட்சிக்கு வைத்திருந்தனர். இந்த இடத்தில்தான் முருகன் கந்தனாகவும், கந்தசாமியாகவும், கந்தஸ்வாமியாகவும், ஸ்கந்தாவாகவும் மாறிய அற்புதம் நிகழ்ந்தது. இந்த இடத்தில்தான் சப்பாத்துக் காலுடனும் துப்பாக்கியுடனும் புன்முறுவல் சூழ நடந்துவந்த திலீபனைக் கண்டேன். இந்த இடத்தில்தான் கொல்லப்பட்ட உடல்களின் வாசனை எழுப்பும் பயங்கரம் எனக்குத் தெரிந்தது."

"ஓம். விக்டர் போய்விட்டான்"
சொல்கிறான் திலீபன்
இப்போது
பறவைக் காவடியும் புழுதியில் உருளும் பக்தர்களும்
நமது கண்காட்சியும்." [98]

இடத்திலும் வரலாற்றிலும் நடந்த மாற்றங்களைப் பற்றி நகர்கிறது இக்கவிதை. ஒருபுறம், வழிபாட்டு மரபுகளில் நிகழ்ந்த மாற்றம். முருகன் கந்தனாகி கந்தசாமியாக கந்தஸ்வாமியாகி ஸ்கந்தாவாகி என்ற ஒரு வாக்கியத்துக்குள் "சமஸ்கிருதமயமாக்கம்" பேசப்படுகிறது. இந்தப் பெயர் மாற்றம் தற்காலத்தில் நடந்தது போல கவிதையில் தென்பட்டாலும் பழைய வரலாற்றை அது விளித்துப் பேசுவதாக வாசிப்பதே பொருத்தம். நல்லூர்க்கோயில் பற்றிப் பேசும் ஆ. முத்துத்தம்பிப்பிள்ளை எழுதிய 'யாழ்ப்பாணச் சரித்திரம்' நூல் (இரண்டாம் பதிப்பு, 1915) புவனேகவாகு என்பவர் "நூதனப் பிரஷ்டையாகக் கந்தசுவாமி கோயிலைக்" கட்டுவித்த செய்தியைத் தெரிவிக்கிறது. எனவே கந்தசுவாமி என்ற பெயர் நூற்றாண்டுகளுக்கு முன்பே இக்கோயிலை முன்னிட்டு நிலவியது தெரிகிறது. கவிதை பழைய பெயர் மாறுதல் வரலாறுகளின் சமஸ்கிருதமயமாக்கத்தைப் பேசுகையில் அவற்றுடன் கோயிலில் "இப்போது" நடக்கும் பறவைக் காவடி நேர்த்திக்கடனை இணைவைப்பது சற்றுத் தடாலடியாகத் தெரிகிறது. பறவைக் காவடி போன்ற நேர்த்திக்கடன்கள் தற்போதைய நிகழ்வுகளா அல்லது பழமையான வரலாறு இவற்றுக்குண்டா என்பது ஒருபுறம்.

ஏனெனில், தமிழகத்தைப் பொறுத்தவரை பத்தொன்பதாம் நூற்றாண்டின் பிற்பகுதியில் இத்தகைய நேர்த்திக்கடன்களைப் பற்றி ஆங்கிலேய நீதிபதிகளின், ஆட்சியாளர்களின் ஆவணங்கள், விசாரணைகள் பற்பல நம்மிடம் உண்டு. அடுத்ததாக, பறவைக் காவடி போன்ற உள்ளூர் நேர்த்திக்கடன் மரபுகளையும் சமஸ்கிருத, வைதீக மரபுகளையும் கவிதை சமன்படுத்திவிடுகிறதோ எனத் தோன்றுகிறது. இந்த இரு மரபுகளும் தொடர்ச்சி, தொடர்ச்சியின்மைகளின் ஊடாட்டத்தில் உள்ளவை. மேற்கொண்டு இதை விரித்துப் பேச இக்கட்டுரை பொருத்தமான வெளியில்லை என்பதால் கவிதைக்கு வருவோம்.

கடந்த நாற்பதாண்டுகளின் தமிழின எதிர்ப்பு அரசியல்களின் காட்சிபூர்வ வரலாற்று நிகழ்வுகள் சித்திரிக்கப்படுகின்றன. நல்லூர் கோயிலில் செப்டம்பர் 1987இல் இந்திய அரசிடம் இன உரிமைக்கான, சம வாழ்வுக்கான ஐந்து கோரிக்கைகளை வைத்து உண்ணாவிரதம் இருந்து உயிர் துறந்த திலீபன் நினைவு கூரப்படுகிறார். திலீபனின் கூற்றாக, அதற்கு ஒரு வருடம் முன்பு உயிர்நீத்த விடுதலைப் புலிகளின் கர்னல் விக்டரும் நினைவு கூரப்படுகிறார். கவிதைக்குள் பல சமன்பாடுகள் செயல்படுகின்றன. ஒன்று, இறைவனின் பெயரில் நேர்ந்த மாற்றம் கோயிலில் முன்நிறுத்தப்பட்ட உடலார்ந்த அரசியல் காட்சிகளில் நேர்ந்த மாற்றங்களுடன் இணையாகப் பேசப்படுகிறது. மற்றொரு தளத்தில், அரசியல் சாவுகளும் கொலைகளும் சமயச் சடங்குகளும் அருகருகே வைக்கப்படுகின்றன. அரசியல் வினைகளாக இருக்கும் கொலைகள் தெய்வத்துக்கான உயிர்ப்பலியை ஒத்த, விரதமிருந்து செலுத்தப்படும் நேர்த்திக்கடன்களுக்கு ஒப்ப, காட்டப்படுகின்றன. அரசியல் ரீதியான சாவுகள் கொலைக் காட்சிகள் அரங்கேறிய இடத்தில் சமயச் சடங்குகளா என்ற கவிஞரது ஆதங்கமும் கவிதையில் வெளிப்படுகிறது. என்றாலும் எந்தக் கோயிலுமே அடிப்படையில் சமயச் சடங்குகளுக்கான இடம்தானே. மேலும் இந்தக் கவிதையே சுட்டிக்காட்டுவதைப் போல, அரசியலும் சமயமும் பிரிக்கப்பட்ட வகைமைப் பெட்டிகளும் அல்ல.

திலீபனின் மரணம் எதிர்ப்பரசியல் குறித்த அற வரையறைகளைக் கருத்தில் கொள்ளாத தீவிரவாத இயக்கம் ஒன்றால் முன்மொழியப்பட்டது. குடிமக்கள் பால் அன்பும் மானுட நீதியின் மீது பற்றும் அற்ற இந்திய–இலங்கை அரசுகளின்

முறையே பிராந்திய மேலாண்மை விழைவையும், சிங்களப் பேரினவாதத்தையும் இயக்குவிசைகளாகக் கொண்ட அரசுகளால் நிகழ்த்தப்பட்டது. “கொல்லப்பட்ட உடல்களின் வாசனை எழுப்பும் பயங்கரம்” என்கிற கவிதை வரி புலிகள் கொன்ற சிங்களப் படையினரை மட்டுமல்லாமல் திலீபனின் மரித்த உடலையும் சுட்டுவதாகக் கொள்ளலாம். என்றாலும், சிங்களப் படையினர் கொல்லப்பட்டது நேரடியாகச் சொல்லப்படும் போது, திலீபனின் மரணம் ஏன் நேரடியாகச் சொல்லப்படவில்லை என்று ஒருவர் கேட்கலாம். கொல்லப்பட்ட சிங்களப் படையினர் பார்வைக்கு வைக்கப்பட்டதை விமர்சிக்கும் கவிதைசொல்லி, திலீபனின் உயிர் துறப்பைக் கண்டும் காணவில்லை என்றுகூட விமர்சிக்கலாம். ஆனால், இப்படியான வாசிப்பைப் புறந்தள்ளக்கூடிய வகையில் கவிதைக்குள் ஒரு சமிக்ஞை நமக்குக் கிடைக்கிறது. அந்த சமிக்ஞை சேரனின் கவிதைகள் தங்கள் உரிப்பொருளாக அஞர் உணர்வைக் கொண்டிருப்பதைப் புரியவைக்கிறது.

“சொல்கிறான் திலீபன்” என்ற வரியில் வரும் தெரிநிலை வினைச்சொல் மிகவும் முக்கியமாக கவனிக்கத்தக்கது. இதற்கு இரண்டு வரிகளுக்கு முன்பு “திலீபனைக் கண்டேன்” என்று சாதாரணமாகப் பொருந்திவருகிற இறந்த காலம் திடீரென நிகழ்காலமாக மாறுவதை எப்படிப் புரிந்துகொள்வது? கவிதை மொழிவெளியில் இந்த இடம் உறைந்த இடமாக, ஒரு குமிழியை ஒத்ததாக உள்ளது. இந்தக் குமிழிக்குள் திலீபனும் கவிதைசொல்லியும் காலத்தில் உறைந்த சிற்பங்களாக கணமாற்றமின்றி அப்படியே இருக்கிறார்கள். கவிதையின் ஆதாரப் புள்ளியைப் போல விளங்கும் இந்தக் குமிழியைச் சுற்றித்தான் பிற மாற்றங்கள் பேசுபொருளாகின்றன. திலீபனின் உயிர் துறப்புச் சம்பவம் ஏற்படுத்திய அதிர்ச்சியாக, அந்தச் சம்பவத்துடன் சமாதானம் செய்து கொள்ள முடியாத அஞர் என்பதாக இந்தக் குமிழி உள்ளது.

பல சிந்தனையாளர்கள், ஃப்ராய்ட் தொடங்கி டொமினிக் லா கப்ரா, சூஸன் சாண்டாக், ஆன் கப்ளான், கேதி கரூத் வரை பலர் ‘அஞர்’ பற்றி ஆராய்ந்திருக்கிறார்கள். அஞர் என்பதைப் பற்றி வெவ்வேறு விளக்கங்கள், வரையறைகள் இருக்கின்றன. பொதுவாக, நவீன காலத்திய பூர்ஷ்வா குடும்ப அமைப்பு பெண்களிடத்திலும் தொழிற் புரட்சியின் விளைவாக உருவான

எந்திர உற்பத்திச் சூழலால் பெருக்கமடைந்த போர்கள், தொழிற்சாலை விபத்துகள், ஆண்களிடத்திலும் அஞரை உருவாக்கும் காரணிகளாகக் கருதப்படுகின்றன. முக்கியமாக, ஃப்ராய்ட் அஞர் குறித்து ஆராய்கையில், பெண்களைப் பொறுத்து ஹிஸ்டீரியாவோடு இதை இணைத்துப்பார்த்தார்; பாலியல் கற்பனாதீதங்களும் பாலியல் முறைகேடுகளும் இதற்குக் காரணமாவதை ஆராய்ந்தார். பின்னர், முதலாவது உலக யுத்தம் முடிந்த பின், யுத்தத்தில் பங்கேற்ற ஆண்கள் அனுபவித்த அஞர் அவரது ஆய்வு கவனத்தை ஈர்த்தது (ஃப்ராய்டின் அஞர் குறித்த சிந்தனைகளுக்குப் பார்க்க: கப்ளான் 2005, அத். 1).

ஜோஷ்வா ஹர்ஷ், அஞர் பற்றி எழுதும்போது ஒரு குறிப்பிட்ட நிகழ்வையோ நிகழ்வுகளையோ அஞர் என்று கொள்ளலாகாது என எழுதுகிறார். மாறாக, அஞர் என்பதைப் பிரதிநிதித்துவ நெருக்கடி எனக் கருதுகிறார். அதாவது அதிர்ச்சி தரக்கூடிய ஒரு விடயத்தை, நிகழ்வை எளிதாக மன ஓர்மைக்குள்ளும் வெளிப்பாட்டுக்குள்ளும் கொண்டுவர முடியாத நெருக்கடியை அஞர் என்கிறார். வன்நினைவின் நெருக்கடி என்று இதைக் கூறலாமென நினைக்கிறேன். பாலியல் வல்லுறவு, போர்கள், இனப் படுகொலை உள்ளிட்ட வன்முறை நிகழ்வுகள் இத்தகைய நெருக்கடியைத் தோற்றுவிக்கக்கூடியவை. ஹர்ஷ் கூறுவதன்படி ஒருவர் எதிர்கொண்ட மோசமான நிகழ்வு ஏற்படுத்திய பதிவுகள் மனதில் சேகரிக்கப்பட்டிருக்கும்; ஆனால் அவை ஏற்கெனவே உள்ள மனப்பதிவுகளோடு பொருத்திக்கொள்ள இயலாதவையாக, பிற சம்பவங்களின் பதிவுகளைப் போல நினைவுகளைச் சேகரிக்கும், மீட்டெடுக்கும் வழக்கமான நடைமுறைகளுக்கு அடங்காமல் இருக்கும்; மறந்துவிட்டதைப் போல இருந்தாலும் அவசியமில்லாத தருணத்தில் எதிர்பாராமல் மேலெழும்பிவிடும். சேரனின் "வீடு" கவிதை அழகாக இதை உள்ளிடையாகப் பேசுகிறது.

"இரு புறமும் கதவு. எப்போது
மூடும்; திறக்கும் எனத் தெரியாது.
கொடிய நினைவுகளால் கறை படிந்த சுவர்கள்
என்று எல்லோரும் சொல்லக்கூடும்."[99]

நினைவுகளின் கிடங்காக விளங்கும் வீட்டைத் திறப்பதும் மூடுவதும் கவிதைசொல்லியின் கையில் இல்லை. இத்தகைய அக

நெருக்கடியையே அஞர் என்பதாக நான் புரிந்துகொள்கிறேன். இதன் பொருள் அஞர் என்பது ஆறவே ஆறாதது என்பதல்ல. நினைவுகூர்தல்களின் வழியாகத்தான் அஞர் படிப்படியாகச் செப்பமாகக்கூடியது. “நெஞ்சே நினை / நினைவிலிக்கு வாழ்வில்லை” எனும் சேரனின் கவிதை (“நினைவிலி”) வரிகளும் கூட இதை மொழிவதாகவே தெரிகிறது.

மேற்கூறியதன் அடிப்படையில் “சொல்கிறான் திலீபன்” என்ற நிகழ்கால வினை கவிதைசொல்லியின் நிகழ்காலத்தில் திலீபன் இருப்பதைத் தெரிவிக்கிறது. கவிதைசொல்லியின் அகம் திலீபனின் மரணத்தை உள்வாங்கி ஏற்கவில்லை என்பதைக் காட்டுகிறது. தண்ணீர்கூட அருந்தாமல் உண்ணாவிரதமிருந்து மாண்ட திலீபனின் மரணம் விடுதலைப் புலிகளின் இன்னுமொரு போராளியின் மரணம் அல்ல. அண்டை நாட்டு அரசின் துரோகம், சொந்த நாட்டு அரசின் சூழ்ச்சி, ஒப்புக்கொடுத்த இயக்கத்தின் அரசியல் பயன்பாட்டுக் கணக்கு, சார்ந்திருந்த இனத்தின் கையறுநிலை, இவை அனைத்தையும் திலீபனின் மரணம் காட்டிக்கொடுத்தது. மட்டுமல்லாமல், காந்தியடிகளுக்குப் பின்னால் மகத்தான மக்கள் போராட்ட வடிவமாக செல்வாக்கு பெற்றிருந்த உண்ணாவிரதம் வெவ்வேறு அரசியல் தரப்புகளின் கணக்குகளால் பொருளிழந்துவிட்டதை முகத்திலடித்து உணர்த்தியது அது.

முள்ளிவாய்க்கால் பயங்கரத்தினூடே இன்றுவரையிலும் இலங்கைத் தமிழர்களின் வாழ்வுரிமைப் பிரச்சினை அவர்கள் நாட்டாலும், அண்டை நாடான இந்தியாவாலும் இனவாத சக்திகளாலும் உணர்ந்து முகம்கொடுக்கப்படாது என்பதை அறிவித்த கட்டியம் திலீபனின் மரணம். இந்த வகையில் இலங்கைத் தமிழரின் அவல வரலாற்றில் திட்டமானத் தீர்மானப்புள்ளி அது. இப்புள்ளிதான் இருட்கருவாக, உளத்தின் ரணமாக, அஞராக மேலே குறிப்பிட்ட கவிதை வரியின் நிகழ்கால வினைச்சொல் பயன்பாட்டால் உணர்த்தப்படுகிறது. கடந்த காலத்தைக் காட்டும் வினைச் சொற்களைக் கொண்ட முந்தைய, பிந்தைய வரிகளுக்கும் இந்த வரிக்குமான காலத்தில் தொடர்பறுந்த நிலை அஞர் நிலைக்கே உரித்தானது, அந்த நிலையைக் காட்டித்தருவது.

கவிதை, நல்லூரில் இப்போது நடப்பவற்றை நேர்த்திக் கடன்கள், கண்காட்சி முதலியவை எனக் கூறும்போது அங்கே

வாழ்பவர்கள் வரலாற்றை மறந்துவிட்டதாகத் தோன்றுகிறது. பேரழிவுகளை எதிர்கொள்ளும் சமூகங்கள் அதே இடத்தில் வாழும்போதும் அங்கிருந்து புலம்பெயர்ந்து வாழும்போதும் வெவ்வேறு விதங்களில் நினைவுகூர்கின்றன அல்லது நினைவில் கொள்ளமாட்டாமல் தடைகளைச் சுவீகரிக்கின்றன. சீன வரலாற்றில் வலியின் வரலாறு குறித்து எழுதும் மைக்கேல் பெர்ரி (2008) யூதர்கள் ஹோலோகாஸ்ட்டை நினைவுகொள்வதற்கும் சீனர்கள் கலாசாரப் புரட்சியின் அழிவுகளை, அல்லது தியனன்மன் சதுக்கப் படுகொலைகளை நினைவுகொள்வதற்கும் உள்ள வேறுபாட்டை எடுத்துக்காட்டுகிறார். புலம்பெயர்ந்து வாழும் யூதர்கள் ஹோலோகாஸ்ட் பயங்கரத்தை நினைவுகூர உதவும் வகையில் அவர்கள் கொல்லப்பட்ட, சித்ரவதை செய்யப்பட்ட இடங்களில் நினைவுச் சின்னங்கள், அருங்காட்சியகங்கள் இருக்கின்றன. அங்கே நடந்ததை அவர்கள் நினைவுகூர, துக்கம் அனுசரிக்க முடியும்.

மாறாக, சீனத்திலோ தாங்கள் கொடூரங்களை அனுபவித்த இடங்களில் அந்த மக்கள் இன்னமும் வாழ்கிறார்கள். தியனன்மன் சதுக்கம் ஒரு சுற்றுலாத் தலமாக இன்று பிரபலமானதைப் பார்க்கையில் அங்கே சீன அரசு நடத்திய படுகொலைகளின் வரலாற்றை சீனர்கள் மறந்துவிட்டதாகத் தோன்றலாம். ஆனால், இத்தகைய மறுப்பு / மறப்பு சீன நிலவரைவியலில் நடந்தாலும், படுகொலைகளைப் பற்றிய நினைவுகூர்தல் கலை இலக்கியப் பிரதிகளின் வழி நடந்துகொண்டுதான் இருக்கும் எனக் குறிப்பிடுகிறார் பெர்ரி.

இதையொட்டி நல்லூரில் இப்போது நடப்பதைக் கவிதை கூறுவதையும் புரிந்துகொள்ள முடியும். நல்லூரின் நிலப்பரப்பில் திலீபனுக்கு நினைவிடம் எழுப்பப்பட்டது, 1996இல் இலங்கைப் படையினரால் இடிக்கப்பட்டது, மீண்டும் கட்டப்பட்டது, 2007இல் இடிக்கப்பட்டது. இப்போது நல்லூரில் நேர்த்திக் கடன், கண்காட்சி நடந்தாலும் சேரன் கவிதைக்குள் நல்லூரில் நடந்த அரசியல் நிகழ்வுகள் வெளிப்பட்டும் ஒளிந்துகொண்டும்தானே உள்ளன?

சேரனின் "நினைவிலி" என்ற கவிதை கடந்த கால "வதைகூடத்தை" எண்ணித் தொடங்குகிறது. "ஒளித்து வைத்திருந்த

வதைகூடம் ஒரு சற்சதுரக் கட்டிடம்" என கடந்த காலத்தில் இருந்த ஒரு இடத்தை அறிமுகப்படுத்துகிறது. கண்ணியத்தையும் திடத்தையும் நலத்தையும் ஒருங்கே பறித்து இல்லாமலாக்கும் இடம். அடுத்த வரிகளாக "யன்னலும் இல்லை ஒரு துளி வானமும் இல்லை மழைக்கும் இடிக்கும் மின்னலுக்கும் கட்டடம் அதிர்ந்ததாக ஒரு குறிப்பும் இல்லை, அது பற்றிய நினைவும் இல்லை" என்று கவிதை சொல்கிறது. ஜன்னலும் வானமும் இல்லை என்றவுடனேயே காலத்துக்குத் திரைபோடப்பட்டு விடுகிறது. நினைவும் இல்லை என்றவுடன் அகத்தின் நெருக்கடி நிலை சுட்டப்பட்டு விடுகிறது. அதற்கேற்றாற் போல கவிதை எப்போதோ நடந்ததை இப்போது கண்முன் நிகழ்வதைப் போல வினைச்சொற்களைப் பயன்படுத்திப் பகிர்கிறது.

காவல் படையாள் 'எல்லாத் தமிழ் கெட்ட வார்த்தைகளையும் ஏவுகணைகளாக எறிகிறாள், "உணவுத் தட்டில் சிறுநீர் கழிக்கிறாள்" என்று தொடர்கின்ற கவிதை "இருந்தாலும் இது அவலச் சிறை" என்று கடைசி வரிகளில் சொல்கிறது. "இது" எனும் சுட்டல் இத்தருணத்தில் கவிதைசொல்லி சிறையில் அடைபட்டிருக்கிறார் எனத் தொனிப்பது. எப்போதோ நடந்தது எப்போதுமாக இப்போது நடப்பது கவிதையின் உரிப்பொருளாகும் அஞர் நிலைக்குச் சான்று. அகக் காயங்கள் ஆறிவிடுமா என்று ஆற்றாமையுடன் கேட்கும் கவிதையும் (ஆளற்ற தனித் தீவில் அழியாத காலடியும் எழுதாத கவிதையும்) சேரனிடம் உண்டு.

"அகக் காயங்களில்
எப்போதும் கனன்று கொண்டிருக்குமே தீ?
அதற்கு ஓய்வு வழங்க முடியுமா நம்மால்?" [100]

இன்னொரு கவிதை ('யாழ்ப்பாணப் பல்கலைக்கழகம்') அதற்கான வழியையும் சுட்டுகிறது.

"கே என்று அழைக்கப்பட்ட கே.கேயை
நான் மறக்க முடியாது
கொன்றவரும் அவர்
கொல்லாமல் விட்டவரும் அவர்தான்" [101]

என்று கவிதை ஒருவரை அறிமுகப்படுத்தித் தொடங்குகிறது. கவிதைசொல்லியும் கே.கே.யும் பல்கலைக்கழகத்தில்

சந்திக்கிறார்கள். இருள் சூழ்கிறது. பேச்சுவார்த்தை நடக்கிறது. முந்தைய கவிதையைப் போல அல்லாமல், நிகழ்கால வினைச் சொற்களிலேயே முழுக் கவிதையும் நகர்கிறது. இப்படி முடிகிறது:

"பிற்பாடு
கொல்லப்பட்டவரின் மண்டையோட்டையும்
எலும்புகளையும்
தேடிச் செல்கிறோம்
அதுதான் வழி ." [102]

யார் கொல்லப்பட்டார்கள் ? கவிதை கடைசிவரை அதைக் கூறுவதில்லை. அதைப் பேசக் கவிதைசொல்லி தயாராக இல்லாதபடி நிகழ்வு ஏற்படுத்திய அஞர் குறுக்கே நிற்கிறது போலும். 'அதுதான் வழி' என்றால் எதற்கு வழி? கொல்லப்பட்டவரின் உடல் மிச்சங்களைத் தேடிச் செல்கிறார்கள். கொல்லப்பட்டவரது பிணம் இன்னும் எரிக்கப்படவில்லை அல்லது அடக்கம் செய்யப்படவில்லை. ஈமச் சடங்குகளின் ஒரு பணி ஒருவரது சாவை அவருடன் இருந்தவர்களை ஏற்றுக்கொள்ள வைப்பது. இங்கே அது இன்னும் நடக்கவில்லை. உருவகமாகச் சொன்னால் பிணங்கள் நினைவுகளுக்குள் அழிவில்லாமல் அப்படியே கிடக்கின்றன. அவற்றை அப்புறப்படுத்துவதுதான் "வழி" என்று கவிதைசொல்லிக்குத் தெரிகிறது. அஞரிலிருந்து குணமாவதை நோக்கிய பயணத்தை இக்கவிதை பரிந்துரைக்கிறது.

சேரனின் கவிதைகள், குறிப்பாக அஞர் தொகுப்பு, உருவாக்குகின்ற நிலம், ஈழத் தமிழ்ச் சமூகத்தின் வன்நினைவின் நிலம். அதிலிருந்து மீளாமலும் மீள "வழி"யைத் தேடியும் அலைகின்றது கவிதைசொல்லியின் குரல்.

"இனப் படுகொலைக்கோ உயிராதாரம் உண்டு
கண்ணீர் எரிந்து உணர்வெழுதும்
நுண்சாட்சியம் உண்டு
கதைகதையாய்க் கொலைகொலையாய்
உறங்காத மொழியிலும் உலராத வரலாற்றிலும் நினைவுகள் உண்டு.
தரலாம்.

பெறுவதற்கு யாருமில்லை.
சிறுவர்கள், பெண்கள், ஆண்கள்
குருதி, மழை, சேறு." [103]

"படத்திலுள்ள சிறுவர்கள், பெண்கள், ஆண்கள்" என்ற கவிதை முடிகிறது. இதற்கு "நினைவுகளைப் பகிர்ந்துகொள்ளுங்கள், நாங்கள் இருக்கிறோம்" என்று ஒரு நேர்மையான வாசகரால் பதில் சொல்ல இயலாது. காத்திரமான சாட்சியத்தின் "முடிவற்ற சொற்கள் முடிவற்ற கரை முடிவற்ற அலைக்கு" (திணை மயக்கம்) முன்னால் மௌனமாகத் தலையசைத்தலே அதற்கான மரியாதை. கவிதைகளில் உரிப்பொருளாகும் அஞர் நிலையைக் கையறு நிலையில் புரிந்துகொள்ளும் வாசகத் தன்னிலை செய்யக்கூடியதும் அதுவே.

000

கவிதை : பொருள் கொள்ளும் கலை
(2023, எழுத்து பிரசுரம், சென்னை)

உதவிய நூல்கள் / கட்டுரைகள்:

தமிழ்

- சேரன். திணை மயக்கம் (அல்லது) நெஞ்சொடு கிளர்தல். நாகர்கோவில்: காலச்சுவடு, 2019.
- சேரன். அஞர். நாகர்கோவில்: காலச்சுவடு, 2018.
- சேரன். "முள்ளிவாய்க்கால் 7ஆம் ஆண்டு: ஆற்ற ஒண்ணா அஞர்." மே 15, 2016.
- சேரன். "கருத்தரங்கம்." புதிய பார்வை, மார்ச் 16–31, 2008.
- முத்துத்தம்பிப்பிள்ளை, ஆ. யாழ்ப்பாணச்சரித்திரம். யாழ்ப்பாணம்: நாவலர் பிரஸ், 1915.
- முத்துலிங்கம், அ. "ஆறாம் திணை." amuttu.net/2019/12/12/ஆறாம்-திணை/
- ஜெயமோகன். "ரத்தம், காமம், கவிதை: சேரனின் கவியுலகு."

ஆங்கிலம்

- Berry, Michael. A History of Pain. Trauma in Modern Chinese Literature and Film. New York: Columbia University Press, 2008.
- Hirsch, Joshua. Afterimage: Film, Trauma, and the Holocaust. Philadelphia: Temple University Press, 2004.
- Kaplan, Ann E. Trauma culture: the politics of terror and loss in media and literature. New Brunswick: Rutgers University Press, 2005.
- Ramanujan, A. K. Interior Landscape. Bloomington: Indiana University Press, 1967.

கருணாகரன்

கவிஞர். எழுத்தாளர், ஊடகவியலாளர், இதழாளர், பதிப்பாளர், விமர்சகர்,

16

உறைய முடியாக்காலம்:
சேரனின் கவிதைகள் பற்றி...

கருணாகரன்

1

எழுதப்படும் காலத்திலும் அதற்குப் பிறகான காலவெளியிலும் உயிர்கொண்டிருக்கும் எழுத்துக்கு ஒளி அதிகம். அந்த ஒளி, அந்த எழுத்தையும் அதை எழுதிய எழுத்தாளரை அல்லது கவிஞரையும் காலநீட்சியில் உயிர்ப்போடு வைத்து விடுகிறது. சிந்தனையின் வீச்சும் ஆழ்மனதில் உணரும் சத்தியமும் அதைத் தயக்கமின்றி வெளிப்படுத்தும் துணிவும் அதற்கான வடிவ ஒழுங்கும் இதற்கு ஆதாரமானவை. "உள்ளத்தில் உண்மை ஒளி உண்டாயின் வாக்கினிலே ஒளியுண்டாகும்" என்று பாரதி உரைத்தது இதுவே. இந்த அடிப்படையில் தான் சேரனுடைய கவிதைகள் கால நீட்சியில் அழியாத, அழிக்க முடியாத உயிர்ப்புடன் நீடிக்கும் தன்மையைக் கொண்டிருக்கின்றன, அதன் வழியே சேரனும்.

1970இன் முற்பகுதியில் எழுதத் தொடங்கிய சேரன், 80களில் தீவிர கவனத்தைப் பெற்றார்.

அதற்குக் காரணம், அன்றைய சமூகக் கொதி நிலையைச் சேரன் கவிதையாக்கியதே. 'இரண்டாவது சூரிய உதயம்', 'யமன்' இரண்டும் அந்தக் காலத்தின் வெடிப்பு. காலத்தின் குரலை, அதனுடைய மொழியை சேரன் எழுதினார். அவருடைய மொழி எந்தப் பூடகமுமற்று, எந்தத் தயக்கமுமற்று மக்களின் உணர்வுகளோடு தானும் தன்னுடைய உணர்வுகளோடு மக்களையும் இணைத்தது. இதனால் அவை எழுதப்பட்ட காலத்திலேயே நூலாகவும் வெளிவந்தன. வெளிவந்த கையோடு பரவலாக விநியோகமாகின. அந்தக்காலம் அதைச் செய்தது. காலத்தைக் கொண்டிருந்ததால் காலம் அதைத் தன்னுடைய கையில் எடுத்தது.

இதனால் அப்பொழுது எழுதிக் கொண்டிருந்த கவிஞர்களிடத்தில் சேரன் முன்னிலையில் இருந்தார். தொடர்ந்து நாற்பது ஆண்டுகளாக அவருடைய அந்த முன்னிலைப் பாத்திரத்தின் ஒளி மங்காமலே உள்ளது. காரணம், இன்னும் அவர் காலத்தின் கொதிப்பைப் பிரதிபலிப்பவராக, அதில் இடையீடு செய்கின்றவராக இருப்பதேயாகும்.

சேரன் எழுதத் தொடங்கிய 1970கள் தொடக்கம் 2024 வரையான காலம் ஈழத் தமிழரின் வாழ்வில் மிகக் கொந்தளிப்பானது. துயரமிக்கது. இனவிடுதலைப் போராட்டம், போர், ஜனநாயக மறுப்பு, கொலை, காணாமலாக்கப்படுதல், நில அபகரிப்பு, இராணுவ ஒடுக்குமுறை (அரச பயங்கரவாதம்), சிறைப்படுகொலைகள், இனவன்முறை, இடப்பெயர்வு, புலம்பெயர்வு, அகதி வாழ்க்கை, யுத்த முடிவுக்குப் பிறகு அரசியல் அநாதைகள் என்ற நிலை என மனிதர்களால் தாங்கக் கடினமான வாழ்க்கையைக் கொண்டது. இந்த மிகக் கொடிய, கடினமான வாழ்க்கைக் காலத்தின் ஊடேதான் சேரன் கவிதையில் பயணித்திருக்கிறார். "இரண்டாவது சூரிய உதயம்", 'யமன் தொடக்கம் காஞ்சி' வரையான கவிதைகள் இதற்காதாரம். இது அவர் தானாக ஏற்றுக் கொண்ட சிலுவை. தார்மீக அடிப்படையிலான பொறுப்பேற்றல் என்பதால் கடந்த ஐம்பது ஆண்டுகாலப் பயணத்தின் ஏற்ற இறக்கங்களை சேரனுடைய கவிதைகளில் காணக்கூடியதாக உள்ளது. இதற்குச் சிறந்த ஆதாரம், சேரனின் அண்மைய தொகுதியான 'காஞ்சி'.
(டிசம்பர், 2023)

102 கவிதைகளைக் கொண்டுள்ள காஞ்சி, தீராதது, இந்தத் தெருவில் எப்போதும், படையாள் பாடல், கடிதங்கள், கிளிப்பாட்டு, பழங்கள் என ஆறு பகுதிகளைக் கொண்டுள்ளது. இந்தக் கவிதைகளும் வரலாற்றையும் வாழ்வையும் சமகாலப் பிழிவையும் உலகின் அரசியற் சதுரங்க ஆட்டத்தையும் அகமும் புறமுமாக நின்றொலிக்கின்றன. சமகாலக் கவிதைப்பரப்பில் மொழி, மொழிதல் முறைமை, வடிவம், பொருள் போன்றவற்றில் தனக்குரிய முன்னிலையைப் பெறுவதே இதனுடைய சிறப்பு.

சேரன் எழுதத் தொடங்கிய பின்னரான காலவெளியின் அரசியல், பண்பாடு, மொழி, இலக்கியக் கோட்பாடுகள், கவிதை, அதன் வடிவம், வாழ்க்கைச் சூழல், சமூக ஒழுங்கு, மன அமைப்பு எனச் சகலதும் மாற்றமடைந்துள்ளன. நவீன இலக்கியம், நவீனத்துக்குப் பிந்திய இலக்கியம் என்பதற்கு அப்பால் நவீனத்தைக் கடந்த இலக்கியம் என இலக்கியப் போக்குகளும் விரிந்து சென்று கொண்டிருக்கிறது. இதில் பின்தங்கி விடாமல் நிலைப்படுத்திக் கொள்வதற்கான சிந்தனையும் உழைப்பும் உணர்திறனும் வெளிப்பாடும் சேரனிடம் உள்ளது. முக்கியமாக அரசியல், பண்பாடு, தத்துவம், கோட்பாடு, உளநிலை என இவற்றில் ஏற்படும் மாற்றங்களுடன் எல்லாக் காலத்திலும் தன்னை வைப்பதும் தன்னுள் காலத்தை உள்ளெடுத்தொலிப்பதும் சேரனுடைய பண்பாகும் என்பதாலேயே சேரனுடைய இடம் தொடர்ந்தும் ஒளிகொண்டுள்ளது.

சேரனுடைய முதற்தொகுதியான 'இரண்டாவது சூரியோதயம்' ஈழத்துக்கப்பால் தமிழ்நாட்டிலும் பெருங்கவனிப்பை உண்டாக்கியது. தொடர்ந்து 'யமன்'. இரண்டும் இலங்கைத்தீவில் கொதிப்படைந்திருந்த இன ஒடுக்குமுறை, சாதிய ஒடுக்குமுறை என இரண்டுக்கும் தீவிர எதிர்க்குரலைக் கொண்டிருந்தன. இதனால்தான் "கணிப்புக்குரிய ஒரு கவிஞன் வந்து சேர்ந்துள்ளான்" என்று பேராசிரியர் கா. சிவத்தம்பி சேரனைப்பற்றி 1980இன் முற்பகுதிலேயே எழுதினார். (அன்று சேரனுக்குச் சமாந்திரமாக இருந்த இன்னொரு கவிஞர் வ.ஐ.ச.ஜெயபாலன்) ஆக, சேரன் அந்த முதல்நிலைக்கு வந்தது, அன்றிருந்த சமூக, பண்பாட்டு, அரசியல் வெளியை அவருடைய கவிதைகள் கூருடன் ஊடறுத்ததனாலேயே. அதற்கான மொழியையும் வெளிப்பாட்டு முறையையும் சேரன் அன்றே கண்டடைந்தார். அந்தக் கண்டடைதலானது, அன்று

தமிழிலக்கியத்திலும் ஈழத்தமிழ்ச் சமூக, அரசியற் பண்பாட்டு வெளியிலும் உருவாகிக் கொண்டிருந்த கருத்துநிலை, இலக்கிய அணுகுமுறை, வெளிப்பாட்டுமுறை மாற்றங்களைச் சேரன் கூர்மையாக உள்வாங்கியதனாலும் வெளிப்படுத்தியதனாலும் அமைந்தது. ஒரு முன்னிலைப் படைப்பாளிக்கான தகுதி இது. இதுதான் சேரனைத் தொடரக் கூடியதாக பின்வந்த பா. அகிலன், நட்சத்திரன் செவ்விந்தியன், றஷ்மி போன்ற கவியாளுமைகளிடத்திலும் செல்வாக்குச் செலுத்தியது. பெருங்கவிகளுக்கு இவ்வாறு அமைவதுண்டு. பாரதியைப் பின்தொடர்ந்து பாரதிதாசன். சுகுமாரனைப் பின்பற்றி மனுஸ்யபுத்திரன், பா. அகிலன். விக்ரமாதித்யனைத் தொடரும் லட்சுமி மணிவண்ணன். சோலைக்கிளியைத் தொடர்ந்த பல முஸ்லிம் கவிஞர்கள்.

இன்னொரு நிலையில் இது தலைமுறை மாற்றத்தின் வழியாகவும் ஆளுமை ரீதியாகவும் சேரனிடம் நேர்ந்தது. இதைப் புரிந்து கொள்வதற்கு 'கைதடி 1979: கோபுரக்கலசமும் பனைமர உச்சியும்' என்ற கவிதை ஒன்றே போதும். சேரனை, அவருடைய இதயத்தை, அது உற்பத்தி செய்யும் கவிதையை, அதனுடைய உள்ளார்ந்த மற்றும் வெளிப்போந்த குரலை உணர்ந்து கொள்வதற்கு. அப்பொழுது சுபத்திரன், புதுவை இரத்தினதுரை உள்ளிட்ட வேறு சிலரும் சாதியத்துக்கு எதிராகவும் சமூக நீதிமறுப்புக்கு எதிராகவும் தூக்கலான முறையில் கவிதைகளை எழுதிக் கொண்டிருந்தனர். அவர்களுக்கு இடதுசாரி இயக்கப் பின்புலம் வேறு இருந்தது. சேரனுக்கு அப்படியான நேரடி அரசியற் பின்புலம் இல்லை. ஆனாலும் அவற்றிலிருந்து வேறுபட்ட தொனியில் சேரனுடைய கவிதைகள் அமைந்தன.

அந்தவகையில் யாழ்ப்பாணத்தில் உச்சமடைந்திருந்த சாதிய ஒடுக்குமுறைக்கெதிரான 'யாழ்ப்பாணத்தனம்' என்று சொல்லப்படும் வெள்ளாளப்பண்பாட்டு (அதிகார) அடையாளத்துக்கு எதிரான குரலின் அடையாளமாகி விட்ட கவிதை இது.

"நிர்வாணம் கொண்டு
தமிழர்கள் அனைவரும்
தெருக்களில் திரிக..."

என்று தொடங்கும்போதே கவிதை, 90° யில் றொக்கெற் வேகத்தில் உக்கிரமடைகிறது. இன்னொரு விதமாகச் சொன்னால், மனிதக் கீழ்மைத்தனத்தைப் பொறுத்துக் கொள்ள முடியாத உக்கிரக் கோபத்தின் வெளிப்பாடாகவே கவிதை உருக்கொள்கிறது. ஆனால் கவிதைக்கான மொழியில் இவை மிகச் சாதாரண வரிகளே. அதைமீறிக் கவிதையாக ஆக்குவது இதில் இந்தக் கோபத்தில் உள்ள சத்தியமாகும். அந்தச் சத்தியத்தைச் சமரசமற்று வெளிப்படுத்தும் துணிவு. இதுவே கவிதையின் ஒளி. அதுதான் இங்கே இந்தக் கவிதையை உயர்த்துகிறது. தொடர்ந்து வருகின்ற அடுத்த அடிகளைப் பாருங்கள்.

"கவனியுங்கள்
நேற்று மாலை என்ன நடந்தது?
கைதடிக் கிராமத் தெருக்கள் முழுவதும்
மனித விழுமியம், நாகரிகங்கள்
காற்றில் பறந்தன.
……………………………
பனைமர உச்சியும் கோபுரக் கலசமும்
உயரவே உள்ளன.
அரசியல் பிழைப்பில் ஆழ்ந்து போயிருக்கும்
அனைவரும் உணர்க
உங்கள் முதுகுநாண் கலங்கள் மீதும்
சாதிப் பிரிவினைப் பூஞ்சண வலைகள்.
கங்கை கொண்டு
கடாரம் வென்று
இமய உச்சியில் விற்கொடி பொறித்துத்
தலை நிமிர்வுற்ற தமிழர் ஆளுமை
குனிந்த தலையுடன், அம்மணமாகத்
தெருக்களில் திரிக
ஆலயக் கதவுகள்
எவருக்காவது மூடுமேயானால்
கோபுரக் கலசங்கள்
சிதறி நொறுங்குக

> ....
> யாழ்ப்பாணத்தின் சராசரி இதயமே,
> உனது உலகம் மிகவும் சிறியது.
> கிடுகு வேலி,
> வேலியில் கிளுவை,
> எப்போதாவது வேலியின் மீது
> அழகாய்ப் பூக்கும்
> சிவப்பு முள்முருக்கு.
> யாழ்ப்பாணத்துச் சராசரி இதயமே,
> ஆயிரம் ஆயிரம் கோயில் கதவுகள்
> உன்னை உள்ளே இழுத்து மூடின.
>
> ....
> நிர்வாணமாக,
> உயர்த்திய கையுடன்
> தெருவில் திரிக.
> தமிழர்கள்!
> இந்தத்
> தமிழர்கள்!" [104]

கவிதையிலுள்ள சத்தியக் கோபம், தீயாக எரிகிறது. அது கவிதையைத் தீயாகவே மாற்றி விடுகிறது. மறுவளமாகச் சத்தியத்தீ, கவிதையாகிறது.

'இத்தகைய போக்கு பெரும்பாலான முற்போக்குக் கவிஞர்களிடத்தில் (குறிப்பாக வானம்பாடிக் கவிஞர்களிடத்தில்) அல்லது அரசியற் கவிதைகளில் வழக்கமாக இருக்கும் ஒன்றுதான். இதிலென்ன புதுமை உள்ளது? அரசியற் கட்சிகளின் துண்டுப் பிரசுரத்துக்கும் இதற்கும் என்ன வேறுபாடுண்டு?' என்று யாரும் கேட்கலாம்.

கவிதை அதற்கப்பால் பன்முகத்தன்மையோடு விரிந்து, மானுட அநீதிக்கு எதிரான ஒரு தீர்க்கமான ஜனநாயக ரீதியான கலக அரசியற் குரலாக மேற்கிளம்புகிறது. மானுடத்துக்கெதிரான அநீதியை (ஒடுக்குமுறையை, அதை மேற்கொள்ளும் அதிகாரத்தை) கொண்டிருக்கும் பண்பாட்டையும் அந்தப் பண்பாட்டைக்

கொண்டிருக்கும் சமூகத்தையும் கேலிப்படுத்தி எதிர்க்கிறது. முதலில் அது ஒட்டு மொத்தத் தமிழ்ச் சமூகத்தையும் அதனுடைய வீரயுகப் பண்பாட்டுப் பெருமிதங்களையும் கேள்விக்குள்ளாக்குகிறது. ஏறக்குறைய இதே தொனியில் ராஜராஜசோழனைப் பற்றியும் தஞ்சைப் பெரிய கோயிலைப்பற்றியும் இன்குலாப்பினுடைய கவிதை ஒன்றுண்டு. சற்று வேறான, ஆனால், இந்த இடத்தில் நினைவெடுத்துப் பேச வேண்டிய இன்னொன்று, மஹாகவியின் புகழ்வாய்ந்த கவிதையான 'தேரும் திங்களும்'. சேரனைப்போல மஹாகவியும் /முந்த நாள் வான முழுநிலவைத் தொட்டுவிட்டு / வந்தவனின் சுற்றம் / அதோ மண்ணிற் புரள்கிறது எனத் தமிழ்ச் சமூகத்தின் நிலையைக் கேலிப்படுத்துகிறார்.

மஹாகவி உலகளாவிய அளவில் ஏற்பட்டுள்ள வளர்ச்சியைச் சுட்டிக்காட்டி, நீங்கள் அதைப் புறக்கணித்து சிறுமையோடு மண்ணில் புரள்கிறீர்கள் என்கிறார். சேரனோ, வரலாற்றுப் பெருமைகளைச் சொல்லிக் கொண்டே சிறுமைப்பட்டுள்ளீர்கள் என்கிறார். ஆக அடிமை, குடிமைகளை வைத்துக் கொண்டு பண்பாட்டுப் பெருமிதங்களை நாம் பேச முடியாது என்பதே இந்த மூன்று கவிதைகளினதும் சாராம்சமாகும்.

மேலும் "யாழ்ப்பாணத்தின் சராசரி இதயமே, உனது உலகம் மிகவும் சிறியது" என விளித்து, யாழ்ப்பாணத்தின் மேலாதிக்கச் சமூகத்தை நேர்முகமாக விமர்சிக்கிறது சேரனின் கவிதை. சாதியின் பேரால் பெருந்தொகுதி மக்களுடைய உரிமைகள் மறுக்கப்படுதற்காக "ஆலயக் கதவுகள் எவருக்காவது மூடப்படுமேயானால் கோபுரக் கலசங்கள் சிதறி நொறுங்குக" என்று சபிப்பதும் பிரகடனப்படுத்துவதும் அந்தச் சமூகத்திற்குள்ளிருந்து கலகம் செய்யும் வலுவானதொரு போர்க்குரலாகும். இந்தப் போர்க்குரல் சாதாரணமானதல்ல. "தனியொருவருக்கு உணவில்லை எனில் இந்த ஜெகத்தினை அழித்திடுவோம்" என்ற பாரதியின் குரலுக்குச் சமனானது. "கவிஞன் பெருமூச்சு விட்டால் வானமும் தீப்பற்றும்" என்று சோலைக்கிளி சொன்னதும் ஏறக்குறைய இந்த உண்மைதான்.

கவிஞர்கள் தம்முடைய குரலை, சுடரும் ஒளியாக வரலாற்றில் அழியாத முறையில் ஏற்றி விடக் கூடியவர்கள். அது மகிழ்ச்சியோ துயரமோ எழுச்சியோ எதுவாயினும் அதற்குள் சுடரின் வெம்மை

இருக்கும். இருளகற்றும் ஒளியுமிருக்கும். பண்பாட்டின் வேர்களில் அவர்கள் மொழியாலும் சிந்தனையாலும் நிலைபெறுகின்றவர்கள். அதன் வழியே வரலாற்றில் துளிர்ப்பவர்கள் என்பதால் கவிஞர்களின் சீற்றத்துக்கும் உண்மைக்கும் வலு அதிகம்.

2

வெளியே மட்டுமல்ல, தன்னுடைய சமூகத்திற்குள்ளிருக்கும் ஜனநாயக மறுப்புக்கெதிராக, அதனுடைய அதிகாரத்துக்கு எதிராக, மானுடக் கீழ்மைக்கெதிராகவும் கலகம் செய்வது எழுத்தாளரின், கவிஞரின், புத்திஜீவியின் முதற்பண்பாகும். "விதியே விதியே தமிழ்சாதியை என் செய நினைத்தாய்? எவ்வகை விதித்தாய்?" என்று பாரதி குமுறுவது இந்தப் பண்பின் அடிப்படையில் என்பதையும் நாம் கவனிக்கலாம். இதையே சுந்தர ராமசாமி (ஜே.ஜே. சில குறிப்புகள்), ராஜ் கௌதமன், ஞானக்கூத்தன், சி.சிவசேகரம், டானியல், என். கே. ரகுநாதன், பழமலய், டொமினிக் ஜீவா, மு.தளையசிங்கம், சக்கரவர்த்தி, ஷோபாசக்தி, இமையம் என அனைவரும் செய்தனர்; செய்து கொண்டிருக்கின்றனர். எதிர்த்தரப்பை மட்டுமல்ல, தங்களுடைய சமூகத்தின் கீழ்மைகளையும் குறைபாடுகளையும் பண்பாட்டுக் கோணல்களையும் கூட அவர்கள் விமர்சித்தனர். உலகம் முழுவதிலுமுள்ள சமூக அக்கறையுடைய எழுத்தாளர்கள், கவிஞர்களின் பொதுக்குணவியல்பு இது. நம்முடைய குறைகளையும் தவறுகளையும் குற்றங்களையும் களைவதும் அதற்கெதிராகப் போராடுவதும் அவற்றைச் சுயவிமர்சனத்துக்குள்ளாக்குவதும் முதற்பணி எனக் கருதுவதன் விளைவு இதுவாகும். அதைச் செய்யாமல், அவற்றைக் கண்டும் காணாமல் இருப்பது அநீதி. அப்படி இருந்து கொண்டு நமக்கு எதிரிலுள்ள தரப்பின் அநீதியைப் பற்றியும் ஒடுக்குமுறையைப் பற்றியும் பேசுவதற்கான தகுதியைப் பெற முடியாது. இதனால்தான் "முதலில் எங்களுக்கு (சாதி ரீதியாக ஒடுக்கப்பட்டவர்களுக்கான) உரிமையைத் தாருங்கள். எங்களைச் சமமாக நடத்துங்கள். அதற்குப் பிறகு சிங்கள ஒடுக்குமுறையைப் பற்றி, அந்த அநீதியைப் பற்றி சேர்ந்து நாம் பேசுவோம். அதற்கெதிராகப் போராடுவோம்" என்று கே.டானியல் சொல்ல வேண்டியிருந்தது.

அநீதியைப் பற்றியும் அறத்தைப் பற்றியும் பேசுவதற்கான முதற்தகுதியை நாம் பெற வேண்டுமானால் நாம் நீதியுடையவர்களாக இருக்க வேண்டும். ஒரு தரப்பினருக்கான நீதியை, உரிமைகளை மறுத்துக் கொண்டு நமக்கான நீதியை, உரிமையைக் கோரினால் அது கோமாளித்தனமாகும். சேரனுடைய எழுத்தியக்கம் இதை மிகத் துல்லியமாகச் சுட்டுகிறது. எங்களிடம் மட்டும்தான் சரிகள் உண்டென அது வாதிடவில்லை. எதிர்த்தரப்பிடத்திலும் சரிகள் உண்டு. நியாயம் உண்டு. பண்பாடு உண்டு. அறமும் வாழ்க்கை ஒழுங்கும் உண்டு என்று சொல்கின்றன. அதேவேளை எதிர்த்தரப்பின் குற்றங்களையும் குறைகளையும் சமரசமின்றி எதிர்க்கிறது. விமர்சிக்கிறது. சேரன் எப்போதும் சிங்களப் பெருந்தேசியவாத ஒடுக்குமுறையை எதிர்ப்பதைப்போல, தமிழ்ச்சமூகத்துக்குள் நிலவிக் கொண்டிருக்கும் அனைத்து ஒடுக்குமுறைகளையும் கடுந்தொனியில் எதிர்த்துக் கொண்டிருக்கிறார். சாதிய ஒடுக்குமுறை, முஸ்லிம்கள் மீதான தமிழ் அமைப்புகளின் ஒடுக்குமுறை, இயக்க அதிகாரம், இயக்க ஒடுக்குமுறை, கருத்துரிமை மறுப்பு என அனைத்தையும். 'யுத்த காண்டம்', 'துப்பாக்கி பற்றிய ஒரு கவிதை', 'அவர்கள் அவனைச் சுட்டுக் கொன்றபோது', 'எரிந்து கொண்டிருக்கும் நேரம்', 'காத்தான்குடி', 'எலும்புக் கூடுகளின் ஊர்வலம்' போன்ற கவிதைகள் இதற்கு உதாரணம். பெண்ணொடுக்குமுறையின் எதிர்ப்படையாளம், 'கானல்வரி'. இத்தகைய கவிதைகள் குறைவாயினும் தாக்கம் கூடியவை. கானல்வரி, ஒரு காவியமே.

ஒரு ஜனநாயகவாதியாக இதைச் செய்து கொண்டே சிங்கள பௌத்த அரச ஒடுக்குமுறையைப் பற்றியும் அதற்கு அனுசரணையாக இருக்கும் சர்வதேச (வல்லாதிக்கத் தரப்புகளின்) ஒடுக்குமுறையைப் பற்றியும் பேசுகிறார். ஒடுக்குமுறையைப் பற்றிப் பேசுவதற்கான தகுதியை ஒருவர் பெற வேண்டுமானால் ஏற்கனவே சுட்டிக்காட்டப்பட்டுள்ளதைப் போல அவர் அனைத்து ஒடுக்குமுறைக்கும் எதிரானவராகத் தன்னைப் பொதுவெளியில் நிறுத்த வேண்டும். அதற்கொரு துணிவு வேண்டும். எதையும் இழக்கவும் எந்த நெருக்கடியை எதிர்கொள்ளவும் கூடிய தயாரான வாழ்க்கை முறைக்குச் செல்ல வேண்டும். அந்தத் துணிவில்லை என்றால், கீழ்மைகளோடும்

அநீதிகளோடும் அதிகாரத்தரப்புகளோடும் சமரசங்களையே செய்ய வேண்டியிருக்கும். அது விடுதலைக்கு எதிரானது. பாசாங்கானது.

நம்முடைய தமிழ்ச்சூழலில் (சிங்களச் சூழலிலும்தான்) அனைத்து ஒடுக்குமுறைகளையும் எதிர்க்கும் பண்பு மிகக் குறைவு. பலரும் சிங்கள பௌத்த ஒடுக்குமுறையை அல்லது அதனுடைய மேலாதிக்கத்தை எதிர்ப்பர். ஆனால், தம்முடைய சமூகத்துக்குள் நிலவும் சாதி, பால், பிரதேச, மத ஒடுக்குமுறையையும் புறக்கணிப்பையும் எதிர்ப்பதில்லை. மட்டுமல்ல, அவற்றை மேற்கொள்வோராகவும் இருக்கின்றனர். "நாம் விடுதலை பெற வேண்டுமானால், அதற்குத் தகுதியானவர்களாக நம்மை மாற்றிக் கொள்ள வேண்டும்" என்று சு. வில்வரெத்தினம் சொன்னதை நாம் இங்கே மனதிற் கொள்ள வேண்டும். ஆக அனைத்து ஒடுக்குமுறைகளுக்கெதிரான குரலாகவும் விடுதலைக்கான வேட்கையாகவும் இயங்குவதே சேரனின் ஐம்பது ஆண்டுகால கவிதை உள்ளிட்ட எழுத்தியக்கத்தின் அடிப்படை. இதுவே சேரனுடைய கவிதைகள் பெறுகின்ற மதிப்புமாகும்.

"கைதடி 1979: கோபுரக்கலசமும் பனைமர உச்சியும்" என்ற கவிதை எழுதப்பட்டபோது சேரனுக்கு ஏறக்குறைய இருபது வயதிற்குள்தான் இருக்கும். அவருடைய ஆரம்பகாலக் கவிதைகளில் ஒன்றிது. இதுவோ அல்லது இப்பொழுது எழுதப்படுகின்ற கவிதையோ மட்டுமல்ல, இனிமேல் எழுதப்படுகின்ற கவிதை கூட மேற்சொல்லப்பட்ட அடிப்படையில்தான் அமையும். இதை மீறிச் சேரனால் சிந்திக்க முடியாது. அப்படி மீறியோ மாறியோ சிந்தித்தால் அது சேரனாக, சேரனுடைய கவிதையாக அல்லது அவருடைய எழுத்தாக இருக்க முடியாது. அந்த அளவுக்கு அவருடைய மன அமைப்பும் சிந்தனையும் ஒடுக்குமுறைக்கு, அநீதிக்கு, ஜனநாயக மறுப்புக்கு, மனித நாகரீகக் கேட்டுக்கு, அதிகாரத்துக்கு எதிரானதாக அமைந்து விட்டன என்பதால்தான் சாதிய ஒடுக்குமுறை, இன ஒடுக்குமுறை, இயக்க அதிகாரம் அல்லது இயக்க ஒடுக்குமுறை, ஜனநாயக மறுப்பு, அரச ஒடுக்குமுறை, பெண்ணொடுக்குமுறை போன்றவற்றைத் தொடர்ந்தும் எதிர்த்துக் கொண்டிருக்கிறார். ஏறக்குறைய அரை நூற்றாண்டு எதிர்ப்புக்குரலையுடையவர் அல்லது மாற்றுக்குரலுடையவர் சேரன். இதற்கு அவருடைய வாழ்க்கை

அனுபவங்களும் காரணமாக இருக்கலாம். இதைப்பற்றிச் சேரனே சொல்கிறார், “என்னுடைய கவிதைகளோடும் வாழ்வோடும் பின்னிப்பிணைந்திருந்த ஏராளம் நெருங்கிய நண்பர்கள் ஒன்றில் கொல்லப்பட்டு விட்டார்கள் அல்லது காணாமல்போய் விட்டார்கள். எஞ்சியவர்கள் உலகம் முழுவதும் சிதறிப்போய் இருக்கிறார்கள். இந்த நண்பர்கள் பற்றிய நினைவுகளும் பதிவுகளும் தொகுதியிலுள்ள கவிதைகளில் தூவப்பட்டுக் கிடக்கின்றன” (‘நீ இப்பொழுது இறங்கும் ஆறு’ முன்னுரையில்) ஒரு கவிஞருக்கு மட்டுமல்ல எந்த மனிதருக்கும் இத்தகைய நிலை ஏற்படக் கூடாது. சேரனால் தன் நெஞ்சறிந்த உண்மைகளை, அவற்றின் அறச்சூட்டினை விட்டு விலக முடியாமல் உள்ளது. இது அவருக்குள் தீராத தீவிரத்தை உண்டாக்கிக் கொண்டேயிருக்கிறது.

இத்தகைய தீவிரத் தொடர்ச்சியை அல்லது தொடர்ச்சியான தீவிர நிலையைத் தக்க வைப்பது கடினம். பொதுவாகவே பலருக்கும் இளமையில் ஒரு தீவிரத்தன்மை இருக்கும். வயதேற ‘ரத்தம் கொதிக்கிற பருவத்தில்’ உண்டாகிய வேகம் பின்னர் முதுமையில் தணிந்து காணாமலே போய் விடும். இதற்கப்பால், கால ரீதியாகவும் உலகளாவிய அளவிலும் நிகழ்கின்ற மாற்றங்களும் (கருத்து நிலை, வெளிப்பாட்டு முறை, மொழி, வாழ்க்கை) சவால்களும் இந்தத் தீவிரத்தைக் குறைத்து விடும். அல்லது வேறொன்றின் மீது இடம் மாற்றி விடும். சேரனுடைய தீவிரம் துளியளவேனும் குறையவில்லை. அரசியற் கவிதைகளில் மட்டுமல்ல, அவருடைய காதற் கவிதைகளிலும்தான். அது முதிர்ச்சியடைந்து மேலும் கூராகிக் கொண்டிருக்கிறது. கூராகும் அளவுக்கு உள்ளே ஆழமாக விரிந்தும் கொண்டுள்ளது. யுத்த அழிவைப் பற்றிய துயரத்தை “காடாற்று” “அஞர்” என எழுதும்போதும் மாபெரும் துயருக்குள்ளும் நம்பிக்கை துளிர்க்கும் விடுதலைக்குரலின் ஒலிப்பைக் கேட்க முடிகிறது. அநீதிக்கு எதிரான ஆக்ரோஷத்தைக் காண முடிகிறது. இப்பொழுது வந்திருக்கும் “காஞ்சி” இவற்றுக்கு அப்பாலான இன்னொரு நிலையின் உச்சம். ஆனால், 1980களில் போல இவை பிரகடனங்களாக இல்லை. சற்று நிதானமான தொனியில், முன்னவை குதித்துப் பாயும் அருவி. பின்னவை சமப்பரப்பில் பாயும் ஆறு.

3

கடந்த ஐம்பது ஆண்டுகளில் அதிகமான அரசியற் கவிதைகளை எழுதிய தமிழ்க்கவிஞர்களில் சேரன் முதல்நிலைக்குரியவர். (ஏனைய மூவர் சி.சிவசேகரம், வ.ஐ.ச.ஜெயபாலன், புதுவை இரத்தினதுரை ஆகியோர்). அரசியற் கவிதைகளை எழுதாத எந்தவொரு ஈழக்கவிஞரும் இல்லை. அந்தளவுக்கு ஈழ அரசியல் ஈழக்கவிஞர்களிடத்திலே தாக்கத்தை உண்டாக்கியுள்ளது. ஆனால், இவர்களால் எழுதப்பட்ட அத்தனை கவிதைகளும் ஏற்புடையவையா? விடுதலைக்குரியவையா? மக்களின் வாழ்வைக் குறித்த கரிசனையைக் கொண்டவையா? பிற சமூகத் துயரங்களையும் அவற்றின் நீதியையும் உள்ளடக்கியவையா? இலக்கியத் தகுதியையும் பண்பாட்டு நீட்சிக்குரிய தன்மையையும் கொண்டவையா? என்று கேட்டால், உதட்டைப் பிதுக்கி மறுத்துத் தலையை அசைக்கவே வேண்டும். அநேகமானோருடைய பல கவிதைகள் ஒற்றைப்படைத்தன்மையுடையவை. அல்லது கறுப்பு – வெள்ளையாக இருப்பவை. இலங்கை அரசியல் இனவாதமாகச் சுருங்கியதன் விளைவாக எதையும் கறுப்பு – வெள்ளை அல்லது ஆதரவு – எதிர்ப்பு – அல்லது தியாகி – துரோகி எனப் பார்க்கும் போக்குப் பலரிடத்திலும் ஆழமாக வளர்ந்துள்ளது. அதனுடைய பிரதிபலிப்பே இதுவாகும். இதைக் கடந்து நிற்கக் கூடிய பன்மைத்துத்துவத்துக்கான குரல்கள் குறைவு. அப்படி நிற்கும் குரல்களில் ஒன்றே சேரனுடையது. அதற்கே காலப் பெறுமானமும் உலக மதிப்பும் உண்டு என்பதால்தான் அவை தமிழ்க்கவிதை வெளியைக் கடந்து மலையாளம், டச்சு, ஆங்கிலம், சிங்களம், ஜேர்மன் எனச் சென்று கொண்டிருக்கின்றன. அப்படியே காலத்தையும் கடந்து செல்கின்றன.

சேரனுடைய அரசியற் கவிதைகளில் இலங்கையின் இன ஒடுக்குமுறையின் கொடூரத்தையும் ஈழப்போராட்டத்தின் எழுச்சியையும் வீழ்ச்சியையும் வரைபடம் போலத் தெளிவுறக் காணலாம், சமநேரத்தில் தமிழ்ச் சமூகத்தின் அக் கால நிலையையும். கூடவே தமிழ்பேசும் மக்களின் கையறு நிலை மற்றும் நீதிக்கான ஓயாத குரலையும். இந்தச் சமனிலை முக்கியமானது. ஏற்கெனவே சொல்லப்பட்டதைப்போல அனைத்துப் பழிகளையும் தயக்கமின்றிப் பாரபட்சமின்றிப் பழித்துரைப்பது. பெருங்கவிகளிடத்தில் இத்தகைய பண்புண்டு. எளிய உதாரணம்,

பாரதி. அன்றைய பிரித்தானிய (அந்நிய) ஆட்சிக்கெதிராகக் குரல் எழுப்பிய பாரதி, விடுதலைக்கான சங்கொலியாகவும் இருந்தார்.தமிழ்ச் சமூகத்தின்,இந்தியப் பண்பாட்டின் பொருந்தாக் கூறுகளையும் அடிமை மனோபாவத்தையும் சாடினார். கவிதையில் மட்டுமன்றி, பாரதியின் ஊடகத்துறை எழுத்துகள், செயற்பாடுகள் அனைத்தும் அப்படித்தானிருந்தன. இவை உண்டாக்கிய நெருக்கடிகள், சமகாலப் புறக்கணிப்புகளைப் பற்றி பாரதி பொருட்படுத்தியதில்லை. ஏறக்குறைய இதே தன்மை சேரனிடத்திலும் உண்டு. கவிதைகளோடு சேரனுடைய பத்திரிகைத்துறைச் செயற்பாடுகளும் (Saturday Reviw, சரிநிகர்) ஜனநாயகத்துக்கான குரலும் இணைந்ததாக உண்டு. முக்கியமாகச் சேரனுடைய கட்டுரைகள், நேர்காணல்கள் (உயிர் கொல்லும் வார்த்தைகள், கடவுளும் பிசாசும் கவிஞனும்). அதோடு இயற்கை, காதல், சமூக நீதி என அனைத்தின் மீதான கரிசனை கொண்டதுமாக.

'யமன்' இன ஒடுக்குமுறை, அதற்கெதிரான கொந்தளிப்பின் சித்திரம் என்றால் 'எரிந்து கொண்டிருக்கும் நேரம்', 'எலும்புக் கூடுகளின் ஊர்வலம்' இரண்டும் இயக்க அதிகாரத்துக்கு, ஒடுக்குமுறைக்கு எதிரான வெளிநடப்பு எனலாம். 'காடாற்று' யுத்த அழிவைப்பற்றியது.

கொலைக்காட்சி

"பொய்மையும் வன்மமும் சூழ் மாயக்காட்சிகளும்
அவர்களுடைய படையெடுப்பில்
புகையுடன் சேர்ந்து மேலெழுந்தபோது
சொல் பிறழ்ந்தது
படிமங்கள் உடைந்தன
வாழ்க்கை குருதி இழந்தது
எறிகணை பட்டுத் தெறிக்கக்
காயம்பட்ட
இரண்டரை வயதுக் குழந்தையின் கைகளை
மயக்க மருந்தின்றி அறுக்கின்ற மருத்துவன்
இக்கணம் கடவுள்
நீரற்ற விழிகளுடன் அலறும்தாய்
ஒரு பிசாசு." [105]

இதனால்தான் சேரனுக்கு தொடர்ந்தும் நெருக்கடிகள் உண்டாகின. 1980களின் நடுப்பகுதியிலிருந்து 2009இல் ஈழப்போர் முடியும் வரையிலும் அதற்குப் பிறகும் கூட உயிராபத்துகளின் நடுவேதான் சேரன் வாழ வேண்டியிருந்தது என எண்ணுகிறேன். இதில் துயரமான வேடிக்கை என்னவென்றால் ஒடுக்குமுறையை மேற்கொள்ளும் அரசினாலும் நெருக்கடி. அதற்கெதிராகப் போராடும் விடுதலை இயக்கங்களாலும் நெருக்கடி. (ராஜினி, பிசாசுக் கவிதை, எரிந்து கொண்டிருக்கும் நேரம், உயிர் பிடுங்கிகளின் காலம், புதைகுழிப்பாடல் போன்றவை.) குறிப்பாக விடுதலைப்புலிகளினால் ஏற்பட்ட அச்சுறுத்தல்.

ஏறக்குறைய சேரனுடைய இளமைக்காலமானது கால்நூற்றாண்டு நெருடிக்கடியிலேயே கழிந்தது. என்னதான் நெருக்கடிகள் ஏற்பட்டாலும் அந்த நெருக்கடிகளை எதிர்கொண்டவாறே சேரன் இயங்கியிருக்கிறார். இது கவனிக்க வேண்டிய இன்னொரு முக்கியமான அம்சம். இதற்காக அவர் பலரையும் போல வாழும் களங்களை மாற்ற வேண்டியிருந்தது. யாழ்ப்பாணத்திலிருந்து கொழும்புக்கும் பிறகு கொழும்பிலிருந்து கனடாவுக்கும் என. ஆனால், எங்கே சென்றாலும் தன்னுடைய குரலை, நிலைப்பாட்டை, எந்தச் சூழலிலும் சேரன் மாற்றியதில்லை; தளர விட்டதில்லை. இதேவேளை அவருடைய கவிதைகளின் மொழியிலும் மொழிதலிலும் (வெளிப்பாட்டிலும்) மாறுதல்கள் நிகழ்ந்துள்ளன. பிந்திய கவிதைகள் செறிவும் அடர்த்தியும் கூடியவை. தொடக்ககாலக் கவிதைகளில் விவரிப்புத் தன்மை அதிகம். அறிக்கையிடல் தன்மை கொண்டவை. நாடகத் தன்மை கொண்டவை. அதாவது நிகழ்காட்சி விரிப்புத் தன்மையுடையன. 'மழைநாள்', 'சமாந்தரம் கொள்ளாத உலகங்கள்', 'மயான காண்டம்', 'ஒரு கிராமத்துக்கு மின்சாரம் வருகிறது', 'கானல் வரி', 'நெய்தல்', 'சடங்கு' எனப் பெரும்பாலான கவிதைகள், கால வெளியில் நிகழ்வன போல காட்சி ரூபமானவை. யதார்த்தச் சூழலில் உருக்கொண்டவை. நேரடியாக நிகழ் வாழ்க்கையை, அதன் நெருக்கடிகளைப் பிரதிபலிப்பவை. இடம், காலம், பாத்திரங்கள், அவற்றின் இயக்கம் என, இப்படித்தான் அரச பயங்கரவாதத்தைப் பற்றிய கவிதைகளும். "தொலைந்து போன நாட்கள்", "யுத்த காண்டம்", "எல்லாவற்றையும் மறந்து

விடலாம்" போன்றவை. மிகக் கூராகக் காட்சியை விரித்துக் காட்டுவதன் மூலம் அந்தக் கொடுநிகழ்களத்துள் வாசிப்பவரைச் சாட்சிப்படுத்துகின்றவை. முதல் வாசிப்பில் உணர்வெழுச்சியை ஏற்படுத்தி விடும் இயல்புடைய இந்தக் கவிதைகள் அன்று மிகத் தீவிர உளநிலையை உருவாக்கின. அல்லது அன்றைய தீவிர உள நிலைக்கு இசைவாக இருந்தன.

இப்பொழுது இவற்றை மீளப்படிக்கும்போது ஒரு புன்னகை நம்மையறியாமலே இதழ்களில் பூக்கிறது. நம்முடைய உளம் வியந்து, இப்படியெல்லாம் நடந்ததா, இதையெல்லாம் நாம் கடந்து வந்தோமோ என்று சற்றுக் கூசுகிறது. வாழும்காலத்தின் சுமைகளும் துயரும் பின்னொரு காலத்தில் இனிய நினைவுகளாக உருக்கொள்வதைப் போல. இளமைப்பருவத்தில் அல்லது வாழ்வின் ஒருபோதில் சோற்றுக்கும் தங்கிப் படுத்துறங்குவதற்கும் வழியற்றிருக்கும் வாழ்க்கை நெருக்கடிகள், பின்னொருபோதில் நினைத்து வியப்பதற்கும் அவையே இனிய காயங்களாக உணர்வதற்குமாக மாறி விடுவதுண்டு. செல்வம் அருளானந்தத்தின் 'எழுதித் தீராப் பக்கங்கள்' இதற்குதாரணம். அப்படித்தான் சிறையனுபவங்களும் யுத்த காலமும் கூட.

நிகழ்வுகளையும் நிகழ்களத்தையும் அல்லது சூழலையும் இவற்றில் இயங்கும் பாத்திரங்களையும் கொண்டு உருவாக்கப்படும் கவிதை அமைப்பை நீண்ட காலமாகப் பின்பற்றி வந்த சேரன். 1980களில் பங்கேற்றிருந்த "கவிதா நிகழ்வு" முக்கியமானது. அந்தக் கவிதைகளைப் படிக்கும்போது நிகழ் தன்மையோடு காட்சிகள் விரியும். அன்றைய ஈழக்கவிதைகளில் இந்தத் தன்மை தூக்கலாக இருந்தது. கவிதையை ஒரு காலச் சாட்சியமாக்கும் அவசியத்தின் விளைவு இதுவாக இருக்கக் கூடும். அவற்றின் உள்ளும் வெளியுமாக படிப்போர் நிற்கும் வகையில் அவை உருவாக்கப்பட்டிருக்கும். 'எல்லாவற்றையும் மறந்து விடலாம்', 'அவர்கள் அவனைச் சுட்டுக்கொன்ற போது' 'ஒரு கிராமத்துக்கு மின்சாரம் வருகிறது', 'மழைநாள்', 'சமாந்தரம் கொள்ளாத உலகங்கள்' போன்ற பல கவிதைகள் இதற்கு உதாரணம். ஆனால், பிந்திய கவிதைகள் இதிலிருந்து விலகிவிட்டன. இதற்கு தாலாட்டு என்ற கவிதை நல்ல எடுத்துக்காட்டு.

"காலற்றவளின்
ஒரு கையில் குழந்தை
மறுகையில் கணவனின் துண்டிக்கப்பட்ட தலை
தொடைகளுக்கு இடையில்
வன்புணரும் படையாளின் துர்க்கனவு
ஓலமிட மனிதரற்றுப் புகை மண்டிய ஊர்ப்புறத்தே
பசி. தாகம். விரக்தி. குரல் கரையும் குருவி.
வாலற்ற நாய். வெறுப்பில் மிதக்கும் காயா மரம்.
புழுதியில் அலையும் இலவம் பஞ்சு. இமைப்பொழுதில்
அற்ற குளம். கடம்பு உதிரச் சிவந்த
நிலம்.
அலையடிக்கும் காற்றில்
அகல் விளக்குச் சிந்தும்
ஒளித் துளியில்
குழந்தைக்கு ஒரு தாலாட்டு." [106]

இந்தக் கவிதையைப் படித்து முடிக்க முடியாத அளவுக்கு மின்னதிர்வு நமக்குள் உண்டாகிறது. கொடுமையின் உக்கிரத்தை படிமமாக்கி அளிக்கிறது கவிதை. இதில் நேரடியான காட்சி விவரிப்பில்லை. ஆனால், கவிதையின் தொடக்கத்தில் அப்படியொரு மங்கலான தோற்றமுண்டு. காலற்றவளின் / ஒரு கையில் குழந்தை / மறுகையில் கணவனின் துண்டிக்கப்பட்ட தலை என ஒரு அதிர்ச்சியளிக்கும் நொடிப் பொழுதுக் காட்சி மனதில் எழுகிறது. யுத்தத்தினால் பாதிக்கப்பட்ட குடும்பப் பெண்ணொருத்தியின் அவல நிலை அப்படியே நம்முடைய அகத்துள் தகிக்கும் கூரீட்டியாக இறங்குகிறது. இந்தக்காட்சி நிலையைச் சட்டென முறித்து, தொடைகளுக்கு இடையில் / வன்புணரும் படையாளின் துர்க்கனவு என கருத்து நிலைப்படிமத்தை உண்டாக்குகிறார் சேரன். கவிதை இன்னொரு தளத்துக்கு உயர்ந்து விரிகிறது. அந்தப் பெண்ணின் அவலம் மேலும் கூராகிறது. அப்படியே கூராகிச் செல்லும் கவிதையின் இறுதிப் பகுதி, இந்த அவலத்திலும் அவள் தன்னுடைய அந்தக் குழந்தைக்குத் தாலாட்டுப் படிக்கிறாள். தாலாட்டுப் பாடுவதைக் கவிதை காட்சிப்படுத்தவில்லை. ஆனால், அந்த நிலையை (அது

சாதாரணமானதல்ல) நம்முடைய அகத்திற்குள் இறக்கும் கூர்ப்படிமமாக்குகிறது.

இத்தகைய அவலப்பரப்பை விரிக்கும் இன்னொரு பழைய பாடல் இங்கே நினைவில் எழுகிறது.

'ஆவீன மழைபொழிய / இல்லம் வீழ / அகத்தடியாள் மெய்நோக / அடிமை சாக / மாவீரம் போகுதென்று விதைகொண்டோட / வழியிலே கடன்காரர் மறித்துக் கொள்ள / கோவேந்தர் உழுதுண்ட கடமை கேட்க / குருக்கள் வந்து தட்சணைக்குக் குறுக்கே நிற்க / பாவாணர் கவிபாடிப் பரிசு கேட்க / பாவிமகன் படுந்துயரம் பார்க்கொணாதே

– ராமச்சந்திரக் கவிராயர்

இரண்டும் வெவ்வேறு சூழல், வேறு வேறான நிலைகள், யதார்த்தத்தைப் பிரதிபலிப்பவை என்றாலும் அவலத்தினது, துயரத்தினது கூர்முனை ஒன்றே. பெருங்கவிகள் ஒன்றிணைகின்ற புள்ளிகள் எப்போதும் ஒன்றாகவே இருக்கும். இலக்கிய வரலாற்றை ஆழ்ந்து நோக்கினால் எதுவும் புதிதல்ல என்று தோன்றும். அடிப்படைகள் என்றும் ஒன்றுதான். அவற்றை அணுகும் விதமும் வெளிப்படுத்தும் விதமும்தான் ஆளுக்காள், ஆளுமைக்கு ஆளுமை வேறுபடுகிறது. அது அவரவர் தனித்திறன், வாழ்களம், வாழ்காலம், உணர்நிலை அல்லது நோக்கு போன்றவற்றின் சேர்க்கையினாலும் உருவாகிறது.

சேரனுடைய பிந்திய கவிதைகள் உணர்வாழம் கூடியவை. அதற்கான மொழியும் படிமங்களுமானவை. வடிவச் செழிப்புடையவை. முந்திய கவிதைகளைப் போல விவரிப்புத் தன்மை இல்லாமற்போனதால் அல்லது குறைந்ததால் இவற்றிற் பிரகடனங்கள் இல்லை. நீளத்தாலும் குறைந்தவை.

"முற்றுகையில் இழந்த நெடுங்கால்
ஒரு கோடிப் பறவைகளின்
இறகுகள் உதிர்ந்த நிலம்
நீ
நடந்து வருகிறாய்
சேரா
எழுதாத சொல்".
(திணை மயக்கம் அல்லது நெஞ்சொடு கிளர்தல்)

4

இலங்கை அரசியலில் நிகழ்ந்த இன வன்முறை, போராட்ட எழுச்சி, போர் என எல்லாப் பெரு நிகழ்வுகளையும் சேரனுடைய கவிதைகள் அநேகமாகப் பிரதிபலித்துள்ளன. அதற்காக அவை ஏதோ செய்தி அறிக்கை, பத்திரிகைச் செய்தி என்ற அளவில் உலர்ந்து போகுமாறு அமையவில்லை. இந்த நிகழ்வுகள் இலக்கியத்தில் கலையாக்கமாகியுள்ளன. அதுவே இவற்றின் பேசக் கூடிய, கவனிக்கக் கூடிய பெறுமதியாகும். அதற்கான சத்திய மொழியைக் கையாண்டு இவற்றை நிலைபெறச் செய்திருக்கிறார் சேரன். இதனால் அந்த நிகழ்வுகள் ஒரு காலகட்டத்துடன் முடிந்து போனாலும் இலக்கிய சாட்சியமாக, அறத்துக்கான குரலாக காலநீட்சியில் இடம்பெற்று விட்டன. இதனால்தான் இவற்றைக் குறித்து இப்பொழுது நாம் பேசிக் கொண்டிருக்கிறோம். காலத்தை உள்ளெடுக்கும் இலக்கியம், காலத்தில் நிலைக்கும். இன ஒடுக்குமுறைக்கு எதிரான போராட்டத்தை ஊக்கப்படுத்தியதில் சேரனுடைய கவிதைகளுக்கு முக்கியமான பங்குண்டு.

"என்ன நிகழ்ந்தது?
எனது நகரம் எரிக்கப்பட்டது,
எனது மக்கள் முகங்களை இழந்தனர்,
எனது நிலம் ,எனது காற்று
எல்லாவற்றிலும்
அன்னியப் பதிவு.
கைகளைப் பின்புறம் இறுகக்கட்டி
யாருக்காகக் காத்திருந்தீர்கள்?
முகில்களின் மீது
நெருப்பு,
தன் சேதியை எழுதியாயிற்று
இனியும் யார் காத்துள்ளனர்?
சாம்பல் பூத்த தெருக்களில் இருந்து
எழுந்து வருக"

(இரண்டாவது சூரிய உதயம்) என்று 1983இல் தமிழ்ச் சமூகத்தை நோக்கி அழைப்பு விட்டார் சேரன். அதுமட்டுமல்ல, ஏறக்குறைய இதே காலப்பகுதியில் (1985 இல்) 'மரணத்துள்

வாழ்வோம்' என்ற கூட்டுக் கவிதைத் தொகுதியின் தொகுப்பாளராகவும் இருந்திருக்கிறார். இது அன்றைய சூழலில் பெரும்பணியாக இருந்தது. முப்பது ஆண்டுகளாக மரணத்துள் வாழ்வோம் கவிதைகளுக்கும் அவற்றின் வழியாக வந்தவைக்கும் இடமிருந்தது. ஆனால், இன்று? அதிலுள்ள பல கவிதைகள், அவற்றை எழுதியோரால் குற்றவுணர்ச்சி கொள்ளும் நிலைக்குள்ளாகியுள்ளன. பின்னர் நடந்த அரசியல் நிகழ்ச்சிகள் அப்படியான நிலையை உருவாக்கியது. இந்தத் தொகுப்பில் இறுதியாக உள்ள விமல் (பாலசிங்கம்) எழுதிய 'பாப்பாக்களின் பிரகடனம்' சிறார் போராளிகளின் பிரசன்னத்தை ஊக்கப்படுத்தியது. பின்னாளில் இதுவே தமிழ்ச் சமூகத்தின், தமிழரின் விடுதலை அரசியலில் பெருந்துயராக மாறியது. சிறுவர்கள் படையணியாகிக் கொல்லப்பட்டதும் சிறுவர்கள் போரில் கொல்லப்பட்டதுமாக வரலாறு உருவாகியது. 'மரணத்துள் வாழ்வோம்' தொகுதிக் கவிஞர்களைக் காலத்துயரும் காலப் பழியும் சூளுமளவுக்கு வரலாறு திரும்பியது.

ஒரு காலகட்டத்தின் புளகாங்கிதம் இன்னொரு காலகட்டத்தின் குற்றவுணர்ச்சி. இப்பொழுது 2024. இடையில் நாற்பது ஆண்டுகள் பெரும்புயல், துயர்க்கடல், படுகுழி, மயானவெளி, அலைச்சற்பரப்பு, ரத்த ஆறு எனக் கடந்து விட்டன. இதற்குள் கொலையும் கொல்லப்படுதலும் என எவ்வளவோ நடந்தேறியும் விட்டது. ஈழப்போராட்டம் இன யுத்தமாகக் குறுகிச் சிதைந்து, அழிந்து விட்டது. சேரனே அதையும் எழுத வேண்டிய அவல நிலை.

"உயிர் இருந்த இடம் கூற
ஒரு குறிப்பும் இல்லை
கரையில்
விரிந்திருந்த பனைமீது
கிழிந்து தொங்கும் சேலை
நிலத்தின் கீழ்
குழந்தைகளின் அலறல் ஒலி கேட்டேன்
தாழைமர வாசம் இன்று
காற்றினில் இல்லை.
என் இயலாமையின் கண்ணீரில்
தீ வளரும் நாடற்ற நாடு"

என்றும்......

"வெந்து தணியாத
காடற்ற காட்டுக்குச் சென்றோம்
ஒரு குருவி கிடையாது "

எனவும்

"..... முற்றிற்று என்று சொல்லி
காற்றிலும் கடலிலும் கரைத்து விட்டுக்
கண்மூட
காற்றும் கிடையாது
கடலும் கிடையாது
காடாற்று எப்போது? "

என்பதாகவும்

"உள்ளும் வெளியும் தீ மூள
இருளின் அலறல்
குழந்தைகளை மனிதர்களை
வெள்ளம் இழுத்து வந்து
தீயில் எறிகிறது"

என்றும்.....

"காயம் பட்ட
இரண்டரை வயதுக் குழந்தையின் கைகளை
மயக்க மருந்தின்றி அறுக்கின்ற மருத்துவன்
இக்கணம் கடவுள்
நீரற்ற விழிகளுடன் அலறும் தாய்
ஒரு பிசாசு."[107]

எனவும் கையறு நிலைப் பெருந்துயரோடு எழுதப்பட்ட கவிதைகளே 'காடாற்று' உள்ளிட்ட பிந்திய தொகுதிக் கவிதைகள். எல்லாம் முடிந்துவிட்ட வெறுமை, மயான வெளியில் உறைந்திருக்கும் அமைதியில் மெல்லிய காற்றுக்கு எழுந்து பறக்கின்ற சாம்பல். அந்தச் சாம்பல் வேறொன்றுமில்லை. அதுதான் நாற்பது ஆண்டுகளுக்கு முன்பிருந்த விடுதலைக் கனவு. இன்று நெருப்பு, புகை, கண்ணீர், ரத்தம், பிணம், பிணவாடை, அழிந்துபோன நிலம். தோல்வி, குற்றவுணர்ச்சி எல்லாமாக மிஞ்சிய சக்கை.

சேரனுடைய கவிதைகளை வாசிக்கும்போது நம்முடைய மனதில் மிஞ்சுவது இதுவே. கவிதைகளில் அதிகமாக இடம்பெறும் காட்சிகளும் சொற்களும் கூட இவைதான். இவற்றில் பெண்களும் குழந்தைகளுமே சேரனுடைய கவலையை அதிகரிக்கின்றனர். ஏனென்றால் ஈழப்போராட்டம் போராகச் சுருங்கி, அழிவாக முடிந்தபோது அதில் அதிகமாகப் பாதிக்கப்பட்டவர்கள் பெண்களும் குழந்தைகளும்தான். இவை சேரனுக்குள்ளே கவிஞன் என்ற வகையில் குற்றவுணர்ச்சியை ஏற்படுத்தியிருக்கிறது. அவர் ஆறுதலின்றி, அமைதியின்றி உழன்று கொண்டிருக்கிறார். அதற்கு எப்படியாவது பரிகாரம் காண வேண்டும் என்று கவிமனம் தவிக்கக் கூடும். அதுவே உலக நீதியைக் குறித்த சேரனுடைய அவாவுதலாகும். ஆனால் அந்த நீதி அவரும் பிறரும் எதிர்பார்ப்பதைப்போல நியாயமான முறையில் கிடைக்குமா என்பது கேள்வியே. அதுவும் அவருடைய சமகாலத்தில் கிடைக்குமென்பது இரட்டைக் கேள்வியாகும்.

சேரனின் முதற் கொதிப்புக் காலம் அடக்குமுறை, ஒடுக்குமுறைக்கு எதிரான கொந்தளிப்பு என்றால், பிந்திய கொதிப்புக் காலம், முடிவற்ற துயரினால் நிகழ்வது. காடாற்று, அஞர், காஞ்சி தொகுதிகளில் உள்ள பெரும்பாலான கவிதைகள் இத்தகையன.

'காஞ்சி'யில் ஒரு கவிதை – போர் முடிந்து, நீண்ட அஞ்ஞாதவாசத்துக்குப் பிறகு யாழ்ப்பாணத்துக்கு வரும் சேரனுக்கு 'யாழ்ப்பாணம்' ...

"என்னுடைய பட்டினத்துக்கு
மீண்டுள்ளேன்.
பல்லாண்டு காலக் கண்ணீர்
என்னை இங்கு கொண்டுவந்து சேர்த்திருக்கிறது.
என் நெல்லி மரத்தை அவர்கள்
வெட்டி விட்டார்கள்
மலைவேம்புகளையும் கமுகையும் இளம் பூவரசையும்
அவர்கள் விற்று விட்டார்கள்
அற்றோம் நாம்.
என் கவிதைகளுக்கு மணற்றிடரையோ

கடலோரக் காணித்துண்டையோ பரிசளிக்க வேண்டாம்
ஒரு முள்முருக்கம் பூவைத்தான் கேட்டேன்.
முடிய மறுக்கும் கொட்டாவியிலும்
எரிய மறுக்கும் வாழைத்தண்டிலும்
உப்பு நீர்க் கிணறுகளிலும்
செயற்கை மருந்துகளால்
வீங்கி எழுந்த ஆண்குறிகள்
போன்ற கோயிற் கோபுரங்களிலும்
நாங்கள் தற்கொலை செய்கிறோம்." [108]

எனத் தெரிகிறது. இப்போது சொல்லுங்கள், 'கைதடி 1979: கோபுரக்கலசமும் பனைமர உச்சியும்' என்ற கவிதைக்கும் இந்தக் கவிதைக்கும் இடையில் உள்ள வேறுபாடென்ன? என்று. யாழ்ப்பாணம் மாறவேயில்லை. ஆம், தமிழ்ச்சமூகம் மாறவில்லை. இலங்கை மாறவில்லை. நம்முடைய முட்டாள்தனங்கள் அப்படியே உருவமாற்றம் அடைந்துள்ளன. அவ்வளவுதான். கவிஞருக்கு இது சீற்றத்தைத் தருகிறது. என்ன செய்வார் அவர்? பாவம், கவிதையில் பொரிந்து தள்ளுவதைத் தவிர. மாறிலிகளின் முகத்தில் ஓங்கிக் குத்திக் காறி உமிழ்வதை விட.

ஐம்பது ஆண்டுகளாக ஒரு கவிமனதை ஒரு சமூகம் இப்படியே கொந்தளித்து அலைய விட்டால், அது கொடுமை. அப்படி நெடுங்காலமாகக் கொந்தளித்து அலையும் கவிமனம் பைத்தியமாகவோ பிசாசாகவோதான் மாறமுடியும். இதனால்தானோ தெரியவில்லை, சேரனுடைய கவிதைகளில் பிசாசு என்று அவர் அடிக்கடி உரைக்க வேண்டியுள்ளது. இதுதான் நம்முடைய நிலையும் கதையும்.

இதற்கு மறுதலையாக இன்னொரு நிலையில் நின்று சேரன் எழுதிப் பார்க்கிறார். 'காஞ்சி' யில் 'படையாள் பாடல்' என்ற தலைப்பில் ஐந்து கவிதைகள் உண்டு. அவை போரில் ஈடுபட்ட படையினரின் உளநிலையைப் பிரதிபலிப்பவை. இன்னும் சரியாகச் சொன்னால் காலந்தோறும் உலகெங்கும் போர்க்குற்றங்களில் ஈடுபட்ட படையினரின் உளத்தைச் சித்தரிப்பவை.

"எப்போதும் என்னைத் தொடர்ந்து வருகிறது
மாதவிடாய்க் காலத்திலும்
நாங்கள் வன்புணர்ந்த பெண்களின் குருதித் துளி
சிந்திய கண்ணீரின் வெப்பக் காற்று
அவற்றில் எரியுண்ட
நம் விந்தும் பேரண்டமும்."

(படையாள் பாடல் 02)

ஆனாலும் இதெல்லாம் கவிமனத்துக்குச் சமனிலையை அளிப்பதில்லை. அது அலையடங்காக் கடல். இருந்தாற்போலென்று பொங்கிச் சீறும். 'காஞ்சி'யில் மேலும் ஒன்று –

"........................

புரட்சிக்காகவும் விடுதலைக்காகவும்
கண்ணீர் சிந்தியவர்கள் மிகப் பலர்
எப்படி வரலாற்றை எழுதுவது?
தொலைதூரம் போய் விட்ட பிற்பாடு
பிடரியில் இரண்டு கண்கள் முளைக்கின்றன
அவற்றால் வரலாற்றைப் பார்க்கிறோம்
தயங்காமல் எழுதுகிறோம்
புனைவும் வாழ்வும் கதையும் பச்சாதாபமும்
குறுக்குச் சால்களாக ஓடுகின்றன
சவப் பெட்டிகளிலும்
அதற்குள் அடங்காத உடல்களாலும்
எழுதலாம்
வேறு வழியில்லை" [109]

ஆம், வேறு வழியில்லைத்தான். இப்படி முடிவற்றுக் கொந்தளித்துக் கொண்டேயிருக்கும் அரசியற் கவிதைகளுக்கு அப்பால் மிகுந்த கவனத்திற்குரியவை சேரனுடைய காதற் கவிதைகள். அரசியற் கவிதைகளில் உள்ள தீவிரத்தைப் போல சேரனுடைய காதற்கவிதைகளும் தீவிரமுடையவையே. பாப்லோ நெருடாவைப் போன்று அரசியல், காதல், காமம் என மூன்றிலும்

தீவிரம் குன்றாத கவிதைகளின் பிரதிநிதியாகவே சேரனும் இருக்கிறார். அது அவருடைய அடையாளங்களில் ஒன்றாகும்.

வழமையான காதற் கவிதைகளில் உள்ளதைப்போலப் பிரிவேக்கம் உள்ள கவிதைகளும் உண்டு. ஆனால், அவை புலம்பலாக உதிர்ந்து விடாமல், உறவை நோக்கித் தவித்து விரிவதாக அமைந்தவை. காமத்தைச் சமனிலையில் கொள்பவை. பலருடைய காதற் கவிதைகளிலும் பிரிவென்பது எதிர்த்தரப்பைக் குற்றப்படுத்தலாக அமைந்து விடுவதுண்டு. அது எதிர்த்தரப்பை மேலும் தூரப்படுத்துவது. சிலருடைய கவிதைகளில் முறையீடு இருக்கும். சேரனுடைய தொடக்ககாலக் காதற் கவிதைகளிலிருந்தே அன்பையும் காமத்தையும் இணைத்துக் குழைக்கும் (இளமையிலிருந்தே) பண்புள்ளது. நினைவுகளை மீட்டு மீள அந்த இனிமைக்குள் பயணிக்க முயற்சிக்கும் மனதின் ஊடாட்டத்தை அவற்றிற் காணலாம். காலம் செல்லச் செல்ல இது இன்னும் செழுமையாகியிருக்கிறது.

என்னுடைய ஆழ்ந்த அவதானிப்பின்படி, சேரன் சற்றேனும் ஆறுதலடைவது அல்லது அவர் சமனிலை கொள்ள எத்தனிப்பது காதற் கவிதைகளில்தான். காதலும் காமமுமான கொண்டாட்டமே சேரனுடைய காதற் கவிதைகள். அன்பின் ஊற்று, அன்பின் உருக்கம் என்பதைக் கடந்து காமத்தையும் இணையாகக் கொண்டவை. “காமமற்ற காதலுண்டா?” என்று சேரனே கேட்கலாம். எப்படியோ அவர் காதலிலும் காமத்திலும் தன்னுடைய காலக் கொந்தளிப்பையும் குற்றவுணர்ச்சியையும் ஆற்றுப்படுத்திக் கொள்ள முற்படுகிறார் எனத் தோன்றுகிறது

நெருடாவைப் போல. இது ஒரு வகையில் அவர் கண்டறிந்த விடுதலையாக இருக்கக் கூடும். அல்லது அவ்வாறானதொரு பழக்க இயல்பில் வந்து இந்த இடத்தைச் சேர்ந்திருக்கலாம். அப்படியானாலும் இது ஒரு ஏய்ப்புத்தான். தன்னைத் தானே சமனிலைப்படுத்திக் கொள்வதற்காகக் கொள்ளும் ஒரு தற்காலிக நிழல். ஆனால், இந்த நிழலும் ஒரு போது தீப்பற்றி எரியும். அது இன்னொரு குற்றவுணர்ச்சியிலும் கொந்தளிப்பிலும் போய் விழுந்து இன்னொன்றாக மூண்டெரியும்.

"போர் முடிய உன் பின்னல் கலையப்
பொதுமக்கள் போய்த் தொலைய
உன்னைக் கொணர்ந்தனர்
அவர்கள்
நீதி மன்றில்.
அம்மொழி எமக்கு விளங்கா நிலை
உன் காலடியோ நமது பழைய
கண்ணிவெடி
சேரா
உன்
அவளை மற
கனவைத் தொடர்"
 (திணைமயக்கம் அல்லது நெஞ்சொடு கிளர்தல், பக்- 30)

காலம் சென்றாலென்ன, வாழ்க்கைச் சூழல் மாறினாலென்ன, விடுதலைக் கனவு மாறாது, அதன் சுவடுகள் அழியாது என்பதைத் திரும்பத்திரும்பச் சொல்லும் கவிதையைத்தான் திரும்பத்திரும்ப சேரன் எழுதுகிறார்.

ஏற்கெனவே சொல்லப்பட்டதைப்போல சேரனுடைய மன அமைப்பு அப்படியானது. அது தன்னைச் சிலுவையேற்றம் செய்யத் துணிவது. அதில் விடுதலையைக் காண முயல்வது. இதில் இன்புற்றிருப்பது. திளைப்பது. அல்லது உழல்விலிருந்து மீளத் துடிப்பது. இதனால்தான் உறைய முடியாக் காலமாய் அலையடிக்கும் நினைவுகளில் தத்தளித்துக் கொண்டேயிருக்கும் சேரன் திரும்பத் திரும்பப் பாடுவது, பாடிக் கொண்டே இருப்பது.

000

- 2024

அவர்கள் அவனைச் சுட்டுக் கொன்றபோது

அவர்கள் அவனைச்
சுட்டுக் கொன்றபோது
எல்லோருமே பார்த்துக்கொண்டு
நின்றார்கள்
இன்னும் சரியாகச் சொல்வதானால்
அவன் சுடப்படுவதைக் காண்பதற்காகவே
அவர்கள் நின்றனர்
அவனுடைய வீட்டைக்
கொளுத்த வந்தவர்கள்,
பெட்டிக் கடையில்
பாண் வாங்கவந்த இரண்டு கிழவிகள்
கையில் கற்களுடன்
ஏராளமான சிறுவர்கள்
மற்றும்,
அன்று வேலைக்குப் போகாத
மனிதர்கள், பெண்கள்
இவர்கள் அனைவரின் முன்னிலையில்
நிதானமாக
அவன் இறந்துபோனான்.
அவன் செய்ததெல்லாம்
அதிகமாக ஒன்றுமில்லை;
அவனுடைய வீட்டிலும்
அதிகமாக ஒன்றும் இருந்ததில்லை.

ஆனால்,
தமிழர்களுடைய வீட்டைக் கொள்ளையிடுவதை
யார்தான் தடுக்க முடிகிறது?
அன்று காலையும் அதுதான் நடந்தது.
ஐம்பது பேர்,
அவனுடைய வீட்டை உடைக்க வந்தனர்.
வனத் திணைக்கள அதிகாரியான
அவனுடைய அப்பாவின் துவக்கு
நீண்ட காலமாய்
முன்னறைப் பரணின் மேலே இருந்தது.
துவக்கை இயக்க அவனும் அறிவான்.
கொள்ளையடிக்க வந்த
சிங்களவர்மீது துவக்கால் சுடுவதைப்
புத்தர்கூட அனுமதிக்க மாட்டார்
என்பதை
அரசு அறியும்
அமைச்சர்கள் அறிவார்
அவன் எப்படி அறிவான்?
ராணுவம், கடற்படை, விமானப்படை
என,
எல்லோருமாக முற்றுகையிட்டு
அவனுடைய வீடு எரிந்துவருகிற
புகையின் பின்னணியில்
அவனைக் கொல்வதற்கு முன்,
அவன் செய்ததெல்லாம்
அதிகம் ஒன்றுமில்லை
இரண்டு குண்டுகள்
ஒன்று ஆகாயத்திற்கு
அடுத்தது பூமிக்கு.
0

நீ இப்போது இறங்கும் ஆறு - பக்கம் 92

எரிந்துகொண்டிருக்கும் நேரம்

இன்று வாய்திறவாதே
மௌனம் கொள்
இன்று மட்டும்.
நம் வாயிலிருந்து வருகிற
ஒவ்வொரு உண்மைக்கும்
ஒவ்வொரு துப்பாக்கிக் குண்டு
பரிசாகக் கிடைக்கிற
காலம் ஒன்று வருமோ?
அல்ல எனின் ஏனிந்த அவலம்?
முச்சந்தி மாமரத்தின்கீழ்
எரிந்தன உடல்கள்
எழுந்த சுவாலைகளில்
கருகின குருத்துக்கள்.
புகை;
அச்சம்; கொடுமை;
துயரம்; பீதி;
அனைத்துமே கறுப்பு;
அசுர நிறம்
துர்க்குறிகள் விரவி
இருளின் நிழல்கள் கவிய
உடல்களும் மனமும்
எரிந்துகொண்டிருக்கும்
இந்நேரம்.
குரல் ஒடுங்கிப்
பாடல் இழந்தன குயில்கள்.
மிரட்சி தெறித்த
விழிகள் நகர்த்தி
அலற மறந்தனர் சிறுவர்.
சாம்பலைக்
காற்றுக் கொண்டு போயிற்று.

எலும்புகளை
நாய் கொண்டு போயிற்று.
மனிதத்தைத்
துப்பாக்கி முனையில்
நடத்திச் சென்று
புதைகுழி விளிம்பில்
வைத்துச் சுட்டுப்
புறங்காலால்
மண்ணைத் தள்ளி
மூடிவிட்டு வந்து,
தெருவோரச் சுவரில்
குருதியறைந்து
நியாயம் சொல்கிறார்கள்,
நியாயம்!
யார் கேட்டார் உம்மிடத்தில்
நியாயத்தை?
எச்சிறு புல்லும்
எச்சிறு தளிரும்
எச்சிறு புள்ளும்
நம்பிக்கைகளின்
உயிர்மூச்சுடனேயே
மலரும்
வளரும் முதிரும்
மடியும்
என நான் அறிவேன்.
எனினும்
சாபங்கள் சூழ்ந்த
தாய்நாடு எமதெனத்
துயரில் புலம்பும்
முதியோர் சிலருக்கு
இக்கணம்,
உடல்களும் மனமும்

எரிந்துகொண்டிருக்கும்
இக்கணம்
நம்பிக்கையை
எப்படி உரைப்பேன்?
புதைகுழிகளுக்கிடையில்
பிணங்களுக்கிடையில்
குருதி படிந்த
உடைகளுக்கிடையில்
புத்திர சோகத்தில்
நெஞ்சு பிளந்த
அன்னையர் கண்ணீர்த்
துளிகளுக்கிடையில்
'துர்ப்பாக்கியம்'
தற்காலிகமானது
என்று குரலெழுப்ப
மெலிந்த உடலும்
வளர்ந்த தாடியும்
உடைந்த மனமும்
குழம்பிய தலையுமாய்
வார்த்தைகளுக்கு அலைகிறேன்
நான்.

0

நீ இப்போது இறங்கும் ஆறு - பக்கம் 122

காத்தான்குடி

இனி நடக்கப் போவது என்ன?
ஒன்றுமில்லை
பிரார்த்தனைக் கூடத்தில்
சிதறுண்டிருக்கும் உடல்களின் மேல்
அவற்றிடை
ஒரு இராட்சதக் கொலைக்கரம்
உருக்கிய குருதிச் சேற்றில்
அந்தகாரத்தில் ஒலித்துக்கொண்டிருக்கும்
அலறலில்
அசைவிழக்கிறது காலம்
தமிழன் என்னும்
என் அடையாளக் கூறின் மேல்
வெட்கம்
இருள் விரவிப் படிகிறது
'என்னைக் கொல்லாதே'
என்று ஈரக் கண்களுடன் இரந்த
ஈழத்தின் மனச்சாட்சியையும்
கொன்றார்கள்.

நீ இப்போது இறங்கும் ஆறு - பக்கம் 140

பொ.திராவிடமணி

கல்வியலாளர், கவிஞர், பேச்சாளர், சமூகச் செயற்பாட்டாளர்.

17

சேரனின் கவிதையியல்

பொ.திராவிடமணி

ஈழத்தில் எண்பதுகளில் தொடங்கிய உள்நாட்டுப் போரினால் தமிழ் மக்கள் சொல்லொண்ணா இடர்களையும், துயரத்தையும் அனுபவித்தனர். எண்ணற்றோர் இறந்து போயினர். இராணுவத்தினரால் அழைத்துச் செல்லப்பட்ட பலரைக் காணாது இன்றும் உறவினர்கள் தேடி அலைகின்றனர். இப்போராட்டத்தின் முடிவு மிகப்பெரும் மனித அவலத்தில் முடிந்தது. 21ஆம் நூற்றாண்டின் முதலாவது இனப்படுகொலை (Genocide) இது என மனித உரிமை அமைப்புகளும், ஆய்வாளர் சிலரும் கூறுகின்றனர். இதனால் சற்றேறத்தாழ ஒரு மில்லியன் மக்கள் புலம்பெயர்த்துள்ளனர் என்று கூறப்படுகிறது. அவர்களுடைய பங்களிப்புகளூடாகப் "புலம் பெயர் இலக்கியம்" (Diasporic literature) என்பது நவீன தமிழ் இலக்கியத்தின் இன்றியமையாத ஒரு கூறாக அமைந்து விட்டது. டயஸ்போரா என்பதனைத் தமிழில் சுட்டுவதற்கு "அலைந்துழல்வு" என்னும் சொல்லைச் சேரன் தனது ஆய்வுகளிலும்

படைப்புகளிலும் பயன்படுத்துகிறார். திணைக் கோட்பாடு சார்ந்து இதனை ஒரு புதிய திணையாகவும் அவர் உருவகிக்கிறார்.

கவிஞர் சேரன் ஈழப்போரின் காரணமாகப் புலம்பெயர்ந்து கனடாவில் வாழ்ந்து வருகிறார். இவருடைய கவிதை நூல்கள் பத்து இதுவரை வெளியாகியுள்ளன. இவருடைய கவிதைகள் வங்காளம், சிங்களம், டச்சு, ஜெர்மன், ஆங்கிலம் உட்பட 21 மொழிகளில் மொழிபெயர்க்கப் பெற்றுள்ளன. தமிழ் நவீன கவிஞர்களில் பெருஞ்சிறப்பினைப் பெற்ற சேரன், சமூகவியல், மானுடவியல் பேராசிரியராகவும் தமிழியல் ஆய்வாளராகவும் ஊடகவியலாளராகவும் பல தளங்களில் இயங்குவதால் அவரது படைப்பு அனுபவமும் ஆளுமையும் தமிழ்க் கவிதைக்குப் புதிய பார்வையயும் ஆழத்தையும் தருகின்றன.

ஈழ இனப்படுகொலையின் பிற்பாடு வெளியான அவரது ‘காடாற்று’ (2011) கவித்தொகையில் இருக்கும் மூன்று வரிக்கவிதையே அவலங்களை வலியுடனும் சிந்தனைச் செறிவுடனும் கவித்துவத்துடனும் புதுமையாக எழுப்பப் போதுமானது.

“நீரற்றது கடல்
நிலமற்றது தமிழ்
பேரற்றது உறவு”

போரையும், பிரிவையும் பற்றிச் சங்கப்பாடல்களுக்குப் பிறகு நமக்குக்கிடைப்பவை ஈழத்துக் கவிதைகள்தான். தமிழ் வரலாற்றிலும் மரபிலும் இனப்படுகொலையும், இத்தகைய பேரழிவும் முன்னர் இடம்பெறாதது. இவற்றினூடாக வாழ்ந்தவர்கள் படைக்கின்ற இலக்கியங்கள் எழுப்பும் அதிர்வுகள் தமிழுக்குப் புதிதுதான். இவற்றின் விளைவாக நிகழ்கின்ற புலம்பெயர்வையும் புலம்பெயர்ப்பையும்” (Forced migration) அதன் வழி வரும் வாழ்வையும் தமிழுக்கான புதிய திணையாகச் சேரன் கருதுகிறார். அவருடைய கவிதையும் ஆய்வுகளும் அதனையே வலியுறுத்துகின்றன.

“சுடலையில்தான் தொடர்ந்து வாழ்கிறோம்
எனினும்
கடலை மறக்க முடியாது”

(எஞ்சி இருக்கும் சொற்கள் – அஞர்)

என்பது கவியின் கூற்று. கடலையும் கடலைக் கடப்பதையும் விட்டுவிட்டுத் தமிழ்மரபு, தமிழ் அடையாளங்கள் என்பவற்றைப் பேசமுடியாது எனத் தனது கவிதைகளூடாக மறைமுகமாகவும், அவ்வெழுத்துக்களூடாக நேராகவும் பேசுகிறார் அவர். இதனை சாஷா ஈபெல்லிங், செல்வா கனகநாயகம், வாசுகி கைலாசம் போன்ற ஆய்வாளர்களும் விமர்சகர்களும் விளக்கியிருக்கின்றனர். புலம்பெயர்வைப் பாடியவர்கள் பலர் இருக்கிறார்கள், போர் பாடியவர்கள் மேலும் பலர் உள்ளனர். இவர்களிடையே சேரன் படைப்புகளின் தனித்துவம் என்ன என்பதை இனங்காட்டுவதும் தமிழரின் இலக்கிய மரபில் தவிர்க்கமுடியாத ஒரு கண்ணியாக இருந்துகொண்டு அதைப்புலம்பெயர் அனுபவங்களூடாக அவர் எப்படி மீளுருவாக்கம் செய்கிறார் என்பதை நுண்மையாகப் பார்ப்பதும் இந்தக் கட்டுரையின் மையமாக அமைகிறது.

சேரனின் கவிதையியல் ஈர்ப்புடையது, தனித்துவம் மிக்கது, காலங்கடந்து நிற்கும் வல்லமை பெற்றது என்றால் அது மிகையில்லை. மஹாகவி உருத்திரமூர்த்தியின் மகனான இவர் இளமையிலிருந்தே கவிதையையும், இயற்கையையும் இரு கண்களாகக் கொண்டவர். இயற்கையின் மீது தீராத பற்றிருந்தாலும் இவரது கவிதைகளில் கடலின் குறிப்பாக நீரின் ஆதிக்கம் மிகுதி "அஞர்"கவிதைத் தொகுப்பின் காப்புக் கவிதை இப்படிச் செல்கிறது

"ஆறு, சுனை, பொய்கை, ஏரி, / குளம், வில், கிணறு, அருவி, / அகழி, அளை, ஊருணி, / ஓடை, கலிங்கு, கடல் / குட்டை, குட்டம், கம்மாய், / கால், கூவம், / குண்டு, குழி / கூவில், கூவல், / குமிழி, கேணி, தங்கல், ஓடை / நீராவி, ஆவி, மடு, / மடை, ஆழி, ஊற்று, / வாளி, சிறை, சேங்கை / தடம், தளி / நீ இல்லை / நீர் வாழி."

(காப்பு – அஞர்)

இக்கவிதையின் மூலம் இயற்கை மீது மட்டுமல்ல தமிழ் மொழியின் மீதும் அவருக்கு இருக்கும் பற்றையும் ஆளுமையையும் உணரமுடிகிறது. சொல்வளம் நிறைந்த தமிழ்மொழியில் நீர்நிலைகளுக்கு எத்தனை எத்தனைப் பெயர்கள். அத்தனையையும் தொகுத்துத் தன்கவிச்சரத்தில் தொடுத்துத் தந்திருப்பதன் வாயிலாக சேரனின் தமிழ்ப் புலமையை நன்கு அறிந்து கொள்ளமுடிகிறது. தமிழில் பெரும்பாலும் "காப்பு"செய்யுள் கடவுளைப் பாடுவதாக

இருக்க, இவரோ இளங்கோவடிகளைப் போல இயற்கையைப் பாடுவதில் மகிழ்ச்சி கொள்கின்றார். மேலும் இவர் நிலவையும், மழையையும் பற்றிக் கவி பாட வருங்காலங்களிலும் எண்ணற்ற கவிஞர்கள் உண்டு, குருதியை நம்மவர் பாடி முடித்துவிட்டனர் இனிப்பாட எமக்கு,

"எறிகடல் ஆடும் கப்பல்
வெறுங்காற்றில் உழலும் வெயில்"

— (திணை மயக்கம்)

இருக்கின்றன என்கிறார்.

மரபுக்கவிதை, புதுக்கவிதை, நவீனக்கவிதை என்றெல்லாம் இன்று வகைப்படுத்தப்படுகின்ற எந்தக் கவிதை வரையறைக்குள்ளும் தம் கவிதைகளை அடக்குவதை அவர் விரும்புவதில்லை. என்றாலும் அவரது கவிதைகளில் ஒரு ஓசை ஒத்திசைவைக் காணமுடியும். அவர் தம் கவிதைகளை உரக்கப் படிக்கும் பொழுது புரவியின் குளம்பொலியையும், அருவியின் ஆர்ப்பரிப்பையும், நடந்து செல்லும் நதியின் மென்மையையும் உணரமுடியும். அவை கிளர்த்திவிடும் உணர்வலைகள் பெரும் அதிர்வுகளை உண்டாக்கும்.

தமிழ்மொழி மத எல்லைகளுக்கு அப்பாற்பட்டது என்ற உயர்ந்த கொள்கையுடைய சேரனைத் தமிழ்மொழியின் காவலனென்றால் அது மிகையில்லை. பிழையாகப் பேசுவதையும், எழுதுவதையும் கடிந்துரைக்கும் அவர் தம் கவிதைகளில் தேவையில்லாமல் ஓரிடத்திலேனும் பிறமொழிச் சொற்களைக் கையாளமாட்டார். அலங்காரத்திற்காகத் தேவையற்ற படிமம், குறியீடு, உவமை, வருணனைகள் போன்றவற்றைப் பயன்படுத்துவதுமில்லை. வாசகனைக் குழப்புகின்ற, புரியாத பதங்களை நிராகரித்துப் புரிந்த சொற்களைப் பயன்படுத்தும் இவரது கவிதைகளில் இருண்மைத் தன்மையைக் காணமுடியாது. எல்லோருக்கும் புரியும் எளிய தமிழ் நடை இருவருடையது. அதனால்தான் முதல் வாசிப்பிலேயே வாசகனை இவரால் தன்வயப்படுத்த முடிகிறது.

"முகநூலில் / அகமும் புறமும் விரிய / முப்பாதாண்டுகள் முன்பான / நினைவுகளை மீட்டு என்கிறாள் / சேரா / மீட்டலாம் / மீள முடியுமா?"

(திணைமயக்கம்)

சங்கப் புறப்பாடல்களுடன் ஒப்பு நோக்கத்தக்கதாக ஈழக் கவிதைகள் விளங்கியபோதிலும், நகரைச் சூறையாடுவது, தீயிட்டு எரிப்பது, போருக்குப்பின் அந்நகரின் அவலநிலை போன்ற பொருண்மை நிலைகளில் ஒப்பிடத்தகுந்ததாக இருந்தாலும் அடிப்படையில் வேறானவை. சங்கப் புறப்பாடல்கள் மன்னனை முன்னிறுத்திப் பாட, சேரன் கவிதைகள் மக்களை முதன்மைப்படுத்தி, அவர்களது வலிகள், காயங்கள், உயிரின் செலவுகளைப் பேசுகின்றன. போரின் அவலத்தைக் குறிப்பிடுகையில் சேரன்,

“இருபத்தேழு ஆண்டுகள் முன்பு / மூன்று இந்தியப் படையினர் / அந்த வீட்டிற்குள் நுழைவதைக் கண்டேன் / ஐந்து வயதுக் குழந்தையை இழுத்துக்கொண்டு / வெளியே ஓடிவந்த பெண்ணை / இரண்டு படையினர் அமுத்திப் பிடித்தனர் பெரும் அழுகுரலுக்கிடையிலும் குழந்தை மூன்றாமவனுக்கு முகத்திலறைந்தது அவனுடைய முகமும் / நெற்றியில் கலைந்திருந்த குங்குமப் பொட்டும் / தெளிவாக / இப்போதும் நினைவில் உள்ளது / கடைவாயில் கசிந்த குறுஞ்சிரிப்பு / அழுக்கேறிய காலணியில் விழ குழந்தையை ஒரே கைவீச்சில் பறித்தெடுத்து / அருகில் இருந்த பங்குக் கிணற்றுக்குள் வீசினான்” குரலற்றுப் போனது கிணறு” (அஞர்) என்கிறார்.

இருபத்தேழு ஆண்டுகளுக்கு முன் ஈழமண்ணில் இந்தியப் படையினரால் ஏற்பட்ட அவல நிலையைக் கண்முன்னே காட்சிப்படுத்துகிறது இக்கவிதை. ஈழப்போரின் போது ஊடகங்களெல்லாம் ஒப்பனை முகங்கொண்டு உண்மைக்குப் புறம்பான செய்திகளைப் புற உலகிற்குச் சொல்லிக்கொண்டிருந்த காலத்தில், கனல்தெறிக்கும் கவிதைகளால் உண்மையை உலகிற்கு உரைத்த சேரன் தன் கவிதைகள் வரலாற்று ஆவணமாகவும், வருங்காலத் தலைமுறையினர் தம் மண்ணில் என்ன நடந்தது என்பதை அறிந்துகொள்வதற்கான காலக் கண்ணாடியாகவும் காலங்கடந்தும் நின்றொளிரும் என்பதைத் திண்ணமாக நம்புகின்றார். அதனால்தான் அவர் சொல்கிறார்.

“கவிஞன் ஒரு கொடுந்துயர் / அவன் தோல்விகளின் குருதிப் பாடல் / பாட முடியாதவனுக்கும் / பாட மறுப்பவனுக்கும் / பாடல் வராதவனுக்கும் இடையே / இறப்பது / கவிதையா, / குரலா,

/ காதலா, காலமா எனத் தெரியாது நம் வாழ்வை இசைக்குள் அடக்க முடியாது / அற்புதமான என் கவிதை / பிறந்த மறுகணமே / சுடலைக்குப் போகிறது / நூறாண்டுகள் கழித்து / அது புகழ் பெருகி மீண்டும் வருகையில் கவிஞன் இல்லை" (அஞர்) என்கிறார்.

கவிஞர் சேரன் ஈழப்போரின் விளைவால் இன்று உலகெங்கிலும் பல்வேறு நாடுகளில் புலம்பெயர்ந்து வாழும் தமிழர்கள் பெரும்பான்மைக் கூலிகளாகவே இருக்கவேண்டிய சூழ்நிலைக்காக வருந்துகிறார். அதே நேரத்தில் அவர்கள் ஏதேனும் ஒரு காரணத்தினால் ஒன்று சேர்ந்து வேலைமறுப்பு எனும் போராட்டத்தில் ஈடுபடுவார்களேயானால் உலக இயக்கமே நின்று போகும் என்று எச்சரிக்கின்றார். தமிழர்கள் புலம் பெயர்ந்த நாடுகளிலும் சாதியைத் தூக்கித்திரிவதை,(திணை மயக்கம்)

"கனடாவில்
தமிழர்கள் வராத நீர் நிலை ஒன்றிருக்கிறது
அதன் பெயர்
செம்புலப்பெயல் நீர்"

என்று பகடி செய்கின்றார்.

வாழ்வியல் அனுபவங்களாக மலர்ந்த சேரனின் தொடக்க காலக் கவிதைகளில் போரின் கொடுமை, படையாட்களின் அட்டூழியங்கள், இனப்படுகொலை, அதன் விளைவு, தன் நிலம் சார்ந்த ஈர்ப்பு, பகைவரின் மீதான கடுஞ்சினம், போன்றவை பாடுபொருளாய் அமைய, பிற்பாடு வந்த கவிதைகளில் அகமும் புறமும் சரிபாதிப் பொருண்மைகளாக இருப்பதைக் காணமுடிகிறது. சமீபத்திய கவிதைகள் உலகியல் சார்ந்த அனுபவத்தில் விளைந்த ஞானத்தின் பிரதியாக விளங்குகின்றன.

"அஞர்"தொகுப்பு பெரும்பாலும் நிலையாமையைப் பேசுவதைக் காணலாம். "நீ இப்பொழுது இறங்கிய ஆற்றில் மீண்டும் இன்னொருமுறை இறங்கமுடியாது. (நீ கால் நனைத்த தண்ணீர் ஓடிவிடும் அவ்விடத்தில் வேறு நீர்தான் இருக்கும்) இறங்கவும் கூடாது என்ற கருத்துடைய இவரது கவிதைகள், ஒவ்வொரு காலக் கட்டத்திலும் பரிணாம வளர்ச்சி பெற்றுப் பரிணமிக்கின்றன.

> "அநியாயமான வீரச்சாவைவிட
> வாழ்தலே போராட்டத்தின் மையக்கண்ணி"
> (அஞர்)

என்று தன் கருத்தைப் பிரகடனப்படுத்தும் சேரன், மேற்குறிப்பிட்ட கருத்துக்களில் அசைக்கமுடியாத உறுதியோடு இருப்பதாலேயே தனித்துவம் மிக்க உலக கவியாக வலம் வருகிறார் என்றால் அது மிகையில்லை.

000

- 2024

த. அஜந்தகுமார்

கவிஞர். யாழ்ப்பாண பல்கலைக்கழகத்தில் தமிழ்த்துறை விரிவுரையாளராகப் பணியாற்றுகிறார்.

18

சேரன் எனும் கவிஞன்

த.அஜந்தகுமார்

ஈழத்துத் தமிழ்க்கவிதைகளின் தனித்துவம்

தமிழ்க்கவிதைக்கென்றொரு செழுமை யான பாரம்பரியம் இன்று வரை நிலைத்தும் தொடர்ந்தும் வருகின்றது. இதில் ஈழத்துத் தமிழ்க்கவிதைகளின் வகிபாகம் தனித்துவமானது. ஈழத்துப் பூதந்தேவனாரிலிருந்து இன்று வரை, ஈழத்துத் தமிழ்க் கவிதைக்கென்றொரு நீண்ட வரலாறு இருக்கிறது. தமிழக இலக்கியத் தடத்தோடு இணைந்தும் தொடர்ந்தும் வந்த ஈழத்துத் தமிழ்க் கவிதை மரபு, 1950 களில் பேச்சோசைப் பண்பினைப் பெற்றதில் இருந்து புதிய திருப்பத்தைக் காண்கின்றது. முற்றிலுமான தனித்துவப் போக்கு 1980 களின் பின்பே உருவாகத் தொடங்கியது.

1980களில் இருந்து இலங்கையில் வலுப்பெற்ற இன முரண்பாடுகளும், மோதல்களும், அகதிவாழ்வும் மரணத்துள் வாழும் சூழலும் தமிழக அனுபவங்களைக் கடந்த புதிய

அனுபவத்தளங்களை ,பாடுபொருள்களை ஈழத்து இலக்கியத்திற்கு அளித்தது. இவ்வாறாக வாய்த்த புதிய சமூக அனுபவத்தை மிக உக்கிரமாக ஈழத்துத் தமிழ்க்கவிதை வெளிப்படுத்தியது. ஆபிரிக்க, தென்னமெரிக்க, பலஸ்தீன இலக்கியங்களுக்கு பிறகு, தமிழ் மொழியில் வேறெங்கும் இல்லாத யுத்தம் மற்றும் மரண வாழ்வின் அனுபவங்கள் ஈழத்துக் கவிதைகளில்தான் உணர்வுபூர்வமாக வெளிப்படத் தொடங்கின. தமிழரின் நசிக்கப்பட்ட குரல்வளைகளில் இருந்து எதிர்ப்புக் குரல்களும், வலிகளும், உருவ உள்ளடக்க புதுமையுடனும், உறையவைக்கும் படிமங்களுடனும் வெளிப்பட்டது. இத்தன்மை ஈழத்து தமிழ் கவிதையை அகலிக்கத் தொடங்கியது. எண்பதுகளில் இருந்து செழிப்புற்ற தமிழ்கவிதையின் மையப்புள்ளியாக இருந்த சேரனின் கவிதைப் பங்களிப்பை, தனித்துவத்தை மதிப்பிடுவதாகவே இக்கட்டுரை அமைகிறது.

சேரனின் கவிதைகள்

சேரன், 1970களின் தொடக்கத்திலிருந்து எழுதத் தொடங்கி இன்றைய ‘அலைந்துழல்வு’ வாழ்க்கை வரையும் தொடர்ந்து இயங்கி வருபவர். மஹாகவியூடாக நுஃமான், சண்முகம் சிவலிங்கம் என்று தொடரும் ஒரு கவிதைப் பாரம்பரியத்தின் முக்கிய பிரதிநிதிதான் சேரன். 1980களுக்குப்பிறகு கிளைத்த இன ஒடுக்குமுறையின் வன்முறை, வன்முறைக்கெதிரான போர்க்குரல், புலம்பெயர்வு அனுபவங்கள் என்ற தளங்களில் சேரனின் கவிதைகள் பரிணாமம் அடைந்தபடி மிகத்தீவிரமாகப் பயணிக்கின்றன. இவற்றில் புரட்சியும் காதலும் மனிதநேயமும் மாறி மாறிப் பயணித்துக் கொண்டிருக்கின்றன.

சேரனின் கவிதைகளின் உள்ளடக்கமும் வெளிப்பாடும் என இங்கு சிலவற்றை சுட்டலாம்.

அ. இனமுரண்பாட்டினாலும் வன்முறையினாலும் எதிர்ப்புக்குரலாயும் சுயவிமர்சனங்களாகவும் எழுகின்ற கவிதைகள்.

ஆ. காதல் காமம் என்ற புதிர்ப்பாதைகளில் பயணிக்கும் கவிதைகள்.

இ. சமூகப் பிரச்சினைகளை மிகத் தீர்க்கத்தோடு அணுகும் கவிதைகள்.

ஈ. புலம்பெயர் அனுபவங்களைப் பதிவு செய்யும் கவிதைகள் என்று நாம் வகை பிரித்துக் கொள்ளலாம்.

இன ஒடுக்குமுறையும், எதிர்ப்புக் குரலும்

இன ஒடுக்குமுறைச் சூழலில் இருந்து முகிழ்த்த தலைமுறைக் கவிஞனே சேரன். இனவாதத்தின் கொடுமைகளை , கலவரங்களை , அதன்வழி கிளைத்த ஆயுதப் போராட்டத்தின் குரல்களை, மரணத்தின் வாதைகளை, வலிகளை போராட்டத்தின் மீதான விமர்சனங்களை, மிகக் கலாபூர்வமாக வெளிப்படுத்தியதில் சேரன் மிக முக்கியமானவர். 'எனது நிலம்! எனது நிலம்!' என்று ஓங்கி ஒலித்த சேரனின் கவிக்குரல்: நகரம் எரிக்கப்பட்டதும் மக்கள் முகங்களை இழந்ததும், நிலத்திலும் காற்றிலும் கூட அந்நியப்பதிவு சுவறியதும் *'சாம்பல் பூத்த தெருக்களில் இருந்து, எழுந்து வருக'*[110] என்றும் *'தெருவில் எமது /தலைவிதி உள்ளதை / நெருப்பிலே எமது நாட்கள் நகர்வதை /அனுமதிக்கிறாயா? / 'இல்லை....' / எழுந்து வெளியில் வா/ தெருவில் இறங்கு'*[111] என்றும் போருக்கான புரட்சிக் குரலைச் சேரனிடம் கேட்கிறோம். மரணத்தின் கட்டுக்குள் வாழ்க்கை அகப்பட்டதை, அதன் யதார்த்தத்தை சேரன் புதிய படிமங்களுடன் எமக்குள் இறக்குகின்றார்.

"...........”/ பிறகு? / பிறகென்ன? / எல்லாம் வழமைப்படி / காலை வெறும் சூரியன் / வெய்யில் நிலத்தில் / எனக்கு மேல் / புல்./[112] என்று மிகச் சாதாரணமாக மரணத்தை அதிர்ச்சியூட்டும் விதத்தில் எழுதிவிடுகின்றார். வேறொரு கவிதையில் *'இரத்தம் சிந்திய நிலங்களின் மீது / நெல் விளைகிறது! சணல் பூக்கிறது / மழை பெய்கிறது'*[113] என்கிறார். இதற்கு மேல் இன்னும் ஒருபடி மேலே போய் *"நாங்கள் உயிர்வாழ்வதற்கான /நிகழ்தகவு /அச்சந்தரும் வகையில் /குறைந்து போய்விட்டது"*[114] என்று பதிவு செய்கின்றார்.

சேரன் அக்காலத்தை வெறுமனே பதிவு செய்தவராக மாத்திரம் இருக்கவில்லை. ஒரு இடத்தில் தனித்து நின்றுவிட்டவரும் இல்லை. "ஈழத்துப் போர் குறித்து எழுதப்பட்ட ஏராளமான கவிதைகளுக்குப் போர் ஆவணங்கள், காலப்பதிவுகள் என்ற முக்கியத்துவம் மட்டும்தான் உள்ளது என்று இப்போது

தோன்றுகிறது" [115]. என்று ஜெயமோகன் குறிப்பிடுகிறார். ஆனால் அதையும் மீறி சொல்முறைகளின் படிமங்களும், புதுமைகளும் அக்கவிதைகளை கனப்படுத்துகின்றன.

"இரவுகளில்
அநேகமாக எல்லோரும்
பயங்கரமான கனவுகளைக்
காண்கிறார்கள்
அவற்றில்
ஹெலிகொப்டர்கள்
தலைகீழாகப் பறக்கின்றன
கவச வாகனங்கள்
குழந்தைகளுக்கு மேலாகச்
செல்கின்றன
நமது சிறுவர்கள்
கடதாசியில் துப்பாக்கி செய்து
விளையாடுகின்றார்கள்." [116]

இக் கவிதையில் வரும் படிமங்கள் முக்கியமானவை.

எனது நிலம் என்று ஓங்கி ஒலித்தும், மரணங்கள் கண்டு துவண்டும், புரட்சிக்காய் அறைகூவியும் நின்ற சேரனிடம் மனிதநேயமும், சமூக விமர்சனங்களும் அடிச்சரடாய் ஓடிக்கொண்டிருந்தன. 'என் கவிதை தொடங்குகிறது/ கண்ணீரிலும் இரத்தத்திலும்/ கரைகிற வாழ்க்கையில் இருந்து' [117] என்று கூறிய சேரன், வெறும் புரட்சி அழைப்போடு சுருங்கிவிடாது, 1990களில் தமிழ்த்தேசியத்தின் மோசமான பக்கங்களையும் மிகத்துணிவோடு சாடினார். போருக்கு அழைத்த அதே சேரன், 'வெற்று வார்த்தைப்பந்தலிலே உம் நினைவைச் சோடித்துத் தெருத் தெருவாய்ப் பாடி வைத்த பரணியெல்லாம் செத்த வீட்டு வாசலிலே வெட்டி இட்ட வாழைகளாய் நாலாம் நாள் உதிர்கிறது ஞாபகமும் உதிர்கிறது' [118] என்று பாட நேர்கிறது. அதன் உச்சமாய், 'கறைபடியாக் கரங்களெனத் திக்கெட்டும் பறையறைந்து கவிசொன்ன என் வாய்க்குச் செருப்படி' [119] என்று பாடி நிற்கின்றது. 'எம் பரம்பரை போர் புரியட்டும்' என்று சொன்ன அதே சேரன், போராளிக் குழந்தைகளைக் கண்டு மனம்

பதறுகிறார். இதை ஜெயமோகன் 'சாம்பல் பூத்த தெருக்களில் இருந்து எழுந்து வருவதற்கு அறை கூவிய சிறுவன் ஒரு தந்தையாக மாறிவிட்டிருக்கிறான்' [120] என்று குறிப்பிடுவது முக்கியமானது. இது சூழலின் மாற்றத்தையும் சேரனின் அரசியல் கருத்துநிலை மாற்றத்தையும் பதிவு செய்கின்றது.

சமூக நோக்கும், காதலும் காமமும், புகலிட அனுபவங்களும்...

சேரனிடம் வெளிப்படும் சமூக சிந்தனைகள் மிக முக்கியமானவை. பெண்களின் தொடரும் துயரையும், சாதிப்பிரச்சனைகள், சுரண்டல்கள் இவற்றையெல்லாம் எதிர்க்கும் மனித நேயக் குரலை சேரனின் கவிதைகளில் காணமுடிகிறது. சாதி என்ற பெயரில் மனிதனை மனிதன் அடக்கும் தமிழரின் சாதி வெறியை மிகவும் உக்கிரமாக சேரன் எதிர்த்தார். 'முதுகு நாண் கலங்கள் மீது பூஞ்சண வலைகளாய் சாதிப்பிரிவினை' பின்னி இருப்பதைக் கண்டு, கொதித்து 'நிர்வாணமாகத் தமிழர் எல்லோரும் தெருக்களில் திரிக' [121] என்று சபித்தார்.

கூலிப்பெண்களின் சேற்றுக்குள் இறங்கும் வாழ்க்கை அவர்களுக்கு சேறையும் மற்றவர்களுக்கு சந்தனத்தையும் பூசுவது கண்டு 'இவர்களது பூமி இருள் தின்னும் பொழுது விடிந்தாலும்' [122] என்று இரங்குகின்றார். சமூகத்தின் மூடநம்பிக்கைகளும் சீதனமும் ஒரு பெண்ணை முதிர்கன்னியாக்குவதை, "காத்திரு / உனக்காய் இவர்களனைவரும் / கொண்டுவருவர்./ 'ஏழு குதிரைகள் பூட்டிய தேரில் /பொன்னிற இறகுகள் தலையில் மினுங்கும் தூயசத்திரியனை பார்த்திரு / உனது கூந்தல் வெளுத்த / பின்பும் கூட' [123] என்று கோபத்தோடு சொல்லுகிறார்.

சேரனின் கவிதைகளில் இன்னொரு பங்கினைக் காதலும் காமமும் பெற்றுக் கொள்கின்றன. போர் வெடித்த சூழலிலும், புலம்பெயர்ந்த நேரத்திலும் சேரனின் உள்நின்று சுடரும் ஒன்றாய்க் காதலும் காமமும் தீவிரம் பெறுகின்றன. தன்னிடம் வெளிப்படும் புரட்சியை எப்படி தீவிரமாக சேரன் வெளிப்படுத்தினாரோ அவ்வாறே காதல், காமத்தையும் வெளிக்காட்டினார். 'உன் நினைவில் வருகிறதா அந்த மழைநாள்' என்ற நினைவுக் கிளர்தலிலும் 'என் சின்னப் பெண்ணே எமது அன்றைய சூரியன் அன்றே மறைந்து போயிற்று' என்று இறந்த காலத்தின்

காதலினையும், நீளக்காலூன்றி ஒரு கொக்காய் தவமிருத்தலையும், தன்னை வருட அவள் விரல்கள் இல்லையாகிவிட்டபோது நடுவழியில் திசையறியாப் பறவையாகிவிடுவதையும், காதலின் அர்த்தத்தைப் புரிந்து கொண்டபோது மனதில் கிளை விரித்திருந்த மரங்களுக்கு இலை உதிர்ந்து விடுவதையும், *'துயரத்தின் சாறு பிழிந்த தனிமை எப்படியிருக்கும் என்பதை என் பனிப்பாறையுள் நெருப்பின் உயிர்ச்சுவட்டை எறிந்தவளிடம்'* [124] என்று துயரினைக் கிளர்த்தும் காதலினையும், வயது ஏறிய பின், பெரும் போகத்தில் திளைத்தலை, ஆடையற்ற முதுகில் எழுதிய முத்தத்தின் காயங்களை, அவளும் தானும் இருந்த அறை அவள் போனது நூற்றுக்கணக்கான அறைகளில் ஒன்றாக நிறமற்றுப்போய்விடுவதை, கோபத்துடன் கலவி செய்த அன்று:

'ஒரே நேரத்தில் மரணம், தொலைவு
முடிவற்ற இன்பம்
முடிவற்ற துயரம்
எல்லாவற்றுக்கும் நெருக்கமாக இருந்தோம்' [125]

என்றும் இன்னும் இன்னும் பாடுகிறார். ஆரம்பகாலக் காதல் கவிதைகளை விட பிரசவக்கோடுகளைத் தடவும் விரல்களில் இருந்து எழுந்து வரும் கவிதைகள் தீவிரம் உடையதாக விளங்குவதைக் காணலாம். *'மதுவில் நனைந்த ஆடையைக் கழற்றத் / தனியிடம் தேவையா உனக்கு? / சதுக்கத்தின் நடுவில் கழற்றிவீசு / தங்கக் காசால் உன்னை மறைப்பேன்'*

என்னும் சேரன் குரல் காமத்தின் தீவிர குரலாகி விடுகிறது.

சேரனின் கவிதைகளில் 1980களுக்குப் பிறகு கிளைத்த கவிமரபின் அடுத்த கட்டமான , புலம்பெயர் வாழ்வும் இணைந்து கொள்கின்றன. இங்கு அவரது குரல் நிலமற்ற சோகத்திலும், நிலத்தின் நினைவு நிரம்பிய மதுக் கிண்ணத்தோடும் / நிறப்பாகுபாட்டின் அவலத்தோடும் ஒலிப்பதைக் காணலாம்.

'....ஊர் / நிலையற்றுத் தவித்து என்னைத் தூக்கி வெளியே வீசியது' என்று தான் புலம்பெயர்க்கப்பட்டதைக் கூறி, ஒளி வராத பனிபாலையில் தான் தஞ்சமாகியதைக் கூறுகிறார். அங்கு *'மரங்களற்ற வெள்ளைப் பனிக்காட்டில் தனித்தேன்'* என்றும் *'இப்போதோ நான் தனித்த அசோகமரம்'* என்றும், *'பனிப்பாறை*

தனித்தீவுக் குளிர்நாளில் எனக்கென்ன எதிர்காலம்?' என்றும் புகலிடத் தனிமையிலும் விரக்தியிலும் கவிதை ஒலிப்பதைக் காண்கிறோம்.

காரணமற்ற, நியாயமற்ற மரணங்கள் கண்டு 'சாம்பல் பூத்த தெருக்களில் இருந்து எழுந்து வருக' என்று அறை கூவிய குரல் இப்போது 'கேட்டுக் கவலையுற்றுத் துன்புறுவோம் / பின்னர் வழமைப்படி/ என்புருக்கும் / பனிக்குளிரில் / இறங்கிப் போய்விடுவோம் வேலைக்கு / பொழுதில்லை அழுவதற்கும்' என்று ஆகிவிடுவதையும் உணர்த்துகிறார்.

இவ்வாறு சேரனின் கவிதைகள் பல தளங்களிலும், தடங்களிலும் ஓயாது இயங்குவதைக் காணலாம். ஒவ்வொன்றின் வெளிப்பாட்டிலும் வடிவநேர்த்தியும், புதுமையும், மொழியாற்றலின் வீச்சும், படிமத்தின் ஆழமும் மிக கலாபூர்வமாக வெளிப்படுகின்றன. இவற்றைத் தீவிரமாக மதிப்பிட இச்சிறு கட்டுரை இடமளிக்காது. இங்கு காட்டப்பட்ட உதாரணங்கள் சேரனின் கலாபூர்வத்தையும், அழகியல் பெறுமானத்தையும் ஓரளவிற்கேனும் எடுத்தியம்பவல்லன.

சாம்பல் பூத்த தெருக்களில் இருந்து, மரங்களற்ற பனிக்காடு வரைக்கும் விசாலித்து பயணம் செய்யும் சேரனின் கவிதைகள் ஈழத்துத் தமிழ்க்கவிதை மரபில் மாத்திரமன்றி, தமிழ்க்கவிதை மரபிலும் தனியிடத்தைப் பெறுவன.

சேரனே ஒரு கவிதையில் சொல்வது போல், 'எனது கவிதை சிக்கலற்றது / ஆழமான உணர்ச்சிச் சுழிப்புகளில் / அது தன்னுடைய ஆழத்தை இழக்கவில்லை'[126] என்பது உண்மையானது ஆகும். 'என்னுடைய முழுக்கவிதைகளையும் எப்போதாவது எழுதி முடிப்பேன் என்ற நம்பிக்கை எனக்கு இல்லை' என்று சேரன் சொல்லுகிறார். ஆனால் அவர் இதுவரை எழுதிய கவிதைகளே அவரை பெரும் கவிஞனாய் வாழவைக்கும் தகுதி கொண்டவை. ஈழத்துத் தமிழ்க் கவிதையை தனித்துவப்படுத்திய முன்னோடிக் கவிஞர்களில் சேரனும் ஒருவர்.

000

செம்மொழித் தமிழாய்வு மாநாடு, கோவை - 2010

கே.சச்சிதானந்தன்

கல்வியலாளர், கவிஞர், சிறுகதையாளர், மொழிபெயர்ப்பாளர், கலை இலக்கிய, அரசியல் விமர்சகர்.

19

காற்றில் எழுதுதல்

கே.சச்சிதானந்தன்
தமிழில் : மீரா மீனாட்சி

"தபால் கந்தோர் சாலை வழி
நீ நடந்து போகும்போது
பாதையில் ஒரு குழிவு
குருதியாக மாறுகிறது
ஒரு குழிவு குருதி
உள்ளங்கைபோல் விரிந்து
என்னிடம் பதறுகிறது
என்னிடம் சீறுகிறது
என்னைப் பிடிக்க வருகிறது
கடலில் இறங்கி
கரையில் ஏறி
என் பின்னே வருகிறது
அதனிடம் சொல்கிறேன்;
யாசிக்கிறேன்; கெஞ்சுகிறேன்
நான் சுடுகலனோ தோட்டாவோ அல்ல
வானரனோ வால்மீகியோ அல்ல
வழுக்கைத்தலையுடன்
முன்வரிசைப் பற்களற்ற

இடுப்பில் அரைவேட்டி மட்டுமணிந்த
குண்டு துளைத்த
ஒரு கேள்விக்குறி மட்டுமே"
                - ஆற்றூர் ரவிவர்மா - (மறுவிளி)

இலங்கையில் உள்நாட்டுப் போரும் இன அழிப்பும் முடிந்த பிறகு நடந்த மீளிணக்கம் தொடர்பான கலந்துரையாடல்களில் கலந்து கொள்ள அழைக்கப்பட்டு அங்கு சென்றேன். இலங்கையின் தமிழ் நாடக ஆர்வலர் திரு. ஜெயசங்கருடன் மட்டக்களப்பில் நடந்து செல்கையில், எனக்கும் பிந்துவுக்கும் ஒரு கடற்காயலைக் காண்பித்து அவர் சொன்னார்: இங்கிருந்து பயணித்தால் திருவனந்தபுரம் வந்துவிடும். முன்பு குறுமிளகை இங்கும் யாழ்ப்பாணம் புகையிலையை அங்கும் எடுத்துச் செல்ல இந்த நீர்வழிகளை, பயன்படுத்தினர்". அப்போது கருமிளகையும் புகையிலையையும் போன்ற இரு கவிஞர்கள் என் நினைவில் வந்தனர்.

இக்கரையில் இருந்து கூவி விளித்தால் அக்கரையிலிருந்து எதிரொலி கேட்கும் என்று இரண்டு கலாசார, பண்பாடுகளையும் இணைத்து சொன்னவர் கவிஞர் ஆற்றூர் ரவிவர்மா. சந்திக்கும் முன்பே நட்பில் இணைந்த, இலங்கையின் இரத்த ஆற்றின் இரு படுகைகளையும் பார்த்தவர் இலங்கைத் தமிழ்க் கவிஞர் சேரன். அந்நொடியில் அந்த வாவி ஒரு கண்ணீர்த் துளியா இல்லை இரத்தத்துளியா என்று இனம்புரியாத ஒரு பெரும் ஈரத்துளியாக மாறியது. இப்போது பல்வேறு மலையாளக் கவிஞர்களால் மொழி மாற்றப்பட்ட சேரனின் கவிதைகளின் முன் நிற்கும்போது, நான் அப்பெரும் நீர்த்துளியை மீண்டும் காண்கிறேன். அப்பெரும் நீர்த்துளியை மீண்டும் கேட்கிறேன். அந்த எதிரொலியைக் கேட்கிறேன்.

நீதி உணர்வினதும் அழகியலினதும் பலவிதமான இணைதல்கள், அவை மொழியில் நடத்தும் தொடர்ச்சியான புதுப்பித்தல்கள் போன்றவற்றில்தான் கவிதையின் மையத்தைத் தேடவேண்டும் என்று. எழுத்தின் சூறாவளியில் பெரும் சுழியில் சிக்கிக் கொண்ட பதின் பருவங்களிலிருந்தே நம்பும் எனக்கு, சேரனின் கவிதைகளைக் கண்ட நொடியே, அவையும் என்னுடையவை என்ற ஆழ்ந்த உணர்வோடு நேசிக்காமல் இருக்க முடியவில்லை.

சங்ககாலம் வரை போகும் அதன் வேர்கள், கொந்தளிக்கும் கலவரத்தின் நிகழ்காலத்திற்குள் நீளும் அதன் கிளைகள், தெருவிலிருந்தும் கடலிலிருந்தும் சேகரித்து வைத்த பேச்சுகள், குருதி வடிகின்ற நகத்தால் கீறிய அதன் முரட்டுப் புறங்கள், இலைகளெங்கும் ஒட்டிக்கொண்ட தூசின் இரத்தத்தின் முணுமுணுப்புகள், கொலைக்கும் கருணைக்கும் மத்தியில் வேரூன்றி நிற்கும் அதன் ஊற்று, அச்சுறுத்தும் ஓர் அழகைத்தேடி, கறுப்பும் புகையும் நிறைந்த வானத்தை நோக்கிய அதன் உயர்தல், சேரனின் கவிதைகளை ஆங்கிலத்தில் வாசிக்கும்போது தமிழிலும், தமிழில் கேட்கும்போது மலையாளத்திலும் அவை காதிலும் நெஞ்சிலும் வட்டெழுத்துக்களாக மறையாமல் இருக்கின்றன. பின்பு சேரனை நேரில் சந்தித்தும் கேட்டும் ஒன்றாக வாசித்தும் எங்களுடைய வரிகள் காட்டுவள்ளிகளெனப் பிணைந்து கொண்டன.

சமகாலமல்லாத எதுவும் சர்வகாலத்துக்குமானதல்ல என்பதை இதிகாசங்கள் நமக்குக் கற்றுக்கொடுத்தன. சேரனின் கவிதைகள் சொல்வது இலங்கையின் இரண்டாம் வதைக் காண்டத்தைத்தான். முதல் வதை காண்டம், ரகுவம்சபதியான ராமரின் தலைமையில் நடந்தது. பிறகு நடந்தது இனத் தீவிரவாதிகளின் காலத்தில்.

1983இல் நடந்த இனக்கலவர காலகட்டத்தில்தான் ஈழக்கவிதைகள் தமிழ் கவிதை உலகின் பெரும் சக்தியாக உருவெடுத்தன என்று கூறலாம். எம். ஏ. நுஃமானின் "மழை நாட்கள் வரும்", சிவசேகரத்தின் "நதிக்கரை மூங்கில்", அ. யேசுராசாவின் "அறியப்படாதவர்கள் நினைவாக", ஜெயபாலனின் "சூரியனோடு பேசுதல்", சு. வில்வரத்தினத்தின் "அகங்களும் முகங்களும்", ஈழப் பெண்கவிகளின் "சொல்லாத சேதிகள்", இவற்றோடு சேரனின் "இரண்டாவது சூரிய உதயம்", சேரனும் வேறு சில கவிகளும் தொகுத்த "மரணத்துள் வாழ்வோம்" என்ற கவித்தொகையும் இக்காலகட்டத்தில் வெளியாகின.

அலை, பிற்பாடு சரிநிகர் போன்ற இதழ்களும் வெளிவந்தன. இவையெல்லாம் இந்தியத் தமிழ்க் கவிதையையும் பாதித்தன என்றால் அது மிகையல்ல. இவற்றில் பல புத்தகங்களும் இந்தியாவில் தான் வெளியாயின, தமிழவன், எஸ். வி. ராஜதுரை, "க்ரியா" ராமகிருஷ்ணன் போன்ற இந்தியத் தமிழ

அறிவு ஜீவிகளுடன் குமாரி ஜெயவர்த்தன போன்ற சிங்கள அறிவுஜீவிகளும் 'ஈழம்' இயக்கத்தை ஆதரித்தனர்.

வன்முறை அதிகரித்து எழுத்துத் தடை மெல்ல மெல்ல ஏற்பட்டபோது ஈழத்தின் முதன்மைப் பெண் கவிஞர்களில் ஒருவரான சிவரமணி தற்கொலையில் மாண்டார். 1991 மே மாதம் 19 அன்றுதான் அது நடந்தது. தன்னுடைய முழுக்கவிதைகளையும் நெருப்பில் பொசுக்கி அவர் எழுதினார்:

என்னுடைய நாட்களை நீங்கள்/ பறித்துக் கொள்ள முடியாது,/ கண்களைப் பொத்திக் கொள்ளும் / உங்கள் விரல்களிடையே/ ஒரு குட்டி நட்சத்திரம் போன்று/ எனது இருத்தல் உறுதி.' [127]

சுதந்திர மறுப்பிற்கான சக்திவாய்ந்த எதிர்ப்பாக மாறியது அவரின் தற்கொலை. தொடர்ந்து பல கவிஞர்களும் மௌனமாக்கப்பட்டனர். சேரன் தன் 'ஊழி' என்ற கவிதை வழியாக எதிர்ப்பை வெளியிட்டார். அதன் கடைசி வரிகளில் அவர் பாடுகிறார்:

"எல்லோரும் போய் விட்டோம்
கதை சொல்ல யாருமில்லை
இப்பொழுது இருக்கிறது
காயம்பட்ட ஒரு பெரு நிலம்
அதற்கு மேலாகப் பறந்து செல்ல
எந்தப் பறவையாலும் முடியவில்லை
நாங்கள் திரும்பி வரும்வரை" [128]

இறுதிப்போர் என்ற பெயரில் தமிழினத்துக்கு எதிராக இலங்கை அரசு நடத்திய கொடூரமான இன அழிப்பும், பெண்களுக்கெதிரான வன்முறைகளும் தென்னாசிய வரலாற்றின் மிகப்பெரிய இருட்டுப் பக்கங்கள் தான். ஈழப்போராட்ட இயக்கத்தில் தன்னுடன் இருந்த பல போராளிகளையும் கீழ்ப்படியவில்லை என்ற காரணத்தால் கொலை செய்த வேலுப்பிள்ளை பிரபாகரனின் நாஜி அணுகுமுறையை ஏற்றுக்கொள்ள முடியாதவர்கள் கூட இதை மறுக்க வாய்ப்பில்லை.

குறைந்தது ஐம்பதாயிரம் தமிழர்கள் கொல்லப்பட்டனர் என்று

கருதப்படுகின்ற அழிப்பு இது. தப்பி ஓட முனைந்தவர்களையும் சரணடைந்தவர்களையும் முள்ளிவாய்க்காலில் பின்தொடர்ந்து கொன்று குவித்தது இலங்கை அரசு. இந்தியாவின் ஆதரவுடன் நடைமுறைப்படுத்தப்பட்ட இந்த வதைப்படலத்தை நியாயப்படுத்த மனித உரிமைகளிலும் மனிதத்திலும் நம்பிக்கை வைத்திருக்கும் ஒருவராலும் முடியாது.

சேரனின் இக்கவிதைகளில் பெரும்பான்மை அப்படுகொலைக்குப் பிறகு எழுதப்பட்டவை. இதில் சில கவிதைகளையும் சேர்த்து Waking Up is a Dream என்கிற ஆங்கிலத் தொகுப்பிலுள்ள பல கவிதைகளையும் வாசித்து டெல்லியில் அதை வெளியிடும் வாய்ப்பு எனக்குக் கிட்டியது.

வென்றவர்கள் வரலாறு எழுதுகையில் தோற்றவர்கள் கவிதை எழுதுகிறார்கள் என்று உரக்கக் கூறிக்கொண்டு சேரனின் கவிதைகள் அந்தக் காலத்தை, அதன் முழு முரண்களுடனும் வலிகளுடனும் பிரதிபலிக்கின்றன என்பதைப் பதிவு செய்ய விரும்புகிறேன். வருத்தம், கோபம், அவமானம், குற்ற உணர்வு, தோல்வியுடன் பொருந்திக்கொள்ள எடுக்கும் துயரமான முயற்சி இவையெல்லாம் இந்தக் கவிதைகளில் மாறி மாறி நிகழ்கின்றன. அவை அனைத்தும் இயற்கையிலிருந்தும் வாழ்க்கையிலிருந்தும் எடுக்கப்பட்ட தீவிர படிமங்கள் வழியாகக் கவித்துமான அறிக்கைகளாகக் கூர்மையான முரண்களாகப் பதிலற்ற வினாக்களாக அவற்றின் மொழியைக் கண்டடைகின்றன.

புலம்பெயர்ந்தவர்கள் திரும்பி செல்வதைப் பற்றியதான சேரனின் கனவு, சிங்கப்பூர், லண்டன், டொரோண்டோ போன்ற நகரங்களில் அகதிகளாக வாழும் ஈழத்தமிழ் நண்பர்களின் ஊர் திரும்புதல் குறித்தான சிறு கனவு மட்டுமல்ல; சோர்ந்துபோனவர்களும் துயருடன் வாழ்பவர்களும் வாழ்தலுக்குத் திரும்பி வருவதையும் இழந்த வீடுகளையும் இருத்தலின் உற்சாகத்தையும் மீட்டெடுப்பது குறித்துமான கவிக்குலத்தின் நித்திய கனவு அது.

இந்த மொழி மாற்றங்களுக்குச் சேரனின் தாய்மொழியின் நேசிப்பும் கவி மனதின் துடிப்பும், அழகும், கவிதை ஆழங்களின் கடும் வலியின் எரிதலும் சேர்ந்து வந்திருக்கிறது என்றுதான்

சேரன் கவிதைகளை மொழியாக்கம் செய்த எங்களின் நம்பிக்கை. அதனால்தான் இந்தப் புதிய சங்கக் கவிதைகளை உங்கள் முன்னால் நகர்த்தி வைக்க, சக கவிஞர்களுடன் நான் துணிவுடன் முயல்கிறேன்.

000

டெல்லி , 2019 டிசம்பர்

சா.கந்தசாமி

சிறுகதையாளர், நாவலாசிரியர், நுண்கலைகள், ஆவணப்பட இயக்குனர்.

20

மரணமும் வாழ்வும்

சா.கந்தசாமி

இலங்கையின் நிகழ்கால வாழ்க்கை, தீவிரத்தன்மையோடு கவித்துவம் பெற்றிருக்கிறது.

'எம்மைத் தெரிகிறதா? எங்கள் குரல் கேட்கிறதா?
வெலிக்கடையில், தங்காலையில்,
பூஸாவில், நீர்கொழும்பில்,
கோட்டையில்
நூற்றுக்கணக்கான இருண்ட
சிறைக்கூடங்களுள்
நம்பிக்கையின் கடைசிக் கிரணத்தில் மட்டுமே உயிரைத் தாங்கி வைத்திருக்கிற அவல நிலையில் இருக்கும்
எங்கள் குரல் கேட்கிறதா?' [129]

என்று விளித்துக் கேட்கும் சேரனின் கவிதைகள் ஒவ்வொன்றிலும் அவர் தெரிகிறார். அவரின் குரலும் கேட்கிறது. அவர் என்பது தனிப்பட்ட சேரன் இல்லை. தன்னை

அடையாளம் காட்ட முடியாத மனுஷனையும் மனுஷியையும் பேச இயலாத, பேசத் தெரியாதவர்களின் வாழ்க்கையை, இளம் பருவத்தைக் கடலோடும் கடல் பரப்போடும், மரங்களோடும் செடி கொடிகளோடும், பறவைகளோடும் வாழ்ந்த வாழ்க்கையை – பின்னால் ஏற்பட்டச் சிக்கல், இராணுவத்தின் அத்துமீறல், இழுத்துச் செல்லப்பட்டுக் காணாமல் போனவர்கள், சுட்டுக் கொல்லப்பட்ட சகோதரர்கள், முகாம்களில் அடைபட்டுக் கிடக்கும் மனிதர்கள், அகதிகள், அகதி முகாம்கள், குழுக்கள் இடையே ஏற்படும் மோதல்கள் என்று இலங்கையின் நிகழ்கால வாழ்க்கையே கவிதையில் தீவிரத் தன்மையோடு மறுபடியும் மறுபடியும் சொல்லப்படுகிறது; அதுவும் கசிந்துருகாமல் மிகுந்த நம்பிக்கையுடன்.

நிகழ்காலம், அதன் நடப்பு படைப்பிலக்கியம் என்பதில் அதிகமாகச் சம்பந்தப்படாது என்றும், சம்பந்தப்படும் போது இலக்கியத்தரம் என்கிற ஒரு தரத்தில் இருந்து கீழே இறங்கிவிடும் என்று சொல்லப்படுவதையும் சேரனின் கவிதைகள் அர்த்தமற்றதாக்கிவிடுகின்றன. சேரன் தன் கவிதைகளில் நிகழ்கால அவலத்தை, வாழ்க்கை தொடர்ந்து அவதிக்கும் உள்ளாவதை, மனிதப் பண்பு என்று ஏற்கப்பட்டு இருப்பதையெல்லாம் மனிதர்களே தொலைத்துவிட்டு வாழ்வதை, தொலைப்பதையே வாழ்க்கையின் நெறியாகக் கொண்டு வாழ்வதைத் தீவிரமான கண்டிப்போடும் ஒளிவு மறைவற்ற தன்மையோடும் எழுதி இருக்கிறார்.

மகத்தான படைப்பு அனைத்தும் சோகமுடைத்து என்று கவிதையைப் பற்றிச் சொல்வதுண்டு. அதாவது நெகிழ்ச்சி ஊட்டும் சம்பவங்கள் கவிதையில் அதிகமாக இடம்பெற அது மேலும் மேலும் மதிப்புடையதாகிறது என்பது போல. ஆனால் சேரனுக்கு நேர் எதிர்மாறாக வாழ்க்கையை நோக்க முடிகிறது. நிகழ்வில் இருந்து அவர் கவிதைகள் எழுதப்படுகின்றன. தாய், தந்தை, சகோதரர்கள், சகோதரிகள், நண்பர்கள் – இன்னும் பெயர் அறியாத மனிதர்கள் என்று ஒவ்வொருவரின் வாழ்க்கையிலும் சம காலத்தில் ஏற்பட்ட துயரமான சம்பவங்கள், தன்னுடைய துயர் போலவே படிக்கிறவர்களுக்கு உணர்வு ஏற்படுத்துவது கவிதையாலேயே சாத்தியமாகியுள்ளது.

கவிதை பற்றி அவரே சொல்வது போல, 'கண்ணீரிலும் இரத்தத்திலும் கரைகிற நம் வாழ்க்கையில் இருந்து' கவிதைகள் எழுதப்பட்டுள்ளன. அதன் தீவிரத்தன்மை பிரக்ஞைபூர்வமாகவும் கவிதையாகிறது. அதனால் கவிதை என்பது கவியின் சொந்தப் படைப்பு என்பதில் இருந்து விலகி அது வாசிக்கின்றவரின் அனுபவமாகவும் மாறிவிடுகிறது. அதாவது கவிதை என்பது வெளியில் நடைபெறும் நிகழ்ச்சி மாதிரி இல்லாமல், அது வாசிக்கின்றவர்களின் சொந்த அனுபவம் மாதிரியும் அமைந்துவிடுகிறது.

சேரனின் கவிதையில் மொழிக்கு மிக முக்கியமான இடம் இருக்கிறது. அவர் மொழி இறுக்கமும் நெகிழ்ச்சியும் கொண்டு உள்ளது. புதுக் கவிதை என்பது ஏற்கெனவே சொல்லப்பட்ட கருத்துக்களை மாற்றி, புதிய வடிவத்தில் எழுதுவது இல்லை; மொழியும் அதன் அடிப்படையும் வாழ்க்கையின் போக்குக்கு ஏற்ப இருக்குமாறு எழுதுவது தான் புதுக் கவிதை என்பதை சேரனின் கவிதைகளில் காண முடிகிறது.

நீண்ட தமிழ்க் கவிதை மரபில் இறுக்கமும் நெகிழ்ச்சியும் புதுக் கவிதைக்கும் சாத்தியம் என்பதை சேரனின் "நீ இப்பொழுது இறங்கும் ஆறு" என்ற கவிதைத் தொகுப்பு முழுவதிலும் காண முடிகிறது. இது தனிப்பட்ட ஒருவரின் படைப்புத்தான் என்றாலும் சமூகம் சார்ந்தும் சமூகத்தின் நிகழ்வுகள் அனைத்தையும் தன்னுள் கொண்டு வாசிக்கிற போது, அது வாசிக்கிறவர்களின் கவிதை போலவும் இருக்கிறது.

000

இந்தியா டுடே, மார்ச் 28, 2001

அருந்ததி

ஓவியர், லண்டனில் ஓவியக்கண்காட்சிகளை நடாத்தி வருபவர்

21

சேரன் கவிதைகளுக்கு ஓவியம் கீறுதல்...

அருந்ததி

ராஜினி

இன்னும் கொஞ்ச நேரத்தில்
சூரியன் மறைந்துவிடுவான்

இருள் கவிந்துவிடும்

இனி வரப் போகிற இருள்
முன்பு போல அல்ல
பிசாசு

நிலாவைக் கொலை செய்து
வெள்ளிகளைப் பொட்டெரித்த
சாம்பல் பூசிய இரவு
இந்த இரவுக்கு முன்
ஒரு சிறு கைவிளக்கை
அல்லது ஒரு மெழுகு திரியை
ஏற்றி விடவேண்டும் என்று
விரைந்தாய்

அம்மா,
வேகம் அவர்க்கதிகம் இன்று
தென் திசை நின்று வந்தனர்
யமனின் தூதர்கள்;
கைத்துப்பாக்கி;
ஐந்து குண்டுகள்

நீ விழுந்த போது
சூரியனின் கடைசிக் கிரணங்கள்
சுவரில் விழுத்திய
உன் நிழல்
கைகளை வீசி மேலே ஓங்கிறது

1980களில் ஈழத்தின் அரசியல் மாற்றங்கள் சமூகத்திலும் பல மாற்றங்களைக் கொண்டு வந்திருந்தன. அரசியல் கருத்து நிலைகளை மக்கள் மத்தியில் கொண்டு செல்வதற்குக் கலை ஓர் சிறந்த ஊடகமாக இக்காலப்

பகுதியில் பயன்படத் தொடங்கியிருந்தது. குறிப்பாக, சமகால நிகழ்வுகளை வெளிப்படுத்தும் கவிதைகள் புதிய வடிவத்துடன் வெளிவந்ததுடன் அவை கவிதா நிகழ்வுகளாக நிகழ்த்தப்படுவதாகவும் இருந்தன. இதற்கு சமாந்தரமாக ஏனைய கலைவடிவங்களின் முக்கிய கருப்பொருளாக 'சமகால நிகழ்வுகள்' இடம் பெறத் தொடங்கியிருந்தன. முக்கியமாக, அதுவரை காலமும் ஈழத்தில் ஓவியத்துறைக்கு இருந்த இடம் மாறத் தொடங்கியது. கோயில்களிலும் சினிமா விளம்பரங்களிலும் பத்திரிகைகளிலும் மாத்திரமே பெருமளவில் காணக்கூடியதாக இருந்த ஓவியத்தின் பங்கு, ஒரு புதிய பரிமாணத்துடன் மேலெழத் தொடங்கியது. அரசியல் கருத்துகளையும் சமூகத்திற்கான செய்திகளையும் வெளிப்படுத்துவதற்கு ஓவியப் படைப்பிலும் நவீனத்துவமான பாணியின் பயன்பாடு அவசியமானது.

இக்காலச் சூழலில் கலைத்துறையில் தம்மை ஈடுபடுத்திக் கொண்ட இளைய தலைமுறையினரிடையே ஓர் நெருக்கம் ஏற்படுகின்றது. இதற்கு முக்கிய காரணமாக கவிஞருக்கும் ஓவியருக்கும் பொதுவான கருப்பொருளாக ஒரே விடயம் அமைந்திருந்ததாக இருக்கலாம். 1980களில் அரசியலும் அதன் தாக்கத்தால் சமூகத்தில் நடக்கும் நிகழ்வுகளையும் தவிர்த்து கலையை படைப்பது முடியாத ஓர் காலமாக இருந்தது. இது சமகால கலைஞர்களை உணர்வு சார்ந்து இணைத்திருந்தது எனலாம்.

இந்தவகையில் ஜெயபாலன், சேரன் போன்ற இளம் கவிஞர்கள் மேற்குறிப்பிட்ட கருப்பொருளைக் கவிதையில் கையாளத் தொடங்கியிருந்தனர். இதே காலப்பகுதியில் ஈழத்தில் ஓவியர் சிவப்பிரகாசம், ஓவியர் மார்க் ஆகியோரின் ஓவியக் கூடத்தில் இளம் ஓவியர்கள் சமகால நிகழ்வுகளை வெளிப்படுத்தும் நவீன பாணி ஓவியங்களைப் படைக்கத் தொடங்கியிருந்தனர். அந்த ஓவியப் பட்டறையில் பயிற்சி பெறும் வாய்ப்பை நானும் பெறக்கூடியதாக இருந்ததால், எனது ஓவியங்களும் சமகால நிகழ்வுகளைக் கருப்பொருளாகக் கொண்ட நவீன பாணி ஓவியங்களாக வரத் தொடங்கின.

1984இல் யாழ் பல்கலைக்கழகத்திற்கு மாணவியாகச் சென்ற போது, எனது முதல் தமிழ் வகுப்பில், இராமநாதன் மண்டபத்தை

நிறைத்திருந்த மாணவர்களுக்கு பேராசிரியர் சிவத்தம்பி, சேரனின் 'இரண்டாவது சூரிய உதயத்திலிருந்த 'யமன்' என்ற கவிதையை அறிமுகப்படுத்தினார். புதிய கவிதை வடிவம் புரிந்தும் புரியாததாகவும் இருந்தாலும், கவிதையில் வந்த 'இளைய வயதில் உலகை வெறுத்தா நிறங்களை உதிர்த்தன, வண்ணத்துப்பூச்சிகள்' என்ற வரிகள் என் மனதில் பதிந்து ஓர் அரூப ஓவியத்தை என் மனக் கண்முன் கொண்டு வந்தது. இந்தக் கவிதைக்கு நான் ஓவியம் வரையாத போதும் இந்தக் கவிதை வரிகள் என் மனதில் ஓர் ஓவியத்தை உருவாக்கியிருந்தது. சேரனின் கவிதைகளில் பரிச்சயம் அவ்வாறே எனக்கு ஏற்பட்டது. அதைத்தொடர்ந்து நான் தீவிரமாக ஓவியத்துறையில் ஈடுபடத் தொடங்கியதுடன் சமகால கலைஞர்களுடனான தொடர்பும் ஏற்பட்டது. சேரனும் நேரடியாக எனக்கு அறிமுகமானார்.

1980களில் இறுதிப்பகுதியில் அக்காலத்தின் அரசியல் சமூக பாதிப்புகளுடன் எனது ஓவியப்படைப்புகள் வெளிவந்து கொண்டிருந்தன. 1987–88 காலப்பகுதியில் பேராசிரியர் ராஜினியுடனான பழக்கம் எனக்கு ஏற்பட்டிருந்தது. அவரின் படுகொலை எனக்குள் மிகவும் பாதிப்பை ஏற்படுத்தியிருந்தது. பொதுவாக மனப்பாதிப்புக்களை வெளிப்படுத்துவதற்கு எனக்கு ஓவியம் ஓர் ஊடகமாகச் செயற்பட்டாலும் மிகவும் ஆழமான இத்தாக்கம் என் மனதில் பெரும்பாரமாகப் படிந்திருந்தது.

1990இல் சேரனை நான் சந்தித்த போது, 'ராஜினி'[130] என்ற தலைப்பிலான அவரின் கவிதை எனக்குப் படிக்கக் கிடைத்தது. படித்த அந்த நொடியிலேயே என்னால் ஓர் கோட்டோவியமாக அக்கவிதையையும் என் மனப் பாதிப்பையும் வெளிப்படுத்த முடிந்தது. பல்கலைக்கழக மாணவியான நான், ராஜினியை இரசித்து, வியந்து பார்த்ததுடன் அவருடன் சற்றுப் பழகவும் எனக்கு வாய்ப்புக் கிடைத்திருந்தது. அவர் மீதான ஈடுபாடு அதிகளவில் இருந்தது. அவரை ஏதோ வகையில் பின்பற்றுவதை விருப்பமாகக் கொண்டிருந்ததன் பிரதிபலிப்பாக அவர் அணிந்திருந்த வார்கட்டும் உரோமப் பாணி பாதணிகளை நானும் வாங்கி அணிந்திருந்தேன். அக்காலத்தில் அவரின் படுகொலை மரணம் நிகழ்ந்தது. ஓவியத்தில் அவிழ்ந்து தொங்குவதாய் அந்தப் பாதணிகளைப் படைத்திருந்தேன்.

இந்தக் கோட்டோவியத்தைப் பெரியளவிலான அக்ரலிக் வண்ணத்தில் உருவாக்கி, கொழும்பில் 'லயனல் வெண்ட்' கலைக் கூடத்தில் நடைபெற்ற இலங்கை இளம் ஓவியர்களுக்கான கண்காட்சியில் காட்சிப்படுத்தும் வாய்ப்புக் கிடைத்தது. எமது அரசியல் வரலாற்றின் ஓர் முக்கிய நிகழ்வை சேரனின் கவிதைத் தாக்கத்துடன் ஓவியமாக்கியதில் நான் கொஞ்சம் ஆறுதல் அடைந்தேன்.

அண்மையில் வெளிவந்த பேராசிரியர் சனாதனனின் 'நவீனத்துவமும் யாழ்ப்பாணத்தில் காண்பியப் பயில்வும்' (1920 – 1990) என்ற நூலில் எனது 'ராஜினி' என்ற ஓவியமும் அதன் வரலாற்றுப் பின்னணியும் குறிப்பிடப்பட்டிருப்பதன் மூலம் இந்த ஓவியம் எமது கலை வரலாற்றில் பதிவாக்கப்பட்டிருக்கிறது. நீண்ட இடைவெளிக்குப் பின் 2020இல் மீண்டும் சேரனின் கவிதைகளுக்கு ஓவியங்கள் வரையும் வாய்ப்புக் கிடைத்தது. சேரனின் கவிதை நடையிலும் என் ஓவியப் பாணியிலும் நிறைய மாற்றங்கள் வந்திருந்தன. சேரனின் கவிதைகளில் குறியீடுகளும் உள்ளூறைகளும் தீவிரமாக வெளிப்பட ஆரம்பித்திருந்தன.

கவிதையை கட்புலனூடாகக்கொண்டு வருவதற்குக் கவிதையில் இருந்து சில சொற்களை வடிவமாக்கி மீதியை நிறங்களாக்கி அந்தக் கவிதையின் உணர்வை ஓவியத்தில் வெளிப்படுத்துவது ஓர் சுவையான விடயமாகும். எனக்கு இந்தவகையில் ஓவியங்கள் உருவாக்குவது மகிழ்வூட்டும் சவால்களாக இருந்தன. ஓவியப் படைப்பில் சில பரீட்சார்த்த முயற்சிகளையும் செய்யக் கூடியதாக இருந்தது.

'அப்படி ஒரு கனவு இல்லை என்றார்கள்' என்ற கவிதையில் மலைகளின் சித்திரிப்புக்களும் கழுகுகளும் ஓவியத்தில் குறியீட்டுப் பதிவுகளாகக் கொண்டுவரப்பட்டன. நீலம், பழுப்பு நிறங்களை அரூபமாகத் தெளித்து கவிதையின் உணர்வை வெளிப்படுத்த இந்த ஓவியத்தில் முயற்சித்திருப்பேன். ஓவியத்திலும் கவிதையின் சில வரிகளை எழுத்தோவியமாக வெளிப்படுத்தியதும் எனது ஓவியப் பாணியில் ஓர் பரீட்சார்த்த முயற்சியாக இருந்தது. (இந்த நூலில் ஓவியங்களை வர்ணத்தில் அச்சிட முடியவில்லை. தொ–ர்) 'நீர் விளக்கு'[131] என்ற தலைப்பிலான கவிதை ஓர் தத்துவார்த்தக் கவிதையாகப் புலப்பட்டது. மாறுபட்ட உணர்வு நிலையை வெளிப்படுத்துவதற்கு இங்கு நிறங்களின் பங்கு முக்கியமாகின்றது.

ஓவியத்தில் விளக்குகள் வடிவமாக வெளிப்படுவதுடன் சிவப்பு, மஞ்சள் போன்ற பிரகாசமான நிறங்களும் அதற்கு எதிர்மறையான கருமை கலந்த நீல நிறத்தின் பாவனையும் கவிதையின் உணர்வு நிலையை ஓவியத்தில் கொண்டு வருவதுடன் விளக்குகளும் சிவப்பு மஞ்சளாய் ஒளிர்வனவாகவும் மங்கலாகவும் பழுப்பாய்

இருப்பனவாகவும் இரு வித்தியாசப்பட்ட தன்மையை ஓவியத்தில் கொண்டுவருவதாய் இருக்கின்றது.

"இந்தத்தெருவில் எப்பொழுதும்"[132] என்ற தொடர் கவிதைகளுக்கான ஓவியப்படைப்பு மிகச் சவாலானதாக இருந்தது. கவிதைக்குள் என்னைக் கொண்டு போவதற்குக் கவிதை வரிகளைக் கையால் எழுதி அந்த உணர்வுகளை உள்வாங்கிக் கொள்ள முயன்றேன். முதற் கவிதை ஒன்றுக்கொன்று மாறுபட்ட விடயங்களைக் கொண்டதாக அமைந்திருந்தது. 'இரவும் பகலும்' என்ற வெளிப்படையான விடயங்களுடன் இழையோடிய ஆழமான கருத்துக் கொண்ட கவிதை. இதனை மஞ்சளும் கருமையும் கொண்ட வர்ணப் பாவனையினூடாக ஓவியத்தில் வெளிப்படுத்தியிருந்தேன். கோட்டுப் பாவனையிலும் ஒரு மாறுபட்ட தன்மையைப் பயன்படுத்திக் கவிதையின் கருவை ஓவியத்தில் கொண்டுவர முயன்றேன்.

இந்தத் தெருவில் எப்பொழுதும் – 2 என்ற கவிதையைப் படித்ததும் காய்ந்த பலா இலை, கவச வாகனத்தின் சில்லின் அச்சு, குருதி போன்றன என் மனதில் தோன்றின. சிவப்பு நிறமும் அதனைப் பயன்படுத்திய பாங்கும் கொலையின் குறியீடாக ஓவியத்தில் வெளிப்படுகின்றது.

உறைய மறுக்கும் காலம் : சேரன் படைப்புலகம்! ● 366

இந்தத் தெருவில் எப்பொழுதும் – 3 கவிதையில் வெளிப்பட்டிருந்த ‘கூடல்’ அழகான விவரிப்பாகக் கவிதையில் வெளிப்பட்டிருந்தாலும் ஓவியத்தில் நாசுக்காய் இணைந்த கோடுகளாய் வெளிப்பட்டிருக்கும். காட்சிப்படுத்தலில் குறிப்பிடப்பட்டிருந்த இலையுதிர் கால மரமும் இலைகளும் ஓவியத்தில் ஓர் சமநிலையைக் கொண்டுவருவதற்காய்ப் பயன்பட்டிருக்கும்.

இந்தத் தெருவில் எப்பொழுதும் – 4 கவிதை மனதில் கனம் தந்த கவிதை. அதைக் கறுப்புத் தவிர எந்த நிறத்தாலும் வெளிப்படுத்த முடியாது. அந்தக் கவிதையில் வந்த ‘குழி’ என் ஓவியத்தில் விடயமாகின்றது. நீர் வர்ணத் தெளிப்புகள் அந்த நிகழ்வையும் அதன் போக்கையும் ஓவியத்தில் கொண்டு வந்திருக்கின்றன எனக் கருதுகிறேன். ஏனோ குருதியில் நிறைந்த குழியில் குருதிக்குச் சிவப்பைத் தவிர்த்திருப்பேன். அந்த நிகழ்வின் கடுமை ஓவியத்தில் கருமையாக வெளிப்பட்டிருக்கும்.

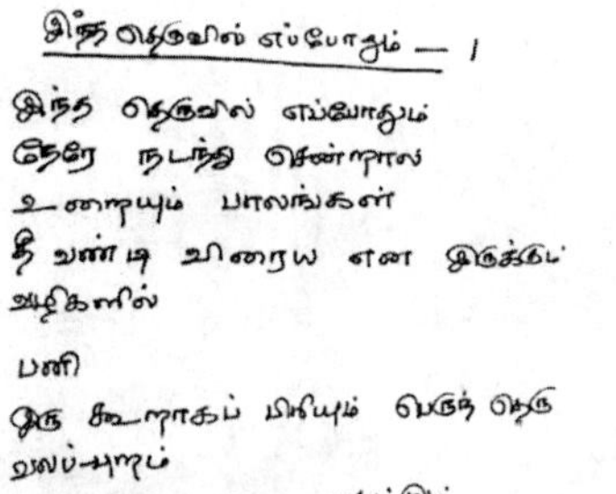

இந்த தெருவில் எப்போதும் — 1

இந்த தெருவில் எப்போதும்
நேரே நடந்து சென்றால்
உறையும் பாலங்கள்
தீ வண்டி விரைய என இருக்கும்
அழிகளில்

பனி
இரு கூறாகப் பிரியும் பெருந் தெரு
வலப்புறம்
பாரத்தின் செழிப்பும் பகட்டும்
இரவும் பகலும் மினுங்கும்
நடை வழி

இடப்புறம்
நாங்கள் கோலிகள் வாழ் நிலம்
பலருக்கும் தெரியாத பாதை
அதில் விரைந்தால் புரட்சி வெடிக்கலாம்.
எனினும் இப்போ
அணைந்த கனவு.

இந்தத் தெருவில் எப்பொழுதும் – 5 கவிதையில் வரும் வார்த்தைகளும் பொருளும் ஓவியத்தில் கொண்டு வருவதில் சிரமமாக இருந்தது மட்டுமின்றி இவ்வாறான விடயங்களை

அழகியலுடன் வெளிப்படுத்தும் துணிவு எனக்கு எப்போதும் இருந்ததில்லை. இவ்வாறான நிகழ்வுகளை "அழகியல்" மூலம் சித்திரிக்க முடியுமா என்பதே ஒரு சிக்கலான கேள்வியாக இருந்தாலும் வர்ணப் பாவனை, அதனைப் பயன்படுத்திய விதம் என்பன ஒருவகையில் கவிதையைக் குறியீடாக வெளிப்படுத்துகின்றது எனலாம். வெய்யிலும் மல்லிகையும் மட்டும் வடிவமாகவும் நிறமாகவும் ஓவியத்தில் வருகின்றன.

2023இல் சேரனின் 'பறவை', 'பழங்கள்' என்ற இரு கவிதைகளுக்கு ஓவியங்கள் வரைந்திருக்கின்றேன். முதலில் 'பறவை'[133] என்ற கவிதை மிக கச்சிதமாய் சொற்கள் வருவதாய் உணர்ந்தேன். ஆரவாரம் இல்லாத வரிகள். அதற்கான ஓவியமும் அதே போக்கில் காத்திரமான கோட்டோவியமாகக் கொண்டு வர முடிந்தது. மேலும் நிறங்களின் தேவையில்லாமல் இந்த ஓவியம் கவிதையின் உணர்வைக் கொண்டுவர முயல்கிறது.

'பழங்கள்'[134] என்ற கவிதையின் கதை சொல்லும் பாங்கு நிறைய விடயங்களை ஒன்றாகக் கொண்டு வருகின்றது. அதற்கேற்றாற்போல் ஓவியமும் சாளரம், நடுகல், பூக்கள் போன்ற

சொற்களைப் படிமங்களாக்கி ஓவியத்தில் ஒழுங்குபடுத்தி கவிதையின் கருவைப் பிரதிபலிக்கின்றது.

1980களில் ஈழத்தில் கவிதை, ஓவியம் போன்ற துறைகளில் ஏற்பட்ட புதிய வடிவமும் அவை கொண்டிருந்த காத்திரமான கருப்பொருள்களும் எமது கலை வரலாற்றின் முக்கிய கட்டமாகும். ஒரே சிந்தனைப் போக்கில் இருந்த கலைஞர்களிடையே கவிதையின் தாக்கங்கள் ஓவியங்கள் படைக்க வழிவகுத்திருக்கின்றது. சமகாலத்துக் கவிஞர்களின் கவிதை வரிகள் ஓவியங்களை உருவாக்க உதவியிருக்கின்றன.

என்னைப் பொறுத்தவரையில் 1984இல் சேரனின் 'யமன்' கவிதை மனதில் உருவாக்கிய ஓவியத்தைத் தொடர்ந்து என் மனதின் கனத்தை இறக்கி வைப்பதற்கான ஓவியமாக 'ராஜினி' கவிதை வரிகள் இருந்தன. நீண்ட இடைவெளியின் பின், புதிய போக்குடனும் முன்னைய கருப்பொருள்களிலிருந்து மாறுபட்ட ஆழமான தத்துவார்த்த கவிதைகளுக்கு ஓவியங்கள் படைப்பதில் நானும் புதிய பரீட்சார்த்த பாணிகளைக் கையாளச் சேரன் கவிதைகள் வாய்ப்பாகின.

சேரனின் கவிதைகள் அடுத்த தலைமுறை ஓவியர்களான றஷ்மி, எஸ்.பி.புஸ்பகாந்தன், வினோஜா போன்ற பல ஓவியர்களின் படைப்பாக்கத்திற்கும் தூண்டுதலாக இருந்திருப்பது மிக்க மகிழ்ச்சி தருகிறது. ஓவியத்திற்கும் கவிதைக்குமான இன்றைய ஊடாட்டத்தை இதனூடாகப் பார்க்கக் கூடியதாக உள்ளது. பல சந்தர்ப்பங்களில் ஓவியங்கள் கவிதைகளை விஞ்சி விடுகின்றன எனவும் எனக்குத் தோன்றுகிறது. என் ஓவியப் பயணத்தின் தொடர்ச்சியில் சேரனின் அண்மைக்கால கவிதைகளுக்கான என் ஓவியங்களின் பங்கும் முக்கியமாகின்றது. இனிய நண்பன் சேரனுடன் சமகாலத்து ஓவியராகப் பயணிப்பதில் மிகவும் மகிழ்ச்சியடைகிறேன்.

000

17, 18 ஜுன் 2023இல், லண்டன்
தமிழ் புத்தகக் கண்காட்சி அரங்கில் நிகழ்ந்த - கவிஞர் சேரனின்
கவிதைகள் பற்றிய உரையாடல் நிகழ்வில் முன்வைக்கப்பட்ட பிரதி.

இமையாள்

கவிஞர், கட்டுரையாளர், மொழிபெயர்ப்பாளர்.

22. 'காஞ்சி' வாசகர் மனதில், ஒரு இடம்!

இமையாள்

கவிஞர் சேரனின் காஞ்சி கவிதைத் தொகுப்பு 2024இல் காலச்சுவடு பதிப்பகத்தால் வெளியிடப்பட்டுள்ளது. சேரனின் இத்தொகுப்பில் மொத்தம் நூற்றியிரண்டு கவிதைகள் உள்ளன. அவை காதலை, பிரிவை, போரின் அழிவை, அகதி வாழ்வின் அவலங்களை, உலக அரசியலை, ஈழத்தின் இறுதிப் போருக்குப் பின்னான நிலையை, தனிமனிதத் துயரத்தை, மரணத்தை, வாழ்வை என அனைத்தையும் காலத்தின் சாட்சியமாகப் பதிவு செய்திருக்கின்றன.

காஞ்சி என்ற தலைப்புக் கவிதையைக் காணாமல் சேரனிடமே கேட்டேன். கவிதைத் தொகுப்புகள் பெரும்பாலும் தொகுப்பில் உள்ளடங்கிய கவிதைகளில் ஒன்றின் தலைப்பை வைப்பதே வழமை என்பதால் எனக்கு எழுந்த கேள்வி அது. அப்படியொரு தலைப்பில் கவிதையில்லை, "காஞ்சி" என்பது திணை எனக் கொள்ளலாம் என்றார். ஏற்கெனவே "திணைமயக்கம் அல்லது நெஞ்சொடு கிளர்தல்"

என்ற தொகுப்பு 2019இல் வெளிவந்திருக்கிறது. இன்னமும் மயக்கம் போகவில்லையோ எனத் தோன்றிற்று. ஆனால் சேரனோ காஞ்சி என்பதற்கு பல விளக்கங்கள், படிமங்கள் உள்ளன என இந்தத் தொகுப்பின் மூலம் சொல்கிறார்.

காஞ்சி என்றால் பெருந்திணையின் குறியீடு, காஞ்சி என்றால் பெண்கள் அக்குலை மறைக்க அணியும் ஆபரணம், நிலையாமை, பெருமரம், இடம், இப்படிப் பலபொருள் கொண்ட சொல்தான் காஞ்சி. கவித்துவமான இந்தத் தலைப்புக்கு அது உள்ளடக்கமாய் கொண்டிருக்கும் கவிதைகள் நியாயம் செய்திருக்கின்றன.

சேரனின் கவிமொழி மிகவும் நுண்ணுணர்வும், அழகியலும், மொழிநயமும், சொல்நேர்த்தியும் கூடியவையாக உள்ளன. பல தூய தமிழ்ச்சொற்கள் கவிதைகளில் இயல்பாகக் கையாளப்பட்டிருக்கின்றன. மனித வாழ்வின் பாடுகள் தான் அவரது பாடுபொருள். புலம்பெயர்ந்து, சொந்தநாட்டை மறக்க இயலாத ஒரு கவிமனம் வேறெதைப் பாடும்? இருப்பினும் அவை வாசகரைச் சலிப்பூட்டும் விதமாக அன்றி வாசிப்பவர்களுக்கு ஒரு அகவெழுச்சியையும், தரிசனத்தையும் வழங்கி, நம்மை அதனுள் இழுத்துக் கொள்ளும் விந்தையை அவர் கவிதைகள் இயல்பாகச் செய்துவிடுகின்றன. இத்தொகுப்பில் இடம்பெற்றிருக்கும் எந்த ஒரு கவிதையையும் படித்து, உடனடியாகக் கடந்து சென்றுவிட முடிவதில்லை, அத்தனை அவலமும், துயர ஓலமும், குருதியும் சதையுமாய் எழுந்து நம்மை உறையச் செய்கின்றன.

'தீராதது', 'இந்தத் தெருவில் எப்போதும்', 'படையாள் பாடல்', 'கடிதங்கள்', 'கிளிப்பாட்டு', 'பழங்கள்' என்ற ஆறு பிரிவுகளாய் கவிதைகள் பிரிக்கப்பட்டிருக்கின்றன. எனினும் காதல், காமம், போர், அழிவு, பிரிவு என்ற உணர்வுகள் அனைத்துப் பிரிவுகளிலும் விரவிக் கிடக்கின்றன.துயரங்களை எப்படிப் பிரித்தாலும் அவை தரும் உணர்வுகள் ஒன்றுதானே. இந்தத் தெருவில் எப்போதும் என்ற தலைப்பில் உள்ள கவிதைகள் நேரிடையாக ஈழப்போரின் பின்புலத்துடன், காட்சிச் சித்திரங்களாகப் பதிவு பெற்றுள்ளன. அவற்றின் யதார்த்தம் நமக்குப் பேரதிர்ச்சியைக் கொடுக்கின்றன. படையாள் பாடல் ஈழத்தைத் தாண்டி உலக அளவில் தற்காலத்தில் நிகழும் போர்க்காட்சிகளை அசலாகப் பதிவு செய்கிறது.மனித உணர்வுகளையும், அடிப்படை உரிமைகளையும்

கேள்விக்குள்ளாக்கும் கொடும்போர் தனிமனிதன் வாழ்வில் ஏற்படுத்தும் தாக்கங்களைக் கவிதை வரிகளில் அத்தனை நுட்பத்துடன் செதுக்க முடிவதே சேரனின் தனித்துவம்.

'இந்தத் தெருவில் எப்போதும் ஒருவனை
எப்போதாவது ஒருத்தியை
இழுத்து வந்து சுடுவார்கள்"

(பக்.32)

போன்ற வரிகள் வாசிப்பவரை மீளமுடியாத சித்திரவதைக்குள் தள்ளிவிடுகின்றன. இப்படிப்பட்ட தெருவைக் காண்பதற்காக யாழ்ப்பாணம் என்ற தலைப்புள்ள கவிதையில் கவிஞர் // என்னுடைய பட்டினத்துக்கு மீண்டுள்ளேன்// என்று கூறுகையில் அத்தனை கொடுமைகளை அனுபவித்த தெருவாயிருப்பினும் அதுதான் எங்கள் அடையாளம், அதுதான் எங்கள் மண் என்ற அந்தரங்கக் கூப்பாட்டினை அத்தனை எளிதில் எவாராலும் புரிந்துகொள்ள இயலாது.

'இந்தத் தெருவில் எப்போதும்
நீங்கள்
உடலோடு உடலைக் கொள்ளலாம்.'

எனத் தொடங்கும் மற்றொரு கவிதையின் இறுதிவரிகள்,

'இந்தத் தெருவில் எப்போதும்
அழகிய வண்ணத் தாள்களில் எழுதிய
நிறைவற்ற கவிதைகளை எறிகிறேன்
தெருவில் யாருடைய காலடிகள்
அவற்றின் மீது?'

என்ற முடிவற்ற விடையற்ற வினாவை எழுப்புகிறது. சேரனின் பல கவிதைகள் இதுபோன்ற வினாக்களை நம்மிடமும், உலகத்திடமும் இடையறாமல் எழுப்பிய வண்ணம் இருக்கின்றன. அவற்றுக்கான மறுமொழியைக் காலம்தான் கண்டடைய வேண்டும்.

'படையாள் பாடல்' என்ற பிரிவில் இடம்பெற்றிருக்கும் ஐந்து கவிதைகள் ஒரு இராணுவ வீரனின் குரலாக ஒலிக்கின்றன. அதில்

கவிஞனே படையாள், நாம் பலியாள். ஒரு கவிஞன் இதயமற்ற படையாளின் குரலாக ஒலிப்பது முரணாகத் தோன்றினாலும் அதற்கான இடமும் தேவையும் அக்கவிதையின் பேசுபொருளில் உள்ளன.

'திரும்பிப் பார்க்க முடியவில்லை.
மற்றவர்களது உயிரை அழிக்க ஒரு சிறு பொழுது.
எனக்கோ
தொடர்ந்து ஊறும் கொடுங்கனவில்
இருந்தாலும் அழிகிறேன்.'
(பக் 43)

என்ற கவிதையில் கருணையற்றுக் கொலைகள் புரியும் ஒரு படைவீரனின் மனச்சாட்சியாகக் கவிதை ஒலிக்கிறது. அது கவிஞனின் கையறு நிலையாகவும் இருக்கலாம். ஏன் நம்முடைய கையறு நிலையாகவும் கூட இருக்கிறது என்று சொல்வதே மிகப் பொருத்தம்.

அறைக்குள் மழையாகப் பொழியும் கடிதங்களை ஒரு கவிஞனல்லாமல் வேறு யாரால் பத்திரப்படுத்திவிட முடியும். புலம்பெயர்ந்து வாழும் எவரின் மனதிலும் அழிக்க முடியாத அவர்களின் பூர்வீக நிலத்தின் தொன்ம வாசனை ஈரமாக இருக்கும். அதற்கு சாட்சியாக சேரனின் கவிதைகளில் காணும் வரிகள் சில,

"கடலையும் கரையையும் கடந்து வருகிறது எங்களுக்கான // காடு //மழைக்கும் காடுகளுக்கும் காதலுக்கும்// என// நம் கிளிகள்" (பக்.70)

"என்னுடைய பட்டினத்துக்கு// மீண்டுள்ளேன்// பல்லாண்டு காலக் கண்ணீர்// என்னை இங்கு கொண்டுவந்து சேர்த்திருக்கிறது" (பக்.18)

"இடிக்கப்பட்ட நினைவிடங்களிலும்// நடுகற்கள் விம்மி அழும் மயானங்களிலும்// ஒரு மாம்பழத்துடனும்// ஒற்றை பட்டிப்பூவுடனும் அலைகிறேன்" (பக்.74)

"காலடியற்றவர்களுக்குப் போதும்// கடலும் கவிதையும்" (பக்.92)

இப்படி பல வரிகள் மின்னித் தெறிக்கின்றன. அதேபோல

தத்துவ விசாரமும் சேரனின் வரிகளில் மிகை அலங்காரம் இன்றி இயல்பாக அமைந்து விடுகிறது, பின்வரும் வரிகளைக் கவனிப்போம்,

“குருதியில் எரியும் கனவுக்கு// விளக்கேற்ற வேண்டாம்// இறப்பும் நினைவும் ஒளியில் அல்ல// அறத்தில்” (பக்.17)

“வீழும் இலைக்கு ஞானம்// துளிர்க்கும் இலைக்கு மோனம்” (பக்.33)

“அவர்களுக்கு ஒளி//உங்களுக்கு இருள்// கவிஞனோ இரண்டுக்கும் அப்பால்” (பக்.114)

“ஒவ்வொருவருக்கும் ஒரு கதை// கவிஞனுக்கு மட்டும் கவிதை” ஆகிய வரிகள் அழகியலையும் தத்துவத்தையும் ஒருசேர பிரதிபலிக்கின்றன.

“உனது ஆயிரம் முத்தங்கள்
உனதும் எனதும் நிலத்துக்கு
விடுதலையைத் தருமா தெரியாது’ (பக்.85)

காதலையும், புலம்பெயர்தலையும், பூர்வீக நிலத்தின் மீதான ஏக்கத்தையும் ஒன்றாய் கலந்த வர்ணத்தை வீசுகிறது.

சேரனின் கவிதைகள் புலப்படுத்தும் கருத்தியலுக்கு நிகரானது அவரது மொழிநயமும், சொல்தேர்வும், சொல்முறையும். தூய கலப்படமற்ற அவரது மொழி வாசிப்பவரை மயக்கமூட்டுவதாய் இருக்கும் அதேநேரத்தில் அவற்றில் வெற்று ஒப்பனைகளோ, வெற்றுக் கூச்சல்களோ இல்லை. இன்னும் சொல்வதென்றால் அது நிசப்த மொழியின் இறைஞ்சுதலாக, கோரிக்கையாக, கேள்விகளாக நம்மைப் பெரும் அலைக்கழிப்புக்கு உட்படுத்துகின்றன. “மொழியின் மீதான வன்முறையை//நிறுத்தச் சொல்லிச் சொல்லிச் சொல்லிச் சோர்ந்தேன்’ (பக்.56)

என்ற வரியில் ‘சொல்லி’ என்ற வார்த்தைக்கு அவர் கொடுக்கும் அழுத்தத்திலிருந்தே அது எத்தனை சோர்வூட்டுகிறது என்பதை விளங்கிக் கொள்ள முடிகிறது. அந்தக் கவிதையை சேரன், “நம் கால மொழியை அஞ்சுகிற கவியானேன்” என்று முடிக்கிறார். வேறென்ன சொல்ல இருக்கிறது.

மறுமொழி என்ற கவிதையில் இத்தனைக்கும் பிறகும் எப்படி சிரிக்கிறீர்கள் என்று கவிஞனைப் பார்த்து தொடுக்கப்படும் கேள்விக்கு நேரிடையாக கவிதையில் மறுமொழி இல்லை. ஆனால் கவிதையின் தொடக்கத்திலேயே அதற்கான மறுமொழி இருக்கிறது, அதைக் கவனிக்க கொஞ்சம் நேரமும் நேயமும் நமக்குத் தேவைப்படுகிறது. அதற்காகவேனும் அவசியம் வாசிக்க வேண்டிய தொகுப்பு இந்தக் காஞ்சி.

"என் கவிதைகளுக்கு
மணற்றிடரையோ// கடலோரக் காணித்துண்டையோ
பரிசளிக்க வேண்டாம்//
ஒரு முள்முருக்கம் பூவைத்தான் கேட்டேன்." (பக்.18)

மொத்தத் தொகுப்பையும் பலமுறை வாசித்த பின்பு, சேரனின் இந்த வரிகள் மனதிற்குள் சுழன்றடித்துக் கொண்டே இருக்கின்றன. ஒரு கவிஞனுக்கு நிலமோ பொருளோ அல்ல; வாசகர் மனதில் ஒரு இடம், அதைத்தான் ஒவ்வொரு கவியும் காலத்திடம் கோருகிறான், அது என்றுமே உங்களுக்கு இருக்கும் சேரன்.

000

2024

படையாள் பாடல் - 1

வீழும் மலர்களின் இதழ்கள் எல்லாம் நிலத்துக்கு.
ஒன்று மட்டும் தனித்துப் பறக்கிறது.
அதுதான்
சாவின் மணத்தைக் காவிச் செல்லும்
காற்றின் குரலோசை.

படையாள் பாடல் - 2

எப்போதும் என்னைத் தொடர்ந்து வருகிறது
மாதவிடாய்க் காலத்திலும்
நாங்கள் வன்புணர்ந்த பெண்களின் குருதித் துளி
சிந்திய கண்ணீரின் வெப்பக் காற்று
அவற்றில் எரியுண்ட
நம் விந்தும் பேரண்டமும்.

படையாள் பாடல் - 3

சிறைப்பட்ட கொரியாச் சிறுபெண்.
அவள் கூந்தலை நிலத்தில் மலர்த்துகிறேன்.
அவல நிலம். அவள் மார்பில் வடியும் குருதி
எனக்காக அலை வீசும்
சிற்றாறு.
வன்கலவியின் குரூர இன்பத்தில்
நான் ஆடும் ஊஞ்சல்.
என் ஒவ்வொரு துளி விந்தும்
ஆயிரம் கோடி செர்ரி மலர்களை
உலகத்துக்கு வழங்கிய
நல்லூழ் என என் கல்லறையில் எழுதுங்கள்.

படையாள் பாடல் - 4

இன்னிசையாள்.
அவள் வீணையின் ஒலியினைத் துய்த்தவர்களை
இப்போதுதான் ஒருவர் ஒருவராகக் கொன்றேன்.
துயர் பெருகி வடியும் கண்ணீர்
துப்பாக்கிகளாக மாறும். எனவே ஒருவரையும் விடாதே
என்பது பணிப்புரை.
இன்று
பாதி உயிருடன் சதுப்பு நிலத்தில்
வீழ்ந்து கிடக்கிறாள்.
கலை மட்டுமல்ல.
கொலையும் இன்பம் தருகிறது எனும் பேருணர்வில்
அவள் ஆடைகளைக் களைந்து
எங்கள் பாடலைப் பாடுகிறேன்;
நமோ நமோ மாதா.

படையாள் பாடல் - 5

திரும்பிப் பார்க்க முடியவில்லை.
மற்றவர்களது உயிரை அழிக்க ஒரு சிறு பொழுது.
எனக்கோ
தொடர்ந்து ஊறும் கொடுங்கனவில்
இருந்தாலும் அழிகிறேன்.
0

— *காஞ்சி*, பக்கம் 39

அனுசியா ராமசாமி

அமெரிக்காவின் தெற்கு இலினோய் பல்கலைக்கழகத்தில், ஆங்கிலப் பேராசிரியராகப் பணியாற்றுகிறார்.

23

ஜனநாயகமும் அதன் சனங்களும் : சேரனின் "யாழ்ப்பாணம்" கவிதை

அனுசியா ராமசாமி

"சட்டத்தின் முன்" என்ற காப்காவின் கதை கிராமத்தில் இருந்து ஒருவன் வருகின்றான். திறந்து கிடக்கும் சட்டத்தின் கதவுகள் முன் ஒரு பயங்கரமான மீசை வளர்த்த காவலாளி: உள்ளே செல்ல இப்போது அனுமதி இல்லை என்கின்றான். கிராமத்தான் எட்டிப் பார்க்கின்றான். இந்தக் கதவுகளின் பின் மூன்று கதவுகள் உள்ளன; அங்கு என்னை விட படுபயங்கரமான காவலாளர்களும் உள்ளனர் என்று காவலாளி பயமுறுத்தினான். "சட்டத்தின் முன் அனைவரும் சமம் தானே" என்று நினைத்தபடி கிராமத்தான் வாசலில் நின்றான். பல நாட்கள், வருடங்கள் கடந்தன. கிராமத்தான் கிழவனாகி சாகும் நிலையில் காவலாளியிடம் ஒரு கேள்வி கேட்டான். "இங்கு இத்தனை வருடமும் என்னைத் தவிர வேறு யாரும் இந்தக் கதவை அண்டவில்லையே, ஏன்?" அதற்கு காவலாளி, "இந்தக் கதவு உனக்கு மட்டுமே போடப்பட்டது, இப்பொழுது இது மூடப்படும்." என்று இழுத்து சாத்தினான்.

ஜனநாயகம் என்றால் என்ன என்று என் அமெரிக்க மாணவர்களுடன் விவாதிக்கும் போது, இந்தக் கதையை நான் உபயோகிப்பதுண்டு. என் மாணவர்கள், இக்கதையின் நாயகனின் வியாகூலத்தை புரிந்து கொண்டாலும் அவனின் கையாலாதனத்தை மிகவும் வெறுப்பர். ஏன் இந்த தோற்கப்பட்டவனின் கதையை எங்களுக்கு கூறினாய் என்று கேட்ட மாணவரும் உண்டு. சேரனின் பல கவிதைகள் காப்காவின் கதைகளை ஒத்தவை. காப்கா நவீனத்துவத்தின் மத்தியில் இருக்கும் ஒரு நச்சுப்பொருளை அறிந்தவன். அது காலனிய நாடுகளின் பொது நிலைக் கொள்கையால் நியாயப்படுத்தப்பட்ட சட்ட அமைப்புகள். இவை எவ்வளவு மனித நேயம் அற்றவை, ஒரு பொய்யான நடுநிலைமை வகிப்பவை என்று ஒரு சமம் இல்லா சமூகத்தில் வளர்ந்தவனின் புரிதலோடு கதை எழுதினான். அவனைப் போலவே சேரனும் சிறுபான்மை இனத்தவராக, அதனால் ஏற்படும் பல தாக்கங்களுடன், ஒரு பின்காலனிய நாட்டில் பிறந்து வளர்ந்தவர்.

2009க்குப் பின் எழுதும் கவிதைகளில் சேரன் வர்ணிக்கும் அந்த நாடு, காப்காவின் அழுக்கு படிந்த நகரம் போல ஒரு இருளடைந்த இடம். காப்காவின் கதைகளில் சட்டம் இருட்டறையில் இரகசியமாகவும் தயவு தாட்சண்யம் இல்லாமலும் செயல்படுகின்றது. ஜனநாயகத்தின் இருண்ட மறுபக்கம்தான் பாசிசம் என்று அடோர்னோ போருக்குப்பின் சொன்னதை காப்கா இருபதாம் நூற்றாண்டின் ஆரம்பத்திலேயே தன் உவமைக் கதைகள் மூலம் நிறுவினார். காப்காவின் உவமைகள் ஒரு மொட்டு மலர்ந்தால் எப்படி பூவாகுமோ, அது போல் என்கின்றார் அவரை பற்றி எழுதும் வால்டேர் பென்ஜமீன். உவமைகள் இரண்டு வகைப்படும். ஒன்று மொட்டு பூவாக மலர்வது போன்றது; மற்றயது சிறார் விளையாடும் கடதாசி கப்பல் போன்றது. விரித்தால், ஒரு சதுர தாளாக, நம் கையில் மொட்டையாக இருக்கும். இந்த முதல் வகை உவமை உரைநடை கதையை கவிதை ஆக்குகிறது என்பது பெஞ்சமினின் வாதம்.

சேரனின் "யாழ்ப்பாணம்" கவிதையில் வரும் இறுதி வரிகள் காப்காவை நினைவுபடுத்துகின்றன.

> *"முடிய மறுக்கும் கொட்டாவியிலும்*
> *எரிய மறுக்கும் வாழைத் தண்டிலும்*
> *உப்பு நீர்க் கிணறுகளிலும்*
> *செயற்கை மருந்துகளால்*
> *வீங்கி எழுந்த ஆண்குறிகள்*
> *போன்ற கோவிற் கோபுரங்களிலும்*
> *நாங்கள் தற்கொலை செய்கிறோம்"*[135]

இவ்வரிகள் பற்றி நான் சொல்ல விரும்பும் விடயங்கள், ஒரு சிறு இடைவேளைக்குப் பின் வரும். அதற்கு முன், காப்காவின் கிராமத்தான் கேட்ட கேள்விகளுக்கு பதிலை சிறிது தேடுவோம். சட்டம் பற்றி பேசுகையில், ரூசோ, முழுமையான அரசியல் அதிகாரம் கொண்டவரால் தான் சட்டம் அமைக்க முடியும்; அரசாங்கம் என்பது அந்த சட்டத்தை அமுல்படுத்தும் என்று தெளிவுபடுத்துகின்றார்.

இலங்கையைப் பொறுத்தவரையில், அரசியல் சாசனம் எழுதுவது, திருத்துவது இரண்டுமே ஒரு சாரார் காரியங்கள். ஏனென்றால், ஜனநாயகம் என்னும் போதினிலே எந்த ஜனம் என்ற கேள்வியும் வருகின்றது. ஆரம்பத்தில் இருந்தே, 1931இல் டொனோமூர் எழுதிய அரசியல் சாசனத்தில் இருந்தே, அதாவது பிரித்தானிய காலனிய அரசின் கீழ் சுய ஆட்சி புரிவதற்கான சட்ட அமைப்பு உருவாகும் போதே, அன்றைய சிலோனில் 12 சதவீதமாக இருந்த மலையக தமிழர்கள் வாக்களிப்பு உரிமை மறுக்கப்பட்டார்கள். பின்பு வந்த அனைத்து சட்ட அமைப்புகளும் பிரிவினை செயல்பாடு கொண்டவை. Constitution என்பதின் லத்தின் அர்த்தம்: "கொன்" என்றால் சேர்தல் அல்லது ஒன்று கூடுதல் என்று பொருள்படும். அதன் இரண்டாவது பாகம், "statuo" என்ற பெயர்ச்சொல்லில் இருந்த வந்த statuere என்ற வினைச்சொல்: "எழுப்புவது," "உருவாக்குவது" என்று அர்த்தம் கொடுக்கும். ரோமர்களின் சட்ட வரலாற்றில் சக்கரவர்த்திகளின் கைகளுக்கு சட்டம் வரையறுக்கும் அதிகாரம் நகன்றாலும், இந்த லத்தின் சொற்பொருளிலேயே ஒரு கூட்டு செயல்பாடு, அதாவது பல்வேறு மக்களும் ஒன்று சேர்ந்து எழுப்பும் ஒரு கட்டமைப்பு என்ற பொருள் உள்ளது. சட்டம் கட்ட இயலாதவர்கள் கோயில் கோபுரம் கட்டுகின்றார்கள், என்று நம்மை நினைக்க வைக்கின்றன சேரனின் அந்த வரிகள்.

இந்த பிரிவினைவாத அரசியலுக்கு ஒரு நீண்ட வரலாறு உண்டு. பிரிப்பது, நிரல்படுத்துவது, சுவர் எழுப்புவது, நிலத்தில் ஒரு குச்சியை வைத்து ரேகை வரைவது, வரைபடத்தில் கோடு கிழிப்பது, அனுமதி சீட்டு கேட்பது, ஆவணங்களை முகர்ந்து பார்ப்பது, எல்லாமே எஜமானின் செயல்கள். இந்த எசமான் நவீனத்துவத்தில் பிறந்த காலனித்துவ கலாச்சாரத்தில் வந்தவன்; அப்பொழுது "துரை" என்று அழைக்கப்பட்டவன். ஆனால் அவன் அப்பன் ஜனநாயகம் பிறந்த கிரேக்க நாட்டை சேர்ந்த பிளேட்டோ. ஒரு முறை, என் பல்கலைக்கழகத்தில் என்னோடு பணி புரியும் ஒரு வெள்ளை அமெரிக்கரிடம் பிளேட்டோவின் ஆணாதிக்கத்தையும், மேட்டுமை வாதத்தையும் பற்றி என் கருத்தை சொன்ன போது, என் நண்பரான அவர், ஏதோ அவர் தந்தையை நான் குறை சொன்னதைப் போல் என்னிடம் வருத்தப்பட்டார். எஜமானின் கற்பித்தல் முறை மேற்கத்திய தத்துவ கலாச்சாரத்தில் பல்லாயிரமாண்டுகள் தீட்டி கூராக்கியது.

மேற்கத்திய கல்வி வரலாற்றில், அரிஸ்டோட்டில் காலம் முதல், மேல்தட்டு வர்க்க ஆண்பிள்ளைகளுக்கு மூன்று செம்மைப்படுத்தப்பட்ட மொழிக் கலைகள் தொடர்ந்து இன்று வரை சீராக கற்பிக்கப்பட்டு வருகின்றன. அவை தர்க்கம், இலக்கணம், மற்றும் சொல்லாட்சி. இந்த சொல்லாட்சி, ஆளுமைமிக்கதாக இருந்தாலும், அதன் எந்தப்பக்கமும் வளைக்கக்கூடிய இயல்பால் பிரச்சினைக்குரிய ஒரு கலையாகவே அரிஸ்டோட்டலின் குரு பிளேட்டோவால் இகழப்பட்டது. கி.மு. ஐந்தாம் நூற்றாண்டைச் சேர்ந்த இந்த கிரேக்கத் தத்துவஞானி பிளேடோவின் உரையாடல்களில் மிகவும் பிரசித்தி பெற்ற "குடியரசு" ஆளும் வர்க்கத்தை, இராணுவ பயிற்சி பெற்ற தத்துவம் கற்ற மேல்குடி ஆண்களாக வரையறை செய்கின்றது. இந்த ஜனநாயக அரசில் பெண்களுக்கும் அடிமை ஜனங்களுக்கும் இடமில்லை. மிகவும் முக்கியமாக, இந்தக் குடியரசு நாட்டில் கவி பாடும் புலவனுக்கும் இடம் இல்லை. பிளேட்டோ மேற்கத்தேய தத்துவத்தின் அடிப்படை தூண்களை நிறுவியவர். அவர் கற்பனை செய்த ஜனநாயக நாட்டில் கவிஞர்கள் நாடு கடத்தப்படுகின்றார்கள். ஏன் ?

நாம் மொழிக்குள் பிறக்கின்றோம். குழந்தையாகப் பேசப்பழகும் போது, அதன் நுணுக்கங்களை அறிகின்றோம். பள்ளியில்

அதன் அடையாளங்களை கற்கின்றோம். ஆனால் எவ்வளவுதான் மொழியின் பரிமாணங்களை புரிந்து கொண்டாலும், ஒரு பேரழிவை சந்திக்கும் போது, வார்த்தை இன்றி தவிக்கின்றோம். அந்தப்பொழுதில்தான் கவிஞன் நமக்கு தேவையாகின்றான். பிளேட்டோவை பொறுத்தவரை, பிரஞ்சு மொழியியல்வாதி சசூர் வர்ணிக்கும் “லாங்” (langue) – ஒரு மொழியின் வரையறைகள், அரிச்சுவடிகள் எமக்கு தேவையானவற்றை கொடுத்து விடும்; ஆனால் கவிஞனின் கலைவண்ணத்தில் உருவாக்கப்பட்ட மொழி உருவம் நம் உணர்ச்சிகளை தூண்டி, உள்ளத்தை அபகரிக்கின்றது. பிளேட்டோவின் உடல்/உள்ளம் என்று பிரிவு செய்யும் மனப்பான்மை (பிளேட்டோவின் செயல்கருத்துக்கள் எல்லாம் இந்த இரட்டை பிரிப்பது: ஆண்/பெண், நல்லது/ கெட்டது, உண்மை/போலி, ஆண்டான்/அடிமை), கவிஞனை வரம்பு மீறல் செய்ய தூண்டுபவனாகப் பார்க்கின்றது. “குடியரசு” நூலில், ஒரு ஆணாதிக்கச் சமுதாயத்தில் கவிஞனின் படைப்புகள் ஆண்களின் திடமான மனநிலையை உடைக்கச்செய்யும் என்பதட்கு பிளேட்டோ தரும் உதாரணம் குறிப்பிடத்தக்கது. ஒரு மகனை போரில் பறிகொடுத்த தந்தை, மற்றவர் முன் தன் சோகத்தை அடக்கி, கட்டுப்பாட்டுடன் இருக்கும் பொழுது, ஒரு துன்பியல் நாடகத்தை பார்க்கின்றார். அந்த நாடகத்தில் வரும் கவிதை வரிகள் அவரை கண்ணீர் விட்டு அழ வைக்கின்றன. வெட்கத்தை விட்டு எல்லோர் முன்னிலும் தேம்பி அழும் அந்த தந்தை, பிளேட்டோவை பொறுத்தவரையில் மனஉறுதியை இழந்தவர் ஆகின்றார். இங்கு கவனிக்க வேண்டியது இன்னொன்று: கவிஞனின் படைப்புகள் ஆண்களின் சுய கட்டுப்பாட்டை அவிழ்க்கின்றன, எனவே அவனை வெளியேற்று என்று கூறும் பிளேட்டோ, கவி மொழியின் அதீத சக்தியை ஒரு வழியில் அங்கீகரிக்கின்றாரோ என்று நினைக்கத் தோன்றுகின்றது.

ஆனால் பிளேட்டோ, அவரின் உரையாடல்களில், இலக்கியத்தை ஒதுக்கி, தர்க்கம் வகையை மேலோங்கி ஆதரித்துள்ளார். பிளேட்டோவின் மொழி புரிதலில் மொழி என்பது இயற்கையானது: அதாவது அர்த்தமும் எண்ணங்களும் ஒரே இடத்தில் இருந்து தன்னிச்சையாக வெளி வருகின்றன. முக்கியமாக பேச்சு மொழி நீரைப் போல் தெளிவானது என்று விளம்பும் தத்துவ ரீதியான நம்பிக்கை இது. ஆணாதிக்க

சமுதாயத்தினுள் இந்த நம்பிக்கை – அதாவது மொழி கண்ணாடி போல தெளிவானது, குழப்பம் இல்லாதவரால் ஆழமான எண்ணங்களை திக்கி திணறாமல் தெரிவிக்க முடியும் என்பது – பெண்களை, சோகத்தால் வார்த்தையற்றுப் போனவர்களை, ஒரு ஆதிக்க சமூகத்தால் நா தளரப்பண்ணப்பட்டவர்களை குறைவானவர்களாக எடைபோட்டு வெளியே நிற்க வைக்க உதவுகின்றது. இம்மரபில் அவையில் நின்று பேசும் மொழிக்கு – அதாவது speech – முக்கியத்துவம் தரப்படுகின்றது. அவைக்கு வர முடியாதவர்கள் இங்கு பிரதிநித்துவ நிலை இழந்தவர்கள் ஆகின்றனர். ஜனநாயகத்தின் ஆரம்பம் ஒரு சீரில்லா சமூகத்துக்கு வித்திடுகின்றது.

மேற்கத்திய தத்துவ மரபை விமர்சனம் செய்யும் ஜாக்கஸ் தெரிதா, இம்மரபு ஆரம்பம் முதல் வேற்றுமை காட்டுவதே அதன் செயலாக கொண்டது என்கின்றார். காப்கா கதையில் அந்த கிராமத்தான் எப்படி சட்டத்தின் வாசலில் வெளியே நின்றானோ, ஒரு நந்தன் தன் தலித் உடலோடு சிதம்பரத்துக்குள் செல்ல முடியாமல் தவித்தானோ, இந்த “ப்ரெசென்ஸ்,” அதாவது ஆசிரியர் பெயரை சொல்லும் போது “உள்ளேன்” என்று சொல்லக்கூடியவர், அதாவது ஒரு மேல் தட்டு ஆண் மட்டும் முழுமையான மனிதனாக இம்மரபில் அங்கீகரிக்கப்படுகின்றது.

தெரிதாவின் கண்ணோட்டத்தில் தத்துவஞானிகளின் சொல்லாடல்களை முதன்மைப்படுத்தும் போது, அதாவது அவர்களின் உவமைகள், உதாரணங்களை தீவிரமாக ஆராயும் போது நமக்கு தெரிய வருவது என்னவென்றால், இவர்களின் வியாக்கியானங்கள் எவ்வளவு முரண்பாடுகளையும், வரண்ட வக்கிரங்களையும் பூசி மெழுகியுள்ளது என்பதாகும். “ஒரு ஆதிக்க சமூகத்தின் உண்மைகள் என்பது மாயைகள். இவை மாயை என்பது மறக்கப்பட்டு உள்ளன,’ என்று நீட்சேய் அடித்துக் கூறுகின்றார். இலங்கை வரலாற்றை பொறுத்தவரை, அதன் அரசாங்க செயல்கள் எல்லாமே சுதந்திரம் கிடைத்த நாள் முதல், அந்த சின்ன தீவில் நடந்தேறிய அத்தனை இராணுவ அநீதிகளையும் மறக்கடிக்கச் செய்வது. இன்றைக்கும், ஈழத்தில் நடந்தது இனப்படுகொலை அல்ல என்று வாதாடுவது இந்த ரகத்தைச் சேரும். அடோர்னோ நக்கலாக சொல்லியது போல், தூக்கிலிடுபவன் வீட்டில், கயிற்றைப் பற்றி பேசக்கூடாது.

பிளேட்டோவை பொறுத்தவரை மொழி எண்ணங்களை பிரதிபலிக்கின்றது. அந்த எண்ணங்கள் புலன்களை கட்டுப்படுத்துகின்றன. மனம் உடலை மடக்குகின்றது. பெண்களும், எளியவர்களும் இந்தக் கட்டுப்பாடு இல்லாமல் இருப்பவர்கள். மேல்குடி ஆண்கள் இராணுவ பயிற்சியினாலும், தத்துவ பாடங்களாலும் மனதை வளர்த்து உடலை அடக்கி வைத்திருப்பவர்கள். இதனால் தான் கவிஞன் ஒரு பிரச்சினையாகின்றான். அவனின் படைப்புகள் எந்த எத்தனையும் தடுமாற வைத்துவிடும் என்று பிளேட்டோ மிக சரியாகவே யூகிக்கின்றான். இதில் வேடிக்கை என்னவென்றால், ஒரு புறம் மொழி துல்லியமானது, எண்ணங்களின் கட்டுக்குள் அடங்குவது என்று பேசிவிட்டு, கவிஞனின் மொழி மட்டும் சொல்லாட்சிக்கு உட்பட்ட சக்தி வாய்ந்தது என்று எரிச்சலடைகின்றான்.

கவிஞனின் மொழிப் பிரயோகம் சொல்லாடலை முன் நிறுத்துவது. மொழியின் விளையாட்டை, சேட்டைத்தனங்களை முழுவதுமாக அங்கீகரிக்கக்கூடியது. எண்ணம், மனம், உடல், மொழியின் எதுகை மோனை, கருத்து எல்லாமே பிரிக்க முடியாதபடி ஒன்று சேர்ந்தது. இது சொல்லாட்சி. நம் வாழும் உலகை, அதாவது பொருள் உலகை சேர்ந்தது. பிளேட்டோவின் மீமெய்யியல் செய்யும் பிரித்தல்: இது உண்மை, இது போலி என்று மேலும் கீழுமாக வகைப்படுத்துதல், சொல்லாட்சியின் கீழ் தகனம் செய்யப்படுகிறது.

பால் டி மான் எனும் பெல்ஜிய இலக்கியவாதி, மொழியின் அர்த்தங்கள் எப்பொழுது சொல்லாட்சிக்கு உட்படுகின்றன என்பதை இப்படி விளக்குகின்றார்.

ஒரு இலக்கண மாதிரி, சொல்லாட்சி பொருளாவது எப்பொழுதென்றால், இவை இரண்டும் தனித்தனியாக அர்த்தம் கொள்ளும் போது அல்ல: அதாவது இது தான் உண்மையான அர்த்தம், இது சொல்லாடல் அர்த்தம் என்று பிரித்து பார்க்கும் போது அல்ல. ஆனால் இலக்கணமோ வேறு மொழியியல் கருவிகளோ கொண்டு அர்த்தத்தை உறுதி செய்ய முடியாத பொழுது (இவை இரண்டுமே ஒன்றுக்கொன்று முரணாகவும் இருக்கலாம்) சொல்லாட்சி ஓங்குகின்றது. தர்க்கத்தை தீவிரமாக இடைநிறுத்தி, சொல்லாட்சியானது கேட்போர்/ வாசிப்போர்

எண்ணங்களை தலை சுற்றும் அளவுக்கு எங்கெங்கேயோ கண்ட இடத்துக்கெல்லாம் கொண்டு செல்லக்கூடியது.

உதாரணத்துக்கு, சேரனின் "போர்க்காலம் முடிந்துவிட்டது" கவிதையில் வரும் வரிகள்:

"நெடுஞ்சுவரைக் கரைக்கும்
கவிதைகளை ஒருத்தி எழுதுகிறாள்"[136]

இங்கு பிளேட்டோ விரும்பும் தர்க்க விதிப்படி பார்த்தால், கண்ணீர் மனதை கரைக்கலாமே தவிர செங்கலையும், சீமெந்தியையும் ஒன்றும் அசைக்க முடியாது. கவிஞனின் கருத்தும் அதுதான். இந்த கவிதையை ஆங்கில மொழி பெயர்ப்பில் படிக்கும் ஒரு அமெரிக்கன், சுவர் என்றதும் மாஜி அமெரிக்க ஜனாதிபதி டிரம்பின் எல்லைப்புற சுவரை நினைப்பான். தெரிதா இதைத்தான் மொழி எப்படி தெளிவான உரை நடையில் எழுதிய தத்துவ கட்டுரையாக இருக்கட்டும், கவிஞனின் பத்தாயிரம் அர்த்தங்கள் கொண்ட ஒரு சொல் படிமமாக இருக்கட்டும் (சேரனின் "ஓம்" போல), அர்த்தம் என்று வரும் பொழுது, கட்டுக்குள் அடங்குவதில்லை என்று வாதாடுகின்றார். போர் முடிந்துவிட்டது என்று தர்க்கம் வாதிடும் போது, 'என் நெல்லி மரம் எங்கே' என்று சேரன் கேட்கின்றார்.

இப்பொழுது "யாழ்ப்பாணம்" கவிதைக்கு வருவோம்.

என்னுடைய பட்டினத்துக்கு
மீண்டுள்ளேன்.
பல்லாண்டு காலக் கண்ணீர்
என்னை இங்கு கொண்டு வந்து சேர்த்திருக்கிறது.
என் நெல்லி மரத்தை அவர்கள்
வெட்டி விட்டார்கள்
மலை வேம்புகளையும் கமுகையும் இளம் பூவரசையும்
அவர்கள்
விற்று விட்டார்கள்.
அற்றோம் நாம்.
என் கவிதைகளுக்கு மணற்றிடரையோ
கடலோரக் காணித் துண்டையோ பரிசளிக்க வேண்டாம்
ஒரு முள்முருக்கம் பூவைத்தான் கேட்டேன்.

முடிய மறுக்கும் கொட்டாவியிலும்
எரிய மறுக்கும் வாழைத் தண்டிலும்
உப்பு நீர்க் கிணறுகளிலும்
செயற்கை மருந்துகளால்
வீங்கி எழுந்த ஆண்குறிகள்
போன்ற கோவிற் கோபுரங்களிலும்
நாங்கள் தற்கொலை செய்கிறோம்

அந்த கடைசி ஏழு வரிகளை ஒரு மீள் வாசிப்புக்கு எடுத்துக்கொள்வோம்.

இதன் முதல் இரண்டு வரிகளில், சேரன் கவனமாக, சொல்லின் வேகத்தைக் கூட்டி இறக்கி உள்ளார். "முடிய," "எரிய" என்ற குறுகிய சந்தம் எழுப்பும் சொற்கள், "கொட்டாவி," "வாழைத்தண்டு" என்ற நெடிய உச்சரிப்பு, "லும்" என்று சேர்த்து தொடரும் சொல் முடிவுகள் போன்றவை கேட்போரை அந்தக் கடைசி நெஞ்சம் பதைக்கும் வரிகளுக்கு இட்டுச்செல்கின்றன. ஒவ்வொரு வரியின் கடைசியில் வரும் அந்த "லும்," ஒரு வழுகும் தரையில் இழுத்துச் செல்வதைப்போல கவிதையை கொண்டு செல்கின்றது. யாழ்பாணத்து "யாழில்" வரும் இடையின ழகரம் இங்கு மெலிந்து சின்ன "லு" வாகின்றது. "நாங்கள் தற்கொலை செய்கிறோம்," என்பது நிகழ்காலத்தில் அமைந்த ஒரு எளிய வாக்கிய அமைப்பு. இந்த திடுக்கிடும் வசனத்துக்குத்தான் திட்டுத் திட்டாக கொட்டாவியையும், வாழை மரத்தையும், உப்பு நீர்க்கிணற்றையும், கேட்டதும் முகம் சுழிக்க வைக்கும் உவமை அணியையும் சேரன் முன்னுரையாக, வரிசைப்படுத்தி தருகின்றார்.

இந்தக்கவிதை, சேரனின் "நல்லூர்" கவிதையைப் போலவே, ஒரு மீண்டும் வருதல் பற்றியது; தன் தொலைந்து போன ஊர் மீது அதே விமர்சனத்தையும் வைக்கின்றது. ஆனால், "நல்லூர்," போரையும், திலீபனையும், வெற்றி தோல்விகளையும் நினைவுபடுத்தியது. இந்த "யாழ்ப்பாணம்" பல்வேறு விதமான தோல்விகளை மட்டுமே எடுத்துக்காட்டுகின்றது. "அற்றோம் நாம்" என்கின்ற நிலை, காப்காவை நினைவுபடுத்தும் ஒரு நம்பிக்கை இழந்த அபத்தமான நிலை. ஒரு காலனித்துவமாக்கப்பட்ட நிலை. அழிக்கப்பட்ட நிலத்தில், மரங்கள் அறுக்கப்பட்ட காணியில், புதிதாக முளைத்து இருப்பது இந்த விடைத்து நிற்கும் கோபுரங்கள். இந்த ஓங்கி நிற்கும் கோபுரம், நவீன மருத்துவ முன்னேற்றத்தின் மூலமாக

உற்பத்தி செய்து மூலதனத்தின் உலகளாவிய அடையாளமாக திகழும் வயாகரா தின்று கொழுத்த ஒரு ஆண்குறி போன்றது என்கிறார் சேரன்.

இக்கவிதையில் உவமைப் பொருளாக வரும் இந்த ஆண்குறி, காஞ்சித் தொகுப்பில் வரும் படையாள் பாடல்களை நினைவு படுத்துகின்றன. படையாளின் இன்னொரு துப்பாக்கியைப் போல் இயங்கும் ஆண்குறிக்கும் கலவி இன்பத்துக்கும் எந்த சம்பந்தமும் இல்லை. படையாளுக்கு வழங்கப்படும் "துவம்சம் செய்" என்னும் பணிப்புரை, ஒரு ஆண்குறி போல் நடந்து "கொல்லு" என்கின்றது. இக்கவிதைகளில் நடந்தேறிய நிகழ்வுகள் எல்லாம் ஒரு நவீன ஜனநாயக நாட்டில் நடந்தவை என்பது மறுக்க முடியாத வரலாற்று உண்மை. "யாழ்ப்பாணம்" கவிதையில் சேரன் நினைவுபடுத்தும் மரங்களை யார் வெட்டினார்கள்? அப்படி வெட்டும் போது, அங்கிருந்த மக்கள் எங்கே? இப்பொழுது அந்த இடம் யாருக்கு சொந்தம்? இவை தர்க்கத்துக்கு உட்பட்ட கேள்விகள். சட்டத்தின் முன் கேட்கப்பட வேண்டிய கேள்விகள். இந்த ஜனநாயக நாட்டில் இருந்து வெளியேற்றப்பட்ட கவிஞனால் மட்டும் கேட்கக்கூடிய கேள்விகளாக இப்பொழுது இருக்கின்றன. 2022இல் இலங்கையில் வெடித்த 'அரகலய' என்ற புரட்சிக்குப் பின் கூட அந்த நாட்டில் கேட்க முடியாத கேள்விகள்.

இந்தக் கவிதை முழுவதுமே ஒரு கோபமும், ஈடு செய்ய முடியாத இழப்பு பற்றிய ஒரு சோகமும் கொண்டது. நடந்து முடிந்த போரை மற, எத்தனை முறைதான் இந்த கேவலங்களை கேட்பது என்று சிணுங்கும், திரும்பத் திரும்ப கேட்ட கதை என்று சலித்துக்கொள்ளும் ஒரு மூலதன சமுதாயத்தை இந்த வரிகள் சாடுகின்றன. போர் முடிந்த இந்த புதிய பூமியில் தற்கொலை என்று சேரன் குறிப்பிடுவது எதை? அடையாளம் அழியும் போது, தான் என்ற நிலைமையை தக்க வைத்துக்கொள்ள முடியாத போது, அது ஒரு தற்கொலை தானே?

காப்காவின் கிராமத்தவனாக, சட்டத்தின் வாசலில், எங்களுக்காக போடப்பட்ட சோதனைச் சாவடி முன் நின்று சாகின்றோம்.

000

SAJE Journal (Once upon a Time in the Land of Grave - Holes : Cheran's Poetry) 2022

க. நவம்

எழுத்தாளர், நாடகத் திரைப்பட நடிகர், சிற்றிதழாசிரியர், மொழிபெயர்ப்பாளர்.

24

"இறப்பும் நினைவும் அறத்தில்"

க. நவம்

மிக நீண்டகால வரலாற்றுச் சிறப்புமிக்க தமிழ்க் கவிதை மரபில், கடந்த நூற்றாண்டின் நடுப்பகுதியில், ஒரு பாரிய மாற்றத்தை ஏற்படுத்தியவர், பாரதி. தமிழுக்குக் கிடைத்த அரும்பெருஞ் சொத்து என்பதை தமிழினம் உணரத்தவறியிருந்த காலத்தினைக் கடந்து, மறைந்துபோன பாரதியை, கற்றோரும் மற்றோரும் இனங்காணக்கூடிய வகையில், சரிவர அறிமுகம் செய்தவர்களில், ஈழத்து அறிஞர்கள் இருவர் முக்கியமானவர்கள். ஒருவர் சுவாமி விபுலானந்த அடிகள், மற்றவர் பேராசிரியர் கைலாசபதி.

தமிழ்க் கவிதை இலக்கியம் நவீன தமிழ்க் கவிதை எனும் வடிவத்தினைக் கண்டடைந்த போது, அதன் பிதாமகராக இன்றும் நன்றியோடு நினைவுகூரப்படுபவர், திருகோணமலையைப் பிறப்பிடமாகக் கொண்ட இன்னொரு ஈழத்தவரான 'பிரமிள்' எனப்படும் அரூப் தர்மு சிவராமு.

தமிழ்ப் புதுக் கவிதையினை, ஈழத்தில் பிறிதொரு தளத்தில் நின்று, பரிசோதித்து, வெற்றி கண்டவர், உருத்திரமூர்த்தி என்ற இயற்பெயரைக் கொண்ட மஹாகவி. இவரது வழிநடந்து, கவிதை படைத்து, ஈழத் தமிழ்ப் புதுக்கவிதை மரபின் முன்னோடிகளாகத் திகழ்ந்தவர்களில் சண்முகம் சிவலிங்கம், நுஃமான் ஆகியோர் முக்கியமானவர்கள்.

இன்று, சேரன், ஜெயபாலன் உட்பட, எண்ணிறந்த நவீன தமிழ்க் கவிஞர்கள் பலரும் ஈழத்திலும் சரி, புலம்பெயர் தேசங்களிலும் சரி காத்திரமான ஒரு நவீன தமிழ்க் கவிஞர் பரம்பரையினராகத் தோற்றம் பெறுவதற்கு, இவர்கள் வழிவகுத்துக் கொடுத்தனர் எனத் துணிந்து கூறலாம். அதுமட்டுமன்றி, 'சேரன் இன்றி, நவீன தமிழ்க் கவிதை இல்லை' என்ற ஒரு காலகட்டத்தில் நாம் வாழ்ந்து கொண்டிருக்கின்றோம்' என்பது நமக்கெல்லாம் பெருமை தரும் ஒரு விடயமாகும்.

"ஓர் எழுத்தாளர், அறிவாளர் எனும் வகையில், சேரனது கவிதைப் பணியின் தொடர்ச்சியான அக்கறைகளாக, பல ஆண்டுகளாக வெளிப்பட்ட கருப் பொருட்களாவன: அவரது மண்ணினதும் மக்களினதும் தலைவிதி, உள்நாட்டுப் போரின் கொடூரங்களும் வன்முறையும், ஈழவிடுதலைப் போரின் கதை சொல்லப்பட வேண்டும் என்ற நம்பிக்கையும் தொடர்ச்சியான வலியுறுத்தலும் ஆகும்" என்று சேரனது கவிதைகள் பற்றி ஆங்கிலத்தில் எழுதிய ஆய்வு ஒன்றில், சிகாகோ பல்கலைக்கழகத்தின் மானுடவியல் துறைத் தலைவர், பேராசிரியர் ஸாஷா ஈபெலிங்க் (Saascha Ebling), குறிப்பிடுகின்றார்.

"ஆயினும் சேரனை வெறுமனே 'ஒரு போர்க் கவிஞர்' என்று கருதுவது, அவரைக் குறைத்து மதிப்பிடுவதாக இருக்கும்; அத்தகைய வகைப்படுத்தல் அவரது கவிதை முயற்சிகளின் ஆழ, அகலத்திற்கு நியாயம் செய்யாது; அவர் இலங்கைப் போரின் சாட்சியாக வந்தமைந்த ஒரு கவிஞர்தான். ஆனால், அவரைக் கவிஞராக்கியது, போர் மட்டுல்ல. அவரது பெரும்பாலான கவிதைகள், பாரிய மனிதப் பிரச்சினைகள் – மானுட வாழ்க்கையினதும், நாகரிகத்தினதும் விழுமியங்கள் என்பவற்றுடன் அன்பு, நெருக்கமான உறவு என்பவற்றிலும் கரிசனை காட்டுகின்றன எனவும், அவரது கவிதைகளில் வெளிப்படும் மிக முக்கியமான,

கருப்பொருட்களான: காதல், வன்செயல், இலங்கையில் யுத்தம், கடல் போன்றனவும் அவற்றுள் அடங்கும்” எனவும் பேராசிரியர் ஸாஷா ஈபெலிங்க் மேலும் கூறுகின்றார்.

எழுத்தாளர், சுந்தர ராமசாமி ‘சேரனது கவிதைகளில் ஆண்களையும் பெண்களையும் நாம் அடிக்கடி காண்கின்றோம். ஆனால் அவர்கள் அனைவரும் மறைக்கப்பட்டும், நிழற்படமாக்கப்பட்டும் உள்ளார்கள். அவற்றை வெளிக்கொணர எங்களால் முடிந்தவரை நாங்கள் முயற்சி செய்கின்றோம், ஆனால் அது எங்களால் முடியாது. அந்த முயற்சியில் நாங்கள் விரக்தியடைகின்றோம். அந்த விரக்தியே ஒரு கவிஞரின் மாபெரும் வெற்றி” என சேரனின் கவிதைகள் குறித்து, தமது கட்டுரை ஒன்றில் கூறுகின்றார்.

இவ்வாறாக, சேரனது கவிதைகள் பற்றி, ஏனைய கவிஞர்கள், கல்வியாளர்கள், அறிவாளர்கள், விமர்சகர்கள் போன்ற பெருந்தொகையானோர் சொன்ன கருத்துக்கள் ஏராளம் உண்டு. அவையனைத்தையும் பகிர்ந்துகொள்ள, இக்களமும் இடந்தர மாட்டா. இருப்பினும், மிக முக்கியமான இன்னொருவரது வாக்குமூலத்தினையும் உங்களோடு பகிர்ந்துகொள்ளல் பயன்தரும் என நான் நம்புகிறேன்.

இந்த நூற்றாண்டின் ஆரம்பத்தில், அந்த இன்னொருவர் எழுதிய கவிதைத் திரட்டு ஒன்றில் இது வெளிவந்திருந்தது. அதற்கு முன்னர், நண்பர் காலம் செல்வம் அவர்கள், 1999ஆம் ஆண்டு வெளியிட்ட 12ஆவது காலம் இதழின் 55ஆம் பக்கத்திலும் காணப்படும் ஒரு கவிதையாகும்; “கவிதை பற்றிய காதலர்களின் உரையாடலின் ஒருபகுதி.”

இதில், காதலி கேட்கின்றாள் –

“உனது கவிதையைப்பற்றிக் கேட்கலாமல்லவா?

இப்போது உனது கவிதையின் இயல்பு என்ன? இலக்கு என்ன?”

காதலன் கூறுகின்றான் –

“எனது கவிதை சிக்கலற்றது
ஆழமான உணர்ச்சிச் சுழிப்புகளில் அது
தன்னுடைய ஆழத்தை இழக்கவில்லை

அதற்குப் பல அர்த்தங்கள் கிடையாது
நான் எல்லா நேரங்களிலும் அதனை எழுதிவிடலாம்
அது தயக்கமற்றது; துணிவில் உரம் பெறுவது
பாடபேதம் அற்றது
அதனைப் பக்கம் பக்கமாக எழுதிவிடத் தேவையில்லை
மலைக்கும் கடலுக்கும் அது உறவற்றது
காற்றைப் புணராதது
நீ கேட்கும் எல்லாக் கேள்விகளுக்கும் -
சில சிக்கலானவை, சில நகைப்புக்கிடமானவை
சில என் இருப்பையே குலைப்பன
சில ஒருவருக்குமே புரியாதவை
சில பொறாமையால் விளைவன
சில என்னைப் புறம் காண்பவை
அது தரும் மறுமொழி: ஒரு மெல்லிய முறுவல்
என்றாலும்
அதன் ஆயிரக் கணக்கான வார்த்தைகளையும்
எண்ணற்ற படிமங்களையும்
அளவற்ற சந்தத்தையும்
எல்லாவற்றிற்கும் மேலாக, அதன் பொழிப்பையும்
நான் உனக்குத் தரமுடியும்:
உன் நேசத்தில் உருகும் என் நெஞ்சு"[137]

என்று முடிவடைகின்றது. இது வேறு யாரும் எழுதிய கவிதையல்ல சேரன் தொண்ணூறுகளில் எழுதிய கவிதை. இக்கவிதையிலிருந்து இரண்டு முக்கிய விடயங்களை ஊகிக்க முடிகின்றது.

முதலாவது, சேரன் மீதும் அவரது கவிதைகள் மீதும் அவ்வப்போது முன்வைக்கப்படும் விமர்சனங்களையும், கண்டனங்களையும் கடந்துசெல்லவென, பொதுவாகவே அவர் பயன்படுத்தும் அந்தப் புன்முறுவல் அல்லது புன்னகை; இரண்டாவது, அத்தகைய விமர்சனங்கள், கண்டனங்களுக்கும் மத்தியிலும், தமது கவிதைகள் மீதான அவரது தன்னம்பிக்கையுடன் கூடிய சுயமதிப்பீடு.

மொத்தம் 102 கவிதைகளை உள்ளடக்கியிருக்கும் 'காஞ்சி' என்ற இக்கவிதைத் திரட்டின் ஆங்காங்கே பல கவிதைகளும் கவிஞரின் புன்னகையையே காவலரண்களாகக் காவி வந்துள்ளன. உதாரணமாக 'மறுமொழி' ஒரு கவிதை –

பார்சிலோனாவில் ஒரு சிறிய அழகிய
புத்தக நிலையம்
கவிதை நிகழ்த்திய பின்
இறங்குகிறேன்.
காலடி தளர்கிறது.

"உங்களிடம் ஒரு கேள்வி கேட்கலாமா?"
மூன்று ஆண்டுகள் முன்பு என்பதால்
கேட்டவரின் முகம் முற்றாக நினைவில் இல்லை
அவரின் வாசனை மட்டும் தெரியும்
"கேளுங்கோ"
இவ்வளவு அவலம்,
இனப்படுகொலை,
சொற்கள் தாங்காத துயரம்
இவற்றின் நடுவே
எங்கிருந்து வருகிறது புன்சிரிப்பு?[138]

ஆமாம். ஆயிரம் வலிகளை உள்ளடக்கியவாறு, புன்னகைத்துக் கொண்டே நகர்வது அவ்வளவு எளிதல்ல. இன்னல்களையும் இழிமொழிகளையும் புன்னகையுடன் கடந்து செல்ல, நண்பர் சேரன் எப்படிப் பழகிக்கொண்டுள்ளார் என நான் அடிக்கடி எண்ணி வியப்பதுண்டு. உண்மையில் பிறரைக் காயப்படுத்தாத புன்னகையும், தன் காயத்தை மறைக்கும் புன்னகையும் பேரழகுதான் போலும்! அதேவேளை, சேரனின் கவிதைகளிலும் சரி, தனிப்பட்ட வாழ்விலும் சரி, இப்புன்னகையே அவரது பலமும் பலவீனமும் என, சில தருணங்களில் நான் எண்ணுவதுண்டு!

புதுக்கவிதையின் பிதாமகர் என மதிக்கப்பட்டு வரும் 'எஸ்ரா பவுண்டு', புதுக்கவிதையின் நான்கு பொதுத்தன்மைகளைச்

சொல்லி வைத்திருக்கின்றார். அதில் ஒன்று படிமங்களைப் பயன்படுத்தல். ஆனால் கவிதைகளிலும் சரி, கட்டுரைகளிலும் சரி, இப்போதெல்லாம் வலிந்து புகுத்தப்படும் இப்படிமங்கள் கடைச்சரக்காக மலிந்துபோய், நாறிக் கிடக்கின்றன. இதனையே சேரன் காஞ்சி தொகுதியில் 'மொழி' என்ற 42ஆவது கவிதையில் –

இதுவரையும் நான் அறியாத சொல்
எனக்குச் சொல்லியது
படிமத்தால் என்னைக் கொல்லாதே
மொழிக்குத் திரும்பு
மொழி.

மனமும் மொழியும் உச்சநிலையைச் சென்றடைவதுதான் கவித்துவம். கவிதைக்கு அடிப்படை வளமாகவும் வாகனமாகவும் இருப்பது மொழி. எனவே 'மொழிக்குத் திரும்பு' எனச் சேரன் கூறுவதில் ஆச்சரியப்பட என்ன இருக்கிறது? இதைக்கூட, நவீன கவிதைப் பரிணாம வளர்ச்சியின், இன்னோர் படிநிலை எனலாமல்லவா?

இனி, காஞ்சி தொகுதியின் 3ஆவது கவிதையிது –

கார்த்திகை

எந்தத் தீப்பெட்டியாலும்
எல்லா நெருப்புப் பொறிகளாலும்
ஏற்றி வைக்க முடியாத ஒரு விளக்கை
அம்மா கடவுளிடம் கொண்டு சென்றாள்
அவர் சொன்னார்:
மகளே,
குருதியில் எரியும் கனவுக்கு
விளக்கேற்ற வேண்டாம்;
இறப்பும் நினைவும் ஒளியில் அல்ல
அறத்தில்.

என் இதயத்தை வருடிச் சென்ற இன்னொரு கவிதையிது; காஞ்சி தொகுதியின் 17ஆவது கவிதை படையாள் பாடல் –1

வீழும் மலர்களின் இதழ்கள் எல்லாம் நிலத்துக்கு.
ஒன்று மட்டும் தனித்துப் பறக்கிறது.
அதுதான்
சாவின் மணத்தைக் காவிச் செல்லும்
காற்றின் குரலோசை.

இவ்வாறக, 'காஞ்சி' சேரனின் 102 பிற்காலக் கவிதைகளை 147 பக்கங்களுக்குள் உள்ளடக்கியிருக்கும் நூல்; சுமார் இரண்டு மணி நேரத்துள் படித்து முடிக்கக்கூடிய நூல்; முடித்த பின் மீண்டும் மீண்டும் படிக்கவேண்டுமென்ற ஆவலைத் தூண்டும் நூல். இந்நூல் தரும் அழகியல் விழுமியங்களும் மகிழ்வின்பமும், அலாதியானவை.

பசுவய்யா எனும் பெயரில் சுந்தரராமசாமி, முன்னர் ஒருமுறை தமது கவிதை ஒன்றின் வழியாக –

'எழுது
உன் கவிதையை நீ எழுது
உன் காதல் பற்றி
கோபங்கள் பற்றி
உன் ரகசிய ஆசைகள் பற்றி .....'

என விடுத்திருந்த வேண்டுகோள் போல, சேரன் தனது சொந்த அனுபவங்களையும், கதைகளையும், கற்பனைகளையும், காதல்களையும் மோதல்களையும், மோகங்களையும் கோபதாபங்களையும், உறவுகளையும் பிரிவுகளையும் நாம் இதுவரை கண்டும் கேட்டும் அறியாத ஏனைய பல புதிய கருப்பொருட்களையும் கூட மிகுந்த தன்னம்பிக்கையுடனும் சுயமதிப்பீட்டுடனும், புதுமையான உத்திமுறைகளைப் பயன்படுத்தி, இத்திரட்டினைக் 'காஞ்சி' என்ற தொகுப்பாக எமக்கு ஆக்கி அளித்திருக்கின்றார்.

அவரது கவிதைகள், சிங்களம், கன்னடம், மலையாளம், ஸ்வீடிஷ், டென்னிஷ், ஜேர்மன் டொட்ஜ், ஆங்கிலம் ஆகிய மொழிகளில் மொழியாக்கம் செய்யப்பட்டுள்ளன. நானறிந்தவரை, சுமார் ஏழுக்கும் மேற்பட்ட வேற்று மொழிகளில் மொழியாக்கம் செய்யப்பட்ட தமிழ்க் கவிதைகளின் சொந்தக்காரன் சேரனாகவே

இருக்க முடியும். சேரன் தமிழ் இனத்துக்கும், தமிழ் மொழிக்கும், தமிழ் இலக்கியத்துக்கும் கிடைக்கப்பெற்ற விலை மதிப்பற்ற சொத்து! அவர் தேகாரோக்கியத்துடன் நீண்ட காலம் வாழ வேண்டும்.

000

(மே 26, 2024 சனிக்கிழமை கனடா, ஸ்காபரோ நகரில் வெளியிடப்பட்ட
'காஞ்சி' கவிதைத்திரட்டு குறித்து.
க. நவம் ஆற்றிய உரையின் எழுத்து வடிவம்)

யுவன் சந்திரசேகர்

சிறுகதையாளர், நாவலாசிரியர், கவிஞர்.

25

சேரனின் 'காஞ்சி' உலகளாவியதொரு கவித் தருணம்!

யுவன் சந்திரசேகர்

ஒற்றைக் கவிதை பற்றிப் பேசுவதும், ஒரு தொகுப்பு பற்றிப் பேசுவதும் இரு வேறு செயல்பாடுகள். கவிதைத் தொகுப்பு முழுமையான படைப்புலகத்தின் ஒரு துண்டு. அதே சமயம், தன்னளவிலேயே முழுமையானது. தன்னை வாசிப்பதற்கான அளவீடுகளையும் தானே உருவாக்கித் தரக்கூடியது. கவிதை வாசித்தலுக்கான அலகுகளையும் உருவாக்கித் தரவல்லது. மொழியின் அந்தரங்கமே கவிதை என்றொரு கூற்று உண்டு. ஆனால், ஒரே மொழியில் எழுதப்பட்ட காரணத்தாலேயே அவற்றை ஒரே தளத்தில் வைத்துப் பேச முடியாது. ஆங்கிலத்தில் எழுதப்பட்டதாலேயே, அமெரிக்கக் கவிதைகளையும் ஆங்கிலேயக் கவிதைகளையும் ஒரே தட்டில் வைத்துப் பேச முடியுமா? அந்தந்தக் காலகட்டத்தின், அந்தந்தப் பிரதேசத்தின் அந்தரங்கம் என்றுகூடச் சொல்ல முடியும்.

அந்தந்த வட்டாரத்தில் புழங்கும் பேச்சுவழக்குகளுக்கும் கூட ஒரு பங்கு

இருக்கிறது. உதாரணமாக, 'நுஃமானின்' கவிதையில் வரும் சொற்கள். சேரனுடைய சொற்களிலும் அவ்வாறே. முரட்டுப் படையாள், எலிவால், இஞ்சியில் ஆடும் பெண், வெட்டியான், தும்புக்கட்டு இவற்றின் நேரடிப் பொருள் தெரியாமல் இந்தக் கவிதைகளினை அணுகுவது குறைபாடு உள்ளதாகவே இருக்கும். வெறும் சொற்களின் தனித்தன்மை மட்டுமல்ல, 'வரலாற்றுக்கு இல்லாத குரல்' என்ற கவிதையில் வருகின்ற 'நாங்கள் கூலித் தமிழர், தமிழோ கூலித் தமிழ்' என்ற வரிகளும் முழுக்கத் தனித்துவம் கொண்டவை. தமிழுலகத்துக்கான பிரத்தியேக விளக்கம் கொண்டவை. இந்தக் கவிதையில், 'கூலிமை' என்ற சொல்லாக்கம் என்னைக் கவர்ந்தது. அதேபோல, வேறு கவிதைகளில் இடம்பெறும், 'கிளியியல்', 'மூதாளர்' போன்றவை! இந்தத் தொகுப்பிலுள்ள 'முற்றும்' என்ற கவிதை, முழுக்க முழுக்கத் தமிழ்க்கவிதை. தமிழறிந்த, இன்னும் குறிப்பாக, தமிழ் இலக்கணம் அறிந்த, தமிழ் வாசிப்பில் தோய்ந்த மனத்துக்கு மட்டுமே பொருள்படும் கவிதை.

ஒரு நிலவெளிக்கான கவிதைகளை, அந்த நிலப்பகுதியின் வரலாறும் சேர்ந்தே நிர்ணயிக்கிறது. உதாரணமாக, பழந்தமிழ் இலக்கியங்களில் போர்ச்சூழல், வீரத்தின், தியாகத்தின் அடையாளமாக அறியப்பட்டிருக்கிறது .நவீன காலத்திய போர்க் கவிதைகள் இழப்பின் துயரத்தை முன்வைத்துப் பேசுபவை. தமிழ்ப் பழங்கவிதைகளில், போர்ச்சூழல் பற்றிய பெருமிதம் ஓங்கி ஒலிப்பதைப் பார்க்க முடியும். புறநானூறு, கலிங்கத்துப் பரணி என்று அடுக்கிக்கொண்டே போகலாம்.

வாளில்வெட்டி வாரணக்கை தோளில் இட்ட மைந்தர்தாம்
தோளில் இட்டு நீர்விடுந் துருத்தியாளர் ஒப்பரே

கலிங்கத்துப் பரணி - (பாடல் 435)

படை அணிவகுப்பின் விறைப்பான நடை, தொனிக்கும் சந்தம் அமைந்த செய்யுள்; யானையின் துதிக்கையை வெட்டித் தோளில் போட்டுச் செல்லும் வீரர்கள், தோளில் குழாயை இட்டு நீர்ப்பாய்ச்சுகிறவர்கள் மாதிரி இருந்தார்கள் என்று உவமை சொல்லும் பாடல். ஆனால், தனக்கு சம்பந்தமே இல்லாத யுத்தத்தில் இறந்துபட்ட யானையைப் பற்றியோ, அதை ஓட்டிவந்த பாகனைப் பற்றியோ ஒரு வார்த்தை பேசவில்லை.

பழங் கவிதைகளைப் பொறுத்தவரை, அவை பெரும்பாலும் வீரத்தை விதந்தோதுகிறவை; அவற்றிலும் குரூரத்தை அழகியல் காட்சியாக மாற்றி மழுக்கிவிடும் பாடல்களும் உண்டு.

தவிர, அவை வென்றவர்களின் கவிதைகள்; போரினால் நேர்ந்த மரணத்தை 'வீரமரணம்' என்று கொண்டாடியவை. தோற்றவர்கள் குறித்த கரிசனமோ, வீழ்ச்சியின் துயரமோ பேசுகிறவை மிகமிகக் குறைவு. போருக்கு எதிரான அவ்வையின் பாடலும்கூட, அழியாத ஆயுதங்களைச் சுட்டி, அதியமானின் பாசறையில் குவிந்து கிடப்பவை .போரினால் தேய்ந்த தளவாடங்கள் என்று, அதியமானின் வெற்றிப் பெருமையை எடுத்துரைப்பதுதான். ஆனால், உலகப்போர்களுக்குப் பின்னான போர்ச்சூழல், கவிதைகளில் துக்கமும் இழப்பையும் பேசுபொருளாக்கி இருக்கிறது.

காஞ்சி தொகுப்பின் முதல் கவிதையான 'தீராதது' கவிதையின் ஒரு பத்தி:

நெடுந்துயரமும் அழுகையும்
தொடர்ந்து வரும் சா வீடுகளும்
தூக்கத்திலும்
தலைகீழாகப் புரண்டு எழும் உடலும்
என
மானுடம் ஏதிலியாக மாறுகின்ற பொழுதில்...[139]

என்று போரை, தீராத துயரமாகக் காட்டுகிறது. எண்ணற்ற தனிமனிதத் துயரங்கள் ஒன்றுகூடி 'மானுடத் துயர'மாகப் பெருகுவதை.

000

கவிதைகள் மேற்கொள்ளும் அழகியல்/அரசியல் பார்வை கவிஞரின் நிலைப்பாட்டைத் தெரிவிப்பது மட்டுமல்லாமல், வாசிப்பவரையும் அவர் மேற்கொள்ள வேண்டிய அணுகுமுறையையும் ஒருங்கே வரையறுக்கிறது. அந்தந்தக் கவிஞர் மேற்கொள்ளும் நிலைப்பாடு அவர் எழுதும் கவிதைகளின் அரசியலைத் தீர்மானிக்கிறது என்பது வெளிப்படை. வலுத்த அக்கறைகள் கொண்டவரின் கவிதைகள் உரத்த குரலில்தான் பேசும்; உணர்ச்சி மயமாகத்தான் பேசும்; உணர்வுகளைத்

தூண்டிவிடத்தான் முயலும். அவற்றில் பாடல் தன்மை ஓங்கியிருப்பதையும் தவிர்க்க முடியாது.

மாறாக, 'கவிதை என்பதே, இரகசியக் குரலில் பேசுகிற, பூடகமான வடிவம்; அதன் மொழியோ நேரடியானதாக, தட்டையானதாக இருக்கக் கூடாது' என்பது இன்னொருவிதக் கவிதை நம்பிக்கை. சித்தாந்த, கோட்பாட்டு அழுத்தம் கொண்ட உரத்த கவிதைகள் கவிப்பெறுமானம் குறைந்தவை என்று சொல்லும் தரப்பின் நம்பிக்கை அது. ஆக, கவிதையில் செயல்படும் அரசியல் நோக்கம், அதன் அழகியல் தன்மையையும் நிர்ணயிப்பது. அதன் தொனியை, ஒரே நேரத்தில் அழகியல் நோக்காகவும், அரசியல் காரணியாகவும் புரிந்துகொள்ள முடியும்.

அரசியல் கவிதைகள், பெரும்பாலும் உள்ளூர் அரசியல், சமகால எதிர்நிலைகள் பற்றிப் பேசுவதும் இயல்பானதே. முற்றிலும் வேறான அரசியல் மற்றும் வரலாற்றுச் சூழலில் இருக்கும் வாசகரால் அந்தக் கவிதைகளை எவ்வளவு தூரம் உள்வாங்க முடியும் என்பதும் சற்று சிக்கலான விடயம்தான். அந்தந்தக் கவிதைகள் எழுதப்பட்ட சூழலைப் பற்றிய மேலோட்டமான அறிதல், வாசிப்பின் ஆழத்தைச் செறிவூட்ட வாய்ப்பில்லை.ஆக, ஒரு நிலவெளியின் கவிதைக்கூறுகளை முன்மாதிரியாய் வைத்து இன்னொரு நிலவெளியின் கவிதைகளை அளக்கக் கூடாது. சமாதான கால அழகியலின் அலகுகளை வைத்து போர்க்கால அழகியலை அளவிட முடியாது.

ஆனால், ஒரு விடயத்தை அழுத்திச் சொல்ல வேண்டும். என் தாய்மொழியில் செயல்படும் இலக்கிய ஆர்வலன் என்ற அளவில், என்னுடைய ஆர்வமெல்லாம் கவிதையின் அழகியல் குறித்தானதுதான். அதுவுமே, ஒற்றைத்தன்மையானதல்ல என்று அறிந்திருக்கிறேன். கவிதையியல் குறித்தே, தமிழ்ச் சூழலில் மறுகரைகளும், மாற்றுச் சிந்தனைகளும் அநேகம் நிலவத்தான் செய்கின்றன; மொழியின் ஆரோக்கியத்துக்குச் செழுமை சேர்க்கும் விஷயம் இது என்றே நம்புகிறேன்.

என்னுடைய அளவுகோல் எளிமையானது; அரசியல் சரித்தன்மை/சரியின்மைக்கு அப்பால், குறிப்பிட்ட கவிதைகளின் கவிப்பெறுமானம் அழுத்தமாய்த் தெரிகிறதா என்பது. உலகளாவிய கவிமொழியோ, கவியுருவோ இருக்க வாய்ப்பில்லை; கவித் தருணங்கள் இருக்க முடியும். உலகம் முழுவதற்கும் பொதுவான

கவிக்கூறு என்ற ஒன்று உண்டா? அதை நோக்கி வாசக மனத்தைக் குவிக்க வாய்ப்புண்டா? என்பதுதான் கேள்வி. உண்டு என்று ஒத்துக்கொள்ளும் பட்சத்தில், சில அம்சங்களைப் பேசிப் பார்க்கலாம்.

மேற்சொன்ன கால, பிரதேச, மொழி வரையறைகளை மீறி எழும் கவிதைகளையே உலகளாவிய கவிக்கூறுகள் கொண்ட கவிதை என்று சொல்லலாம். உதாரணமாக, 'என்று தணியும் எங்கள் அடிமையின் மோகம்; என் எங்கள் அடிமையின் மோகம்.' சமகால அரசியல் விமர்சனமாகத் தேங்கிவிடாமல், ஆழமான உளவியல் பரிசீலனையாக ஒலிக்கும் வரியல்லவா இது. இப்படித்தான், சேரனின் கவிதைக்குள்ளும், மொழியில் காலம் உறைந்து கிடக்கிறது, அதில் வெளியும் நுண்மையாக உறைந்திருக்கிறது. உதாரணமாக, 'கிளிமொழி' கவிதையின், அதுதான் ஆடும் சிவனைத் தற்கொலைக்கு அனுப்புகிறது. என்ற முழுத் தமிழ்ப் படிமத்தோடு, 'சுவனம்' கவிதையின் ஆரம்ப வரிகளான,

'காலையில் எழுந்தேன்
கடவுளைக் கடந்தேன்'

என்ற வரியை ஒப்பிட்டால் இரண்டுவகையான கவிக்கூறுகளும் புலப்படக்கூடும். இதில் வரும் காலை, பௌதிகக் காலைதானா? மரணத்தைப் புலரி என்று கருத முடியுமா? 'சுவனம்' என்ற சொல்லுக்கு, சொர்க்கம் என்றும், கனவு என்றும் இரண்டு அர்த்தங்கள் தெரிய வருகின்றன! சொர்க்கத்திலோ, கனவிலோ மட்டுமே கடவுளுக்கு செலாவணி என்று புரிந்துகொள்ள வேண்டுமா!

அடுத்தது, கவிதையின் தொனி. கால தேச வர்த்தமானங்களுக்கு வெகு தொலைவில் இருக்கும் யாரோ ஒரு வாசகரைத் தொடர்புறுத்துவது இதுவேதான்.

'முட்டுவேன் கொல்
முயங்குவேன் கொல்
தாக்குவேன் கொல்
தளர்ந்தாலும்
ஊட்டுவேன் கொல்'[140]

பழந்தமிழ் வரிகளின் வேகம், நவீன கவிதைக்குள்ளும் அதே வேகத்துடன் சேரன் வழி இடம்பெறும்போது, மொழிக்கு அப்பாற்பட்டு, கவிஞரின் பித்து நிலையைச் சுமந்து நிற்கிறது.

'அவர்களுக்குச் சிறகைத் தருவதற்காக
இரண்டு கவிதைகள் எழுதினேன்
காற்றில் மிதக்கிறது ஒன்று
கடலில் அலைகிறது மற்றது.' [141]

முழுக்கவிதையின் பின்புலத்தைவிட்டு அகற்றினாலும், தம்மளவில் பூரணமான கவிதையாக தொனிக்கும் வரிகள்.

வெளிப்படையாய்த் தெரியாத, உன்னிப்பான வாசகத் தன்மையைக் கோரும், உள்ளார்ந்த தொனி ஒன்றும் உலக வாசக மனத்தை வசீகரிக்கக்கூடியது நுண்மையிலிருந்து பிரம்மாண்டத்துக்கும், ஆகப் பெரியதிலிருந்து ஆகச் சிறியதற்கும் நகர முயல்வது.

'மறுமொழி தரும்போது
மானுடம்
வேறு வழிகளில் செல்வதைத் தவிர
வழி இல்லை.'

இன்னொரு அம்சம், நுண்தகவல்களைக் கோர்ப்பதைக் குறைக்கக் குறைக்க, உதிர்க்க உதிர்க்க, கவிதை மேலெழும்புகிற சாத்தியம். நபரை, காலத்தை, வெளியை, இவற்றை நிறுவுகிற அடையாளங்களை உருவியெடுத்த பிறகு எஞ்சுவதைக் கவிதானுபவம் என்று சொல்லலாம். புனைகதை வடிவத்தின் செயல்பாட்டுக்கு நேரெதிரானது இது. மேற்சொன்ன அத்தனையும் தெளிவாகவும் துல்லியமாகவும் கட்டமைக்கப்படும் போது மட்டுமே புனைகதைக்குச் செறிவும் செழுமையும் கூடும்.

தனித்துவமான நிலக்கூறுகளை, காலக்கூறுகளை உதிர்க்கும் போதும் மேற்சொன்ன 'உலகளாவிய தன்மை' சேரக்கூடும். காஞ்சி தொகுப்பிலேயே, சிங்கப்பூரும் கொரியாவும், கனடாவும் பார்சிலோனாவும் இடம்பெறுவதைப் பார்க்க முடிகிறது. கவிதைசொல்லியின் பிராயம் அல்லது சுவாதீனம் பற்றிய

வெளிப்படையான குறிப்புகள் இல்லாதிருப்பது கவிதைக்குத் தனித்ததொரு நிறத்தை வழங்க முற்படுகிறது.

சிங்கப்பூர், லீ குவான் யூ, ஷேக்ஸ்பியர் என்ற சொற்கள் ஏற்கனவே பொதுவெளியில் அறியப்பட்ட விதமாகவே பொருள் கொள்ளும்போது,நுஃமா போன்ற பெயர்கள், கூறலின் எல்லையைக் கடந்து பொருள் கொள்வதைக் காண முடிகிறது. வரலாற்றுக்குள்ளே ஒரு பொருளும், இன்னார் என்ற குறிப்பு வெளிப்படையாக இல்லாதபோது, தமக்கேயான இன்னொரு பொருளும் கொள்கின்றன.

நுஃமான் மாமா, ஹோ – சி – மின் மாமா என்ற பெயர்களில் பின்னொட்டுகள் ஒன்றாகவே இருந்தாலும் அவை ஒரே மாதிரியாய் தொனிப்பவை அல்ல , ஒரு விளியில் பிரியமும், மற்றதில் அங்கதமும் தொனிக்கின்றன.

'இந்தத் தெருவில் எப்போதும்' என்ற தலைப்புக் கொண்ட கவிதைகளில் சித்திரமாகும் 'தெரு' ஒன்றே அல்ல. இலங்கையாகவும், கனடாவாகவும், இன்னும் குறிப்பான அடையாளமற்ற எந்தவொரு தெருவாகவும் பொருள்பட முடியும். உதாரணமாக, ஒரு கவிதையில், 'வெள்ளைப் போலீஸ்காரன்' இடம்பெறும் போது, நடைமுறையான புவியியல் அடையாளங்களுக்கு அப்பாற்பட்ட தெருவாக மேலெழுகிறது.

பொதுவாகவே இக்கவிதைகளில் இடம்பெறும் எதிர்மை, நான் – நீ. சேரனின் கவிதைகளில் ஒரேயொரு 'நீ' திகழ்வதில்லை. எதிரில் இல்லாத; ஆனால் இன்னமும் இருக்கும் நீ; இறந்துபோய்விட்ட நீ; இவற்றோடு உச்சமாக, நானாகவே மாறிவிடும் நீ.

'படையாள் பாடல் 4' என்ற கவிதையில், கொல்லப்படுபவர்களின் சார்பாகப் பிற கவிதைகளில் பேசும் கவிதைசொல்லி,

'அவள் வீணையின் ஒலியினைத் துய்த்தவர்களை
இப்போதுதான் ஒருவர் ஒருவராகக் கொன்றேன்'.

என்று இந்தத் தொகுப்பின் 'நீ'யின் குரலில் ஒலிக்கிறார். 'மறுமொழி' கவிதையில்,

'இவ்வளவு அவலம்,
இனப்படுகொலை,
சொற்கள் தாங்காத துயரம்
இவற்றின் நடுவே
எங்கே இருந்து வருகிறது புன்சிரிப்பு?' [142]

என்று கேட்கும் மற்றக் குரலும், கவிஞனுடையதேதான்!

கவிதை பற்றிய கவிதைகள் அநேகம் உள்ள தொகுப்பு காஞ்சி. பொதுவாக, தமிழ்க் கவிதையின் இத்தனை கால வளர்ச்சிப்போக்கில், கவிதை பற்றிய கவிதைகள் மீது பெரும் சலிப்பு வந்து சேர்ந்திருக்கிறது. ஆனால், வேறு ஒன்றைச் சுட்ட முனையும்போது 'கவிதை' என்ற சொல்லும், கவிதை வடிவமுமே குறியீடாகின்றன; தாம் பேசியவற்றுக்கு அப்பால் ஒன்றைச் சொல்ல முயல்கின்றன. அப்போது, அவை வெறும் கலைப்பொருளாக மட்டும் மீந்துவிடுவதில்லை. 'அழகியல் செறிந்த அரசியல் கவிதையாக' மாறிவிடும் சாத்தியம் உண்டு. உதாரணமாக, 'கடிதங்கள் 2' என்னும் கவிதை.

'மன்னிக்க வேண்டும்
நீங்கள் தோழர் 'மோ'வுக்கு அனுப்பிய கடிதம்
தவறுதலாக எனக்கு வந்துவிட்டது.
அதிலிருந்த மகிழம் பூ வாசனையையும்
முத்தங்களையும் எடுத்துக்கொண்டு
கடிதத்தை மீண்டும் 'மோ'வுக்கு அனுப்பிவிட்டேன்.' [143]

கவிதைசொல்லி இதை யாரிடம் சொல்கிறார்? எழுதி அனுப்பியவர் இவருக்கு முன் அறிமுகம் உள்ளவரா? முகவரியை இவர் குறித்துக்கொண்டுவிட்டாரா?, எடுத்துக்கொள்வதால் வாசனையும் முத்தங்களும் குறைந்துவிடுமா? 'தோழர்' என்ற சொல்லுக்கு தனித்துவமான அடையாளம் ஏதும் உண்டா? ஆள் மாறி அந்தக் கவிதை வந்ததற்கான காரணம் என்ன?. இந்தக் கவிதை, சுந்தர ராமசாமி மொழிபெயர்த்த, வில்லியம் கார்லோஸ் வில்லியம்ஸின் கவிதையில் வரும் 'ப்ளம்' பழங்களை எனக்கு நினைவூட்டியது.

சேரனின் காஞ்சி தொகுப்பில் பதிவாகியிருக்கும் உலகம், ஒப்புநோக்க, எர்னெஸ்ட் ஹெமிங்வேயின் படைப்புலகத்தைப் பெரிதும் ஒத்திருக்கிறது. குறிப்பாக, என்னை மிகவும் கவர்ந்த நாவலான For Whom the Bell Tolls ஸின் சாயல். போரும் காமமும் இக்கவிதைகளில் மாறி மாறி வருகின்றன. தமிழ் எழுத்துச் சூழலில், ப.சிங்காரத்தின் நாவல்களுடன் சில இரட்டை நிலைகளும் இவற்றில் நிலவுகின்றன. ஒளியும், இருளும்; காதலும் இழப்பும்; நிலமும் நீரும் என. காஞ்சி தொகுப்பை வாசித்து மூடிவைத்த பிறகும், நினைவில் ரீங்கரிக்கும் வரிகள் அநேகம் கொண்ட தொகுப்பு இது. எடுத்துக்காட்டாக, :

'மகளே,
குருதியில் எரியும் கனவுக்கு
விளக்கேற்ற வேண்டாம்.' [144]

என்ற துயர்மிகு வரிகள்;

'வீழும் இலைக்கு ஞானம்
துளிர்க்கும் இலைக்கு மோனம்' [145]

இவைகள் வெறும் வார்த்தை அடுக்குமானத்தை மீறிப் பொருள்கொள்ளும் வரிகள். உச்சபட்ச அழகுணர்ச்சியின் சான்றாக, 'போர்க் காலம் முடிந்துவிட்டது' கவிதையின் ....

'உயிரின் மகிழம் பூ நறுமணத்தை
இறப்பு
திருட முடியாது.' [146]

காஞ்சி தொகுப்பின் ஆகச் சிறந்த கவிதையாக நான் உணர்வது, 'தாத்தாவின் வல்லை வெளி'. திரும்பத் திரும்ப வாசிக்க அழைக்கும் கவிதை. இந்தத் தொகுப்பு பற்றி எதிர்மறையான அவதானங்கள் எதுவுமே இல்லையா ?.

மேலோட்டமாக ஓரிரண்டைச் சொல்லலாம். உணர்ச்சிமிகு சந்தர்ப்பங்களை உருவாக்கிவிட்டு, அவற்றை மொழி ரீதியான சமன்பாடுகள் வழியாகவே நிரவிவிடுவது ஒன்று. உதாரணமாக, 'கண்ணாவின் கிளி'.

‘கண்ணாவின் கண்ணீரில்
காடு நிறைந்தது.
என் கண்ணீரில் காலம் மறைந்தது.’[147]

என்ற கடைசி மூன்று வரிகள். முந்தைய வரிகளில் உருவாகி அடர்ந்து வந்த துயரத்தின் அழுத்தத்தை சமப்படுத்தி விடுகின்றன.

எல்லாக் கவிதைகளிலுமே ஒருவித சார்புநிலை ஒலிக்கும்போது, எதிர்நிலை பற்றிய பேச்சோ, பரீசிலனையோ அற்ற ஒற்றைத் தரப்பாகவே மீந்துவிடுவது. பல கவிதைகளில், பங்கேற்பாளனின் பதற்றம் இல்லாமல் பார்வையாளனின் விட்டேற்றியான விவரிப்புத்தொனி தெரியவருவது. நடந்து முடிந்தவற்றைப் பற்றிய செய்தித் தொகுப்பாக ஒலிப்பது.

இன்னொரு அம்சம், பரவலாகப் பதிவாகியிருக்கும் கசப்புணர்வு. சேரனுடைடைய ‘இரண்டாவது சூரிய உதயம்’ கவிதை நினைவு வருகிறது. எண்பதுகளின் இறுதியில் படித்து, இன்னமும் மறக்காமல் இருக்கும் வரிகள்.

‘சாம்பல் பூத்த தெருக்களிலிருந்து
எழுந்து வருக’

என்கிற மாதிரியான நம்பிக்கையின் தொனி அநேகமாக எந்தக் கவிதையிலும் ஒலிக்காதிருப்பது, காதல் கவிதைகளில்கூட. இழக்க நேர்ந்தவள் பற்றிய குறிப்பே பெரும்பான்மை. ஒருவேளை, சகலமும் முடிந்துவிட்ட பிறகு எஞ்சும் வெறுமையின் பதிவோ என்னவோ. அப்புறம், தனக்கு மட்டுமே புரியக்கூடிய சூத்திரம் போன்ற வரிகள். ஒருவேளை திரும்பத் திரும்ப வாசிக்கும் போது அவை திறக்கக்கூடும். பல பலவீனங்களுக்குப் பிறகும், எனக்குப் பிரியமான தொகுதியாகவே இதைக் குறிப்பிடுவேன். காரணம் இதில் அழுத்தமாகப் பதிவாகியிருக்கும், எதையுமே செய்ய முடியாத கையறு நிலையிலிருந்து உலகைப் பார்க்கும், தீனனின் குரல். என்னுடைய குரலேதான் அது!

000

(26. 5. 2024 அன்று டொரண்ட்டோவில் நடந்த காஞ்சி தொகுதி அறிமுக விழாவில் நிகழ்த்திய உரையின் எழுத்து வடிவம்.)

நாகார்ஜுனன்

விமர்சகர். கோட்பாட்டாளர். பத்திரிகையாளர். 'பிபிசி' தமிழோசையில் பணியாற்றியவர்.

26

ஊழிக்குக் கவிதை பின்...

நாகார்ஜுனன்

தற்கால கட்டத்தில் அலைந்தும் குலைந்தும் அழிந்தும் இழந்தும் ஒளிந்தும் நலிந்தும் தரை ஊர்ந்தும் கடல் நீந்தியும் தன் முகம் மட்டுமின்றி உருவும் மாறிடக் கண்ட மொழி தமிழ். ஈழத்தீவின் தமிழ் பேசும் மக்கள் ஒவ்வொருவரும் அகத்தும் புறத்தும் இப்படிப் பெற்றமர்ந்த வாதை, தமிழின் வாதையாக, தமிழ் பேசும் பிறரின் வாதையாக அசுத்துட் தைத்துவிட்டது நம் வரலாறு. இந்தத் துயர வரலாற்றின் ஊடே வாழ்ந்த யாவர்க்கும் இதன் உச்சகட்டப் பேரிடராக அமைவது அண்மைக்காலம்.

இந்தக் காலத்தில் தமிழின் கடல்கொண்ட கண்காணாத் தொன்மங்கள் மெய்யாக, வாழ்விலிருந்து சாவைப் பிரிக்க இயலாத நிலையில், நாம் கண்ட ஊழி இரண்டு. முன்னது, இயற்கை கொணர்ந்த ஊழி; இதில் சாவகக் கடலடி எரிமலை வெடித்துப் பொங்கிய கடற்கோள், ஈழத்தீவையும் தென்னகப் பரப்பையும் தாக்கியது. பின்னதோ

மனிதர் கொணர்ந்தது; ஆம், ஆழிப்பேரலை முன் தம் எத்தனங்கள் எம்மாத்திரம் என மனிதர் உணர்ந்தும் உணரவியலா நிலையில் தம்மில் போரைத் தொடர, உலக நாடுகளின் உதவி பெற்ற இலங்கைப்படை, தமிழ் மக்களை நந்திக்கடல் முள்ளிவாய்க்கால் – வரை துரத்தியும் கதறக் கதறக் கொன்றும் ஆங்கே செற்றாரில் பிழைத்தோரை வன்னியின் வதைமுகாம்களில் உலகுகாணத் தடுத்து வைத்தும் ஆண்டும் மகிழ்ந்திருப்ப, இன்னமும் முடியாத ஊழி இது.

மேற்கண்ட வாதை தாக்கிய காலத்தில், இவ்வூழிகளில் சிக்கவில்லை எனினும் நம்மில் ஒவ்வொருவரும் நிஜத்தில், இவற்றிலிருந்து எதேச்சையாகத் தப்பிப் பிழைத்திருப்போரே (Survivors of catastrophes) என்க.

இப்படியான ஊழியில் பிழைத்தோரின் எழுத்துக்களாக சேரன் இயற்றியவைதாம் கீழ்க்கண்ட வரிகள்:

எங்களுடைய காலத்தில்தான்
ஊழி நிகழ்ந்தது
ஆவிக் கூத்தில் நிலம் நடுங்கிப்
பேய் மழையில் உடல் பிளந்து
உள்ளும் வெளியும் தீ மூள
இருளின் அலறல்
குழந்தைகளை மனிதர்களை
வெள்ளம் இழுத்துவந்து
தீயில் எறிகிறது. [148]

இப்படித் தொடங்கும் வரிகளைக் கவிதையெனக் கொள்ளவும் முடியுமா? சேரனுக்கு என்றன்றி யாருக்கும் ஊழிக்காலத்தில் கலையும் கவிதையும் சாத்தியமா என்ன! ஆக, இங்கே எழுவது, ஊழி பிழைப்போர் கவிதையும் இயற்றி, விமர்சனமும் எழுத இயலுமா என நம்மை மிக வதைக்கும் கேள்வியே.

இந்தக் கேள்வி வாதைக்குச் சற்றும் குறைந்ததல்ல, இதே கேள்வி முன்னெழுந்த சூழலின் வாதை. ஆம்; அது, இருபதாம் நூற்றாண்டின் மனிதர் தம்மில் செய்வித்த உச்சகட்டக் கொடூரங்களில் ஒன்றான ஆஸ்விட்ஸ் (Auschwitz) என்ற நாஃஸி

வதைமுகாமுக்குச் சற்றே பிறகான சூழல். இரண்டாம் உலகப் போர்க் காலத்தில் இதே கேள்வியைக் கேட்டவர், ஜெர்மன் தத்துவ அறிஞர் தியோடர் அடோர்நோ. நாஃஸிப் படையினின்றும் தப்பிப் பிழைக்க இயலாத நிலையில் ஃப்ரெஞ்சு – இஸ்பாஞ்ஞ எல்லையில் வைத்துத் தம் நண்பர், அறிஞர் வால்ட்டர் பெஞ்சமின் செய்துகொண்ட தற்கொலையும் தாக்கியிருந்தது அடோர்நோவை. புலங்குலைந்த நிலையில் நண்பருக்கான காடாற்றும் செயல், நண்பர் மரித்த புலத்தில் நிகழும் சடங்காக அன்றி, ஏழாண்டு கழிந்து இவர்தம் கேள்வியாக வெளிப்பட்டது. அடோர்நோவின் இந்தக் கேள்வியைப் பலரும் பல விதத்தில் எடுத்தாள்வதாலும் தமிழ்பேசும் மக்கட்கு இது முக்கியம் என்பதாலும் ஜெர்மன் மூலத்திலிருந்து இதன் தமிழாக்கத்தை முழுமையாகத் தருகிறேன்.[1]

"கலாச்சாரமும் காட்டுமிராண்டித்தனமும் தம்மில் முரணியங்க, அதன் இறுதிக்கட்டத்தை எதிரிடும் நிலையில் இன்றைய விமர்சனம் அமைய, கவிதை இயற்றுவது நாஃஸிகளின் ஆஸ்விட்ஸ் வதைமுகாமின் பிற்பாடு காட்டுமிராண்டிச் செயலாகியுள்ளது; ஆக, இன்று ஏன் கவிதை இயற்ற இயலவில்லை என்ற அறிவும் அழிந்துபட்டுவிட, அருவங்களைப் பருண்மையாக ஏற்கும் நெறி முழுமுற்றாகிவிட்டது; அறிவார்த்த முன்னேற்றத்தைத் தன் அடிப்படை அலகுகளில் ஒன்றாகப் பாவித்த இந்த நெறி, தற்போது தயாராவது மனத்தையும் முற்றாக விழுங்கவே."

அடோர்நோவின் கேள்விக்குப் பொருள், ஆஸ்விட்ஸுக்குப் பிறகு கவிதை எழுதவே வேண்டாம் என்பதல்ல. மாறாக, ஊழியின் பிற்பாடு ஏன் கவிதை இயற்ற இயலவில்லை. ஏன் கவிதைக்கான அறிவும் உணர்வும் அழிந்துபடுகிறது. ஏன் மனம் முற்றாக விழுங்கப் பெறுகிறது என்ற இதே கேள்வியை இதே இருபதாம் நூற்றாண்டில் தென்னாசியப் பரப்பின் வரலாற்றில் இயற்கையோ மனிதரோ கொணர்ந்த ஊழிகளின்போது – எடுத்துக் காட்டாக, கிராமம் கிராமமாகக் கொள்ளைநோய் தாக்கி அழிக்கிற போதோ, இந்தியப் – பாகிஸ்தான் பிரிவினையின் பேரழிவின்போதோ,

---

1. Kulturkritik findet sich der letzten Stufe der Dialektik von Kultur und Barbarei gegenüber: nach Auschwitz ein Gedicht zu schreiben, ist barbarisch, und das frisst auch die Erkenntnis an, die ausspricht, warum es unmöglich ward, heute Gedichte zu schreiben.': Theodor W. Adorno, Kulturkritik und Gesellschaft, Soziologische Forschungen in unserer Zeit: Ein Sammelwerk. Leopold Wiese zum 75. Geburtstag. ed. Karl-Gustav Specht, Koln, 1951, 228-41; Kulturkritik und Gesellschaft, Gesammelte Schriften, Band 10.1: Prismen, Frankfurt am Main, 1977, 30.

யாரும் இத்தனை நேரடியாகக் கேட்கிறாரா என்பது எழும் அடுத்த கேள்வி. அப்படிக் கேட்டிருக்கத்தான் வேண்டும் என்றாலும் இந்தக் கேள்வி தீவிரப்படும்போது, இது தினசரி வாழ்வின் வரையறையை, அதற்குட்பட்ட அரசியற்களத்தை, இவற்றின் அறம் – மறத்தையெல்லாம் தாண்டி அமையும்; இயற்கையும் மனிதரும் யார் யார் என்ற தீரா மர்மத்தைச் சுற்றி அமையும் என்க.

இந்தக் கேள்வியைத் தாம் கேட்ட சூழலைச் சற்று காலம் கழித்து அடோர்நோ விளக்குவார்:[2]

"வதைபடும் மனிதர்க்குக் கதறியலறும் உரிமையுண்டெனும் அளவுக்கு வற்றாத துயரத்துக்கும் தன்னை வெளிப்படுத்த உரிமையுண்டு. ஆக, ஆஸ்விட்ஸ் வதைமுகாமுக்குப் பின் கவிதையெழுதும் சாத்தியமேயில்லை என்று கூறுவது தவறாக இருக்கலாம்; ஆனால், ஆஸ்விட்ஸுக்குப் பின் கவிதை சாத்தியமா என்ற கேள்வியினின்றும் வீர்யம் சற்றே குறைத்து வாழத்தான் வேண்டுமா, வாழ்வே சாத்தியம்தானா என்ற கேள்வியை எழுப்புவதில் தவறில்லை."

ஆக, இந்தக் கேள்வியின் தீவிரத்தை அறிந்துணர்வோரே இதற்குப் பதிலும் எழுப்ப முயலக்கூடும்; மற்றபடி பதில்களாக இருப்பனவும் வருபனவும் பதிலல்ல. தவிர, சிலவேளை நேரடியாக எழும் இந்தக் கேள்வி, பொதுவான பல்வேறு சூழல்களிலும் பரப்புகளிலும் மறைமுகமாக இயங்கும் ஒன்றாகவே அமையும். ஆனால், இத்தகைய சூழலிலும் நிலப் பரப்பிலும் அமிழ்ந்து ஒருவர் இயற்றும் கலையோ கவிதையோ, இந்தச் சூழலையும் நிலப்பரப்பையும் உரிப்பொருளாக்கி, இதற்கொப்ப அறிவையும் உணர்வையும் கருப்பொருளாய்த் தன்னுள் மடக்கி, உள்ளடக்கி, தன்னை மறைமுகமாய் ஒப்பனை செய்துகொள்ளும் பட்சத்தில்தான் கலையாகும், கவிதையாகும் என்க; அதாவது, கலையோ கவிதையோ உருவாகும் பட்சத்தில், அது சூழலையும் பரப்பையும் முன்கொண்டு, ஓர் உயர்மட்டத்தில் அறிவும் உணர்வுமாக இணைந்து செயல்படுவதாக அமையும் என்க.

---

2. Das perennierende Leiden hat soviel Recht auf Ausdruck wie der Gemarterte zu brüllen; darum mag falsch gewesen sein, nach Auschwitz liesse kein Gedicht mehr sich schreiben. Nicht falsch aber ist die minder kulturelle Frage, ob nach Auschwitz noch sich leben lasse, ob vollends es durfe, wer zufallig entrann und rechtens hatte umgebracht werden mussen.': Theodor W. Adorno, Negative Dialektik, Gesammelte Schriften, Band 6, Frankfurt am Main, 1977, 355-356

ஆக, ஏன் கவிதை இயற்ற இயலவில்லை, ஏன் அந்த அறிவும் அழிந்துபடுகிறது. ஏன் மனம் முற்றாக விழுங்கப்படுகிறது என்ற மேற்கண்ட கேள்வி கலையாக்கம், கவிதையாக்கம் மற்றும் விமர்சன மொழியாக்கத்தின் வழி செயலாற்றும்; மாண்டவரைத் தம் முன்னோரும் மூத்தோருமாக்க வேண்டிக் காடாற்றிப் பதிலளித்துக்கொள்ளும், அவ்வளவு தான்.

மேற்கண்ட கூற்று, தமிழின் மரபான திணைக்கோட்பாடும் அதை விளக்கும் உரை மரபும் அடங்கிய சட்டகம் போன்ற இன்னொரு சட்டகத்தைச் சுட்டும் கூற்று. அகமும் புறமும் இயைந்தும் முரண்பட்டும் இயங்கும் புதியதோர் சட்டகம் இது. இங்கே அகம் என்பது, காதலையும் பிரிவையும் இரங்கலையும் மாத்திரம் உட்பொருளாய்க் கொண்ட ஒன்றன்று. இதில் வருவது வாழ்வும் சாவும் ஒன்றுபடும் புதியதோர் அகம்; இங்கே புறம் என்பதும் அறமும் மறமும் தம்மிலும் உலகிலுமாய்க் கலங்கித் திரிந்துவிட்ட புதியதோர் புறம். இங்கே தன் புலங்குலைந்த தமிழும் உலகெங்கும் அலைந்து தனக்கென உணர்வாய் முகங்கொள்வதைத் தாண்டி, அறிவும் உணர்வுமாய் இணையும்; இணைந்து, தன்னுடைய அலைவும் இல்லமும் அழிவும் ஆக்கமும் இழப்பும் வெற்றியும் நலிவும் மகிழ்வும் ஏமாற்றமும் மீளும் நம்பிக்கையும் மீளவியலாத் துயருமாய் இனி இரண்டறக் கலந்திருக்கும்; அறிவும் உணர்வுமென்றோ, நன்று –தீதென்றோ இனியும் தமிழ் தன்னில் பிரிந்துபட வழியில்லை; தப்பிப் பிழைத்த தன்வழி.

தனக்கு முன் மாண்டோரை முன்னோரும் மூத்தோருமாகக் காடாற்றும் செயல் நிகழ்வதும் நிகழவிருப்பதும் இப்படி மொழியிலும் மொழி வழி வரும் பொதுமைப் பண்பிலும்தான். ஆக, தமிழெனும் மொழியும் அதன் வழிவரும் பொதுமைப் பண்பும் இவ்வழி காடாற்றிப் பயணித்து, தமக்கான நவீனச் சடங்கை நிகழ்த்தும்; நிகழ்த்தி, நவீன உலகைக் கட்டி, அதில் தமதான விதியையும் எதிர்விதியையும் கண்டடையக் காத்திருக்கும் காலம், இனி வரும் காலம். இதற்கான கட்டியத்தை, சேரனின் கீழ்க்கண்ட கவிதைகளில் வாசிக்க முடியும் என்பதில் சற்றே நானும் ஆறுதல் கொள்கிறேன்:

கடல்மடியும் கடற்கரையும்
துணை நிற்கும் எனச் சென்றோரின்
கண்முன்னே
குறுகித் தெறித்து மறைந்தது
கடல் [149]

என 'நந்திக்கடல்' கவிதையிலும்

காடுவரையும் கடைசிவரையும்
செய்மதித் தொலைபேசி
தொடர்ந்து வந்தாலும்
இதுதான் உங்களுக்கான எனது
இறுதி அழைப்பாகும் [150]

எனத் 'தொலைபேசி அழைப்பு' கவிதையிலும் மாண்டோரை விளித்துச் செல்லும் வரிகள்; தவிர,

என் இயலாமையின் கண்ணீரில்
தீ வளரும் நாடற்ற நாடு

என 'மணல் வெளி' கவிதையிலும்

எங்கள் எல்லோருடைய ஒற்றைப் புதைகுழிமீது
படைத்தளபதியின் கோவணத்தை
தேசியக் கொடியாக ஏற்றுகிறார்கள்

என 'அஞ்சலி' கவிதையிலும், இன்மையின் பரப்பாக நாட்டைக் குறிக்கும் வரிகள்; அடுத்து,

வெந்து தணியாத
காடாற்றச் சென்றோம்
ஒரு குருவி கிடையாது ...

என, 'காடாற்று' கவிதையில், பாரதியின் வரிகளை முத்தமிட்டு, தணியாத காட்டில் நவீனச் சடங்கு எப்போதோ எனக் கேட்டு மேற்செல்லும் வரிகள்:

...முற்றிற்று என்று சொல்லி

உறைய மறுக்கும் காலம் : சேரன் படைப்புலகம்!

காற்றிலும் கடலிலும் கரைத்துவிட்டுக்
கண்மூட
காற்றும் கிடையாது.
கடலும் கிடையாது
காடாற்று எப்போதோ ?

பிறகு 'தலைமுறை' கவிதையிலும் நவீனச் சடங்கின் துயரத்தை, துயர மீட்சியை விரித்துச் செல்லும் வரிகள் :

ஒரு தலைமுறைக்கு முன்
நாடு கடந்தார்கள்
அடுத்த தலைமுறை
மெல்ல மெல்ல மொழி இழக்கும்
தருணத்தில்
தீராப் பெருவலி எழுந்து எம்மை இணைக்கிறது

பனி உதிர்ந்து காற்றுறையும் இரவுப் பெரும்பொழுதிலும்
சினத்துடன் எழுந்து தெருவை நிறைத்த
பல்லாயிரம் மக்களிடையே
குரல் வற்றிய ஒரு பெண்ணைக் கண்டேன் [151]

என்ற வரி, 'அகாலி' கவிதையில் நவீனச் சடங்கின் மூலத்துக்குச் சென்று

அகாலி என நினைத்தவனின் உடலை
உடை மரத்தின் கீழ்க் கிடத்தினர்...

...குடிநீர் கிடையாத
பல்லாயிரக்கணக்கான மக்களைப் போல
உடைமரமும்
உப்புநீரில்
தன் கதையைக் கலந்து விடுகிறது

மண்
புதைகுழி
கடல்
விதை
உயிர்
விளை
அலை
பருவக் காற்று

உருவத் திரிபு
முள்வேலி
தீயுண்ட நிலம்
என
எல்லாமே அதற்கு உறவு
எனினும்
ஒன்றுமே அற்ற உறவு
அதன் கீழ்க் கிடந்த
உடல்போல.[152]

என, சொல் சொல்லாகத் துண்டித்து மறையும்.

இப்படித் தமிழின் நவீனம் காடாற்றச் செல்லும்போது, தன் நெடிய மரபில் வரும் பழம்பாடல் நிகழ்த்தும் சடங்கின் வரிகளுடன் இணைந்தும் பிரிந்தும் விடும் அநாயாசத் தருணத்தை அடையும்; ஆம், பின்வரும் புறநானூற்றுப் பாடலின் முற்காலச் சடங்கை நிகழ்த்துவதோ வரிகள்; (' உடம்பொடு நின்ற உயிரும் இல்லை ' புற நானூறு, பாடல் 363) அந்த வரிகளைச் சொல் சொல்லாகத் துண்டித்துக்கொண்டு மறைகிற, அந்த வரிகளில் உள்ள உறவுமுறை அழிந்திருக்கிற ரஸவாதத்தை நிகழ்த்தித் தன்னைப் பொருள்கொள்ளும் மேற்கண்ட நவீன கவிதை:

இருங்கடல் உடுத்தப் பெருங்கண் மாநிலம்
 உடைஇலை நடுவணது இடைபிறர்க்கு இன்றித்
 தாமே ஆண்ட ஏமம் காவலர்
 இடுதிரை மணலினும் பலரே; சுடுபிணக்

காடுபதி யாகப் போகித் தத்தம்
நாடு பிறர்கொளச் சென்றுமாய்ந் தனரே;
அதனால் நீயும் கேண்மதி அத்தை! வீயாது
உடம்பொடு நின்ற உயிரும் இல்லை ...

2

சேரனின் 'காடாற்று' தொகுப்பின் கவிதைகள் பல, கச்சிதக் கதையாடல்களாக அமைந்தவை; சற்றே அவசரங்காட்டுபவை. பயங்கரத்தைக் கதைக்கிற, குறிக்கிற வகையில் தமக்கான சரளத்தின் அறங் கொண்டவை (representing the horrible imagery of an ethic of lucidity); இவற்றில் நுழைவோர், இங்கே அறிவிக்கும் தருணங்களைக் காட்டிலும் ஆற்றும் தருணங்களே அதிகம் என்பதை எளிதில் அறியலாம்.

2009ஆம் ஆண்டு மே மாதப் பேரழிவு நிகழ்ந்தேறும் இதே காலகட்டத்தில், பௌல் ஸெலானின் ஜெர்மன் கவிதைகளையும் ஸில்வியா ப்ளாத்தின் பல ஆங்கிலக் கவிதைகளையும் ஓர் உத்வேகத்தில் தமிழாக்கினேன். இவற்றில் பல இடங்களிலும் இதே காடாற்றும் சடங்கு நவீனமாவதைக் காணலாம். எடுத்துக்காட்டாக நிலப்பரப்பு என்ற ஸெலானின் கவிதை:

தாழியுள் ஜீவிபல தம்முடன்
நிலப்பரப்பும்
புகைமுகம் முதல்
புகைமுகம் வரை
உரையாடல் பலவும்.

பித்தப்பூஞ்சணமும்
புதைபடாக் கவித்துவப் பகுதியும்
கண்டெடுத்த நாக்கும் பல்லுமென
அவர் உண்ண
உருண்டுறையும்
தன் கண்ணுள்
கண்ணீரும்.

யாத்ரீகக் கூண்டின்
அனாதை இடப்பாகமதை
அவர் உமக்களித்துப் பின்
உம்மைத் தூக்கியெறிந்தார்.

அது
வெளி ஒளிர்வித்துக் கேட்கும்
சாவெதிரே
ஆட்டமும்
கிணுகிணுத்துத் தொடங்குவதை. [3]

அதேபோல ஸில்வியாவின் இறந்தோர் என்ற கவிதை : [4]

ஒளிஞாயிறதன் வேகத்தில்
நீள்வட்டமாய்ச் சுழலும்

புனித ஆடை போல
களிமண் சவ்வில் ஒளியும்

முழுதாய்க் கவிழ்ந்த புவியின்
கருவறை பெரிதின்
தாலாட்டில் அடங்கும்
இறந்த மனிதர்
காதலில் போரில் கவனம் செலுத்தார்.

ஆன்ம சீஸரும் அல்லரிவர்.
தந்தையரின் பெருமித நாடும்
மீள வேண்டார்.
இறுதிக்கிடக்கைதனில்
இடறிவிழும் இவர்
உலகுச்சேதம் கண்டு

---

3 *Paul Celan, Landschaft, Atemwende, Frankfurt am Main, 1967*
4 *Sylvia Plath, The Dead, Collected Poems, London, 1981*

தாம் மறந்துபட விழைவர்.

மிகுசெம்மண் சுற்றி
ஆழத் தாலாட்டுக் காணும்
எலும்புக்கட்டை இவை
எழா,
நிர்மலமாய் எழா,
பேரழிவுபடும் நாளின்
அதிகாலை எக்காளத்தில்,
இவை அமிழும்
பிரம்மாண்ட உறக்கத்தில்.
கடவுளின்
கறார் -- அதிர்ச்சிகொண்ட
தேவதை பலவும்
கதறி
எழுப்பவும் முடியாது.
இவரை
இவர் விழையும்
இறுதி

இகழ்வான
அழுகலினின்று.

இதைப்போல நிறைய ஆக்கங்கள்... தவிர, பத்தொன்பதாம் நூற்றாண்டின் ஃப்ரெஞ்சுக் கவிஞர் ஆர்தர் ரைம்போவின் பெயர்பெற்ற 'வெளிச்சங்கள் தொகுப்பைத் தமிழில் நான் ஆக்கி வெளியிட்டதும் இதே கால கட்டத்தில்தான். அதன் முதல் கவிதையான Apres le Deluge என்பதை ஊழிக்குப் பின் என நூலுக்கே தலைப்பாக்கினேன். அதிலிருந்து முதல் சில வரிகள் மட்டும்:

ஊழி என்ற எண்ணம் அடங்கியவுடனே சிறுபுள்ளடிப் புல் மற்றும் அசையும் மணி மலரிடை முயலொன்று ஓடாநின்று பிறகு சிலந்திவலை வழியே பிரார்த்தித்து வான வில்லிடம்.

ஓ, மறையத்தொடங்கின மாணிக்கம் பல. ஏற்கனவே மொட்டவிழ்ந்த மலர் தேட. அசுத்தத் தெருவில் எழும்பின கடை பல. பலதளப்படகு பல இழுக்கப்பெற்றதோ கடல்நோக்கி, பழம்நூல் பலதின் அச்சுப்படமதில் காண்பதைப் போல.

நீலவண்ணத் தாடிக்காரன் கடையில் பெருகியது குருதி – கசாப்புக்கடை, ஸர்க்கஸ் பல வழியே. அங்கு ஜன்னல் பலதில் வெந்த முத்திரையோ கடவுளினது. பெருகின குருதியும் பாலும்.

மேற்கண்ட வரிகளுடன் குருதி பெருகிய இடத்தில் பால் பெருகக் காடாற்றும் சேரனின் கவிதை வரிகள் பல, அமைப்பில் ஒப்புமையும் (homologous) ஒத்ததிர்வும் (resonance) கொண்டிருப்பது வாசகர் பலர்க்கும் வியப்பளிக்கலாம்; ஆனால் எனக்கு அப்படியில்லை! சேரனின் வரிகளும் உலகக்கவிதையைத் தமிழாக்கிய என் பிரச்னைப்பாடும் (problematic) அருகருகே வரும் நிலை என்றே இதைப் பொருள்கொள்வேன்.

மேற்கண்ட என் கூற்றை நிறுவ, தத்தாரியர் (Vagabonds) என்ற ரைம்போவின் கவிதையிலிருந்து இன்னும் இரண்டு வரி:

ஒளிஞாயிறதன் மகனென்னும்
ஆதிநிலைக்கு
இவனை மீட்பேனென
உறுதிகொண்டேன் நேர்மையாக.
நிலவறை பலதின் திராட்சை ரஸமும்
பயணியரின் மண்பொருக்கும்
எமையோம்ப
யாம் அலைந்தோம்
இடமும் சாவியும்
யான் பரபரத்துத் தேட.

இஃதொக்கும் சேரனின் வரி:

பித்தில் அலையும் தத்தாரியக் கவியாக மாறினான்
கைவிடப் பட்டவன்.

இது தவிர, சேரன் வரிகள் பாரதியின் 'காணி நிலம்' பாடலின் வரிகளை உரசி எதிர் விதியாக்கும் இன்னொரு தருணமும் நூலில் நிகழ்கிறது:

...அங்கு கடல்கொண்ட பெருமரங்களின்
வேரடி மண் இப்போது வெளித் தெரிகிறது

கோடை காலத்திலும் ஈர மனிதர்
உலவித் திரிந்த நிலம்
ஒருசில நாட்களில்
மொழி பெயர் தேயமாக மாறுகிறது

இந்தக் காணிநிலத்தில் தென்னைகள் இல்லை
குடிசைகள் இல்லை...

பராசக்தியிடம் கவி கோரும் கனவுலகு (utopia) இங்கே எதிர்–கனவுலகின் (dystopia) விவரிப்பாய் மாறுகிறது; முதல் உலகப் போர், ருஷ்யப்புரட்சி என்றான ஊழியை உள் நோக்கிக் கண்ட பாரதி, மாகாளியின் கடைக்கண் நோக்கி வேண்டிய dystopia அது. அது போல இங்கே வேண்ட ஏதுமில்லை; விவரணைதான் கச்சிதமாக வேண்டும். காடாற்ற....

இதை இன்னும் சுருக்கமாய்ச் சொல்லி, மாண்டோரைக் காடாற்ற மூன்றே வரிகள் போதும், திணை மயக்கம் கவிதையில்:

...தலையற்ற மனிதரும்
நிறமற்ற பறவைகளும்
அலையற்ற கடலும் ...

இன்னும் மூன்று வரிகளை அடுக்கிப் பரிசோதிக்கும்போது தலைப்பும் வேண்டாம்:

நீரற்றது கடல்
நிலமற்றது தமிழ்
பேரற்றது உறவு

இங்கே தமிழின் அலைவை வாசிப்போரின் அலைவாக மாற்றும் கன கச்சிதம் (minimalism) கைகூடிவிட்டது.

ஆக, 2004ஆம் ஆண்டின் கடற்கோள்போலவே 2009ஆம் ஆண்டு மே மாதக் கொடூரமும் அதன் முன்பும் பின்புமான ஊழியும் தமிழைப் பொறுத்தவரை ஒரு தனி நிகழ்வு (singular event). இவை நவீனத் தமிழின் அறிவுணர்வில் ஏற்படுத்தியிருக்கும் உடைப்பாக (epistemological break) மேற்கண்ட கவிதையைக் கொள்ளலாம். (புதுக்கவிதை யுகத்தைத் தொடங்கிய பாரதியிடமிருந்து எத்தனையோ தூரம் வந்துவிட்ட வரிகள் இவை! இது குறித்த உரையாடலுக்கு எம்.டி முத்துக்குமாரசாமிக்கு நன்றி)

மேற்கண்ட கவிதையை ஆங்கிலத்திலோ ஃப்ரெஞ்சிலோ வேறெந்த மொழியிலோ ஆக்க வேண்டுமானால், ரைம்போவின் செலானின் ப்ளாத்தின் வரிகளைத் தமிழில் நான் வளைத்ததுபோல அந்தந்த மொழிகளையும் எங்கோ ஓரிடத்தில் வளைக்க வேண்டியிருக்கும்! ஆம், மேற்கண்ட கவிதையை ஆங்கிலத்தில் ஆக்கிய செல்வா கனகநாயகமும் இது ஒரு சவால் என விரிவாக எழுதியிருக்கிறார். இதன் ஒரு ஆக்கம்

Parched ocean
Silent land
Nameless kin

என அமைகிறது. இது ஏதோ பொது விவரணைபோலத் தோற்றங்கொண்டாலும் மேற்கண்ட ஊழிகளின் கொடூரத்தை உணர்ந்தோர்க்கு இதன் சிறப்புப்பொருளும் உடன் விளங்கி விடும். அதை உணர்த்தவென ஆங்கிலத்தைச் சற்று விளக்கவும் வளைக்கவும் வேண்டியிருக்கிறது. அதன்படி மேற்கண்ட கவிதையின் இன்னொரு ஆங்கில ஆக்கத்தைச் சுட்டுகிறார்:

the sea is without water
tamil is without land
kinship is without a name [5]

மேற்கண்ட ஆங்கில ஆக்கம் நேரடி விளக்கம்போலத் தோன்றினாலும் இதில் மொழியை வளைத்திருப்பதற்கு ஆதாரமுண்டு: ஆங்கிலத்தின் நெடிய மரபில் வரும் ஷேக்ஸ்பியரின் நாடகத்தில் டங்க்கனைக் கொன்றவுடன் குற்றவுணர்வில் மாக்பெத் பேசும் ஒரு வரியைக் காட்டுகிறார், செல்வா கனகநாயகம்.

---

5. Chelva Kanaganayakam, "Introduction" in You Cannot Turn Away. Poems by Cheran Translated and Edited by Chelva Kanaganayakam, Toronto: TSAR Publishers, 2011..

Will all great Neptune's ocean wash this blood
Clean from my hand? No; this my hand will rather
The multitudinous seas incarnadine,
Making the green one red. [6]

ஆம்; நீரற்ற, நீரின் ஒளிக்கசிவற்ற கடல், மாக்பெத்தின் மேற்கண்ட குறிப்பையொத்த அதிர்வை ஆங்கில வாசகர்க்குக் கொணர்கிறது.

இப்போது மேற்கண்ட மாக்பெத் வரிகளைத் தமிழாக்கிக் காணலாம்:

என் கையினின்றும் இக்குருதியை
நெப்த்யூன் மாக்கடல் நன்னீரும்
நன்கு கழுவாதோ!
கழுவாது.
என் இந்தக் கையினின்றும்
மிகப்பல கடலும் குருதியாக,
ஆங்கே
பசுங்கடலும் சிவக்கும்.

இப்படியாக ஆங்கிலம் தனக்கான வழியில் சேரனின் கவிதையைப் பொருள் கொள்கிறது; தமிழ் தனக்கான வழியில் காலத்துக்குக் காலம் ஷேக்ஸ்பியரையும் ரைம்போவையும் ஸெலானையும் ப்ளாத்தையும் இன்ன பிறரையும் பொருள் கொள்கிறது. ஆக கலை, கவிதை என்ற அறிவுணர்வின் பொதுமையை வேறொரு மொழியில் ஆக்கும் செயல், அந்த மொழியையே மீள உருவாக்கும் செயல்தானே!

ஒரே தலைமுறையைச் சேர்ந்தோர் சேரனும் நானும் என்பதில் தொடங்குவது எம்மிருவர் தம்மில் தொடர்பு.

பிள்ளைப்பிராயம் தாண்டிச் சென்னையில் நான் கல்லூரியில் பயின்ற அதே காலத்தில், சேரன் யாழ் பல்கலைக்கழக மாணவர். இருவர்க்கும் அரசியல், கலை, இலக்கிய ஈடுபாடு உண்டு. என்னைப் பொறுத்தவரை, அப்போது எழுபதுகளின் இறுதிப்பகுதி தொட்டு ஈழத் தீவில் தமிழ்பேசும் மக்கள் படும் இன்னல்கள்பற்றி

6. *William Shakespeare, Macbeth, Act II, Scene II*

அறிந்துவந்தேன்; எண்பதுகளின் தொடக்கத்தில் யாழ்நகரிலிருந்து வந்த அலை இதழ் மற்றும் Saturday Review ஆங்கில வார ஏட்டை வாசித்து, சேரன் பற்றிய சித்திரம் பதிந்தது; ரொமான்டிக் மரபு வழி வந்தும் அகத்தில் காதலும் காமமுமென, புறத்தில் குருதியும் சாம்பலுமெனப் பாடுகிற கவிஞர், தமிழுக்கான அழகியலை முயல்பவர் என்று எண்ணிக்கொண்டேன். யாழ்நகர் நூலகம் எரியுண்டு சாம்பலான காலம் அது. அது நியாயமான கோபத்தை வரவழைத்ததே ஒழிய, அதை ஹிட்லர் நுழைந்து வியன்னாவின் நூல்களை எரித்த செயலுடன் ஒப்பிட முடிந்ததே தவிர, மணிமேகலையின் சக்கரவாளக்கோட்டத்துடன், அதற்குரித்த காடாற்றும் செயலுடன் பொருத்திக் காணும் காலம் இன்னமும் கனியவில்லை!

பிறகு பெங்களூரிலிருந்து வெளியான 'படிகள்' இதழின் ஆசிரியர் குழுவில் தமிழவனுடன் எனக்குத் தொடர்பு உருவான காலம்; இந்த இதழ், எண்பத்துமூன்று யூலைத் தாக்குதல்களுக்குச் சற்று முன்பாக, சேரன், ஜெயபாலன் உள்ளிட்ட ஈழக்கவிஞர்கள் பலரின் ஆக்கங்களை வெளியிட்டபோது அவற்றை எழுத்துப்பிரதியாகவே என்னால் வாசிக்க முடிந்தது. யூலை நடந்தேறியபோது பம்பாயில் இருந்த நான், அவ்வாண்டு இறுதியில் சென்னை வந்து சேரனை முதன்முறையாக நேரில் கண்டேன். அப்போது, அவருடைய கவிதைகள் பேரிதழ்களில் வெளியாகும் கட்டம்; முன்பு நான் தலைமறைவு இளைஞர்களாகக் கண்டவர்கள், போராளிக்குழுக்களின் தலைவர்களாக மாறிவிட்டிருந்தனர்! அப்போது கவிதை மற்றும் அரசியல்பற்றி நானும் சேரனும் பேசிக்கொண்டே இருந்தோம். வ்லாதிமிர் மாயக்கோவ்ஸ்கி மற்றும் பாப்லோ நெருடா பற்றிப் பேசியதும் நினைவிலுண்டு. சேரனின் 'இரண்டாவது சூரிய உதயம்' தொகுப்பை பொதுமை வெளியீடாக எஸ்.விராஜதுரை வெளியிட்டதும் 'யமன்' தொகுப்பை சிலிக்குயில் சார்பில் பொதியவெற்பன் வெளியிட்டதும் இக்காலத்தில்தான்.

சேரன் அடுத்த முறை சென்னை வந்தது மூன்றாண்டுகள் கழித்து. நானும் சென்னைக்கு வந்து பத்திரிகைப்பணியில் ஈடுபட்டிருந்தேன். 1986ஆம் ஆண்டு ஏப்ரல் மாதமென நினைக்கிறேன். அதற்கு முந்திய ஆண்டில் திம்பு பேச்சுவார்த்தைகள் தோல்வி கண்டதால் அடுத்து என்ன நடக்குமோ என அறிய இயலாத கட்டம். இந்தக் குழப்பமான சூழலில்தான், ஈழ இளைஞர் மாணவர் ஒன்றியத்தின்

(General Union of Youth and Students) மாநாடு எழும்பூர் உலகப் பல்கலைக்கழக சேவை மைய அரங்கில் நடைபெற்றது. அங்கு வைத்து சேரனைச் சந்தித்தேன். எங்கள் நட்பு இறுகிவிட, மைலாப்பூரில் எங்கள் இல்லத்துக்கு வந்தும் தங்கினார்; எங்கள் வீட்டாருடன் குறிப்பாக அன்னையாருடன் மிக்க நேசத்துடன் பழகிவிட்டார். அந்தக் காலகட்டத்தில் வடபழனிக்குச் செல்லும் வழியில் அமைந்திருந்த ஈரோஸ் அமைப்பின் அலுவலகத்திலும் அகழ்வாராய்ச்சி ஆய்வாளர் பொன்னம்பலம் ரகுபதியின் இல்லத்திலும் வைத்து அவரைச் சந்தித்தேன். விடுதலைப் புலிகள் அமைப்பினர், டெலோ மற்றும் ஈழ மக்கள் புரட்சிகர விடுதலை முன்னணி அமைப்புகளின் உறுப்பினர்களைத் தாக்கிக் கொலை செய்ததை அடுத்து ஈழப் போராட்டம் திசை மாறிச் செல்கிறதோ என்ற கனத்த ஐயத்தைப் பகிர்ந்துகொண்டோம். "மிக முக்கியமான இடத்தில் பத்திரிகைப்பணியில் இருக்கிறீர்கள், உங்களுக்கு இருப்பது ஒரு ringside view. இதைத் தவறவிட்டுவிடாதீர்கள்' என அடிக்கடி என்னிடம் கூறிக் கொண்டே இருந்தார்.

ஈழம் திரும்பிய சேரனுடன் அவ்வப்போது தொடர்பு இருந்துவந்தது. அவர் கூறியதற்கொப்ப, இந்திய – இலங்கை அரசுகள் இடையே 1987 யூலை 29ஆம் நாள் ஏற்பட்ட ஒப்பந்தத்தின் வரைவு உருவான வழி பற்றிய ringside view என்னைப்போன்ற சிலருக்குக் கிட்டியது. இந்திய அரசு எந்திரமும் ஊடகங்களும் அறிவுத்துறையினரும் மக்களும் எப்படியெல்லாம் செயல்படுவர் என்பதற்கான அடிப்படை அரசியல் பாடம் அது.

கொழும்பு நகரில் ஏற்பட்ட மேற்கண்ட ஒப்பந்தத்தை ஒட்டி நடந்த ஆயுதக் கையளிப்பு நிகழ்வைக் கண்டு செய்தி சேகரிக்க யாழ்நகருக்கும் திருகோணமலைக்கும் சென்ற நான், நண்பர்கள் பலரைச் சந்திக்க நேரம் கிட்டாமல் திரும்பினேன். அடுத்த சில வாரங்களில் விடுதலைப்புலிகள் அமைப்புக்கும் அங்கு நிலைகொண்ட இந்தியப்படையினருக்கும் போர் மூண்டது. இந்தப் போர், தமிழ் மக்களின் அரசியலைக் கருவறுத்துவிடும் என்பதால் அதை நிறுத்தும் பிரச்சாரச் செயல்பாடுகளில் சென்னையில் எங்களைப் போன்ற பலரும் ஈடுபடிருந்தோம். சிக்கலான அரசியல் சூழல்; ஈழத்தில் தமிழ்பேசும் மக்கள் படும் துயரத்தை இந்தியாவில் தமிழகம் தவிர்த்த பிற மாநில, தேசியத் தலைவர்களிடம் எடுத்துச்செல்ல வேண்டிய கடப்பாட்டை

நாங்கள் ஓரளவே நிறைவேற்ற முடிந்தது. பல்வேறு எதிர்ப்புகள் மற்றும் இழப்புகளை அடுத்து ஒருவழியாக இந்தப் போர் முடிவடையும் நிலையில், மேற்படிப்புக்கென ஒல்லாந்து சென்ற சேரன் பிறகு நாடு திரும்பிக் கொழும்பில் ஆய்வுப்பணியில் இருக்கிறார் என அறிந்துகொண்டேன்.

அடுத்து சேரனை நான் சந்தித்தது. 1990ஆம் ஆண்டு அக்டோபர் மாதத்தில். உலகச் சிறுபான்மையின உரிமை அமைப்பு (Minority Rights International) ஸ்வீடன் நாட்டில் உப்ஸலா நகரில். இலங்கையில் சமாதானம் வரத் தடைகள் என்ற பொருளில் நடத்திய கருத்தரங்கில் இருவரும் கட்டுரை வாசித்தோம். உப்ஸலா பல்கலைக்கழகத்தில் பணியாற்றிய அறிஞர் பீட்டர் ஷல்க்கின் அழைப்புக்கேற்ப, இலங்கை, இந்திய மற்றும் பன்னாட்டு அறிஞர்கள் பலரும் பங்கேற்ற கருத்தரங்கு அது.

அவ்வாண்டு மார்ச் மாதம் இந்தியப்படை இலங்கையிலிருந்து முற்றாக வெளியேறிய நிலையில், ஜூன் மாதம் இலங்கைப்படைக்கும் விடுதலைப்புலிகள் அமைப்பினர்க்கும் மீண்டும் போர் மூண்டுவிட்டது. இந்தப் போருக்கு முன்பு நடந்த கொலைகளையும் இந்தப் போரையும் விடுதலைப்புலிகள் முடிந்தவரை தவிர்த்திருக்க வேண்டும் என்பதில் எனக்கும் சேரனுக்கும் ஒத்த கருத்தே. அந்தரங்க சுத்தியுடன் யாரும் சமாதானத்தில் ஈடுபடவில்லை, தத்தம் கட்டுப்பாட்டில் இருந்த நிலப்பரப்பைத் தக்கவைக்கவும் விரிவாக்கவும் இந்தப் போரில் குதித்திருக்கிறார்கள் என்றே தோன்றியது. அதேபோல, காத்தான்குடி இஸ்லாமியர் படுகொலையும் அப்போதுதான் நடந்திருந்தது. இவற்றையொட்டிக் கருத்தரங்கில் ஆங்கிலத்தில் கட்டுரை வாசித்தேன். வாசித்த கட்டுரையைத் தமிழாக்க எனக்கு அப்போது தைரியமிருக்கவில்லை. இப்போது ஒருவேளை முடியலாம் அதற்கான நேரம் வந்தாயிற்று என நினைக்கிறேன். தவிர, கருத்தரங்கு முடியும் தறுவாயில் சேரன், ஜெயபாலன், ஔவை, ஊர்வசி, சிவரமணி உள்ளிட்ட பலரின் கவிதைகளை முன்வைத்து ஈழத்துத் தமிழ்க் கவிதை பற்றி ஆங்கிலத்தில் உரையாற்றினேன். குறிப்புகளாக எஞ்சிவிட்ட அந்த உரையையும் இன்னமும் தமிழாக்கவில்லை! உப்ஸலா கருத்தரங்குக்கு வந்திருந்த கவிஞர் இளவாலை விஜயேந்திரன் மற்றும் பிற நண்பர்களின் அழைப்பின் பேரில் பிறகு நோர்வே நாட்டுத்

தலைநகர் ஒஸ்லோவுக்குச் சேரனும் நானும் சென்றோம். அங்கே படிகள் இதழுடன் முன்பு தொடர்பில் இருந்த சமுத்திரன் (சண்முகரட்ணம்) மற்றும் பலரையும் சந்திக்க முடிந்தது.

கொழும்பு திரும்பிய சேரன், 1991ஆம் ஆண்டு மார்ச் மாதம் சென்னை வந்து எங்கள் இல்லத்தில் ஒருசில நாட்கள் தங்கி, நிறைய நூல்கள் வாங்கி வாசித்தார். அது, உலகில் சோஷலிஸ்ட் அரசுகள் நிலைகுலைந்துவிட்ட காலகட்டம். யாழ்நகர் விடுதலைப்புலிகள் வசமாகிவிட்டிருந்தது. தவிர, யாழ்குடா நாட்டிலிருந்து இஸ்லாமியரைக் கட்டாயமாக வெளியேற்றியதும் விடுதலைப்புலிகள் அமைப்புக்கு என்றும் மாறா இழுக்கைத் தேடித்தந்து விட்ட கட்டம். அதே நேரம் விடுதலைப்புலிகளை விமர்சித்த யாரும் யாழ்நகர் சென்றால் அங்கிருந்து மீள இயலாத நிலை. அதற்கு முந்திய ஆண்டு ஜூன் மாதம் சென்னை கோடம்பாக்கத்தில் வைத்துப் பத்மநாபா மற்றும் ஈழ மக்கள் புரட்சிகர விடுதலை முன்னணியின் முக்கியத் தலைவர்களை விடுதலைப்புலிகள் அமைப்பினர் கொன்றுவிட்ட நிலையில், ஈழத்தின் தமிழ்பேசும் மக்கள்மீது தமிழக அரசின் கெடுபிடிகள் கூடிக்கொண்டிருந்த நேரம். நம்பிக்கைகள் யாவும் முற்றாகக் குலைந்துவிட, மார்ச் மாதம் இறுதியில் கொழும்பு செல்லவிருந்த சேரனுடன் திருச்சிராப்பள்ளி விமான நிலையம்வரை சென்றேன்.

அடுத்த ஆண்டு கொழும்பிலிருந்து காட்மாண்டு செல்லும் வழியில் சென்னை விடுதியொன்றில் ஓரிரவு மட்டும் தங்கிய சேரனைச் சந்தித்தேன். முன்னாள் பிரதமர் ராஜீவ் காந்தி மற்றும் 25 பேரின் படுகொலையை அடுத்து இந்திய, தமிழக அரசியல் சூழல் கடுமையாக மாறிவிட்டிருந்தது. இதுபற்றியெல்லாம் தாம் கொழும்பிலிருந்து கொண்டுவந்த சரிநிகர் இதழுக்கு எழுத வேண்டும் என என்னை எவ்வளவோ வேண்டினார். ஆனால் எழுத்திலிருந்து சற்றே விலகிக்கொண்டிருந்த எனக்கு அதில் விருப்பமில்லாமல் போய் விட்டது; தொண்ணூறுகள் நெடுக எனக்கு வந்துகொண்டே இருந்த சரிநிகர் இதழில் எழுதாமல் போனது என்னுடைய இழப்பு என்று இப்போது புரிகிறது.

சேரனைச் சந்திக்கும் அடுத்த வாய்ப்பு பத்தாண்டுவரை நழுவிப்போகும் என நான் அப்போது அறிந்திருக்கவில்லை. ஆம், காலச்சுவடு இதழ் மற்றும் சேரனின் முன்முயற்சியில்

சென்னை 'தமிழினி 2000' நிகழ்வு நடந்தேறிய போது நான் அங்கில்லை. அதற்கு முந்திய ஆண்டே பிபிஸியில் பணியாற்ற வேண்டி லண்டன் வந்துவிட்டிருந்தேன். சேரனோ கனடாவாசி. ஒருவழியாக, 2002ஆம் ஆண்டு இலங்கையில் போர்நிறுத்த உடன்படிக்கை ஏற்பட்டதை அடுத்து அங்கு சென்ற சேரனை யாழ் அளவெட்டியில் வைத்தே தொடர்புகொண்டு பேசினேன்.

பிபிஸி தமிழோசை வானொலிக்கென போர்நிறுத்தம் தொடர்பாக இலங்கையில் பலரையும் தொடர்புகொண்டு பேட்டிகள் எடுத்து வந்த நிலையில், சேரனின் பேட்டியை எடுத்து ஒலிபரப்பினேன். அதையடுத்து புலம்தாண்டிய ஈழ, இந்தியத் தமிழ் எழுத்தாளர்கள் வாரமொரு முறை வழங்கிய அக்கரைச்சீமையில் நிகழ்விலும் சேரன் கனடாவிலிருந்து பங்குபெற்றார். இந்த நிகழ்ச்சி நல்ல வரவேற்பு பெற்றிருந்த நிலையில் தமிழோசை நிர்வாகத்தினர் ஓராண்டுக்கு மேல் இதை நடத்தாமல் நிறுத்திவிட்டது எனக்கு வருத்தமளித்தது. இதையடுத்து சேரனுடன் என் தொடர்பு அறுபடவில்லை என்பது ஆறுதல் தரும் விஷயம். என்றாலும் நேரில் சந்திக்க இன்னும் பல்லாண்டாகிவிட்டது! 2009ஆம் ஆண்டு மே மாதப் பேரழிவுக்குப் பிறகு, கடந்த ஆண்டு அக்டோபர் மாதம் லண்டன் மாநகரில் நடந்த ஒரு கருத்தரங்கில் இருவரும் உரையாற்றினோம். அங்கே சந்தித்துக் கொண்டபோது, 'காடாற்று' கவிதையில் வரும் குருதியும் சாம்பலும் பாலும் எளிதில் பேச்சில் வந்துவிட்டன.

சேரனுக்கும் எனக்கும் தொடர்பு அறுபடும் ஒவ்வொரு முறையும் அதை மீட்டுத் தருவோர் பெண்களே என்பது வியப்பான விஷயம்; பிரிந்த நட்பு இணையும் சூக்குமத்தில் பெண்மையின் பங்கு இது. ஆனால் இதை ஆண்கள் ஒப்புக்கொள்வது அரிது என நினைக்கிறேன். தவிர, ஒரு கட்டத்தில் சேரனின் கவிதைகள் சில கையெழுத்துப் பிரதிகளாக என்னிடம் தங்கிவிட்டன: "நானோ அலைகிறேன், உங்களிடம் இருந்தால் பாதுகாப்பாக இருக்கும்" எனக் கூறி, அவர் விட்டுச்சென்ற காகிதங்கள் அவை; அவற்றில் சில வெளியாகாதவை; சில கவிதைகள் வெளியான இதழ்கள் கிட்டுவதும் அரிது. கால வெள்ளத்தில் என்னுடைய ஆக்கங்களும் அவை வெளியான இதழ்களுமே என்னிடம் தங்காத நிலையில் என்னால் சேரனின் கவிதைகளைப் பத்திரமாகக் காப்பாற்றி அனுப்ப முடிந்தது என்பது வியக்க வைக்கும் விஷயம்தான்.

நட்பின் சூக்குமத்தின் அடுத்த மர்மம் இங்கிருக்கலாம் என நினைக்கிறேன்!

4

சேரனின் கவிதைகளும் என் சிந்தனையும் இயங்குவது சற்றே வேறுபட்ட சுழல்களில்; என்றாலும் பிழைத்தோரின் நிலையில் உள்ள அவர்தம் பாடுபொருளும் சரி, என் பிரச்னைப்பாடும் சரி, வாழ்வையும் சாவையும் ஒன்றிடச் செய்பவை; மாண்டோரை முன்னோரும் மூத்தோருமாக்கிக் காடாற்றும் செயலில், பல சமயங்களில் மொழியாய் அருகருகே வந்து விடுபவை; எம் நெடுநாள் நட்பைத் தாண்டி எம்மை அருகருகே வைப்பது இந்த மொழியுறவே.

இந்த உறவின் அடித்தளம், அவருடையதான ஈழத்தீவுக்கும் எனதாக அமைந்த தென்னகப் பரப்புக்குமான பொது – உறவின் அடித்தளம். அவரால் எளிதில் திரும்ப இயலாது, என்னால் முடிகிறது என்ற பெரும் வேறுபாடு எம்மில் உண்டு; என்றாலும் அமைப்பின் மையத்தில் இருப்பதாக உணரும் நான் அதே நொடியில் விளிம்பில் தொங்குவதாக அறிவதும் இந்த அடித்தளத்தின் நிஜத்தால்தான்.

சேரனின் இந்தத் தொகுப்பும் சரி, அதற்கு நான் எழுதியிருக்கும் இந்தப் பின்னுரையும் சரி, இந்தப் பொது உறவுக்குச் சான்றாக அமைவன; அதேபோல சேரனின் கவிதைகளும் சரி, என் விமர்சனமும் சரி, ஊழிக்குப் பின்னால் என்றால் அது மிகையில்லை.

000

காடாற்று,
டிசம்பர் 2011.

அபர்ணா ஹல்பே

கனடாவின் சென்ரெனியல் கல்லூரியில் ஆங்கிலப் பேராசிரியராகப் பணியாற்றியவர், கவிஞர். இப்பொழுது முழு நேர இசைக்கலைஞர்.

27. அடக்குமுறை: எதிர்ப்பாகக் கவிதை

சேரனுடன் அபர்ணா ஹல்பே நடத்திய உரையாடல்

- தமிழில்: ஜிஃப்ரி ஹாசன்

சேரன் தமிழ் கனேடிய கல்வியலாளர். கவிஞர். நாடக ஆசிரியர். பத்திரிகையாளர். அவர் சேரன் என்ற ஒற்றைப் பெயரைப் பயன்படுத்தி கவிதை எழுதுகிறார். இன்று தமிழ் மொழியில் எழுதும் மிகச் சிறப்பான கவிஞர்களில் ஒருவராகவும் மதிக்கப்படுகிறார். இலங்கையில் யாழ்ப்பாணத்தின் அளவெட்டியில் பிறந்தார். 1970களில் இலங்கையில் இனக்கலவரம் உள்நாட்டுப் போராக வளர்ந்தபோது கவிதை எழுதத் தொடங்கினார். அவரது எழுத்துச் செயற்பாட்டின் பெரும் பகுதி இலங்கை வரலாற்றினை தொடர்ச்சியாகவும், தெளிவாகவும் ஆவணப்படுத்துகின்றது. குறிப்பாக, அவரே சொல்வது போல், '1980 முதல் மே 2009 வரையான எனது கவிதைகளை வாசிக்கும் எவரும் தமிழ் மக்களின் வரலாற்றையும் தேசிய ஒடுக்குமுறையையும் என் கவிதைகளில் கண்டுகொள்ள முடியும். இவை என் கவிதைகளில் மிகவும் நுணுக்கமாகப்

பின்னப்பட்டிருக்கிறது.' சேரன்; காதல், இழப்பு, புலப்பெயர்வு அனுபவங்களை எழுதியிருந்தாலும், 1981 ஜூன் 01 அன்று சிங்களப் பொலிசாரினால் யாழ்ப்பாண நூலகம் எரிக்கப்பட்டது பற்றி அவரது "இரண்டாவது சூரிய உதயம்" தொகுப்பில் எழுதி இருப்பதனால், அல்லது 1999இல் அவர் எழுதிய 'ஊழி' என்கிற கவிதையின் கொதிப்பான தொடக்கம் காரணமாக அத்தகைய தமிழ் அனுபவத்தின் முதன்மைக் கவிஞராக அவரைக் கருத முடியும்.

> In our own time we have seen
> the Apocalypse. The earth
> trembled to the dance of the dead;
> bodies burst apart in the wild storm
> (Cheran 2013, 87)

சேரன் இலங்கையில் ஒரு பத்திரிகையாளராக ஆபத்தான வாழ்க்கையைத் தொடர்ந்தவர். 1980களில் அவர் யாழ்ப்பாணத்தில் இருந்து வெளியான ஆங்கில வார இதழான சற்றர்டே றிவியூ (Saturday Review) இல் பணியாற்றினார். இலங்கையின் பாதுகாப்புப் படையினரால் மேற்கொள்ளப்பட்ட அட்டூழியங்களை அறிக்கைப்படுத்தியதற்காக இப்பத்திரிகை அரசாங்கத்தின் தாக்குதலுக்கு உள்ளானது.

"சற்றர்டே றிவியூ, வார இதழின் அரசியல் விமரிசனங்கள் "பல்வேறு தமிழ் போராளிக் குழுக்களுக்குக்கூட பிடிக்கவில்லை" என அவர் ஏமாற்றமாகக் குறிப்பிடுகிறார் (சேரன் 2015). சேரன் 1993இல் தனது முனைவர்/கலாநிதிப் பட்டப் படிப்பைத் தொடர டொறொன்ரோ வந்தார். தற்போது கனடாவில் உள்ள வின்ட்சர் பல்கலைக்கழகத்தில் பேராசிரியராகப் பணியாற்றி வரும் இவர், தமிழில் பதினைந்திற்கும் மேற்பட்ட புத்தகங்களை எழுதியுள்ளார். மேலும் இவரது படைப்புகள் இருபது மொழிகளில் மொழிபெயர்க்கப்பட்டுள்ளன. சேரன் 2017இல் துபாயில் உள்ள மலையாள மக்களின் இலக்கிய நிறுவனமான ஓ என் வி குருப் அமைப்பின் (ONV Foundation) சர்வதேச கவிதை விருதைப் பெற்றவர்.

அமெரிக்கா, பிரித்தானியா, சிங்கப்பூர், இந்தோனேசியா, இந்தியா, ஸ்வீடன், நெதர்லாந்து, கனடா, ரமல்லா, பலஸ்தீனம்,

துபாய், மெக்சிகோ போன்ற நாடுகளில் இடம்பெற்ற பல்வேறு சர்வதேச எழுத்தாளர் விழாக்களில் தனது கவிதைகளை நிகழ்த்தியுள்ளார். சிங்கப்பூரின் நவீன நடனக் குழுவான Chowk அவரது, ”இரண்டாவது சூரிய உதயம்” கவிதையை மையமாகக் கொண்டு ஒரு நடன நாடகத்தைத் தயாரித்து நிகழ்த்தியுள்ளது. இது சிங்கப்பூர் சர்வதேச நடன விழாவிலும், கலைகளுக்கான வாஷிங்டனின் கென்னடி மையத்திலும் நிகழ்த்தப்பட்டது.

0

அபர்ணா ஹல்பே: உலகமே கோவிட்–19 தொற்றால் முற்றிலுமாக நிலைகுலைந்து போயிருந்த 2020ஆம் ஆண்டின் செப்டம்பர் மாதம் இது. நான் தொடர்புகொண்ட பெரும்பாலான கலைஞர்களும் கவிஞர்களும் தாம் இதுவரையில் கற்பனை செய்திராத வகையில் எதிர்காலம் மோசமாக இருக்கப்போகிறது என்ற உள்ளுணர்வால் உந்தப்பட்டு செயலற்றுப் போயிருந்தனர். மற்ற சிலர், தங்களுடைய படைப்புகளாலும் அதிதீவிரச் செயல்பாடுகளாலும் தங்கள் எதிர்ப்பை வெளிப்படுத்தி வந்தனர். இத்தகைய காலக்கட்டத்தில் நீங்கள் தொடர்ந்து படைப்பில் ஈடுபட்டு வருகிறீர்களா?

சேரன்: கோவிட்–19 “அடைவு காலமும்” அதைத் தொடர்ந்து வந்த கட்டுப்பாடுகளும் பெரியளவில் பயனளிக்கும் என்று நான் எதிர்பார்க்கவில்லை. நீங்கள் அறிந்து வைத்திருப்பதைப் போல, எனது காத்திரமான படைப்புகளுள் சில; இலங்கையில் தமிழ் மக்கள் மீதான இராணுவ, அரசியல் ஒடுக்குமுறைக்கு நான் ஆற்றிய எதிர்வினையால் உருவானவைதான் என்றாலும், நெருக்கடி நிலை அல்லது நிர்ப்பந்தம் ஒருவரை அதிக வினைத்திறனுள்ளவராக, படைப்பாற்றல் மிக்கவராக மாற்றும் என்கிற கருத்தை நான் ஒருபோதும் நம்பவில்லை.

இருப்பினும், COVID–19 மிகவும் விநோதமான ஒரு அனுபவமாகும். கடந்த காலங்களில், இலங்கையில் யாழ்ப்பாணத்தில், பல மாதங்களாக பொருளாதார முடக்கம், தொடர் ஊரடங்கு, இராணுவ முற்றுகை போன்றவற்றை அனுபவித்திருக்கிறேன். அவற்றைப் பற்றி எனக்கு இன்னும் பயங்கரமான நினைவுகள் உள்ளன. ஆனால் இந்த கொரோனா முடக்கம் முற்றிலும் மாறுபட்டது. இந்த எதிரி கண்ணுக்குத்

தெரியாதவன். இந்த எதிரியை நாங்கள் உருவாக்கினோம். தவிர, அது வருவதையும் நாங்கள் அறிந்திருந்தோம். மில்லியன் கணக்கான பறவைகள், தேனீக்கள் மறைந்து போனதையும், அதேநேரம் அறிவியல் உயிர்ப் பல்வகைமை என்று (பூச்சாண்டியாக) அழைப்பதையும் நாம் கண்கண்ட சாட்சிகளாக இருக்கிறோம். முட்டாள்த்தனமான செல்வக் குவிப்பும், இயற்கையை அபகரித்து துஸ்பிரயோகம் செய்வதன் மூலம் அதீத இலாபம் ஈட்டுவதும் இந்த தொற்று நோய்க்கான காரணங்களில் ஒன்றாகும்.

வின்ட்சர் பல்கலைக்கழகத்தில் ஏனைய அறிக்கைகள், புத்தகங்களுக்கு மத்தியில் 'Beyond Anthropocene' எனும் தலைப்பிலான எனது புதிய பாடநெறிக்குத் தயாராகும் போது, காலநிலை நெருக்கடி குறித்த ட்ரம்ப் நிர்வாகத்தின் போக்குவரத்துத்துறை வெளியிட்ட அறிக்கையைப் படித்தேன். இந்த நூற்றாண்டின் இறுதியில் உலக வெப்பநிலை நான்கு டிகிரி உயரும் என்றும் அது பேரழிவை ஏற்படுத்தும் என்றும் அந்த அறிக்கை கூறுகிறது. அவர்கள் முன்வைக்கும் தீர்வு மிகவும் கவலைக்குரியது. இருப்பினும் அது ஆச்சரியப்படுவதற்கில்லை: கார்களாலும், ஏனைய மோட்டார் வாகனங்களாலும் உமிழப்படும் புகை மீதான அனைத்துக் கட்டுப்பாடுகளையும் அழித்து, ஏய் பிரஸ்டோ, விற்பனைக்குச் செல்!

கோவிட்–19 ஒரு தொடக்கம் தான் என்று நான் பயப்படுகிறேன். பொருளாதாரத்தை விட சுற்றுச்சூழலை நாம் முன்னிலைப்படுத்தவில்லை என்றால், மேலும் மோசமான கொடிய தொற்றுநோய்கள் உருவாகி பரவக்கூடும். இயற்கை மீது பயங்கரவாதம் புரியும் மனிதர்கள் குறித்து பல கவிதைகளை எனது தொகுப்புகளில் எழுதியுள்ளேன். எனது தொகுப்புகளில் மனிதர்களின் இயற்கைக்கு எதிரான 'பயங்கரச் செயல்கள்' நமது சமூக, சூழலியல் நோக்கிலான கட்டடக்கலையின் மறைவு பற்றி எல்லாம் பல கவிதைகளை எழுதியுள்ளேன். பதினைந்து ஆண்டுகளுக்கு முன்பு நான் கவிதையில் கொண்டு வந்த சில காட்சிகள் இந்த தொற்றுநோய் காலங்களில் நிஜமாகிவிட்டன. நான் மிகவும் கவலையாகவும் பயமாகவும் உணர்கிறேன்.

சற்று வித்தியாசமான ஒரு கருத்தில், நான் ஒரு நோயெதிர்ப்பு குறைபாடுள்ள நபராக என்னை ஒப்புக் கொள்ள வேண்டும்.

நான் பல மாதங்களாக சுய தனிமைப்படுத்தலில் இருந்தேன். ஜூம் மற்றும் கூகுள் மீட் மூலம் நான் எழுதிக்கொண்டும் பல விரிவுரைகளை வழங்கிக் கொண்டும் இருக்கிறேன். என் கவிதை வாசிப்பு நிகழ்வுகளையும் நிகழ்த்தி வருகிறேன். இணைய வழியில் பல்வேறு விவாதங்களிலும் பங்கேற்று வருகிறேன். இந்த தகவல்தொடர்புத் தளங்கள் வழங்கும் மத்தியஸ்த நெருக்கத்தால் (mediated proximity) ஆச்சரியமடைந்தேன். எனது பாரம்பரிய வகுப்பறைக் கற்பித்தல், கருத்தரங்குகளை விடவும் இந்த முறையில் நான் பல மடங்கு அதிகமான பார்வையாளர்களை சென்றடைந்திருப்பதாக எண்ணுகிறேன்.

கோவிட்–19 காரணமாக எனது நல்ல நண்பர்கள் சிலரையும் இழந்திருக்கிறேன். கடைசி நேரத்தில் அவர்களுடன் இல்லாதது மிகவும் வேதனையாக இருந்தது. அவர்களில் ஒருவர் இலங்கையில் தனது சொந்த மத விருப்பத்திற்கு எதிராக தகனம் செய்யப்பட்டார். இது அங்கு அதிகாரத்தில் இருந்தவர்களின் பரிவுணர்ச்சியற்ற தன்மையைக் காட்டுகிறது. பல நாடுகளைப் போல் அல்லாமல், இலங்கையில், "COVID–19க்கு எதிரான போரை" நடத்துவது இராணுவம் தான். எனவே, இதெல்லாம் ஆச்சரியப்படுவதற்கு இல்லை.

இதுநாள் வரை, நான் மிகவும் செயல்திறனுடனேயே இருந்தேன், படைப்பாற்றலுள்ள எனது நண்பர்கள் பலரும் அப்படி இருந்தனர். சில சமயங்களில், கட்டாயத்தின் பேரில் எழுதுவதும் நல்லதுதான் என்பதை உணர்ந்ததில் மகிழ்ச்சி அடைகிறேன். கே. சச்சிதானந்தன், நிஷி சாவ்லா ஆகியோரால் தொகுக்கப்பட்டு, பென்குயின் ரேண்டம் பதிப்பகத்தால் 2020இல் வெளியிடப்பட்ட, 'இருளில் பாடுதல்' (Singing in the dark) இலக்கியத் தொகுப்பில், தொற்று பற்றிய எனது கவிதைகளில் ஒன்று சேர்க்கப்பட்டுள்ளது. 2020இல் சந்தோஷ் கல்லுழத்தில் தொகுத்த லொக்டவுண்: கவிதை, நாட்குறிப்பு, நேர்காணல் (Lock Down: poetry, Diary, Interview) என்கிற தொகுப்பில் தொற்று பற்றிய எனது மற்றொரு படைப்பு வெளிவந்தது.

அ.ஹ: இந்த நாட்களில் உங்கள் எழுத்து இயக்கம் எப்படி இருக்கிறது? புதிய ஆர்வங்களை நோக்கி நீங்கள் ஈர்க்கப்படுகிறீர்களா? அல்லது எங்களை முதலில் இங்கு

கொண்டு வந்த அடிப்படைகளால் இன்னும் அதிகமாகத் தூண்டப்படுகிறீர்களா?

சேரன்: எப்பொழுதும் போல், கவிதையே எனது பிரதான படைப்புச் செயல்பாடாக இருந்து வருகிறது, அப்படியே இருக்கும். இருப்பினும், இரண்டு ஆண்டுகளுக்கு முன்பு எனது நினைவுக் குறிப்பின் (memoirs) சில அத்தியாயங்களை எழுத விரும்பினேன். எனது புனைவுப் படைப்புகளில் பெரும்பாலானவை ஆங்கிலத்தில் உள்ளன. இருபது ஆண்டுகளுக்கு முன்பு அல்பேர்ட்டாவில் உள்ள கலைகளுக்கான 'பான்ஃப்' மையத்தில் நான் வதிவிட எழுத்தாளராக இருந்தபோது எனது நினைவுக் குறிப்புகளை எழுதத் தொடங்கினேன். ஏறத்தாழ 3000 சொற்களில் ஒரு அத்தியாயம் எழுதினேன். பிறகு அதை முடிப்பதற்கான மனநிலையோ, உந்துதலோ எனக்கு ஏற்படவில்லை. ஆனாலும், நான் வேறு சில பகுதிகளை, ஒன்று ஆங்கில PEN க்காகவும், இன்னும் சில பகுதிகளை தமிழில் காலச்சுவடு இதழுக்காகவும் எழுதினேன்.

2017ஆம் ஆண்டு எனது பல்கலைக்கழகத்தில் இனப்படுகொலை (genocide) பற்றிய ஒரு கற்கைநெறியை ஆரம்பித்தேன். அதற்கான தயாரிப்பு, காண்பியம், சமூக அறிவியல், இலக்கிய விடயதானங்கள் போன்றவற்றை ஒழுங்கமைத்தலும், கற்பித்தலும் எனது எழுத்து நடைமுறையிலும், கல்விப் பணிகளிலும் மிகப் பெரிய தாக்கத்தை ஏற்படுத்தியுள்ளன. சொல்வதற்கு என்னிடம் பல கதைகள் உள்ளன. அவை அனைத்தையும் ஒரு பாரம்பரிய சமூக அறிவியல் முறையில் அல்லது ஒரு பொதுவான "பத்திரிகைக் கட்டுரையாக, சொல்லவோ, வடிவமைக்கவோ முடியாது. எனவே, சிறிது காலத்திற்கு, எனது சொந்த அனுபவங்களையும் கதைகளையும் உள்ளடக்கிய ஒரு வகை தன்னியக்க–இனவரைபியல் (Auto–ethnographic) சார்ந்த ஒரு சில ஆவணங்களை எழுதினேன். சிக்கலும் போட்டித்தன்மையும் காணப்படுகிற போதிலும் என்னைப் போன்று இலக்கியம், "ஆராய்ச்சிக் கற்பிதம்"/ Research imagination (இந்தப் பதத்தை அர்ஜுன் அப்பாதுரை [2001] Introduction to globalization எனும் நூலில் பயன்படுத்துகிறார்) ஈடுபடுபவது சிக்கலானதும் போட்டித்தன்மை மிக்கதுமாகும். ஆனாலும் கல்வித்துறையில் அத்தகையவர்களுக்கு உரிய மதிப்பு இல்லை.

(There is a complex and competitive but often underappreciated space in academia for someone like me who combines literary and "research imagination" (in the sense that Arjun Appadurai [2001] uses it in the Introduction to Globalization) to grapple with an "ungrapplable" issue such as genocide.)

எனது சமூகவியல் கற்கைகளில் நான் எப்போதும் புனைகதைகளையும், கவிதைகளையும் பயன்படுத்துகிறேன். இனப்படுகொலை குறித்த பாடத்திலும் எனது சொந்தப் படைப்புகள் உட்பட கவிதை மற்றும் புனைகதைகளைப் பயன்படுத்துவது அதனைப் புரிந்துகொள்ளச் சரியான தெளிவை அளிக்கின்றன. கல்வித் துறையிலுள்ள நாம் அனைவரும் சமூக, ஆராய்ச்சி நடைமுறையில் கற்பனையின் முக்கியத்துவத்தைப் புரிந்துகொண்டு மதிப்பளிக்கும் போது, சமூக மற்றும் பிற அறிவியல்களிலும்கூட இலக்கியத்தினதும், கவிதையினதும் ஆற்றலைப் போற்ற வேண்டும்.

எனது தற்போதைய எழுத்துக்கள் இலக்கியம், எனது கடந்தகாலம், அதிர்ச்சி என்பவற்றிலும், பதிவு செய்தல், விவரித்தல் மற்றும் சாட்சியமளித்தலின் பல்வேறு வடிவங்களிலும், கட்டமைப்புகளிலும் கவனம் செலுத்துகின்றன. இது எளிதான பணி அல்ல என்பதை நான் ஒப்புக்கொள்ள வேண்டும். பாரம்பரிய சமூக அறிவியலின் அடிப்படைகளால் நான் இயக்கப்படுகிறேன் என்று சொல்வது பொருத்தமானது. இருப்பினும், இது மற்றொரு தவிர்க்க முடியாத போராட்டம்.

அ.ஹ: இப்போது நீங்கள் என்ன வாசித்துக் கொண்டிருக்கிறீர்கள்?

சேரன்: புனைகதைக்கு மெதுவாக மாறிக்கொண்டிருக்கிறேன். நான் தமிழிலும், ஆங்கிலத்திலும் நாவல்களை, சிறுகதைகளை இடைவிடாமல் படித்த ஒரு காலம் இருந்தது. அது ஒரு வகை மரதன் (marathon) வாசிப்பு. ஆனால் எனது முனைவர்/ கலாநிதி பட்ட ஆய்வினை எழுதிய பிறகு, என்னால் தொடர்ந்து புனைகதைகளைப் படிக்க முடியவில்லை. புனைவுகளும், கவிதைகளும் தான் எனக்கு முக்கிய ஆதாரங்களாக உள்ளன. பின்னர், 2009இல் போருக்குப் பிறகு, பல நாவல்களும், சிறுகதைத் தொகுப்புகளும் தமிழில் வெளிவந்தன. அத்தோடு ஆங்கில மொழிபெயர்ப்புகளிலும்

சில வெளிவந்தன. நான் அவற்றைப் படிக்க ஆரம்பித்தேன். அது எனக்கு ஒரு குறிப்பிடத்தக்க திருப்புமுனையாகவும் இருந்தது. பதினைந்து ஆண்டுகளுக்கு முன்பே, தமிழில் குறிப்பிடத்தக்க புனைவுப் படைப்புகள் வெளிவரத் தொடங்கிவிட்டன. இந்தப் போக்கு இன்று வரை தொடர்கிறது. இவற்றில் சில முன்னாள் போராளிகளின் படைப்புகள்.

கோவிட்–19 முடக்கம் உண்மையிலேயே எனது புனைகதை வாசிப்பை எளிதாக்கியது. மேலும் அனா அக்மதோவா, ஓசிப் மேண்டல்ஸ்டெம், B.P.நிக்கொல், W.S. மேர்வின், ஜீன் அரசநாயகம், மஹ்மூத் தர்வீஷ் போன்றவர்களை மீள்வாசிக்கவும், வட–மேற்கு ஒன்டாரியோவின் சுதந்திர தேசங்களான வபேஸீமூங் கைச்சேர்ந்த ஓஜிப்வே எழுத்தாளரும், பத்திரிகையாளருமான ரிச்சர்ட் வகாமஸையும் வாசிக்கவும் செய்கிறேன். கடந்த பத்தாண்டுகளில் தமிழ் படைப்பாளர்களிடமிருந்து வெளிவந்த ஆற்றல்மிக்க நாவல்களும், சிறுகதைகளும் நான் புனைகதை வாசிப்புக்கு மீண்டும் திரும்புவதற்கு காரணமாக அமைந்தது.

சிங்களப் புனைவுகளை பெரும்பாலும் தமிழிலும், ஆங்கில மொழிபெயர்ப்பிலும் சிங்களக் கவிதைகளை சிங்களத்திலும் வாசிக்கிறேன். நானும் சில சிங்களக் கவிதைகளை நேரடியாக சிங்களத்திலிருந்து தமிழுக்கு மொழிபெயர்த்திருக்கிறேன். அது சிறுதொகையாக இருந்தாலும், போர், இனப்படுகொலை பற்றி எழுதப்பட்ட சிங்கள கவிதையியலின் ஆற்றல்மிக்க பகுதியாக விளங்குகிறது. அவற்றில் சில தமிழ் மொழிபெயர்ப்புகளை பல்வேறு இந்திய, கனேடிய இதழ்களில் நான் வெளியிட்டிருக்கிறேன். அஜித் ஹேரத், மஞ்சுள வெடிவர்தன, மஹேஸ் முனசிங்க, திம்ரான் கீர்த்தி, சுபத்ரா, கல்பனா அம்ரோஸ் போன்ற கவிஞர்களை நினைத்துப் பார்க்கிறேன். தவிர, புனைவெழுத்தாளர்களான இசுரு ஷாமர, லியனகே அமரகீர்த்தி, பிரபாத் ஜயசிங்க போன்றோர் எனக்கு மிகப்பிடித்த எழுத்தாளர்கள்.

அ.ஹ: உங்களுடைய கவிதைகளைப் பற்றிப் பேசத் தொடங்குவதற்கு முன், உங்களின் மற்றப் படைப்புகள் குறித்துப் பேச விரும்புகிறேன். நீங்கள் ஓர் அறிஞர், பத்திரிகையாளர், நாடக ஆசிரியர், கவிஞர், எனப் பன்முகத் தன்மை கொண்ட எழுத்தாளர்.

ஒரு பத்திகையாளராக நீங்கள் கழித்த காலத்தை நீங்கள் திரும்பிப் பார்ப்பதாக 'Salad Days' (சேரன் 2000) என்கிற உங்கள் படைப்பில் நீங்கள் ஆவணப்படுத்தி இருந்தீர்கள். அதில் எழுத்துச் சுதந்திரமின்மை குறித்து நிலவிய மௌனத்திற்கு இடையே நீங்கள் தொடர்ந்து எழுதியது, எழுத்தின் மீதான உங்கள் அர்ப்பணிப்பையும் தீவிரமான படைப்பாற்றலையும் கோரியது. இது, மெட்டோனிமிக் கற்பனை அமைப்புகள், குறிப்புகள் மூலம் உண்மையை வெட்டவெளிச்சமாக்க உங்களுக்கு வழியமைத்துத் தந்தது.

For example, you describe the Saturday Review 2 being dubbed "the only wholly government–censored newspaper", or, when describing some of the more inventive strategies used, you say, "We'd simply leave a chunk of white space where a censorship story should have been and headline it 'Who Killed Cock Robin?'" (2000, 131). This was a creative departure from bare fact in order to speak truth to power.

பயன்படுத்தப்பட்ட மதிநுட்பமான சில உத்திகளைப் பற்றி விவரிக்கும்போது, நீங்கள் சொல்கிறீர்கள், உண்மை, சத்தியம் போன்றவை முற்றுகையிடப்பட்ட ஒரு யுகத்தில் நாம் இப்போது வாழ்கிறோம். ஆனால் ஏற்கெனவே 1980களில் இலங்கையில் உங்களுக்கு பல வழிகளிலும், நன்கு பரிச்சயமான ஒரு நிலமையாக இது இருந்தது. ஒரு வலுவான, சுதந்திரமான பத்திரிகையின் இருப்பு முன்னெப்போதையும் விட முக்கியமானதாகத் தோன்றுகிறது. அதேநேரம், அது முன்பை விட மிகவும் ஆபத்தானதும் கூட. இதைப் பற்றிப் பேச முடியுமா?

சேரன்: இது பழையதாகத் தோன்றலாம், ஆனால் நான் அச்சிடுவதற்கு பேரார்வமாக இருக்கிறேன் என்பதை ஒப்புக்கொள்ள வேண்டும். மற்ற ஊடகங்களோடு ஒப்பிடும் போது தணிக்கை அச்சு ஊடகங்கள் மீது சமமற்ற தாக்கத்தை ஏற்படுத்துகிறது. நான் அச்சு ஊடகங்களோடு குறிப்பிடத்தக்க நேரத்தைச் செலவிட்டிருக்கிறேன். செய்தித்தாளின் வாசனையையும், அச்சு இயந்திரம் தரும் புத்துணர்ச்சியையும் நான் விரும்புகிறேன். அச்சில் முதல்படியை சரிபார்த்து கையொப்பமிடுவதற்கு முன்பு நான் முதலில் அதன் வாசனையை நுகர்வேன். ஒரு பத்திரிகையாளனாக என் வாழ்க்கையைத்

தொடங்கியபோது, முதலில் ஒரு உதவி ஆசிரியராகத்தான் தொடங்கினேன். பின்னர் ஒரு பதில் ஆசிரியராக, இறுதியாக ஒரு துணை ஆசிரியராகச் செயற்பட்டேன். பெரும்பாலான சந்தர்ப்பங்களில் நான் செய்திப் பிரிவில்தான் பணியாற்ற வேண்டியிருந்தது. எப்போதாவதுதான் லினோடைப் (Linotype). எங்கள் பத்திரிகைக்காக, நான் இந்தியாவில் இருந்து அனைத்து வகையான எழுத்துருக்களையும் தேர்ந்தெடுத்து கொண்டு வந்தேன். பத்திரிகைத் துறையில் பக்க வடிவமைப்பு, எழுத்துருவைத் தேர்வு செய்தல் போன்றன எனக்கு விருப்பமான ஏனைய பணிகள்.

1986இல் இலங்கை விமானப்படையின் வான்வழி குண்டுத்தாக்குதலில் எங்கள் பத்திரிகை அலுவலகத்தின் (Saturday Review) ஒரு பகுதி சேதமடைந்தபோது எப்படி இருந்தது என்பதை நீங்கள் கற்பனை செய்து பார்க்கலாம். ஒரு பக்கம் வெளியீடு மறுபக்கம் குண்டுவீச்சு! நீங்கள் மேலே குறிப்பிட்டுள்ளபடி நாங்கள் பயன்படுத்திய ஆக்கப்பூர்வமான யோசனைகள், வடிவமைப்பு, எழுத்துருக்கள் மற்றும் அதிகாரத் தரப்புகளை திறமையாக ஏமாற்றும் வினோதமான விளையாட்டின் விளைவுகளின் ஒரு பகுதிதான் இந்தக் குண்டுவீச்சு. விவரங்களை வெளியிட எங்களால் முடியவில்லை. ஆனால் குறைந்தபட்சம் கொடூரங்களின் தீவிரத்தையும், “இரத்தப் புள்ளி விவரங்களின்” தன்மையையும் குறிப்பிடுகிறோம். தணிக்கையும், கருத்துச் சுதந்திரத்தின் மீதான வெறுப்பும் பல்வேறு தமிழ்ப் போராளி இயக்கங்களின் குணங்களாக இங்கு இருந்தன என்பதையும் நினைவூட்டுகிறேன்.

இன்று இலங்கையில் ஊடக சுதந்திரம் எனும் விடயத்தில் நான் தீவிரமாக அக்கறை கொண்ட மூன்று விடயங்கள் உள்ளன. முதலாவது, சுய தணிக்கை நடைமுறை. இது அதிகாரிகளின் ‘மோசமான பட்டியலில்’ இருக்கக்கூடாது என்பதற்கான ஒரு உத்தியாக உருவாகியுள்ளது. தமிழ் ஊடகச் சூழலில், இது ஒரு நீண்ட, அருவருப்பான வரலாற்றைக் கொண்டுள்ளது. இரண்டாவதாக, சிங்கள, ஆங்கில ஊடகங்கள் நிகழ்வுகளையும் செய்திகளையும் தெரிவிக்கும் முறையிலும் தமிழ் ஊடகங்கள் அதை தெரிவிக்கும் விதத்திலும் பெரும் வேறுபாடுள்ளது. முஸ்லிம்களுக்குச் சொந்தமான தமிழ் பத்திரிகை வேறு கண்ணோட்டத்தை எடுக்கும். இலங்கையின் ஊடகம் என்பது

'இன ஊடகம்' தான். கடந்த நாற்பது ஆண்டுகளாக இலங்கைச் செய்தி ஊடகங்களை நான் படித்து வருகிறேன். இதை சொல்வதில் எனக்கு எந்தத் தயக்கமும் இல்லை.

இலங்கையின் பிரதான சிங்கள, ஆங்கில ஊடகங்கள், கிட்டத்தட்ட அவை அனைத்தும் கொழும்பைத் தளமாகக் கொண்டவை. வடக்கு, கிழக்கு செய்திகள், அபிவிருத்திகள், நிகழ்வுகளை ஒருபோதும் அவை உண்மையாக முன்வைப்பதில்லை. அவர்களின் முன்னுரிமைகள் வேறுபட்டவை. வடக்கிலும், 1990களில் சிறிது காலத்திற்கு கிழக்கிலும் ஒரு சக்திவாய்ந்த, பிராந்திய தமிழ் பத்திரிகை இருந்ததற்கு (இப்போதும் இருப்பதற்கு) இதுவே ஒரு முக்கிய காரணமாகும். யாழ்ப்பாணத்தில் தினசரி ஏழு தமிழ்ப் பத்திரிகைகளும், மட்டக்களப்பில் இருந்து ஒரு வாராந்த தமிழ்ப் பத்திரிகையும் வெளிவருகின்றன. கொழும்பைத் தவிர மற்றப் பகுதிகளில் சிங்கள அல்லது ஆங்கில மொழிப் பத்திரிகைகள் இல்லை. மூன்றாவதாக, நாட்டின் தீவிர இராணுவ மயமாக்கலும், கண்காணிப்பும் காரணமாக, வடக்கிலும், கிழக்கிலும் சுயாதீனமானமாகவும், சுதந்திரமாகவும் பத்திரிகை இயங்குவது கடினமாகியுள்ளது. கடந்த வாரம், வன்னிப் பகுதியில் சட்டவிரோதமாக மரங்கள் வெட்டப்பட்டதைச் செய்தியாக்கச் சென்ற இரண்டு தமிழ் ஊடகவியலாளர்கள், இராணுவத்தினருடனும், அரசாங்க அதிகாரிகளுடனும் மிக நெருக்கமான தொடர்புகளைக் கொண்டிருந்த மரக்கொள்ளையர்களால் கடுமையாகத் தாக்கப்பட்டனர். இது குறித்து எந்தவொரு முக்கிய ஊடகத்திலும் எந்தச் செய்தியும் வெளிவரவில்லை.

இந்திய ஊடகங்கள் தொடர்பில் அருந்ததி ராய் குறிப்பிடுவது போல, இனவெறி, சிறுபான்மையினருக்கு எதிரான வன்முறை, பெரும்பான்மையின மேலாதிக்கம் போன்றவை முக்கிய ஊடகப் பிரிவுகளால் எளிதாக்கப்படுகின்றன. இலங்கையிலும் கூட இதுதான் நிலைமை. இதில் புதுமையோ, ஆச்சரியமோ இல்லை. நமக்கு முன்னுள்ள பணி கடினமானது. சம்மதத்தை 'உற்பத்தி' செய்கிற ஒரு காலகட்டமாக இது உள்ளது. "உண்மைகளை" புனைகின்ற, அவற்றை நியாயப்படுத்த வரலாற்றையும், பாரம்பரியத்தையும் மீண்டும் கண்டுபிடிக்கும் காலம் இது.

அ.ஹ: இனப்படுகொலை பற்றி ஒரு பாடநெறியை நடத்தி வருகிறீர்கள். (இனப்படுகொலை பற்றிய எனது சொந்த கற்கைநெறியின் பாடத்திட்டத்தில் 2011 முதல் உங்கள் கவிதை உள்ளது). கனடாவின் பன்முக கலாசார வகுப்பறைகளில் இனப்படுகொலை இலக்கியத்தை கற்பிப்பது கவனமாகக் கையாள வேண்டிய ஒரு விடயமாக இருக்கலாம். ஒரு தனிப்பட்ட உதாரணம் என் நினைவுக்கு வருகிறது, பலஸ்தீனக் கவிஞர் ரஃபீப் ஸியாதாவுக்கு நான் கற்பிக்கும் போது, அந்த வகுப்பில் இஸ்ரேலியக் குடியேற்றத்துக்கு ஆதரவான இஸ்ரேலிய மாணவர் ஒருவரும் இருந்தார். அத்தகைய கற்பித்தலுக்கு கடினமாக அமையக்கூடிய இடங்களில் உரையாடல்களைக் கையாள்வது பற்றிய உங்கள் அனுபவங்களைப் பகிர்ந்து கொள்ள முடியுமா?

சேரன்: இனப்படுகொலை, இனச் சுத்திகரிப்பு, வெகுஜனங்கள் மீதான அட்டூழியங்கள் போன்றவற்றைக் கற்பிப்பதும், விவாதிப்பதும் உண்மையில் கடினமானதும், உணர்ச்சிகரமானதுமாகும். தவிர அது சில மாணவர்களுக்கும் பேராசிரியர்களுக்கும் திரும்பவும் உள அதிர்ச்சியை ஏற்படுத்தலாம் என்பதை நான் ஒப்புக்கொள்கிறேன். இனப்படுகொலைகள் மற்றும் அதனோடு தொடர்புடைய பிற அட்டூழியங்களின் வரலாற்று நிகழ்வுகள் பெரும்பாலும் உணர்ச்சிகள், எதிரெதிர் பார்வைகளில் சிக்கி இருக்கின்றன. மேலும் இனப்படுகொலை, வன்முறைகளை முடிவுக்குக் கொண்டுவருவதில் உறுதியாகச் செயல்பட முடியாது "சர்வதேச சமூகம்" (என்று சொல்லப்படும்) எதிர்கொள்ளும் தொடர்ச்சியான தோல்வி துயரமானது. ஆனால் ஆச்சரியப்படுவதற்கில்லை. இனப்படுகொலையைப் புரிந்துகொள்வது என்பது அதனைத் தடுப்பதற்கும், அதிலிருந்து மீள்வதற்கும் அவசியமான ஒன்றாக இருக்கிறது. ஒரு வகுப்பறை அமைப்புக்குள் நிகழும் விவாதங்கள், சர்ச்சைகள், சவாலானதும், உணர்ச்சிகரமானதுமான சூழ்நிலைமைகள் போன்றவற்றை ஒரு மோசமான விடயமாகப் பார்க்கத் தேவையில்லை. கற்றலுக்கான வாய்ப்பாக அதனை மாற்ற முடியும். கடினமான அறிவு தவிர்க்க முடியாமல் மிகவும் வினைத்திறனான கற்பித்தல் தருணங்களை வழங்குகிறது.

இனப்படுகொலை பற்றிய கற்றல், கற்பித்தல், ஆய்வு மீதான சில கட்டுப்பாடுகள் சர்வதேச சட்டக் கண்ணோட்டத்தை நாம்

வலியுறுத்தவும், ஒரு சட்ட நோக்குக்குள் நம்மை வரையறுத்துக் கொள்ளவும் முனைவதால் வந்தவை. என்னைப் பொறுத்தவரை, சமூகவியல் மற்றும் மானுடவியல் நோக்குகளும், பகுப்பாய்வுகளும் முக்கியமானவை. வெகுஜனங்கள் மீதான பாலியல் பலாத்காரம், பாலியல் வன்முறை போன்றன திட்டமிட்டு வேண்டுமென்றே செய்யப்படுகின்ற ஒரு போர் ஆயுதமாக இனப்படுகொலை பற்றிய கற்கையில் சமீபத்தில் அங்கீகரிக்கப்பட்டது.

மேலும், நான் முன்பே சொன்னது போல், இனப்படுகொலையைப் புரிந்துகொள்வதற்கும், கற்பிப்பதற்குமான எங்கள் முயற்சிகளில் இலக்கியம் இன்றியமையாதது. அதனால், நான் பாரம்பரிய அறிவார்ந்த கட்டுரைகள், கதைகள், சாட்சியங்கள், கலைகள், கவிதை, நினைவுக் குறிப்புகள் என ஒரு கலவையான விடயங்களைப் பயன்படுத்துகிறேன். அதேநேரம் கற்றல், கற்பித்தல் செயன்முறையும் பல்துறைசார்ந்த ஒன்றுதானே.

நவீன இனப்படுகொலைகள், இனச் சுத்திகரிப்பு ஆகியவற்றின் பின்னணியில் அரசியல் பொருளாதார நோக்குகளையும் நான் உள்ளடக்குவேன். குறிப்பாக உலகளாவிய மூலதனம், வளம் பிரித்தெடுத்தல் மற்றும் இனவன்முறைகள் ஆகியவற்றுக்கிடையிலான இடைத் தொடர்புகளை அடையாளம் கண்டு வெளிப்படுத்தும் போது இந்த உண்மை அம்பலமாகிறது. மறக்கப்பட்ட பூர்வகுடி மக்கள் மீதான இனப்படுகொலைகள் – 'சாட்சிகள் இல்லாத இனப்படுகொலைகள்' இலிருந்து என் பாடநெறியில் நான் எப்போதும் பல்வேறு விடய ஆய்வுகளைச் சேர்த்து வருகிறேன். இனப்படுகொலை, இனச் சுத்திகரிப்பு மற்றும் பாரிய அட்டூழியங்களில் இருந்து தப்பிய அல்லது அதற்குச் சாட்சிகளாக இருக்கிற ஆப்பிரிக்கா, ஆசியா மற்றும் மத்திய கிழக்கு நாடுகளைச் சேர்ந்த பல மாணவர்களை நானும் கொண்டிருந்தேன். அவர்களில் பலருக்கு அவற்றை வகுப்பில் முன்வைப்பது மிகவும் கடினமாக இருக்கும். இருந்தாலும், பலர் தைரியமாக அதனைச் செய்ய முயன்றனர். அவர்களின் பங்கேற்பை மதிப்பிடுவதற்கு வித்தியாசமான முறைகளையும், உத்திகளையும் நான் கண்டுபிடிக்க வேண்டியிருந்தது. பிரதானமாக நான் எதிர்கொண்ட கடினமான சூழ்நிலைமைகள் இஸ்ரேலிய ஆக்கிரமிப்பு, பங்களாதேஷ் மக்கள் மீதான இனப்படுகொலை, பொஸ்னியாவுடன் தொடர்புபட்ட சில வகுப்பு மோதல்கள்

போன்ற சூழ்நிலைமைகளிலிருந்தே வந்தன. எனக்கு இதுவரை எந்த மோசமான சம்பவங்களும் நடக்கவில்லை.

In terms of negotiating controversies and emotion–filled partisan arguments, I found it useful to explain the selective and hypocritical usage of human rights–and definitions of genocide, war crimes, and crimes against humanity–by nation states and international institutions. Often, I ended up insisting that my students read more literature or watch certain films and artworks created by the "other side".

அ.ஹ: *ரொஹிங்கியா இனப்படுகொலையை வெளிச்சத்திற்கு கொண்டு வருவதில் சுமாரான வெற்றியை நாங்கள் சமீபத்தில் கவனித்தோம். குறிப்பாக ரொஹிங்கியாக்கள் சார்பாக ஒரு பொதுநல வழக்கைத் தொடங்க காம்பியா எடுத்த முடிவின் மூலம் இந்த வெற்றி சாத்தியமாகியது. ஏன் அத்தகைய முயற்சிகள் –உதாரணமாக, மனிதகுலத்திற்கு எதிரான குற்றங்கள், இனப்படுகொலைச் செயல்களுக்காக வேண்டி சர்வதேச குற்றவியல் நீதிமன்ற விசாரணைக்கு இலங்கையைப் பரிந்துரைக்க இங்கிலாந்தை இணங்க வைப்பதற்கான முயற்சி, தோல்வி அடைந்தன என்று நினைக்கிறீர்கள்?*

சேரன்: *இலங்கையில் நடந்த தமிழ் இனப்படுகொலைக்கு இங்கிலாந்து உட்பட பல நாடுகள் உடந்தையாக உள்ளன. நீங்கள் இங்கிலாந்தைக் குறிப்பிடுவதில் எனக்கு ஆச்சரியமில்லை. ருவாண்டா இனப்படுகொலை தொடங்குவதற்கு சில நாட்களுக்கு முன்பே, ஹுட்டு* (Hutu) *அரசாங்கத்திற்கு பிரித்தானியா ஆயுதங்களையும் வெடிமருந்துகளையும் விற்றது நாம் அனைவரும் அறிந்ததே. இலங்கையைப் பொறுத்தவரை,* 1980*களில், இங்கிலாந்து தனியார் ஆயுதக்குழு ஒன்று, இங்கிலாந்து அரசாங்கத்தின் மறைமுக ஆதரவுடன், தமிழ் மக்களுக்கு எதிரான தாக்குதல்களுக்கு உதவியது. ஃபில் மில்லரின்* (2020) Keenie Meenie*:* The British Mercenaries Who Got Away with War Crimes *என்கிற புத்தகத்தை அடிப்படையாகக் கொண்டு தயாரிக்கப்பட்ட, சமீபத்திய திரைப்படமான,* Keenie Meenie*:* Britain's Private Army (Miller and Macnamara 2020), *பிரிட்டிஷ் அரசாங்கத்தின் உடந்தையை ஆவணப்படுத்துகிறது. இந்தியா, பாகிஸ்தான், சீனா, இஸ்ரேல், அமெரிக்கா ஆகியவை இலங்கை*

அரசாங்கத்திற்கு உடந்தையாக இருந்த அல்லது மறைமுகமாக ஆதரவளித்து வந்த சில நாடுகளாகும். மௌனமாக இருத்தல் என்பதைத் தேர்ந்தெடுத்த இன்னும் சில நாடுகளின் பட்டியலும் உள்ளது. இலங்கையை நீதிக்கு முன் கொண்டு வருவது கடினமாக இருப்பதற்கு இதுவும் காரணமாக இருக்கிறது. அதுபோக, இலங்கை ஐசிசி (ICC) இல் கையொப்பமிடவில்லை. பாதுகாப்பு கவுன்சில் மட்டுமே இலங்கையை ஐசிசிக்கு குறித்துரைக்க முடியும். ஆனால் இலங்கை பாதுகாப்பு கவுன்சிலில் மிகவும் சக்திவாய்ந்த நட்பு நாடுகளைக் கொண்டுள்ளது. அதனால் இது சாத்தியமில்லை. வேறு வழிகள் இருக்கலாம். இதற்கு நீண்ட காலம் ஆகலாம்.

ஐ.நா.வின் வகிபங்கைப் பேசுவதாயின், ஐ.நா. வானது 2009ஆம் ஆண்டு பொதுமக்கள் மற்றும் அரச சார்பற்ற நிறுவனங்களின் வேண்டுகோள்களைக் கவனத்தில் கொள்ளாது, இலங்கை அரசாங்கத்தின் வேண்டுகோளின் பேரில் போர் வலயங்களிலிருந்து வெளியேறியது என்பதை நினைவில் கொள்ள வேண்டும். ஐ.நா. இலங்கை அரசாங்கத்துடனான தன் உறவு பாதிக்கப்படாத வகையில், இறுதிக்கட்ட ஈழப்போரில் உயிரிழந்த பொதுமக்களின் எண்ணிக்கையை வெளியிட மறுத்துவிட்டது. போர் பற்றிய முதல் ஐநா தீர்மானம் "பயங்கரவாதத்தை வெற்றிகரமாக தோற்கடிப்பதற்காக" இலங்கை அரசாங்கத்தை வாழ்த்தியது. இடைப்பட்ட ஆண்டுகளில், இந்தப் பிரச்சினையில் பொறுப்புக்கூறலைக் கோரி வேறு இரண்டு ஐ.நா. தீர்மானங்கள் வந்துள்ளன. ஆனாலும் அது குறித்து மேலதிக நடவடிக்கைகள் எடுக்கப்படவில்லை. சில வாரங்களுக்கு முன்பு, இலங்கையில் உள்ள ஐநா குழு, போர்க் குற்றச்சாட்டுக்குள்ளான தற்போதைய பிரதமரும், முன்னாள் ஜனாதிபதியுமான மஹிந்த ராஜபக்சவை, ஐநா சாசனம் கைச்சாத்திடப்பட்டதன் 75வது ஆண்டு நிறைவைக் கொண்டாட, 'பிரதம விருந்தினராக' அழைத்தது! இந்த சூழலில், ஒரு முன்னேற்றத்தை எதிர்பார்ப்பது கடினம்.

அ.ஹ: நீங்கள் மற்றொரு நேர்காணலில் (ஜூலை 2020இல் அகிலேஷ் உதயபானு உடனான) இனப்படுகொலை குறித்த இந்தப் பாடத்திட்டத்தில் தன்னியக்க–இனவரைவியல் (au‑to‑ethnographic) அணுகுமுறையைக் கொண்டு வருவதாகிறீர்கள் என்று குறிப்பிட்டுள்ளீர்கள். காயம், அதிர்ச்சி இவற்றுக்கு மீண்டும் மீண்டும் திரும்புவது உங்களுக்கு எந்தளவு கடினமானது?

சேரன்: In a Time of Burning (சேரன் 2013) என்ற தொகுப்பிலிருந்து எனது கவிதைகளை பாடத்திட்டத்தில் சேர்த்துள்ளேன். தவிரவும், எனது கைது மற்றும் சித்திரவதைகளை விவரிக்கும் எனது நினைவுக் குறிப்பிலிருந்து ஒரு பகுதியையும் சேர்த்துள்ளேன். இந்தப் பகுதி 'Salad Days' என்று பெயரிடப்பட்டது தவிர, To Arrive Where You Are (Cheran 2001) எனும் புத்தகத்திலும் சேர்க்கப்பட்டுள்ளது. முன் எச்சரிக்கையுடன், நான் Callum Macrae இன் No Fire Zone (Macrae 2013) என்ற ஆவணப்படத்தைக் காண்பித்தேன். ஏனைய விடயங்களோடு ஜீன் அரசநாயகத்தின் சில சிறுகதைகள் மற்றும் பெஞ்சமின் டிக்ஸ், லிண்ட்சே பொல்லாக் (2019) ஆகியோரின் கிராஃபிக் நாவலான 'வன்னி: இலங்கை முரண்பாட்டின் ஊடாக ஒரு குடும்பத்தின் போராட்டம்' (Vanni: A Family's Struggle Through the Sri Lankan Conflict) போன்றவற்றையும் சேர்த்துள்ளேன். அவற்றை மீண்டும் படிப்பதும் அவை தொடர்பான ஒப்படைகளை திருத்துவதும் மிகவும் கடினமானது.

மார்ச் 2009இல், எனது இரட்டையர்களுக்கு இரண்டு வயது. ஒவ்வொரு இரவும் அவர்களைப் படுக்க வைத்துவிட்டு, வன்னியின் நிலைமையை அறிந்துகொள்வதற்காக எனது கணினிக்குத் திரும்புவேன். மார்ச் முதல் மே வரை, போர் நடைபெறும் இடங்களிலுள்ள எனது சக ஊடகவியலாளர்களிடமிருந்து தொடர்ச்சியாக செய்திகளைப் பெற்றுக் கொண்டேன். அவர்களிடமிருந்தும், எனது நண்பர்கள் மற்றும் குடும்பத்தினரிடமிருந்தும் பயங்கரமான புகைப்படங்களும் மற்றும் குறுஞ்செய்திகளும் கிடைத்தன. 'யுத்தம் அற்ற வலயங்களில்' மருத்துவர்களாகப் பணிபுரிந்த இரண்டு நண்பர்கள் எனக்கு இருந்தனர்.

ஏப்ரல் மாதத்தில் ஒரு நாள், அந்த நண்பர் ஒருவரிடமிருந்து புகைப்படமும் செய்தியும் வந்தது: ஓர் இரண்டு வயது குழந்தையின் வலது கையும், வலது காலும் மயக்க மருந்து இல்லாமல் அகற்றப்பட்டபோது கதறிய அவளது தாயும் சம்பவ இடத்திற்கு சற்று அருகில்தான் இருக்கிறாள்.

நான் என் கணினியை அணைத்து விட்டு, படுக்கையறைக்குள் நுழைந்தேன். என் இரட்டையர்களை முத்தமிட்டு, அழுதேன்.

அந்த காட்சியும், காயத்திற்குத் திரும்புவதும் விவரிப்பதற்கு அப்பாலானது. மேலும், சில நாட்களுக்குப் பிறகு, இனப்படுகொலை பற்றிய எனது கவிதைத் தொடரின் ஒரு பகுதியாக நான் ஒரு கவிதை எழுதினேன்.

அ.ஹ: இலங்கையில், அபிவிருத்தி அரசியல், பெயரளவிலான நல்லிணக்கம் என்று அழைக்கப்படுபவை 'பிராண சிநேகிதர்களை'யே (Bedfellows) உருவாக்கியுள்ளது. எடுத்துக்காட்டாக, கோத்தாபய ராஜபக்சவையும், கருணா அம்மானையும் சொல்லலாம். உண்மையும் நல்லிணக்கமும் இலங்கையில் பிரயோகிக்கப்படுமானால் நிலைமை எப்படி இருக்கும்? உங்கள் வரவிருக்கும் தொகுப்பிலுள்ள கவிதையைப் பற்றி இங்கு நினைத்துப் பார்க்கிறேன்.

புதைகுழி

'ஏன் தெரியாது என்று கேட்க வேண்டாம்
ஏன் மறந்தீர் என்று கேட்க வேண்டாம்
ஏன் எழுதவில்லை என்றும் கேட்க வேண்டாம்
அவரவர் நினைவு அவரவர்க்கே' [153]

சேரன்: இலங்கையில் அரசுக்கும் தமிழர்களுக்கும் இடையே நல்லிணக்கத்திற்கான வாய்ப்பு குறித்து நான் மிகவும் அவநம்பிக்கையுடன் இருக்கிறேன். அங்கீகாரம் நல்லிணக்கத்துக்கான முதல் படியாகும். அரசும் சிங்களப் பொதுக் கருத்தின் பெரும் பகுதியும் இதனை ஒப்புக்கொள்ளத் தயாராக இல்லை. தற்போதைய ஜனாதிபதி மற்றும் பிரதமர்களான– இரு ராஜபக்ஸக்களினதும் முன்னெப்போதும் நிகழ்ந்திராத அளவிலான தேர்தல் வெற்றிகள்.

The unprecedented electoral successes of the current President and the Prime Minister–both Rajapaksas–are aided and abetted by the euphoria and institutionalization of the victorious Sinhala Buddhist nation. Reconciliation and healing need closure. There is no closure now. You can burn the forest. It is easy. But you cannotheal it.

இறுதிக்கட்ட ஈழப்போரில் இலங்கை அரசால் மேற்கொள்ளப்பட்ட இனப்படுகொலைகளை அம்பலப்படுத்திய

சிங்கள எழுத்தாளர்கள், ஊடகவியலாளர்கள், செயற்பாட்டாளர்கள் அடங்கிய குழு ஒன்றும் இலங்கையில் உள்ளது. இவர்கள் மிகச்சிறிய குழுவாக இருந்தாலும் செயற்பாட்டாளர்களாக உள்ளனர் என்பதையும் இந்த இடத்தில் நான் சுட்டிக்காட்ட விரும்புகிறேன். அவர்கள் மனித நேயத்தின் அடையாளமாகவும், ஒற்றுமையின் சுடரை ஏற்றுபவர்களாகவும் உள்ளனர். அவர்கள் நல்லிணக்கத்திற்கான நம்பிக்கையை நமக்கு அளிக்கின்றனர். தமிழர்களுக்கும் அவர்கள் சார்பில் செய்ய வேண்டிய சொந்த நல்லிணக்கச் செயற்பாடுகளும் உள்ளன. அதுவும் சரியாக ஆரம்பிக்கப்படவில்லை. அனைத்து பிரதான தமிழ் போராளிக் குழுக்களாலும் மேற்கொள்ளப்பட்ட முஸ்லிம்களுக்கு எதிரான அட்டூழியங்களுக்கும், தமிழீழ விடுதலைப் புலிகளால் மேற்கொள்ளப்பட்ட முஸ்லிம்களுக்கு எதிரான இனச் சுத்திகரிப்பு நடவடிக்கைக்கு அவரவர் பொறுப்பேற்று, நேர்மையான நல்லிணக்கச் செயற்பாட்டை ஆரம்பிக்க வேண்டும்.

1980களின் நடுப்பகுதியில் பல்வேறு தமிழ் போராளிக் குழுக்களிடையே இடம்பெற்ற உள்ளகப் போர் மற்றும் புலிகளால் ஏனைய போராளிக் குழுக்கள் அழிக்கப்பட்டதன் விளைவாக நூற்றுக்கணக்கான இளைஞர்கள் கொல்லப்பட்டனர். மேலும் நூற்றுக்கணக்கானோர் காணாமல் போயினர் என்பது தமிழர்களுக்குத் தெரியும். கருத்து வேறுபாடு காரணமாக பல தமிழர்கள் கொல்லப்பட்டனர் அல்லது காணாமலாக்கப்பட்டனர். உண்மையைக் கூறுவதற்கும் நல்லிணக்கத்துடன் முன்னோக்கிச் செல்வதற்கும் எங்களுக்கு தார்மீகப் பொறுப்பும், அரசியல் கடப்பாடும் உள்ளது.

அ.ஹ: I would like to dwell on this poem in Land of Melting Sorrows:

> There is no land to light a lamp
> the land has been stolen and sold
> But Chera
> whose land?
> whose place?

இதன் மொழிபெயர்ப்பாளர் கீதா சுகுமாரன், மொழிபெயர்ப்பிற்கான தனது அறிமுகத்தில் நந்திக்கடலின்

இழப்பை வலிமையாக வெளிப்படுத்துகிறார். ஆனால் இந்த யோசனையை நான் இன்னும் நீட்டிக்கவும் கேள்வி எழுப்பவும் விரும்புகிறேன்: இப்போது இலங்கை என்று பெயரிடப்பட்டுள்ள தீவு ஏற்கனவே திருடப்பட்டதா என்ற அடிப்படையான கேள்வி இங்கு எதிரொலிக்கப்படுகிறதா?

சேரன்: தற்போது இலங்கையில் வசிக்கும் இலங்கைவாசிகள் அனைவரும், அவர்கள் சிங்களவர்கள், தமிழர்கள், முஸ்லிம்கள், அல்லது பல்வேறு கலப்பின சமூகங்களாக இருக்கலாம். ஆனாலும், நாட்டின் பூர்வீகத்துக்கும், பாரம்பரியத்திற்கும் அவர்களால் சட்டப்படி உரிமை கோர முடியும். இலங்கை குடிமக்கள் சிக்கலானதும், போட்டித்தன்மை மிக்கதுமான பிரச்சினையாக மாறக் காரணம், தொல்பொருள் விவாதங்களால் அல்ல, மாறாக வரலாறு, வரலாற்று எழுத்தியல், தொல்லியல் போன்றவற்றை அரசியல்மயமாக்கலுக்கும், இராணுவமயமாக்கலுக்கும் உட்படுத்தியதன் விளைவாலேயே ஆகும். கிழக்கு மாகாணத்தில் தொல்பொருள் பாரம்பரிய முகாமைத்துவத்திற்கான ஜனாதிபதி செயலணி ஜூன் 2, 2020இல் நிறுவப்பட்டது. உத்தியோகபூர்வ வர்த்தமானி பிரகடனத்தில் "தொல்பொருள் சக்கரவர்த்தி" என்று விவரிக்கப்பட்ட எல்லாவல மேதானந்த தேரர் எனும் ஒரு பௌத்த பிக்கு பணிக்குழுவின் தலைவராக நியமிக்கப்பட்டார். இக்குழுவில் இராணுவ அதிகாரிகளும் ஒரு சில சிங்களக் கல்வியாளர்களும் உறுப்பினர்களாக இருந்தனர். இலங்கையில் உள்ள தொல்பொருள், பாரம்பரிய தளங்களில் 99.9 வீதமானவை பௌத்தம் சார்ந்தது என்று இந்தப் பிக்கு கூறுகிறார்.

மிக முக்கியமான விடயம் என்னவென்றால், அடையாளம், ஆதிக்கம், தேசியவாதம், நிலம் இவற்றுக்கான நமது போர்களில் ஆதிக்கம் செலுத்தும் மரபினரீதியான (racial) /மரபினம் (race) மற்றும் இனவெறி பேச்சு/ (racial discourse) போன்ற சொற்கள் நீக்கப்பட வேண்டும். 'மரபினம்'(race) ஒரு விஞ்ஞான, உயிரியல் வகைமையாக நீண்ட காலத்திற்கு முன்பே அறிவின் குப்பைத் தொட்டியில் வீசப்பட்டுவிட்டது. சிங்களவர்களும் தமிழர்களும் 'மரபின' வகையினர் அல்ல. 'ethnic' (இனம்) மற்றும் 'ethnicity' (இனத்துவம்) போன்ற சொற்கள் கூட சமீபத்தில் தோற்றம் பெற்றவைதான். இலங்கை அரசைப் போலவே, பிரத்தியேக உரிமை (exclusive ownership), மரபுரிமை (heritage) ஆகியவற்றுக்கான

கொள்கைகளையும், நடைமுறைகளையும் சிங்கள பௌத்தர்கள் தங்களுக்காக மட்டும் நடைமுறைப்படுத்தக் கோருவது வன்முறையின் மற்றொரு மோசமான வடிவமாகும்.

அ.ஹ: கீதா சுகுமாரன், செல்வா கனகநாயகம், அனுஷியா ராமசாமி போன்ற அறிஞர்கள் (இங்கு ஒரு சிலரையே குறிப்பிடுகிறேன்) எல்லோரும் உங்களை மரபுக்குள்ளேயும், மரபைக் கடந்தும் எழுதும் ஒரு கவிஞராக அடையாளப்படுத்துகிறார்கள். அதேநேரம் சிலர் உங்கள் கவிதைகளை நிகழப் போகும் தீவிர சூழ்நிலையின் சமிக்ஞையாக அடையாளம் காணலாம். பெரும்பாலும் உங்கள் வாழ்க்கைச் சூழலின் காரணமாக மரபிலிருந்து நீங்கள் விலகிச்செல்வதும் தவிர்க்க முடியாதது. திணை என்கிற கருத்தாக்கம் பற்றிய உங்களது படைப்பான The Sixth Genre: Memory, History and the Tamil Diasporic Imagination (சேரன் 2001) எனும் நூல் பற்றி அறியாதவர்களுக்கு, நீங்கள் திணை என்று எதைக் கருதுகிறீர்கள் என்பதை விளக்க முடியுமா? மரபு பற்றிய இந்த தீவிரப் புரிதல் உங்கள் சொந்த கவிதைப் பயிற்சியின் மூலம் எழுந்ததா?

சேரன்: ஆம். திணை என்கிற தமிழ்க் கருத்தியலைப் பற்றி நான் மிக நீண்ட நாட்களாக சிந்தித்துக்கொண்டும், எழுதிக்கொண்டும் வருகிறேன். திணை எனும் கருத்தியலானது உலக நாகரிகத்திற்குத் தமிழ் இலக்கியத்தினதும், விமர்சன மரபினதும் தனித்துவமான பங்களிப்பு என்று நான் கருதுகிறேன். தமிழ்ச் செவ்வியல் கவிதைகளின் ஆய்வில் தவிர்க்க முடியாத ஒரு பகுதியான திணை எனும் கருத்தியல் நமது இலக்கியத்தினதும், புலமைத்துவப் பாரம்பரியத்தினதும் மையமாக விளங்குகிறது.

திணை எனும் கருத்தியல் இடம், நிலக்காட்சி, புலனெறி வழக்கு சார்ந்தது. பண்பாடு, பொருளியல், சூழலியல், இசை, உணர்ச்சிப் பண்புக் கூறுகள், காலம் மக்கள், போன்றவற்றின் தனித்துவமான இலக்கிய, பண்பாட்டு ஆய்வு முறையாகும். இது ஒரே நேரத்தில் இலக்கிய விமர்சனக் கோட்பாடாகவும் சுற்றுச் சூழலியலையும் அதனுடனான மானுட ஊடாட்டங்களையும் கருத்தில் கொண்டு நம் தமிழ் அடையாளங்கள் பற்றிய புதிய சிந்தனைகளுக்கும் வழிவகுக்கும் வல்லமை கொண்டது. தமிழ் அடையாளங்களை "இனம்" சார்ந்து அல்லாமல் திணை, வெளி,

மொழி, மாறும் நிலக்காட்சிகள் புதிய புலனுணர்வுகள் என்பவற்றின் அடிப்படையில் விவரிக்க வல்லது.

000

அபர்ணா ஹல்பே

செப்டம்பர் 2020இல் மேற்கொள்ளப்பட்ட இந்த நேர்காணலில் புலம்பெயர்ந்து வாழும் ஆளுமைமிக்க ஒரு தமிழ்க் கவிஞராக தனது அனுபவங்களையும், கவிஞர், பத்திரிகையாளர், பேராசிரியர், அறிஞர் என்ற தளத்தில் தனது விரிவான பணிகளையும் வெளிப்படையாகப் பேசுகிறார் சேரன்.

Creative Lives
(Interviews with Contemporary South Asia Diaspora Writers,
page 74 - 2021)

உள்ளடக்கத்திற்கான இணைப்பு விபரங்கள்

1. ஒரு சிங்களத் தோழிக்கு... (பக் 103 – நீ. இ. இ. ஆறு)
2. அதே (பக் 103 – நீ. இ. இ. ஆறு)
3. விமலதாசன் அண்ணா (பக் 94 – நீ. இ. இ. ஆறு)
4. மயான காண்டம் (பக் 26 – நீ. இ. இ. ஆறு)
5. விமலதாசன் அண்ணா (பக் 94 – நீ. இ. இ. ஆறு)
6. யமன் (பக் 100 – நீ. இ. இ. ஆறு)
7. ஊழி (பக் 13 – காடாற்று)
8. நாள் (பக் 60 – நீ. இ. இ. ஆறு)
9. கடல்கோள் (பக் 48 – காடாற்று)
10. இருட்கடல் (பக் 52 – காடாற்று)
11. கடல் (பக் 24 – நீ. இ. இ. ஆறு)
12. கடலோரம்: மூன்று...... (பக் 22 – நீ. இ. இ. ஆறு)
13. இரண்டாவது சூரிய...... (பக் 79 – நீ. இ. இ. ஆறு)
14. புத்தரின் படுகொலை – நுஃமான் (பக் 335 – உ . பொ. அ.மா)
15. அம்மா அழாதே (பக் 112 – நீ. இ. இ. ஆறு)
16. எல்லாவற்றையும் மறந்து.... (பக் 90 –நீ. இ. இ. ஆறு)
17. யுத்தம் பற்றிய மிகச் .... (பக் 195 – நீ. இ. இ. ஆறு)
18. பிரிதல் (பக் 38 – நீ. இ. இ. ஆறு)
19. ஒரு சிங்களத் தோழிக்கு... (பக் 103 – நீ. இ. இ. ஆறு)
20. இரண்டாவது சூரிய...(பக் 79 – நீ. இ. இ. ஆறு)
21. சித்தார்த்தனுடைய ..... (பக் 143 – நீ. இ. இ. ஆறு)
22. கானல்வரி (பக் 50 – நீ. இ. இ. ஆறு)
23. சடங்கு (பக் 61 – நீ. இ. இ. ஆறு)
24. ஊழி (பக் 13 – காடாற்று)
25. – – – – – (பக் 20 – காடாற்று)
26. காடாற்று (பக் 22 – காடாற்று)
27. முன்னிரவில்.. (பக் 41 – திணை மயக்கம்)

28. மாமலர் நெடுங்கண் (பக் 77 – காடாற்று)
29. வீடு திரும்புகிறேன் (பக் 112 – திணை மயக்கம்)
30. ராஜினி (பக் 153 – நீ. இ. இ. ஆறு)
31. உயிர்பிடுங்கிகளின்....(பக் 154 – நீ. இ. இ. ஆறு)
32. எலும்புக்கூடுகளின்.... (பக் 158 – நீ. இ. இ. ஆறு)
33. உயிர்பிடுங்கிகளின்....(பக் 154 நீ. இ. இ. ஆறு)
34. மரணமும் வாழ்வும் (பக் 70 – நீ. இ. இ. ஆறு)
35. நேற்றைய மாலையும் .... நுஃமான் (பக் 319 – உ . பொ.அ.மா)
36. உன்னுடையவும் கதி – யேசுராசா (பக் 49 – மரணத்தினுள் வாழ்வோம்)
37. இரண்டாவது சூரிய...(பக் 79 – நீ. இ. இ. ஆறு)
38. பாசில் பெர்ணாண்டோ கவிதை – காலச்சுவடு – மொழிபெயர்ப்பு – சேரன்
39. ஐம்பத்திருவருக்கு – சிவசேகரம் (பக் 50 – சிவசேகரம் கவிதைகள்)
40. எல்லாவற்றையும் ...... (பக் 90 – நீ. இ. இ. ஆறு)
41. தேரும் திங்களும் – மஹாகவி (பக் 41 – வீடும் வெளியும்)
42. மயான காண்டம் (பக் 26 – நீ. இ. இ. ஆறு)
43. கேள் (பக் 185 – நீ. இ. இ. ஆறு)
44. ஊழி (பக் 13 – காடாற்று)
45. சிவரமணி கவிதைகள் (பக் 15 – 1993)
46. ஊழி (பக் 13 – காடாற்று)
47. எழுதப்படாமலே ...(பக் 117 – நீ. இ. இ. ஆறு)
48. ஆற்றங்கரையில் (பக் 83 – மீண்டும் கடலுக்கு)
49. கடல் (பக் 24 – நீ. இ. இ. ஆறு)
50. நான் இறந்து... (பக் 186 – நீ. இ. இ. ஆறு)
51. இறுதி வார்த்தை (பக் 125 – நீ. இ. இ. ஆறு)
52. தொடரும் இருப்பு (பக் 15 – நீ. இ. இ. ஆறு)
53. இரு காலைகளும்.... (பக் 37 – நீ. இ. இ. ஆறு)
54. மழைக்காலமும்.... (பக் 33 – நீ. இ. இ. ஆறு)
55. மழை நாள் (பக் 18 – நீ. இ. இ. ஆறு)
56. கைதடி 1979 (பக் 39 – நீ. இ. இ. ஆறு)
57. கீதா சுகுமாரன் (மொழிபெயர்ப்பு)
58. கீதா சுகுமாரன் (மொழிபெயர்ப்பு)
59. கீதா சுகுமாரன் (மொழிபெயர்ப்பு)

60. இரண்டாவது சூரிய...(பக் 79 – நீ. இ. இ. ஆறு)
61. இரு காலைகளும் ...(பக் 37 – நீ. இ. இ. ஆறு)
62. என் வெளி (பக்கம் 97 – நீ. இ. இ. ஆறு)
63. பிரிதல் (பக் 34 – நீ. இ. இ. ஆறு)
64. நாள் (பக் 60 – நீ. இ. இ. ஆறு)
65. எனது நிலம் (பக் 77 – நீ. இ. இ. ஆறு)
66. அதே (பக் 77 – நீ. இ. இ. ஆறு)
67. ஊரில் சிறை... (பக் 170 – நீ. இ. இ. ஆறு)
68. சே. யுடனான உறவு...... (பக் 202 – நீ. இ. இ. ஆறு)
69. யுத்தம் பற்றிய (பக் 195 – நீ. இ. இ. ஆறு)
70. நாங்கள் எதை...(பக் 83 – நீ. இ. இ. ஆறு)
71. கேள்வி (பக் 147 – நீ. இ. இ. ஆறு)
72. குழந்தைகள் (பக் 177 – நீ. இ. இ. ஆறு)
73. இந்தத் தெருவில்... (பக் 31 – காஞ்சி)
74. மூன்று தெருக்கள் (பக் 45 – மீண்டும் கடலுக்கு)
75. ஆற்றங்கரையில் (பக் 89 – மீண்டும் கடலுக்கு)
76. மயான காண்டம் (பக் 26 – நீ. இ. இ. ஆறு)
77. தொலைந்து போன....(பக் 65 – நீ. இ. இ. ஆறு)
78. எல்லாவற்றையும்.... (பக் 90 – நீ. இ. இ. ஆறு)
79. தற்கொலை (பக் 30 – காடாற்று)
80. எனக்கானது (பக் 78 – அஞர்)
81. கனடாவில் (பக் 47 – திணைமயக்கம்)
82. மாமலர் ..... (பக் 77 – காடாற்று)
83. வெள்ளித் தீ (பக் 21 – திணைமயக்கம்)
84. கொலைக்காட்சி (பக் 15 – காடாற்று)
85. இருவருக்கிடையிலும்..(பக் 13 – திணைமயக்கம்)
86. நிலைவைக் கேள் (பக் 48 – திணை மயக்கம்)
87. எறிகடல் (பக் 48 – திணைமயக்கம்)
88. ஒருபுறம்.... (பக் 25 – திணைமயக்கம்)
89. குரல் (பக் 31 – காடாற்று)
90. காடாற்று (பக் 22 – காடாற்று)
91. அந்த இடம்.... (பக் 43 – அஞர்)

92. உயிர்ப்பு (பக் 114 – நீ. இ. இ. ஆறு)
93. ரோஹிங்யாவுக்கும்... (பக் 41 – அஞர்)
94. ஐயோ (பக் 68 – அஞர்)
95. கரடியின் கதை (பக் 36 – காடாற்று)
96. அதுதான் (பக் 36 – அஞர்)
97. தாத்தாவின்... (பக் 61 – அஞர்)
98. நல்லூர் (பக் 72 – அஞர்)
99. வீடு (பக் 34 – அஞர்)
100. ஆளற்ற தனித்... (பக் 69 – அஞர்)
101. யாழ்ப்பாண .... (பக் 71 – அஞர்)
102. யாழ்ப்பாண .... (பக் 71 – அஞர்)
103. படத்திலுள்ள.. (பக் 45 – அஞர்)
104. கைதடி 1979 (பக் 39 – நீ. இ. இ. ஆறு)
105. கொலைக்காட்சி (பக் 15 – காடாற்று)
106. தாலாட்டு (பக் 62 – மீண்டும் கடலுக்கு)
107. கொலைகாட்சி (பக் 15 – காடாற்று)
108. யாழ்ப்பாணம் (பக் 18 – காஞ்சி)
109. கதை இதுதான் (பக் 93 – காஞ்சி)
110. இரண்டாவது சூரிய...(பக் 79 – நீ. இ. இ. ஆறு)
111. தொலைந்து போன...(பக் 65 – நீ. இ. இ. ஆறு)
112. இரு காலைகளும் ...(பக் 37 – நீ. இ. இ. ஆறு)
113. இரு காலைகளும் ...(பக் 37 – நீ. இ. இ. ஆறு)
114. விமலதாசன் அண்ணா (பக் 94 – நீ. இ. இ. ஆறு)
115. சேரனின் கவியுலகு – ஜெயமோகன் 2010
116. விமலதாசன் அண்ணா (பக் 94 – நீ. இ. இ. ஆறு)
117. உயிர்பிடுங்கிகளின்....(பக் 154 நீ. இ. இ. ஆறு)
118. வீரர்கள் துயிலும் (பக் 182 நீ. இ. இ. ஆறு)
119. எழுதப்படாமலே ...(பக் 117 – நீ. இ. இ. ஆறு)
120. ஜெயமோகன் https://www.jeyamohan.in
121. கைதடி 1979 (பக் 39 – நீ. இ. இ. ஆறு)
122. மழைக்காலமும்.... (பக் 33 – நீ. இ. இ. ஆறு)
123. கானல்வரி (பக் 50 – நீ. இ. இ. ஆறு)

124. கேள் (பக் 185 – நீ. இ. இ. ஆறு)

125. கோபத்துடன்... (பக் 31 – மீண்டும் கடலுக்கு)

126. கவிதை பற்றிய...(பக் 196 – நீ. இ. இ. ஆறு)

127. சிவரமணி கவிதைகள் (பக் 45 – 1993)

128. ஊழி (பக் 13 – காடாற்று)

129. எம்மைத் தெரிகிறதா... (பக் 205 – நீ. இ. இ. ஆறு)

130. ராஜினி (பக் 153 – நீ. இ. இ. ஆறு

131. நீர் விளக்கு (பக் 86 – காஞ்சி)

132. இந்தத் தெருவில்... (பக் 31– காஞ்சி)

133. பறவை (பக் 58 – காஞ்சி)

134. பழங்கள் (பக் 73 – காஞ்சி)

135. யாழ்ப்பாணம் (பக் 18 – காஞ்சி)

136. போர்க்காலம்.... (பக் 124 – காஞ்சி)

137. கவிதை பற்றிய... (பக் 196 – நீ. இ. இ. ஆறு)

138. மறுமொழி (பக் 118 – காஞ்சி)

139. தீராதது (பக் 15 – காஞ்சி)

140. ஆண்டவள் (பக் 25 – காஞ்சி)

141. சந்திரிகையின் பாடல் (பக் 26 – காஞ்சி)

142. மறுமொழி (பக் 118 – காஞ்சி)

143. கடிதங்கள் 2 (பக் 48 – காஞ்சி)

144. கார்த்திகை (பக் 17 – காஞ்சி)

145. இந்த தெருவில் .. (பக் 33 – காஞ்சி)

146. போர்க்காலம்.... (பக் 124 – காஞ்சி)

147. கண்ணாவின் கிளி (பக் 63 – காஞ்சி)

148. ஊழி (பக் 13 – காடாற்று)

149. நந்திக்கடல் (பக் 24 – காடாற்று)

150. தொலைபேசி அழைப்பு (பக் 28 – காடாற்று)

151. தலைமுறை (பக் 17 – காடாற்று)

152. அகாலி (பக் 26 – காடாற்று)

153. புதைகுழி (பக் 74 – அஞர்)

- (நீ. இ. இ. ஆறு) :
  நீ இப்போது இறங்கும் ஆறு
- (உ . பொ. அ .மா) :
  உதயப் பொழுதும் அந்தி மாலையும்
- (திணை மயக்கம்):
  திணை மயக்கம் அல்லது நெஞ்சோடு கிளர்தல்

இரண்டாவது சூரிய உதயம்
முதல் பதிப்பு - வயல் வெளியீடு, யாழ்ப்பாணம் - 1983
இரண்டாம் பதிப்பு - பொதுமை வெளியீடு, சென்னை - 1983
மூன்றாம் பதிப்பு - மணற்கேணி பதிப்பகம், சென்னை - 2023

யமன்
முதல் பதிப்பு - படைப்பாளிகள் வட்டம், யாழ்ப்பாணம் - 1984
இரண்டாம் பதிப்பு - சிலிக்குயில் வெளியீடு, சென்னை - 1984

கானல் வரி
முதல் பதிப்பு - பொன்னி வெளியீடு, சென்னை - 1989

எலும்புக் கூடுகளின் ஊர்வலம்
முதல் பதிப்பு - தேடல், டொரொன்ரோ - 1990
இரண்டாம் பதிப்பு - தேடல், டொரொன்ரோ - 1992

எரிந்து கொண்டிருக்கும் நேரம்
முதல் பதிப்பு - ஆசியா பதிப்பகம், பாரீஸ் - 1993

நீ இப்பொழுது இறங்கும் ஆறு
முதல் பதிப்பு - காலச்சுவடு பதிப்பகம், சென்னை - 2000
இரண்டாம் பதிப்பு - காலச்சுவடு பதிப்பகம், சென்னை - 2007
மூன்றாம் பதிப்பு - காலச்சுவடு பதிப்பகம், சென்னை - 2018
நான்காம் பதிப்பு - காலச்சுவடு பதிப்பகம், சென்னை - 2019
ஐந்தாம் பதிப்பு - காலச்சுவடு பதிப்பகம், சென்னை - 2022
ஆறாம் பதிப்பு - காலச்சுவடு பதிப்பகம், சென்னை - 2023

மீண்டும் கடலுக்கு
முதல் பதிப்பு - காலச்சுவடு பதிப்பகம், சென்னை - 2004
இரண்டாம் பதிப்பு - காலச்சுவடு பதிப்பகம், சென்னை - 2005
மூன்றாம் பதிப்பு - காலச்சுவடு பதிப்பகம், சென்னை - 2021
நான்காம் பதிப்பு - காலச்சுவடு பதிப்பகம், சென்னை - 2024

காடாற்று
முதல் பதிப்பு - காலச்சுவடு பதிப்பகம், சென்னை - 2011
இரண்டாம் பதிப்பு - காலச்சுவடு பதிப்பகம், சென்னை - 2021

அஞர்
முதல் பதிப்பு - காலச்சுவடு பதிப்பகம், சென்னை - 2018
இரண்டாம் பதிப்பு - காலச்சுவடு பதிப்பகம், சென்னை - 2020
மூன்றாம் பதிப்பு - காலச்சுவடு பதிப்பகம், சென்னை - 2021

திணை மயக்கம் அல்லது நெஞ்சோடு கிளர்தல்
முதல் பதிப்பு - காலச்சுவடு பதிப்பகம், சென்னை - 2019
இரண்டாம் பதிப்பு - காலச்சுவடு பதிப்பகம், சென்னை - 2022

காஞ்சி
முதல் பதிப்பு - காலச்சுவடு பதிப்பகம், சென்னை - 2023
இரண்டாம் பதிப்பு - காலச்சுவடு பதிப்பகம், சென்னை - 2024

.குறிப்புகள்

குறிப்புகள்

குறிப்புகள்